டி.கே.ரங்

மாநிலங்களை

கடிதங்க

தொகுப்பு: ச.வீரமணி

பாரதி புத்தகாலயம்

T.K.Rangarajan Manilangalavai Uraigal, Kadithangal (in Tamil)
Compiled by : S. Veeramani
First Published: February, 2021
Published by
BHARATHI PUTHAKALAYAM
7, Elango Salai, Teynampet, Chennai - 600 018
Email: bharathiputhakalayam@gmail.com / www.thamizhbooks.com

டி.கே. ரங்கராஜன் மாநிலங்களவை உரைகள், கடிதங்கள்

தொகுப்பு : ச. வீரமணி

முதல் பதிப்பு: பிப்ரவரி, 2021

வெளியீடு:

பாரதி புத்தகாலயம்

7, இளங்கோ சாலை, தேனாம்பேட்டை, சென்னை - 600 018

தொலைபேசி : 044-24332424, 24332924, 24356935

விற்பனை நிலையங்கள்
மதுரை: *37A, பெரியார் பேருந்து நிலையம் - 045 22324674*
ஈரோடு: *39: 39 ஸ்டேட் பாங்க் சாலை - 9245448353*
திண்டுக்கல்: *பேருந்து நிலையம் - 9942331105, 9976053719*
பழனி: *பேருந்து நிலையம் அருகில் - 9442883696*
திருப்பூர்: *447, அவினாசி சாலை - 9486105018*
சேலம்: *பாலம் 35, அத்வைத ஆஸ்ரமம் சாலை 0427 2335952*
திருவல்லிக்கேணி: *48, தேரடி தெரு - 9444428358*
வடபழனி: *பேருந்து நிலையம் எதிரில் அடையார்*
ஆனந்தபவன் மாடியில் *- 9444476967*
பெரம்பூர்: *52, கூக்ஸ் ரோடு - 9444373716*
திருவாரூர்: *35, நேதாஜி சாலை - 9442540543*
சேலம்: *15, வித்யாலயா சாலை சாலை*
திருநெல்வேலி: *25A, ராஜேந்திரநகர் - 9442149981*
அருப்புக்கோட்டை: *31, அகமுடையார் மஹால் - 9994173551*
மதுரை: *சர்வோதயா மெயின்ரோடு*
குன்னூர்: N.K.N வணிக வளாகம் பெட்போர்ட்
செங்கல்பட்டு: *1 D ஜி.எஸ்.டி சாலை - 044 27426964*
விருதுநகர்: *131, கச்சேரி சாலை - 0456 2245300*
கும்பகோணம்: *352, ரயில் நிலையம் எதிரில் - 9443995061*
வேலூர்: *பேஸ் III, சத்துவாச்சாரி - 9442553893*
நெய்வேலி: *பேருந்து நிலையம் அருகில், - 9443659147*
தஞ்சாவூர்: *காந்திஜி வணிக வளாகம் காந்திஜி சாலை - 9655542400*
கோவை: *77, மசக்காளிபாளையம் ரோடு, பீளமேடு - 8903707294*
திருச்சி: *வெண்மணி இல்லம், கரூர் புறவழிச்சாலை - 9994289492*
திருவண்ணாமலை: *முத்தம்மாள் நகர்*
நாகர்கோவில்: *699 கே.பி.ரோடு R.V.புரம் - 9443450111*
சிதம்பரம்: 22A / 18B தேரடி கடைத் தெரு,
கீழவீதி அருகில் *- 9994399347*
கரூர்: *நாரத கானசபா அருகில்* (TNGEA OFFICE)*- 9442706676*
காரைக்குடி : *12, 2 வது தெரு, கம்பன் மணிமண்டபம் பின்புறம் - 9443406150*

நினைத்த நூல்கள்... நினைத்த நேரத்தில்...

thamizhbooks.com 8778073949

அச்சு : பிரிண்டெக், சென்னை - 600 005.

அணிந்துரை

நாடாளுமன்ற மாநிலங்களவையில் மார்க்சிஸ்ட் கம்யூனிஸ்ட் கட்சியின் மத்தியக் குழு உறுப்பினர், தோழர் டி.கே. ரங்கராஜன் அவர்கள் ஆற்றிய உரைகள் அனைத்தையும் தொகுத்து வெளியிடப்படும் இந்நூலுக்கு முன்னுரை வழங்குவது மிகவும் மகிழ்ச்சி அளிக்கிறது. அவர், 2008ஆம் ஆண்டிலிருந்து 2020 வரையிலும் மாநிலங்களவையில் மார்க்சிஸ்ட் கம்யூனிஸ்ட் கட்சியைப் பிரதிநிதித்துவப்படுத்தினார். நான் மாநிலங்களவைக்குச் சென்றபின் அடுத்த ஓரிரு ஆண்டுகளில் அவரும் என்னுடன் இணைந்துகொண்டார். நான் மாநிலங்களவையிலிருந்து ஓய்வுபெற்றபின்னரும் அவர் தொடர்ந்தார். அவையில் பல ஆண்டுகள் நான் மார்க்சிஸ்ட் கம்யூனிஸ்ட் கட்சிக் குழுவின் தலைவராக இருந்த சமயத்தில், அவர் துணைத் தலைவராக இருந்தார். நான் ஓய்வுபெற்றபின், அவர் 2020இல் ஓய்வுபெறும்வரை தலைவராக செயல்பட்டார். நாடாளுமன்ற உறுப்பினர்களுக்கு எந்த சட்டமுன்வடிவின்மீது யார் பேச வேண்டும், எந்தக் கேள்வியை யார் எழுப்ப வேண்டும் என்பது போன்ற பணிகளில் பெரும்பாலானவற்றை தோழர் டி.கே. ரங்கராஜன் மேற்கொண்டார். நாடாளுமன்றக் கடமைகளை ஆற்றியதில் அவரின் பங்களிப்பு பெரிய அளவிற்கு உதவிகரமாக இருந்தது.

இந்தத்தொகுப்பில் 12 ஆண்டு காலத்தில் அவர் ஆற்றிய 109 உரைகள் தொகுக்கப்பட்டிருக்கின்றன. இந்தக் காலகட்டத்தில் மாநிலங்களவையில் செயல்பட்ட மார்க்சிஸ்ட் கம்யூனிஸ்ட் கட்சி உறுப்பினர்கள் பல முன்னோடி நடவடிக்கைகளை எடுத்த காலமாகும். இதனை மாநிலங்களவைத் தலைவர் குறிப்பிட்டிருக்கிறார். மாநிலங்களவை உருவானபின்னர் அவையில் பல விதிகள் முதன்முறையாக இந்தக்காலத்தில் கொண்டுவரப்பட்டன. அவற்றில் ஒன்று, பணியிலிருந்த உயர்நீதிமன்ற நீதிபதி ஒருவரை நீக்குவதற்கு அரசமைப்புச்சட்டத்தின் உரிமையைப் பயன்படுத்தி, நாடாளுமன்றத்தில் வெற்றிகரமானமுறையில் தீர்மானம் (impeachment) கொண்டுவந்ததாகும். நாடாளுமன்ற வரலாறு உருவாக்கிய இத்தகைய பல முக்கியமான நிகழ்வுகளுக்கு தோழர் டி.கே. ரங்கராஜனும் ஓர் அங்கமாக இருந்திருக்கிறார்.

மேலும் இந்திய நாடாளுமன்ற ஜனநாயக வரலாற்றில் இந்தக் காலம் மிகவும் முக்கியமான காலமாகவும் இருந்தது. 2014இல் பாஜக அரசாங்கம் நரேந்திர மோடியின் தலைமையில் ஆட்சிக்கு வந்தது. அது தன் ஆட்சிக்காலத்தை அனைத்து விதங்களிலும் அரசமைப்புச்சட்டத்தை அரித்துவீழ்த்தும் விதத்தில் தொடங்கியது. 2019இல் மீண்டும் அது ஆட்சிக்குவந்தபின், அரசமைப்புச்சட்டத்தைத் திட்டமிட்டமுறையில் அழிக்கத் தொடங்கியிருக்கிறது.

"இந்திய மக்களாகிய நாம்," என்கிற மக்களின் இறையாண்மையின் அடிநாதமாக விளங்குவதை நிறைவேற்றுவதற்கு முக்கியமான கண்ணியாக இருப்பது நாடாளுமன்றம். நாடாளுமன்ற உறுப்பினர்களுக்குப் பதில் சொல்ல வேண்டியது அரசின் பொறுப்பாகும். அதேபோல் மக்களுக்குப் பதில் சொல்ல வேண்டியது நாடாளுமன்ற உறுப்பினர்களின் பொறுப்பாகும். நாட்டிற்காக சட்டங்களை உருவாக்குவது நாடாளுமன்றம். சிரமமான காலங்களில் சாமானிய மக்கள் தங்கள் துன்ப துயரங்களைப் போக்குவதற்காக நாடுவது, நாடாளுமன்ற உறுப்பினர்களைத்தான். இதனையடுத்து நாடாளுமன்ற உறுப்பினர்கள் அரசாங்கத்தின் பல்வேறு துறைகளுக்கும் அவ்வாறு தன்னிடம் வந்த பிரச்சனைகளை எடுத்துச்சென்று தீர்ப்பதற்காகச முயற்சிக்க வேண்டும் என்றே ஒவ்வொருவரும் எதிர்பார்க்கிறார்கள். பிரதானமாக ஒவ்வொரு நாடாளுமன்ற உறுப்பினரும் தான் பிரதிநிதித்துவப்படுத்தும் மக்களின் பிரச்சனைகளுடன் கூருணர்வுமிக்கவர்களாக இருந்திட வேண்டியிருக்கிறது. அவர்களின் துன்பதுயரங்களையும், குறைகளையும் நாடாளுமன்றத்தின் முன்வைத்து, அவற்றை நீக்குவதற்கு அரசு, பொருத்தமான நடவடிக்கைகளை எடுக்க வலியுறுத்துகிறார்கள்.

ஒரு சிறந்த நாடாளுமன்றவாதி என்பவர், எல்லாச் சமயங்களிலும் தான் பிரதிநிதித்துவப்படுத்தும் மக்களின் நாடியைப் பிடித்துப்பார்க்கும் வல்லமை படைத்தவராக இருக்க வேண்டும். மக்களின் நலனே தன் நலன் என்று உறுதியேற்றுக்கொள்வதும், அவர்களின் நலன்களுக்காகப் போராடத் தயாராக இருப்பதும் ஒரு வெற்றிகரமான மக்கள் பிரதிநிதியின் முத்திரைச் சின்னமாகும்.

அவருடைய தொலைநோக்குப் பார்வை, ஆர்வம் மற்றும் நிபுணத்துவம் ஆகியவை தன்னைத் தேர்ந்தெடுத்த மக்களின் அபிலாசைகளை நிறைவேற்றுவதற்காகப் பல்வேறு வடிவங்களிலும் உதவிடும். ஒரு நாடாளுமன்ற உறுப்பினர் என்பவர் அனைத்து விஷயங்களிலும் பாண்டித்தியம் பெற்றவராக இருக்க வேண்டும் என்கிற தேவையில்லை, அதேபோன்று ஒருவர் நாடாளுமன்றத்தின் முன் வருகின்ற அனைத்துப் பிரச்சனைகளிலும் தலையிடமுடியும் என்றும் ஒருவர் எதிர்பார்க்க முடியாதுதான். ஆயினும் பல்வேறு பிரச்சனைகள் குறித்தும் ஓர் ஆழமான புரிதல் மற்றும் பல்வேறு பிரச்சனைகளின் சாரத்தைப் புரிந்துகொண்டு பற்றிக்கொள்ளும் திறமை நாடாளுமன்ற உறுப்பினர்களுக்கு மிகவும் முக்கியமாகும். இறுதியில், ஒரு நாடாளுமன்ற உறுப்பினரின் செயல்பாடுகள் எந்த அளவிற்கு அவர் தான் பிரதிநிதித்துவப்படுத்தும் மக்களின் பல்வேறு சமூக, பொருளாதார மற்றும் வளர்ச்சித் தேவைகளை அடையாளம் கண்டு அவற்றுக்காக ஆழமானமுறையில் செயல்படுகிறார் என்பதையும், தனிநபரின் அபிலாசைகளை சமூகத்தின் லட்சியங்களுடனும், நாட்டின் லட்சியங்களுடனும் பிணைத்திடும் உத்திகளையும் வைத்தே மதிப்பிடப்படும்.

தோழர் டி.கே.ஆர். மிகவும் மூத்த உறுப்பினர். நாட்டின் தொழிற்சங்க இயக்கத்தின் அனுபவமிக்க தலைவர். இந்தியத் தொழிற்சங்க மையத்தில் பல்வேறு முன்னணிப் பொறுப்புகளில் பல பத்தாண்டுகள் சேவை செய்தவர். இத்துடன் கட்சியிலும் பல்வேறு பொறுப்புகளை நிறைவேற்றியவர். இவ்வாறு அவர் பெற்றிட்ட அனைத்து அனுபவங்களையும் ஒரு நாடாளுமன்ற உறுப்பினராக இருந்த சமயத்தில் கொண்டுவந்து, தமிழ்நாட்டின் வளர்ச்சிக்குத் தேவையானவை எவை என்பதைத் தன் திறமைகளின் மூலம் அடையாளம் கண்டு, நாடாளுமன்றக் கடமையை மிகவும் வலுவானமுறையில் ஆற்றியவர். அதேபோன்று, மக்களின் முக்கியமான பிரச்சனைகளையும், கொள்கை சம்பந்தப்பட்ட விஷயங்களையும் எழுப்புவதிலும் மிகச்சிறந்தமுறையில் செயல்பட்டவர். ஒரு கம்யூனிஸ்ட் நாடாளுமன்ற உறுப்பினர் என்ற முறையில், நாடாளுமன்ற விவாதங்களின்போது மக்களின் பிரச்சனைகளுடன் கட்சியின் தத்துவார்த்த மற்றும் அரசியல் நிலைப்பாடுகளைக் விளக்கிக் கூறக்கூடிய அதே சமயத்தில், மக்களின் பிரச்சனைகளையும் சரியானமுறையில் ஒருங்கிணைத்திடுவதும் நம் அனைவரின் கடமையாகும்.

தொழிலாளர் வர்க்கம் மற்றும் கட்சியின் உண்மையான குரலாக, கடந்த 12 ஆண்டுகளாக, தோழர் டி.கே.ஆரின் பேச்சுக்கள் இவ்வாறே மக்களின் பிரச்சனைகளை மாநிலங்களவையில் பிரதிபலித்தன.

நான், கல்கத்தா உயர்நீதிமன்ற நீதிபதி சௌமித்ரா சென்னுக்கு எதிராக நீதிபதி பதவியிலிருந்து நீக்கும் தீர்மானத்தை (impeachment motion) கொண்டுவர வேண்டியிருந்தது. அப்பொழுது, தோழர் டி.கே.ஆர். அவையின் கட்சியின் துணைத் தலைவராக இருந்தார். இது,மாநிலங்களவையையே ஒரு நீதிமன்றம் போலவும், அவைத் தலைவரை நான் முன்வைத்திடும் வாதங்களைக் கேட்டு, தீர்ப்பு அளிப்பதற்கேற்ற வகையில் ஒரு நீதிபதியின் கடமையை ஆற்றக்கூடிய விதத்திலும் மாற்றியமைத்தது. அப்போது நான் முந்தைய நீதித்துறையின் தீர்ப்புகள் பலவற்றையும் இணைத்தும் வரலாற்றையும் பெரிய அளவில் அதனுடன் சேர்த்தும் வாதிட வேண்டியிருந்தது. இந்திய நாடாளுமன்றத்தின் வரலாற்றில் முதன் முறையாக இந்த விஷயம் நடைபெற்றதால் மாநிலங்களவையில் ஒரு தடுமாற்றமான நிலைமை ஏற்பட்டது. நிறைவாக தீர்மானம் மாநிலங்களவையில் நிறைவேறியது, பின்னர் அது மக்களவைக்குப் பரிசீலனைக்காகவும் ஒப்பதலுக்காகவும் அனுப்பப்பட்டது. மாநிலங்களவையில் விவாதங்கள் முடிந்தவுடனேயே நீதிபதி சென், மாநிலங்களவையில் தீர்ப்பினை மக்களவை சரி என்று ஏற்றுக்கொண்டுவிட்டால் ஏற்படக்கூடிய நிலைமையினை உணர்ந்து அதற்குள் ராஜினாமா செய்வது மேல் என்று கருதி, ராஜினாமா செய்துவிட்டார்.

இதேபோன்றே நாடாளுமன்ற வரலாற்றில் முதலாவதாக நடைபெற்றதாகக் கூறப்படக்கூடிய மற்றுமொரு மறக்கமுடியாத நிகழ்வு, 2014இல் பா.ஜ.க. அரசாங்கம் பிரதமர் நரேந்திர மோடியின் தலைமையில் நடைபெற்ற நாடாளுமன்றத்தின் கூட்டு அமர்வில் குடியரசுத் தலைவர் உரைக்கு நன்றி தெரிவிக்கும் தீர்மானத்தின் மீது நடைபெற்ற விவாதத்தில், ஒரு திருத்தம் கொண்டுவரப்பட்டு நிறைவேற்றப்பட்டதாகும்.

இத்தனை ஆண்டு காலமும், பிரிட்டிஷ் நாடாளுமன்றத்தின் பாரம்பர்யத்தைத் தொடர்வது போலவே, அங்கே எப்படி மன்னரின் உரைக்கு, நாடாளுமன்ற உறுப்பினர்கள் நன்றி தெரிவிக்கிறார்களோ, அதே போன்றே இங்கேயும் அரசுக்கும், அரசாங்கத்திற்கும், குடியரசுத் தலைவருக்கும் அதேபோன்ற சடங்கு

சம்பிரதாயத்துடன் நன்றி தெரிவித்து உரை நிகழ்த்தும் நடைமுறை தொடர்ந்துகொண்டிருக்கிறது. அவர் ஆற்றிய உரையின் சாராம்சம் குறித்து அவ்வளவாகப் பொருட்படுத்தவதில்லை. எனினும், நாடாளுமன்றத்தின் முன் அனைத்து விஷயங்களிலும் உறுப்பினர்கள் திருத்தங்களைக் கொண்டுவரக்கூடிய உரிமை இருப்பதுபோல, குடியரசுத் தலைவர் மீதான உரைக்குத் திருத்தம் கொண்டுவரும் உரிமையும் உண்டு. எனவே அந்த உரிமையைப் பயன்படுத்தி நான், குடியரசுத் தலைவர் உரைக்கு ஒரு திருத்தம் முன்மொழிந்தேன். உண்மையில் அந்த உரை என்பது மத்திய அமைச்சரவையால் தயார் செய்யப்பட்டு, குடியரசுத் தலைவரால் படிக்கப்படுவதாகும். இதன்மேல் திருத்தம் வரும்போது, அதனை வலியுறுத்துகிறீர்களா என்று கேட்கப்பட்டு, வலியுறுத்தப்படவில்லை என்றே எப்போதும் அனுமானிக்கப்பட்டு, வாக்களிப்புக்கு விடப்படாது. ஆனால், நான் அதனை வலியுறுத்தியதால், மாநிலங்களவைத் தலைவரும், குடியரசுத் துணைத் தலைவருமானவர், வேறு வழியின்றி, வாக்கெடுப்புக்கு அழைப்பு விடுத்தார். இதன் மூலம் நாடாளுமன்ற வரலாற்றில் முதன்முறையாக குடியரசுத் தலைவர் மீதான உரையில் திருத்தம் வாக்கெடுப்புக்கு விடப்பட்டது. திருத்தம் வெற்றி பெற்றது. இதன்மூலம், குடியரசுத் தலைவரின் உரைக்கு நன்றி தெரிவிக்கும் தீர்மானம் திருத்தத்துடன் திருப்பி அனுப்பப்பட்டது. இந்த வளர்ச்சிப்போக்கிற்கு தோழர் டி.கே.ஆரும் ஒரு தரப்பினராக இருந்தார்.

தோழர் டி.கே. ரங்கராஜன், இத்தனை ஆண்டு காலமும், மாநிலங்களவையில் தன்னுடைய தலையீடுகளின் மூலமாக உயர்த்திப்பிடித்த அனைத்தையும் ஒரே புத்தகமாகக் கொண்டுவர சிரமம் எடுத்துக் கொண்டிருப்பது குறித்து நான் மிகவும் மகிழ்ச்சி அடைகிறேன். அவர், பிரச்சனைகளை அடையாளம் கண்டு நாடாளுமன்றத்தின்முன் பதிவு செய்தது மட்டுமல்ல, அவற்றின்மீது விரும்பத்தக்கவிதத்தில் முடிவுகளை எட்டுவதற்கும் தொடர்ந்து நடவடிக்கைகளை எடுத்து வந்தார்.

நாம் மேற்கொண்டிருக்கும் நம் தொலைநோக்குப் பார்வைகள் நம்மை வழிநடத்துவதைக் காட்டிலும், பல சமயங்களில் நம்முன் உள்ள பிரச்சனைகளுக்கு, அப்போதிருக்கக்கூடிய சூழ்நிலைகளுக்கேற்ற விதத்தில் சமயோசிதமாக முடிவுகள் மேற்கொண்டு நாம் செயல்படுதைப்போல, தோழர் டி.கே.ஆர். அவர்களும் மக்களின் பிரச்சனைகளுக்கு முன்னுரிமை கொடுத்து,

அவற்றின்மீது மிகவும் உணர்வுபூர்வமாக நடவடிக்கைகளைத் தொடர்ந்து மேற்கொண்டு, தெளிவாகத் தெரியக்கூடிய விதத்தில் வெற்றிகளை ஈட்டியிருப்பது, அவர் ஒரு சிறந்த அடிப்படைக் கட்சி ஊழியர் என்பதையும், தொழிலாளர் வர்க்கத்தின் தலைவர் என்பதையும், அர்ப்பணிப்புமிக்க நாடாளுமன்றவாதி என்பதையும் வெற்றிகரமானமுறையில் வெளிப்படுத்தி, நாடு முழுதும் ஆர்வத்துடன் செயல்பட விரும்பும் அனைத்து நாடாளுமன்ற/ சட்டமன்ற உறுப்பினர்களுக்கும் ஓர் எடுத்துக்காட்டாக விளங்கினார்.

இந்தப் புத்தகத்தை வெளிக்கொணர அவர் மேற்கொண்டுள்ள முயற்சிகளுக்கு தோழர் டி.கே.ஆருக்கு வாழ்த்துகளையும், பாராட்டுகளையும் கூறும் அதே சமயத்தில், சாமானிய மக்களின் பிரச்சனைகளைப் புரிந்துகொள்வதற்கு ஆர்வம் காட்டிடும் அனைவருக்கும், நம் நாட்டின்முன் உள்ள சவால்களைத் தெரிந்துகொள்ள விரும்பும் அனைவருக்கும், சமீப காலங்களில் நாட்டின் குடியரசு அமைப்பை, தற்போதுள்ள ஒரு மதச்சார்பற்ற ஜனநாயகக் குடியரசை, ஆர்.எஸ்.எஸ். விரும்பும் பாசிச தொலைநோக்குப் பார்வையான “ஓர் இந்து ராஷ்ட்ரமாக” மாற்றுவதற்கு ஆட்சியாளர்கள் மேற்கொள்ளும் நடவடிக்கைகளுக்கு எதிராக நாம் முன்வைத்திடும் அரசியலைப் புரிந்துகொள்ள விரும்புகிறவர்களுக்கும் இந்தப் புத்தகத்தை மனப்பூர்வமாகப் பரிந்துரைக்கிறேன்.

தோழர் டி.கே.ஆர்., வரவிருக்கும் காலங்களில் தொழிலாளர் வர்க்கம், ஏழை மக்கள் மற்றும் விளிம்புநிலையில் உள்ள மக்களின் நலன்களைக் காத்திட சேவை செய்வது தொடரும் என்பதில் நான் உறுதியாக இருக்கிறேன்.

இதனை வெளிக்கொணர்வதற்காக, அவர் ஆற்றிய அனைத்து உரைகளையும் நாடாளுமன்றத்தின் பதிவேடுகளிலிருந்து எடுத்து, தமிழாக்கம் செய்திடும் ஒரு முக்கிய கடமையை தோழர் ச. வீரமணி, செய்திருப்பது மிகவும் பாராட்டுக்குரிய ஒன்றாகும்.

புதுதில்லி, | **சீத்தாராம் யெச்சூரி**
நவம்பர் 5, 2020 | பொதுச் செயலாளர்

வாழ்த்துரை

தோழர் டி.கே.ரங்கராஜன் அவர்கள், 2008 முதல் 2020 வரையில் கடந்த 12 ஆண்டுகள் மாநிலங்களவை உறுப்பினராக செயல்பட்டிருக்கிறார். இக்காலத்தில் நாடாளுமன்றத்தில் அவர் ஆற்றிய உரைகளைத் தொகுத்து, நூலாக வெளியிடுவது பாராட்டுக்குரியது. மாநிலங்களவையில் அவருடைய உரை, அவர் எழுப்பிய கேள்விகள், விவாதங்களில் அவருடைய தலையீடு, போன்ற அம்சங்கள் இந்நூலில் கொண்டு வரப்பட்டுள்ளன.

நாடாளுமன்ற உறுப்பினர் என்ற வாய்ப்பைப் பயன்படுத்தி, மாநில மக்கள் பிரச்சனைகளை மன்றத்தில் வலியுறுத்தியதோடு, பிரதமர் உள்ளிட்டு துறை சார்ந்த அமைச்சர்களையும், அதிகாரிகளையும் சந்தித்து, பிரச்சனைகளுக்குத் தீர்வு கண்டது என, அவருடைய பணி முக்கியத்துவம் வாய்ந்தது.

இம்முன்னுரையில் அவருடைய உரைகளின் அனைத்து அம்சங்களைப் பற்றியும் குறிப்பிட முடியாது என்பதால் ஒரு சில அம்சங்களை வாசகர்களுக்குக் குறிப்பிட விரும்புகிறேன். இந்த 12 ஆண்டுகளில் இரண்டு ஆட்சிகளிலும், நவீனதாராளமயப் பொருளாதாரக் கொள்கை அமலாக்கப்பட்டபோது, அதை எதிர்த்து அதனுடைய பாதகமான விளைவை சுட்டிக்கட்டி நாடாளுமன்றத்தில் தோழர் டி.கே.ஆர் குரலெழுப்பி இருக்கிறார்.

தனது முதல் உரையிலேயே, மத்திய அரசினுடைய தாராளமயப் பொருளாதாரக் கொள்கையை சுட்டிக்காட்டிய தோழர். டி.கே.ஆர், “இந்த அரசு தொழிலாளர் நலன்களுக்காகப் பாடுபடுவதைவிட, கார்ப்பரேட்டுகளின் நலன்களுக்காகவே செயல்ப்பட்டுக் கொண்டிருக்கிறது” எனக் கூறியிருக்கிறார். அதே நேரத்தில் நவீனதாராளமயக் கொள்கை அமலாக்கத்தில் உள்ள இக்காலத்தில், உச்சநீதிமன்றம் உள்ளிட்டு, நீதிமன்றங்கள், தாராளமயக் கொள்கைகளை ஆதரிக்கும் வகையிலேயே தீர்ப்பு வழங்கியுள்ளதையும் சுட்டிக்காட்டியுள்ளார். குறிப்பாக, உச்சநீதிமன்றம் வேலைநிறுத்த உரிமைக்கு எதிராகத் தீர்ப்பு வழங்கியிருப்பதையும், மன்றத்தின் கவனத்திற்கு கொண்டுசென்றதோடு, வேலைநிறுத்த உரிமை அடிப்படை உரிமை என்ற சட்டம் கொண்டு வர வேண்டும் எனவும் வலியுறுத்தியுள்ளார்.

கல்வித்துறையில் நீட் தேர்வை மத்திய அரசாங்கம் திணித்தபோது, அதை தமிழகத்தைச் சார்ந்த பிற நாடாளுமன்ற உறுப்பினர்களோடு இணைந்து எதிர்ப்புக்குரல் கொடுத்தார். ஏழை எளிய குடும்பத்தைச் சேர்ந்த மாணவர்கள், கல்விக்கடன் பெறுகிறபோது, வங்கிகள் கொலாட்டரல் செக்யூரிட்டி கேட்கக்கூடாது என மத்திய அரசு அறிவித்த பிறகும் வங்கிகள் தர வேண்டும் என நிர்பந்தித்தின. இப்பிரச்சனையை தோழர் டி.கே.ஆர் நாடாளுமன்றத்தில் முன்வைத்துப் பேசியிருக்கிறார். மதிமுக தலைவர் வைகோ, மாநிலங்களவில் கல்வி மீண்டும் மாநிலப் பட்டியலுக்குக் கொண்டுவரப்பட வேண்டும் என முன்மொழிந்த தீர்மானத்தை ஆதரித்துப் பேசி இருக்கிறார்.

கீழடி அகழாய்வை ஒரு கட்டத்தில் மத்திய அரசாங்கம் நிறுத்தியபோது, அப்பணி தொடர வேண்டும் என வலுவாகத் தன்னுடைய குரலைப் பதிவு செய்தார்.

தற்போது பல லட்சம் விவசாயிகள் ஒப்பந்த விவசாயம் உள்ளிட்ட மூன்று வேளாண் சட்டங்களை ரத்து செய்ய வேண்டும் என டில்லியில் போராடி வருகிறார்கள். ஒப்பந்த விவசாயச் சட்டம் இல்லாத காலத்திலேயே கரும்பு விவசாயிகள் சர்க்கரை ஆலை நிர்வாகங்களோடு போட்ட ஒப்பந்தத்தின் அடிப்படையில் விவசாயிகளுக்கு வழங்க வேண்டிய தொகை 15,000 கோடி நிலுவையில் இருப்பதை நாடாளுமன்றத்தில் சுட்டிக்காட்டி விவசாயிகளுக்காகக் குரல்கொடுத்தார்.

தலித் மக்கள் மீதான அநீதி, தீண்டாமைக் கொடுமை பற்றி நாடாளுமன்றத்தில் சாடியபோது, மத்திய அரசு அரசியல் சட்டம் வழங்கியிருக்கக்கூடிய மனித உரிமைகளைப் பாதுகாக்க வேண்டும் என வலியுறுத்தினார்.

பாஜக 2019ல் இரண்டாவது முறையாக அதிகாரத்துக்கு வந்தபோது, இந்துத்துவ நிகழ்ச்சிநிரலை வேகமாக அமலாக்கத் தொடங்கியது. குடியுரிமைத் திருத்தச் சட்டம், ஜம்மு காஷ்மீர் மாநிலத்துக்கு அளிக்கப்பட்ட சிறப்பந்தஸ்து ரத்து, போன்ற மத்திய அரசின் நடவடிக்கைகளை மார்க்சிஸ்ட் கட்சி நாடு முழுவதிலும் எதிர்த்து வலுவாகக் குரல் எழுப்பியபோது, கட்சியின் குரலை நாடாளுமன்றத்தில் பிரதிபலித்தவர் தோழர் டி.கே.ஆர்.

மத்திய, மாநில அரசுகளின் தவறான கொள்கைகளுக்கு எதிராகவும், உழைக்கும் மக்களின் பிரச்சனைகளுக்காகவும்,

மக்களின் வாழ்வாதாரக் கோரிக்கைகளுக்காகவும், மார்க்சிஸ்ட் கம்யூனிஸ்ட் கட்சி தொடர்ந்து பல போராட்டங்களை நடத்தி வருகிறது.

கம்யூனிஸ்டுகள் சட்டமன்றத்திலும் பாராளுமன்றத்திலும் இடம்பெற்றால் இரண்டு வடிவங்களில் போராட்டத்தை நடத்துவார்கள். மக்கள் பிரச்சனைகளை மன்றத்திலும் எழுப்புவார்கள்; மக்கள் பிரச்சனைகளுக்கான களப்போராட்டங்களிலும் கலந்துகொள்வார்கள்.

பொதுத்துறையைத் தனியார்மயமாக்கும் கொள்கை அடிப்படையில், மத்திய அரசுக்குச் சொந்தமான கிண்டி பிசிஜி தடுப்பூசி நிறுவனம், குன்னூர் பாஸ்டியர் தடுப்பூசி நிறுவனம், இமாச்சலப் பிரதேசம் காசோலியில் உள்ள தடுப்பூசி ஆய்வு நிறுவனம் ஆகிய நிறுவனங்களின் உரிமங்களை ரத்துசெய்து, மெல்லமெல்ல அவற்றை தனியார்மயமாக்க 2008ல் அன்றைய மத்திய அரசு நடவடிக்கை எடுத்தது. மத்திய அரசின் இந்தத் தவறான கொள்கையை எதிர்த்து மார்க்சிஸ்ட் கம்யூனிஸ்ட் கட்சியும், குழந்தைகள் பாதுகாப்பு மற்றும் சுகாதார நிறுவனமும் போராடியது. இந்தப் போராட்டங்களில் தோழர் டி.கே.ஆர் அவர்கள் கலந்துகொண்டதோடு நாடாளுமன்றத்திலும், இந்த நிறவனங்களைத் தனியார்மயமாக்கக்கூடாது என வலுவாகக் குரல் எழுப்பினார். மேலும் இது குறித்து அன்றைய பிரதமர் மன்மோகன்சிங்கையும் சந்தித்துப் பேசினார். மேற்கண்ட மூன்று நிறுவனங்களும் தனியார்மயமாவது தடுக்கப்பட்டது. இவ்வாறு களத்திலே கட்சி போராடுகிறபோது, நாடாளுமன்றத்தில் மார்க்சிஸ்ட் கம்யூனிஸ்ட் கட்சி குரலாக தோழர் டி.கே.ஆர் செயல்பட்டிருக்கிறார். தோழர் டி.கே.ஆரின் நாடாளுமன்ற உரைகள் இடம்பெற்றுள்ள இந்நூல் வாயிலாக, மார்க்சிஸ்ட் கம்யூனிஸ்ட் கட்சியின் கொள்கையையும், ஏழை, எளிய உழைக்கும் மக்களின் நலன்களுக்காக நாடாளுமன்றத்தில் மார்க்சிஸ்ட் கம்யூனிஸ்ட் கட்சியின் உறுப்பினராக தோழர் டி.கே.ஆரின் செயல்பாடுகளையும் அறிந்துகொள்ளலாம்.

ஜி.ராமகிருஷ்ணன்

அரசியல் தலைமைக்குழு உறுப்பினர் - சிபிஐ(எம்)

என்னுரை

இந்திய நாடாளுமன்ற மாநிலங்களைவையில் மார்க்சிஸ்ட் கம்யூனிஸ்ட் கட்சியின் உறுப்பினராக 2008ம் ஆண்டிலிருந்து 2020 வரை நான் ஆற்றிய உரைகளை அவ்வப்பொழுது தோழர் வீரமணி மொழிபெயர்க்க தீக்கதிரில் தொடர்ந்து வெளிவந்திருக்கிறது. தற்பொழுது அந்த உரைகளை முழுமையாக தொகுத்து பாரதி புத்தகாலயம் புத்தகமாக வெளிக்கொண்டு வந்திருக்கிறது. அதற்கு என்னுடைய பாராட்டுக்கள்.

மார்க்சிஸ்ட் கம்யூனிஸ்ட் கட்சி உறுப்பினர்கள் மாநிலங்களவையில் நாடாளுமன்ற பணி கட்சியின் வழிகாட்டுதல்படி செயல்பட வேண்டும். கட்சியின் தலைவர் தோழர் சீத்தாராம்யெச்சூரி அவர்களோடு இணைந்து பணியாற்றியதில் பல்வேறு அனுபவங்களை பெற முடிந்தது. 1952லிருந்து 57 வரை பெரும்பாலும் சுதந்திர போராட்டத்தில் ஈடுபட்டவர்களை கொண்ட அவையாக மாநிலங்களவை இருந்தது. 1967க்குப்பிறகு பல்வேறு மாநிலங்களில் நடைபெற்ற சட்டப்பேரவை தேர்தல்களில் ஆட்சியிலிருந்து காங்கிரஸ் கட்சி அகற்றப்பட்டு பல்வேறு மாநிலக்கட்சி ஆட்சிக்கு வந்தன. அதே நேரத்தில் மாநில உரிமைகளும், மாநிலத்தின் தேவைகளும் முன்னுக்கு வந்தன. அத்துடன் மாநிலங்களின் உரிமைகள்-தேவைகள், எல்லைப்பிரச்னை, நதிநீர் பிரச்னை, கல்வி, இடஒதுக்கீடு, மொழி, புதிய கல்விக்கொள்கை போன்ற பல பிரச்னைகள் இக்காலத்தில் தீர்க்க வேண்டிய சூழ்நிலை உருவாவதைபார்க்க முடிந்தது.

நான் மாநிலங்களவை உறுப்பினராக இருந்த இந்த 12 ஆண்டுகளில் காங்கிரஸ் தலைமையிலான ஐக்கிய முற்போக்கு கூட்டணியும்,அதன் பிறகு பிஜேபி தலைமையிலான தேசிய ஜனநாயக முன்னணியும் ஆட்சியில் இருந்தன. முன்னது பெருமுதலாளித்துவகட்சி, பின்னது பெருமுதலாளித்துவ மதவாதக்கட்சி.

இரண்டு அரசியலும் அதனுடைய பணிகளையும் புரிந்து கட்சி நிலையில் இருந்து பேசப்படக்கூடிய உரைகள் பதிவாகி இருக்கிறது. மதவாதம் அது பெரும்பான்மை பெற்றவுடன் இந்திய அரசியல் சட்டத்தை அது மீறிய முறை, சிறுபான்மையினருக்கு

பாதுகாப்பு இல்லாத நிலை, பட்ஜெட்டுகளில் அவர்களது அணுகுமுறையை புகுத்த முயற்சிப்பதன் மூலமாக கூட்டாட்சி தத்துவத்தையே குலைக்கிற போக்கு துவங்கியுள்ளது. இது மிகப்பெரிய ஆபத்தின் துவக்கமாக மாறியுள்ளது.

தேசிய ஜனநயாக முன்னணி ஆட்சிக்கு வந்த பிறகு திட்டக்கமிசன் கலைக்கப்பட்டது. செல்லா நோட்டு அறிவிப்பும் இக்காலகட்டத்தில்தான் நடந்தது. பாராளுமன்றம் கூடக்கூடிய நாட்கள் குறைந்துவிட்டன. இதன் விளைகள் பாராளுமன்றத்தை நெருக்கடியில் தள்ளியது. அவையை நடத்த வேண்டிய பொறுப்பு ஆளும்கட்சியான பிஜேபிக்குத்தான் ஆனால், பல நாட்கள் அவையை நடத்த முடியாத நிலையை பிஜேபி உருவாக்கியது.

பாராளுமன்றம் இல்லாத நேரங்களிலும் இந்திய அரசின் பல்வேறு துறைகளின் செயல்பாடுகள் பாராளுமன்ற உறுப்பினர்களைக்கொண்ட குழுக்களின் மூலமாகவே செயல்படுத்தப்படும். அப்படி நிதி, பாதுகாப்பு, தொழில்-வர்த்தகம் உள்ளிட்ட பல துறைகளின் குழுக்களில் பணியாற்றியதின் மூலமாக நாட்டு நலன் குறித்தும், மக்களின் நலன்கள் குறித்தும் தெரிவிக்க முடிந்தது. மாற்றுத்திறனாளிகளின் வாகன உதவி, கேந்திரிய வித்யாலயா பள்ளியில் நாடாளுமன்ற உறுப்பினர்களுக்கான கோட்டாவில் மாணவர் சேர்க்கை மற்றும் தொகுதி மேம்பாட்டு நிதியிலிருந்து பள்ளி மற்றும் கல்லுhரிகளில் வகுப்பைற, கழிப்பறை மற்றும் மேல்நிலை நீர்தேக்கத்தொட்ட உள்ளிட்ட வகையில் உதவி செய்ய முடிந்தது.

1952ல் இருந்து தமிழக சட்டமன்றம், நாடாளுமன்றத்திற்கு தேர்ந்தெடுக்கப்பட்டு, பணியாற்றிய நமது இடதுசாரி தலைவர்கள் இந்திய நாட்டிற்கும், தமிழகத்திற்கும், மக்களுக்காக ஆற்றிய பணிகளை ஆவணமாக்குவது எதிர்கால தலைமுறையினருக்கு வழிகாட்டியாக அமையும் என்பதை தெரிவித்துக்கொள்கிறேன்.

நாடாளுமன்ற பணிகளை முறைப்படுத்துவதற்கும், பல்வேறு விஷயங்களில் எனக்கு உதவியாளராக தோழர்கே.ராமசுப்பிரமணியன் ஆற்றிய பணி பாராட்டப்பட வேண்டிய ஒன்று. தோழர் வீரமணி அவர்களுக்கும், மாநிலக்குழு அலுவலக செயலாளர் ராஜசேகர் அவர்களுக்கும், பாரதி புத்தகாலயத்திற்கும் நன்றி செலுத்தக் கடமைப்பட்டிருக்கிறேன்.

டி.கே.ரங்கராஜன்

மத்தியக்குழு உறுப்பினர்-சிபிஐ(எம்)

முகவுரை

2008 ஏப்ரல் மாதத்தில் என்னை அழைத்து "எனது பாராளுமன்ற வேலைகளுக்கு நீங்கள் உதவி புரிய வேண்டும் என்று" தோழர் டி.கே.ஆர். அவர்கள் என்னைக் கேட்டுக் கொண்டார்.

நான் அதற்கு ஒப்புக்கொண்டபோதிலும், பாராளுமன்ற வேலைகள் பற்றி ஒன்றுமே தெரியாமல் எப்படி நான் உதவப் போகிறேன் என்பதே என் மனதில் பெரிய கேள்விக்குறியாகவே இருந்தது.

அவரோடு இணைந்து 12 வருடங்கள் ஓடிய நிலையில், பாராளுமன்ற வேலைகளில் அளப்பரிய வேலைகளைச் செய்ய முடிந்துள்ளது என்பதைப் பார்க்கும்போது என் வாழ்க்கையிலும் மக்களுக்காக உழைக்க ஒரு வாய்ப்பு கிடைத்தது என்பதை மிகப் பெரிய வாய்ப்பாகவே கருதுகிறேன்.

முதல் சவாலே நாட்டில் பொதுத்துறையில் உள்ள தடுப்பூசி நிலையங்களை - தமிழ்நாட்டில் ஊட்டி கிண்டி மற்றும், இமாச்சலப் பிரதேசத்தில் ஒன்று, என மூன்று நிலையங்களை மூடுவதற்கு அன்றைய காங்கிரஸ் ஆட்சியில் மத்திய சுகாதாரத்துறை அமைச்சர் எடுத்த முடிவு. இதனை எதிர்த்து தமிழகத்தில் பல வடிவங்களில் போராட்டங்கள் நடத்தப்பட்டன. இதற்காக அன்றைய பிரதமர் மன்மோகன் சிங் அவர்களுக்கு தோழர். டி.கே.ஆர். அவர்கள் தந்த குறிப்பின் அடிப்படையில் இந்த மூன்று தடுப்பூசி நிலையங்களும் ஆற்றிய அரும்பணிகள் தற்போது சமூகத்திற்கு ஆற்றி வரும் பணிகளையும் குறிப்பிட்டு கடிதம் எழுதி பிரதமரை நேரில் சந்தித்து டி.கே.ஆர். அவர்கள் கொடுத்தார்.

இதன் விளைவாக அந்த மூன்று தடுப்பூசி நிலையங்களை மூடுவது நிறுத்தப்பட்டது மட்டுமின்றி, புனரமைப்பு செய்வதற்கும் நிதி வழங்கப்பட்டது.

இதேபோல் செங்கல்பட்டில் மத்திய அரசு நிறுவியுள்ள தடுப்பூசி நிறுவனம் தேவையான பணியாளர்களையும், ஆராய்ச்சியாளர்களையும் பணியில் அமர்த்திய பிறகும் கூட பல

மாதங்களாகியும் தொடங்கப்படாமல் இருந்தது. இந்த நிறுவனத்தை டி.கே.ஆர். நேரில் சென்று பார்த்து அதன்பின் பிரதமரையும் சந்தித்து இந்த நிறுவனம் தொடங்க வேண்டியதன் அவசியத்தை வலியுறுத்தினார். மற்றும் மத்திய சுகாதாரத்துறை அமைச்சரையும் நேரில் சந்தித்து இவ்விசயத்தை வலியுறுத்தியதன் பேரில் அமைச்சரும் நேரில் வந்து பார்த்து முடிவு எடுக்கச் சம்மதம் தெரிவித்து இருந்தார்.

சில சமயங்களில் எதேச்சையாக சில பிரச்சனைகள் டி.கே.ஆர். இடம் வருவது உண்டு. அப்படி வந்த ஒன்றுதான், சென்னை மீனம்பாக்க விமான நிலைய விரிவாக்கத் திட்டம். மீனம்பாக்கம் விமான நிலையத்தில் ஆட்டோக்களையும் அனுமதிக்க வேண்டுமென்ற ஆட்டோ ஓட்டுநர்கள் கோரிக்கையை விமான நிலைய அதிகாரியிடம் எடுத்துச் சென்றபோது, அவர் விமான நிலைய விரிவாக்கத்திற்கு அருகில் உள்ள பாதுகாப்பு அமைச்சகத்திற்குச் சொந்தமாக உள்ள இடத்தைக் கொடுப்பதில் ராணுவ அதிகாரிகள் காட்டும் அலட்சியப் போக்கை எடுத்துரைத்த விமான நிலைய அதிகாரி இதில் தோழர் டி.கே.ஆர். உதவிட வேண்டும் என கேட்டுக் கொண்டார். அதனடிப்படையில் அன்றைக்கு இருந்த மத்திய பாதுகாப்புத்துறை அமைச்சர் ஏ.கே. அந்தோணி அவர்களை பலமுறை சந்தித்தும் கடிதம் கொடுத்தும் விளக்கினார். விளைவு; ராணுவ அதிகாரிகள் விமான நிலைய விரிவாக்கத்திற்கு இடத்தைக் கொடுத்து விலகினர்.

சென்னை பின்னி மில்லில் பணியாற்றிய 1118 தொழிலாளர்களுக்கு Textile Relief Fund என்ற அமைப்பிலிருந்து ரூ. 4.27 கோடி நிவாரணம் அளிக்கப்பட வேண்டும். இதற்கான கோரிக்கையை அன்றைய மத்திய ஜவுளித்துறைச் செயலாளர் அவர்களைச் சந்தித்துக் கோரிய போது, சென்னை, பின்னி மில் தொழிலாளர்களுக்கு சட்டப்படி தகுதியில்லை என்று மறுத்தார். ஆனால், பெங்களூரில் உள்ள பின்னி மில் தொழிலாளர்களுக்கு கொடுக்கப்பட்ட நிவாரணம் குறித்த ஆவணங்களைக் காட்டியபிறகு பிரச்சனை மறுபரிசீலனை செய்யப்பட்டு, பின்பு 1118 ஊழியர்களுக்கும் சராசரியாக ரூ. 30 ஆயிரம் வரை நிவாரணம் கொடுக்கப்பட்டது.

பாரத ஸ்டேட் வங்கி சில பிரத்யேக பணிகள் புரிய பட்டப்படிப்பு மற்றும் உயர் பட்டப்படிப்பு படித்த 5700 மாணவர்களை கேம்பஸ் இன்டர்வியூ மூலம் அதிகாரிகளாகத்

தேர்வு செய்து பணி அமர்த்தியது. சுமார் 7 ஆண்டுகள் ‘அவர்கள் பணியாற்றிய பிறகு இனி தேவையில்லை’ எனத் தீர்மானித்து அவர்களை வீட்டுக்கு அனுப்ப முனைந்தது. பாதிக்கப்பட்ட அந்த அதிகாரிகளில் சிலரை அழைத்துக் கொண்டு அன்றைய நிதியமைச்சர் பிரணாப் முகர்ஜியை இரவு 10 மணிக்கு தோழர் டி.கே.ஆர். சந்தித்தார். உலக வங்கி கொடுத்த விவசாயக் கடனை வசூலித்ததில் ஊழியர்கள் ஆற்றிய பணியும் அதனால் வங்கிக்குக் கிடைத்த பலனையும் விளக்கினார். அதன் பின் அந்த 5700 அதிகாரியை பணி நிரந்தரம் செய்ய ஆணை பிறப்பிக்கப்பட்டது.

கேந்திரிய வித்யாலயா பள்ளிகளில் சேருவதற்கு பாராளுமன்ற உறுப்பினர்கள் 10 மாணவர்களை பரிந்துரைக்கலாம். மாநிலங்களவை உறுப்பினராதலால் மாநிலம் முழுவதுமுள்ள கே.வி. பள்ளிகளுக்கு பரிந்துரைக்கலாம் என்ற அடிப்படையில் கட்சியின் முழுநேர ஊழியர்களின் பிள்ளைகளுக்கு இது பரிந்துரைக்கப்பட்டது. இவைபோக, டி.கே.ஆர். அவர்கள் மத்திய மனிதவள மேம்பாட்டுத்துறை அமைச்சர் அவர்களைச் சந்தித்து, அவரது பரிந்துரை பெற்று கட்சியின் முழுநேர ஊழியர்களின் குழந்தைகளையும் பெருமளவு பள்ளியில் சேர்த்துள்ளது குறிப்பிடத்தக்கது. இதில் தோழர் டி.கே. ஆர். ஆற்றிய பங்கு சிறப்பானது.

டி.கே.ஆர். அவர்களின் தொகுதி மேம்பாட்டு நிதி பற்றி கூறுவது அவசியமானதாகும். இதில் எந்த மாவட்டத்திற்கு ஒதுக்குவதாக இருந்தாலும் அந்த மாவட்டத்தில் உள்ள மார்க்சிஸ்ட் கம்யூனிஸ்ட் கட்சியின் மாவட்டக்குழு பரிந்துரை அவசியம் என்று நிர்ணயிக்கப்பட்டது. இதனால், மாவட்டக் கமிட்டியோடு அந்தந்த மாவட்ட வளர்ச்சிக்கான திட்டங்களை ஒருங்கிணைக்க முடிந்தது. கிட்டத்தட்ட 75 சதவிகிதம் நிதி பள்ளிகளில் வகுப்பறைகள் கட்டவும், மாணவ -மாணவிகளுக்கான கழிப்பறை வசதிகள் செய்யவும் ஒதுக்கப்பட்டன. குடிநீர் வசதி, மேல்நிலை நீர்த்தேக்க தொட்டி மற்றும் மாற்றுத் திறனாளிகளுக்கு மோட்டார் பொருத்திய மூன்று சக்கர வாகனங்களுக்கும் நிதி ஒதுக்கீடு செய்யப்பட்டது.

தோழர் டி.கே.ஆர். அவர்கள் புதுச்சேரி மத்திய பல்கலைக்கழகத்திலும் மற்றும் ஹைதராபாத்தில் உள்ள மத்திய பல்கலைக்கழகத்திலும் உள்ள Court என்ற அமைப்பில் உறுப்பினராகப் பணியாற்றத் தேர்ந்தெடுக்கப்பட்டார்.

பாதுகாப்புத்துறை நிலை ஆணைக்குழுவின் உறுப்பினராக இருந்த போது ‘போர்க் கருவிகளைத் தயாரிக்க அந்நிய முதலீட்டை அனுமதிக்கலாம்’ என்ற அன்றைய காங்கிரஸ் அரசின் பரிந்துரைக்கு தனது எதிர்ப்பைத் தெரிவித்து ஆட்சேபணை குறிப்பு ஒன்றை டி.கே.ஆர். அவர்கள் பதிவு செய்தார். நமது நாட்டில் உள்ள DR-DO-விற்கு அதிக நிதி ஒதுக்கி தளவாடங்களை உற்பத்தி செய்திடல் வேண்டும் என்று வலியுறுத்தினார்.

அதேபோல் சுரங்கம் மற்றும் தாது உற்பத்தி அமைச்சகம் கொண்டுவந்த திருத்தப்பட்ட மசோதாவின்மீதும் எதிர்ப்பு தெரிவித்து ஆட்சேபனைக் குறிப்பை பதிவு செய்தார். இதில் ஆதிவாசிகளின் குடியிருப்புகள் மற்றும் நிலங்கள் பாதிக்கப்படாமல் இருப்பதை உறுதி செய்ய எந்தப் பிரிவும் சட்டத்தில் இல்லை என்பதைக் குறிப்பிட்டிருந்தார்.

வீடு வாங்குவோர் தங்களது குறைகளுக்காக பில்டர் மீது இன்சால்வென்சி சட்டத்தின் கீழ் வழக்கு தொடுப்பதற்கான சட்டம் இருந்தது. மத்திய அரசு இதில் வழக்கு போட குறைந்தபட்சம் வீடு வாங்குவோர் எண்ணிக்கையை நிர்ணயித்து திருத்தம் கொண்டு வந்தது. இது, தனிப்பட்ட வீடுவாங்குவோரின் குறைகளை நீதிமன்றம் மூலம் தீர்ப்பதற்கான ஏற்பாட்டை சீர்குலைக்கிறது என்பதை மத்திய அரசுக்கு எடுத்துரைத்தார்.

பாராளுமன்றத்தில் முக்கியப் பிரச்சனைகளில் பல கவன ஈர்ப்புத் தீர்மானங்களைத் தாக்கல் செய்திருக்கிறார். அவைகளில் கல்விக்கான கடன் என்பதில் நாட்டின் முன்னேற்றத்திற்கான முதலீடு என்று பார்க்க வேண்டும், வட்டி வசூல் செய்யக் கூடாது என்பதை வலியுறுத்தி ரிசர்வ் வங்கி, இந்திய வங்கி அசோசியன்ஸ் கொடுத்துள்ள வழிகாட்டும் முறைகள் பின்பற்றப்படவில்லை என்பதையும் சுட்டிக்காட்டினார். அதேபோல் சிவகாசி வெடிவிபத்தைம தடுப்பதற்கான நடவடிக்கைகள் எடுக்கக் கோரியும், கீழடியில் நிறுத்திவைக்கப்பட்டிருந்த அகழ்வாராய்ச்சி பணிகளை தொடரக் கோரியும் கவன ஈர்ப்புத் தீர்மானத்தில் பேசியது குறிப்பிடத்தக்கது.

தோழர் டி.கே.ஆர். அவர்கள் பிரதமரின் நிவாரண நிதியிலிருந்து பல தோழர்களின் மருத்துவச் செலவிற்கு கணிசமான நிதி உதவி பெற்றுக் கொடுத்து உதவியுள்ளார். இதில் ஒரு இளைஞனுக்கு

சிறுநீரக மாற்று சிகிச்சைக்காக ரூ. 4 லட்சம் பெற்றுக் கொடுத்தது குறிப்பிடத்தக்கது.

இதுபோல் தொழிலாளர்கள், விவசாயிகள், மாணவர்கள், இளைஞர்கள், மாதர்கள், குழந்தைகள் ஆகியோரின் நலன்களுக்காகவும், நாட்டின் வளர்ச்சிக்காகவும், தமிழக மக்களின் மேம்பாட்டிற்காகவும் பாராளுமன்றத்தில் ஆணித்தரமாக உரையாற்றியவர்.

தோழர் டி.கே.ஆர் அவர்கள் சிறந்த பாராளுமன்றவாதி. அனைத்துக் கட்சி தலைவர்களுடனும் நெருக்கமாகப் பழகக் கூடியவர். அதுபோல் முழுநேர ஊழியர்கள் மற்றும் கட்சி உறுப்பினர்களிடமும் அன்பாக பழகக் கூடியவர். குறிப்பாக, முழுநேர ஊழியர்களின் குடும்பங்களில் அதிக அக்கறை கொண்டு உதவக் கூடிய பண்பாளர்.

தோழர் டி.கே.ஆர் அவர்களுடன் பணிபுரிந்த 12 வருட அனுபவம் எனது வாழ்க்கையில் ஒரு சிறந்த இடத்தைப் பெற்றுள்ளது என்று சொன்னால் மிகையாகாது. இப்பணி கிடைக்க என்னை தோழர் டி.கே.ஆர். அவர்களுக்குப் பரிந்துரை செய்த தோழர் ஏ. ஆறுமுக நயினார் அவர்களுக்கு எனது மனமார்ந்த நன்றியைத் தெரிவித்துக் கொள்கிறேன்.

தோழர் டி.கே.ஆர். அவர்களின் அலுவலகம் என்பது தமிழ்நாடு மாநிலக்குழு அலுவலக வளாகத்தில் அமைந்திருந்தது என்பதால் பல நல்ல அலுவலக நண்பர்கள் கிடைக்கப் பெற்றனர் என்பதும், பல மாநில, மாவட்ட கட்சி தோழர்களுடன் அவ்வப்போது உரையாட சந்தர்ப்பம் கிடைத்தது என்பதும் ஒரு பெரிய மனநிறைவை ஏற்படுத்தியுள்ளது.

தமிழக மக்களின் நலன்களுக்காகவும், நாட்டின் வளர்ச்சிக்காவும் தோழர் டி.கே.ஆர். அவர்கள் பாராளுமன்றத்தில் ஆற்றிய உரைகள் புத்தகமாக வெளியிடப்படுகிறது. இப்புத்தகத்தை நமது கட்சித் தோழர்கள், பொதுமக்கள் படிக்க வேண்டும்.

கே. ராமசுப்பிரமணியன்

உள்ளே...

1

தொழிலாளர் நலச் சீர்திருத்தங்கள், தொழிலாளர் அமைச்சகத்தின் செயல்பாடுகள்.

(கன்னிப் பேச்சு)

மாண்புமிகு துணைத் தலைவர் அவர்களே, தொழிலாளர் நல அமைச்சகம் என்பது ஒட்டுமொத்த தொழிலாளர் வர்க்கத்திற்கும் மிகவும் முக்கியமான அமைச்சகமாகும். ஸ்தாபனரீதியாகத் திரட்டப்பட்டவர்களில் 6 கோடியே 25 லட்சத்து 70 ஆயிரம் (62.57 மில்லியன்) தொழிலாளர்களும், முறைசாராத் தொழிலாளர்களில் பல லட்சக்கணக்கானவர்களும் இந்த அமைச்சகத்தால் பாதுகாக்கப்பட வேண்டியவர்களாவார்கள். எனினும் இந்த அமைச்சரவை விளிம்புநிலைக்குத் தள்ளப்பட்டிருப்பதைக் கண்டு நாங்கள் வருந்துகிறோம். இன்றைய நவீன தாராளமய பொருளாதார சீர்திருத்த உலகில், இந்த அரசு தொழிலாளர் நலன்களுக்காகப் பாடுபடுவதைவிட, அதிக அளவில் கார்ப்பரேட்டுகளின் நலன்களுக்காகவே செயல்பட்டுக் கொண்டிருக்கிறது. அமைச்சர் தொழிலாளர்கள்பால் நல்லெண்ணம் கொண்டவராக இருந்தபோதிலும், மத்திய அரசாங்கம் தொழிலாளர்களின் உரிமைகளை ஓரங்கட்டிவிட்டதாலும், அவர்களைப் பின்னுக்குத் தள்ளிவிட்டதாலும், அமைச்சர் கையறு நிலையில் இருக்கிறார்.

திட்டமிடப்படாத செலவினம் என்பது நடைமுறையில் எவ்வித மாற்றமும் இல்லாமல் நீடிக்கிறது. இதன்பொருள், இந்த அரசாங்கம் அனைத்து நெறிமுறைகளையும் தெளிவானமுறையில் மீறியிருக்கிறது என்பதேயாகும். இதனை அமலாக்கும் நிர்வாக எந்திரம் போதுமானதல்ல. சென்ற முறை நடைபெற்ற இந்தியத் தொழிலாளர் மாநாட்டில், அமலாக்க நிர்வாக எந்திரத்தில் காலியாகவுள்ள பணியிடங்கள் அனைத்தும் நிரப்பப்படும் என்று

ஒருமனதாக முடிவு செய்யப்பட்டது. ஆயினும், இந்த விவகாரத்தில் தொழிலாளர் நல அமைச்சகத்தின் கருத்துகள் கணக்கில் எடுத்துக்கொள்ளப்படவில்லை. இந்த அரசாங்கம் தொழிலாளர் நலச் சட்டங்களை மீறும் செயல்களைச் செய்துகொண்டிருக்கிறது என்று கூறும் நிலைக்கு நான் தள்ளப்பட்டிருக்கிறேன்.

இந்தப் புத்தகத்திற்குள் முழுமையாக நான் போக விரும்பவில்லை. இது ஏகப்பட்ட புள்ளிவிவரங்களை அளித்திருக்கிறது. அவை திருப்திகரமானதல்ல. பீடித் தொழிலாளர் நல நிதியத்தைப் பொறுத்தவரை, மொத்தம் உள்ள 230 கோடி ரூபாயில், 226 கோடி ரூபாய் மட்டுமே செலவு செய்திருக்கிறார்கள் என்று இந்த அவைக்குத் தெரிவித்துக்கொள்ள விரும்புகிறேன். கொத்தடிமைத் தொழிலாளர் புனர்வாழ்வைப் பொறுத்தவரையில், பட்ஜெட் ஒதுக்கீடு 1.8 கோடி ரூபாயாகும். இதில் 1.5 கோடி ரூபாய் மட்டுமே செலவு செய்யப்பட்டிருக்கிறது. குழந்தைகள் மற்றும் பெண் தொழிலாளர்களின் வேலை நிலைமைகளை மேம்படுத்துவதைப் பொறுத்தவரை, பட்ஜெட் ஒதுக்கீடு 171 கோடி ரூபாயிலிருந்து 153 கோடி ரூபாயாக திருத்தப்பட்டிருக்கிறது. தலித்துகள், பழங்குடியினர், இதர பிற்படுத்தப்பட்ட வகுப்பினர் நலன்களுக்கான ஒதுக்கீடு என்பதும் பெயரளவிலேயே இருக்கிறது. இதனை ஏற்க முடியாது.

தொழிலாளர் துறைக்கான நாடாளுமன்ற நிலைக்குழு (Standing Committee) வின் அறிக்கையில் 3ஆவது அத்தியாயத்தில் 2007-08- க்கான மான்யங்களுக்கான அறிக்கையில் (Demands for Grants) அமைச்சகம் எழுத்துபூர்வமாக அளித்துள்ள விவரங்கள் வருமாறு:

லோக் அதாலத்தை வைத்திருத்தல்: இதில் செலவினம் மிகவும் குறைவாக இருப்பதற்குக் காரணம், வருமான வரி தலைமை ஆணையத்தின் (Presiding Officers of Chief Commissioner of Income Tax) தலைவர்கள் (Presiding Officers) பணியிடங்களே நிரப்பப்படாமல் காலியாக இருப்பதேயாகும். எனவே அங்கேயெல்லாம் லோக் அதாலத் நடைபெறவே முடியவில்லை.

பீடித் தொழிலாளர்களுக்கும், குறைந்தவருமானம் உள்ளவர்களுக்கும் வீடு கட்டுவதற்கான செலவினத்திலும் எதுவும் செய்யப்படவில்லை என்று காட்டப்பட்டிருப்பதற்குக் காரணம், இதனை திட்டச் செலவினத்தில் சேர்க்காமல் இருப்பதாகும்.

எனினும் இந்தத் திட்டம் திட்டமில்லா (non-plan side) பக்கத்தில் செயல்படுத்தப்படுவது தொடர்கிறது.

கொத்தடிமைத் தொழிலாளர் புனர்வாழ்வு என்பதிலும் செலவினம் என்பது இல்லாமல் இருக்கிறது. இதற்குக் கூறப்படும் காரணம் இதுதொடர்பாக சம்பந்தப்பட்ட மாநில அரசாங்கங்களிடமிருந்து முழுமையான அளவில் முன்மொழிவுகள் எதுவும் வரப்பெறவில்லை என்று கூறப்படுகிறது.

நாட்டில் தொழிலாளர்களின் எண்ணிக்கை 40 கோடிக்கும் மேலாக இருந்தாலும், இவர்களில் மார்ச் 31 தேதி அன்று, ஊழியர் வருங்கால வைப்புநிதி நிறுவனத்தின் கீழ் வெறும் 4.6 கோடி பேர் மட்டுமே உறுப்பினர்களாகப் பதிவு செய்யப்பட்டிருக்கிறார்கள் என்று கூறவேண்டிய நிலையில் கமிட்டி இருக்கிறது. இது மொத்த தொழிலாளர் எண்ணிக்கையில் வெறும் 10.74 சதவீதமேயாகும்.

இதனை கமிட்டி மிகவும் வருத்தத்துடன் தெரிவித்துக்கொள்கிறது.

தவறிழைத்த நிறுவனங்கள் அரசுக்கு அளிக்க வேண்டிய தண்டத்தொகை நிலுவை ஆண்டுக்காண்டு அதிகரித்துக்கொண்டே இருக்கிறது என்பதையும் கமிட்டி கவலையுடன் சுட்டிக்காட்டுகிறது.

இஎஸ்ஐ (எம்ப்ளாயிஸ் ஸ்டேட் இன்சூரன்ஸ்) பொறுத்தவரையில் இஎஸ்ஐ வசதிகள் அனைத்து மாநிலங்கள் மற்றும் யூனியன் பிரதேசங்களுக்கும் அளிக்கப்படவில்லை என்பதையும் கமிட்டி சுட்டிக்காட்டுகிறது. இது அமலுக்கு வந்து 60 ஆண்டுகள் கழிந்தபின்னரும் இதுதான் நிலை.

சுரங்கங்கள் பாதுகாப்பு டைரக்டரேட் ஜெனரல் அலுவலகத்தில் மொத்த ஊழியர் எண்ணிக்கை 978. ஆனால் இப்போது பணியிலிருப்பவர்களோ 741. இவ்வாறு 237 பணியிடங்கள் காலியாக இருக்கின்றன. இது 2007 ஜனவரி 1 அன்று உள்ள நிலை.

கடந்த மூன்று ஆண்டுகளில் ஆய்வுசெய்யப்பட்ட தொழிற்சாலைகளின் எண்ணிக்கை தொடர்ந்து வீழ்ச்சியடைந்துகொண்டே வந்திருப்பதையும் கமிட்டி கவலையுடன் சுட்டிக்காட்டுகிறது. இதற்கு முக்கிய காரணம் ஆய்வாளர்கள் பணியிடங்கள் பல காலியாக இருப்பதாகும் என்று கூறப்பட்டது.

நாட்டில் சுமார் 2.57 மில்லியன் கட்டுமானத் தொழிலாளர்களும், 4.9 மில்லியன் பீடித் தொழிலாளர்களும் இருக்கிறார்கள்.

ஐ.மு.கூ. அரசாங்கம் தேசிய குறைந்தபட்ச பொதுத் திட்டம் நிறைவேற்றி நான்கு ஆண்டுகளுக்கும் மேலாகிவிட்டது. எனினும் பல திட்டங்கள் இன்னமும் அமல்படுத்தப்படாமல் இருக்கின்றன. ஐமுகூ அரசாங்கம் அடுத்த ஓராண்டு காலத்தில் இத்திட்டங்களை எப்படி அமல்படுத்தப் போகிறது என்று புரியாத நிலையில் தொழிலாளர் வர்க்கம் இருந்து வருகிறது.

அடுத்து, தொழிலாளர்களின் உரிமைகளின் மீதான தாக்குதல்கள். நான் கூறியதைப்போல கார்ப்பரேட்டுகளின் நலன்கள்தான் இந்த அரசாங்கத்தின் கவலையாக இருக்கிறது. 2007-08ஆம் ஆண்டு பொருளாதார ஆய்வு அறிக்கை தொழிலாளர் சட்டங்கள் மற்றும் தொழிலாளர் சந்தை ஒழுங்குமுறைகள் ஆகியவற்றை மறு ஆய்வுக்கு உட்படுத்த வேண்டும் என்கிறது. முதலாளிகளின் அமைப்புகளான ஃபிக்கி மற்றும் சிஐஐ (*FICCI & CII*) ஆகியவை நடத்திடும் கருத்தரங்குகள் மற்றும் மாநாடுகளில் இந்தக் கோரிக்கை தொடர்ந்து வலியுறுத்தப்பட்டு வருகின்றன. நம்முடைய அனுபவங்களிலிருந்து நமக்குத் தெரிய வருகின்ற உண்மை என்னவென்றால், நவீன தாராளமய பொருளாதார சீர்திருத்தங்களின்கீழ் தொழிலாளர் நலச் சட்டங்கள் ஏற்கனவே தாக்குதல்களுக்கு ஆளாகி இருக்கின்றன என்பதேயாகும். நவீன தாராளமய பொருளாதாரச் சீர்திருத்தங்களின் இரண்டாவது தலைமுறையில் நாம் இருந்து வருகிறோம் என்று நமக்குக் கூறப்பட்டது.

இந்தக் கொள்கையின் மூன்று முக்கியமான அம்சங்கள் வருமாறு: நிதித்துறையில் முழுமையான தாராளமயம். தொழிலாளர் நலச் சட்டங்கள் முழுமையாக மாற்றியமைக்கப்படுதல். வர்த்தகத்துறையில் உள்ள அனைத்துக் கட்டுப்பாடுகளும் முழுமையாக நீக்கப்பட்டு தாராளமயமாக்கப்படுதல். இம்மூன்று அம்சங்களும் தொழிலாளர் வர்க்கத்தின் உரிமைகள் மீதும், வாழ்வாதாரங்கள் மீதும் கடுமையான பாதிப்புகளை ஏற்படுத்தி இருக்கின்றன. முதலாளிகளுக்கு ஆதரவாக தொழிலாளர் நலச் சட்டங்களில் இந்த அரசாங்கம் மேற்கொள்ளும் எந்தவொரு முயற்சியும், தொழிலாளர் வர்க்கத்திற்குப் பாதிப்பை ஏற்படுத்தும் விதத்தில் தொழிலாளர் சந்தையில் கட்டுப்பாட்டை நீக்குவதற்கு இட்டுச்செல்லும். மத்தியிலும், பல மாநிலங்களிலும் ஆட்சியாளர்கள் இதை ஒரு கொள்கையாகவே செய்து கொண்டிருக்கிறார்கள். "நட்புரீதியான முதலீடு" (*"investment friendliness"*) என்று இதற்கு

இவர்களால் வியாக்கியானம் கூறப்படுகிறது. பல மாநிலங்களில் ஆய்வுசெய்யும் நிர்வாக எந்திரம் செயலற்றதாக முடக்கப்பட்டிருக்கிறது. தொழிலாளர் நலச் சட்டங்களை நாங்கள் நிறைவேற்றுவதாக, முதலாளிகள் சுயமாக சான்றிதழ் வழங்கினால் அதுவே போதுமானது என்று அந்த அரசாங்கங்கள் கூறுகின்றன. இதேபோன்று குறைதீர்க்கும் நிர்வாக எந்திரமும் மாற்றி அமைக்கப்பட்டிருக்கிறது. இவ்வாறு முதலாளிகளே சுயமாக சான்றிதழ் வழங்கும் அமைப்பை மத்திய அரசும், பல மாநில அரசுகளும் கொண்டு வந்திருக்கின்றன.

ஒப்பந்தத் தொழிலாளர் (முறைப்படுத்தல் மற்றும் ஒழித்துக்கட்டுதல்) சட்டம், தொழிலாளர் நலச்சட்டங்களை தொடர்ந்து மிகவும் மோசமான முறையில் மீறிக் கொண்டிருக்கிறது. குறைந்தபட்ச ஊதியங்கள் சட்டம், ஊதியம் வழங்கல் சட்டம் மற்றும் தொழிற்சாலைகள் தாவா சட்டம் போன்ற இதர தொழிலாளர் நலச் சட்டங்களும் மீறப்படுவதிலிருந்து தப்பவில்லை. இவை அனைத்தும் தொழிலாளர் ஊதியங்கள், தொழிலாளர் உரிமைகள், தொழிலாளர் நலன்கள், தொழிலாளர் பாதுகாப்பு போன்ற அனைத்துத் தொழிலாளர் நலச் சட்டங்களையும் அமல்படுத்தாமல் இருப்பதற்கு ஆதரவாக இருந்து வருகின்றன.

தேசிய ஜனநாயகக் கூட்டணி அரசாங்கத்தால் "நிரந்தர கால வேலைவாய்ப்பு" ("*Fixed Term Employment*") திட்டம் அறிமுகப்படுத்தப்பட்டது. இதன் பொருள், நிரந்தரத் தொழிலாளர் அமைப்பு முறையை, கேசுவல் தொழிலாளர் அமைப்புமுறையாக நிறுவனமயப்படுத்துவதேயாகும். இதனால் இந்தத் தொழிலாளர்களுக்கு ஒப்பந்த ஊழியர் சட்டம் மற்றும் தொழிற்சாலைகள் தாவா சட்டம் என்பதெல்லாம் தேவையில்லாதவைகளாகிவிடுகின்றன.

தொழிலாளர் நலச் சட்டங்களை மீறுவது என்பது இரு விதங்களில் நடைபெறுகின்றன. முதலாவது, அடிப்படைத் தொழிலாளர் நலச் சட்டங்களை அமல்படுத்தாமல் இருப்பது. இரண்டாவது, இதற்காகப் போராடுவதைத் தடுப்பதற்காக, தொழிற்சங்கங்களின் உரிமைகளைக் கட்டுப்படுத்துவது. நாட்டில் தொழிலாளர் நலச் சட்டங்கள் முழுமையாக நிலைகுலைந்து கிடப்பதை, ஒரு தொழிற்சங்கவாதி என்ற முறையில் என்னால் பார்க்கமுடிகிறது. உதாரணமாக, நாம் நம்மைச் சுற்றியுள்ள தில்லி, காசியாபாத், பரிதாபாத், மேற்கு உத்தரப்பிரதேசம், ஹரியானா,

பஞ்சாப், ராஜஸ்தான், மத்தியப்பிரதேசம் ஆகிய இடங்களில் உள்ள தொழில்பிரிவுகளைப் பார்ப்பீர்களேயானால், அங்கெல்லாம் தொழிலாளர்களுக்கு எவ்வித கூடுதல் நேர ஊதியமும் (overtime allowance) வழங்காது, 12 மணி நேரம் வேலை செய்வதைப் பார்க்க முடியும். இவ்வாறு சட்ட மீறலுக்கு சில மாநில அரசாங்கங்களே உடந்தையாக இருந்து வருகின்றன. சில மாநில அரசாங்கங்கள், தங்கள் மாநிலத்தின் தொழிலாளர்துறை செயலாளரின் அனுமதியின்றி எந்தவொரு தொழிற்சாலையையும் ஆய்வு செய்யக்கூடாது என்று தொழிலாளர் ஆய்வாளர்களுக்கு சுற்றறிக்கைகளே அனுப்பி இருக்கின்றன. இத்தகைய சட்டமீறல்களை தொழிலாளர்துறை அமைச்சர் குறித்துக்கொள்ள வேண்டும். அவற்றின்மீது கடுமையான முறையில் தலையிட வேண்டியது அவசியமாகும்.

பன்னாட்டு நிறுவனங்களும் நம் நாட்டின் தொழிலாளர்நலச் சட்டங்கள் எதையும் பொருட்படுத்துவதில்லை. தமிழ்நாட்டில், ஹுயுண்டாய் நிர்வாகம் பதிவு செய்யப்பட்டுள்ள தொழிற்சங்கத்துடன் பேச்சுவார்த்தை நடத்துவதற்கே மறுக்கிறது. மாறாக அது தொழிற்சங்க நிர்வாகிகளை மாற்றல் செய்திருக்கிறது. தொழிற்சங்கத் தலைவரை நீக்கம் செய்திருக்கிறது. மற்ற தொழிற்சங்கத் தலைவர்கள் பலரையும் மாற்றல் செய்திருக்கிறது. நூற்றுக்கும் மேற்பட்ட தொழிலாளர்கள் மீது குற்ற அறிக்கைகள் தாக்கல் செய்யப்பட்டிருக்கின்றன.

நம்முடைய ஜவுளித்துறை அமைச்சர் அவர்கள் வெளிப்படையாகவே, தொழிலாளர் நலச் சட்டங்களை முற்றிலுமாக மீறும் விதத்தில், ஆயத்த ஆடைத் தொழிற்சாலைகளில் தொழிலாளர்கள் 12 மணி நேரம் வேலை செய்ய வேண்டும் என்று முன்மொழிந்திருப்பதைக் கண்டு நான் மிகவும் அதிர்ச்சியுடன் சுட்டிக்காட்ட விரும்புகிறேன். 2007-08ஆம் ஆண்டு பொருளாதார ஆய்வு அறிக்கையில், தொழிற்சாலைகள் சட்டம் என்ற தலைப்பின்கீழ், ஒரு வாரத்தின் வேலை நாட்கள் 48 மணி நேரத்திலிருந்து 60 மணி நேரமாக உயர்த்த வேண்டும் என்றும், ஒரு நாளைக்கு 12 மணி நேரம் வரை வேலை செய்ய வேண்டும் என்றும், அவ்வப்போது கிராக்கி ஏற்படும் சமயங்களில் கூடுதல் நேரம் வேலை செய்திட வேண்டும் என்றும் கொள்கை சீர்திருத்த விருப்பங்கள் என்பதன் கீழ் கூறப்பட்டிருப்பதைச் சுட்டிக்காட்ட விரும்புகிறேன். இது அமைச்சரவை முடிவா அல்லது அரசாங்கத்தின்

கொள்கை முடிவா என்று அமைச்சர் அவர்கள் இவ்விவாதத்திற்குப் பதிலளிக்கும்போது கூற வேண்டும் என்று கேட்டுக்கொள்கிறேன்.

அடுத்து, இந்த நாட்டில் அரசாங்க அலுவலகங்கள் எவ்வாறு செயல்படுகின்றன என்பது குறித்தும், அரசாங்கம் அதன் ஊழியர்களை எப்படி நடத்துகிறது என்பது குறித்தும் எடுத்துக்காட்ட விரும்புகிறேன். புதுதில்லியில் உள்ள ஆகாஷ்வாணி பவன் முன்பாக, ஆகாஷ்வாணி-தூர்தர்ஷன் ஊழியர் சங்கத்தின் ஆறு நிர்வாகிகளில் ஐந்து நிர்வாகிகள் தங்கள் கோரிக்கைகளை வலியுறுத்தி காலவரையற்ற வேலைநிறுத்தத்தில் ஈடுபட்டிருக்கிறார்கள்.

கடந்த எட்டு ஆண்டு காலமாக அவர்கள் தங்கள் கோரிக்கைகளுக்காகப் போராடிக் கொண்டிருக்கிறார்கள். இவர்களின் கோரிக்கைகளுக்கு, சாதகமான பதிலை முன்பு இவர்களின் தகவல் ஒலிபரப்புத்துறை அமைச்சராக இருந்த ஜெய்பால் ரெட்டி அவர்களிடமிருந்தும் இவர்கள் பெறவில்லை, இப்போது அமைச்சராக இருக்கும் பிரியரஞ்சன் தாஸ் முன்ஷியிடமிருந்தும் பெறவில்லை. நான், நேற்று கூட அவரிடம் இது தொடர்பாகப் பேசினேன். ஆனாலும், கடந்த எட்டு ஆண்டு காலமாக அவர்களின் கோரிக்கைகள் தீர்க்கப்படாமல் இருந்துவருகின்றன. இதில் யாரைக் குற்றம் சொல்வது? இப்படித்தான் அரசாங்கம், தன் சொந்த ஊழியர்களை நடத்திக் கொண்டிருக்கிறது. போராடும் ஊழியர்களின் கோரிக்கைகளை உடனடியாக நிறைவேற்ற வேண்டும் என்றும் அதன்மூலம் அவர்களின் உயிர்களைப் பாதுகாத்திட வேண்டும் என்றும் அமைச்சர் அவர்களை நான் கேட்டுக்கொள்கிறேன்.

ஆறாவது ஊதியக்குழு, நான்காம் பிரிவு ஊழியர் பணியிடங்களை ஒழித்துக்கட்டிவிட்டு, அவ்வேலைகளை அவுட்சோர்சிங் மூலமாகப் பெற்றுக்கொள்ள வேண்டும் என்று பரிந்துரை செய்திருக்கிறது. பொதுத்துறை நிறுவனங்களிலும் பல வேலைகள் அவுட்சோர்சிங் முறையில் பெறப்படுகின்றன. மூன்றில் ஒரு பங்கு ஊழியர்களை விருப்ப ஓய்வுத் திட்டத்தின் மூலமாகக் குறைத்துவிட்டார்கள். அந்தப் பணியிடங்களை ஒப்பந்த ஊழியர்கள் செய்துகொண்டிருக்கிறார்கள்.

நெய்வேலி பழுப்பு நிலக்கரிக் நிறுவனத்தில், ஒப்பந்தத் தொழிலாளர்கள், தங்களை நிரந்தரம் செய்ய வேண்டும் என்று கோரி வருகிறார்கள். அமைச்சர் அவர்களும் அவர்களுக்குச்

சாதகமான முறையில் பதில் அளித்திருக்கிறார். இந்தத் தொழிலாளர்களை எப்படி நடத்தப்போகிறார் என்று நாம் பொறுத்திருந்து பார்ப்போம். நாட்டின் ஆயிரக்கணக்கான தனியார் நிறுவனங்கள், தங்களின் வேலைகளை ஒப்பந்த ஊழியர்களின் மூலம் செய்துகொண்டிருக்கின்றன.

துரதிர்ஷ்டவசமாக, அரசாங்கம் புதிய ஓய்வூதியத் திட்டத்தின்கீழ் வசூலிக்கப்படும் தொகையை ஊக வர்த்தகத்தில் முதலீடு செய்திட முடிவு செய்திருக்கிறது. இது வருங்கால வைப்பு நிதி (Provident Fund) மற்றும் சிறு சேமிப்புகளில் குறைந்த வட்டியே அளித்துக்கொண்டிருக்கிறது.

அடுத்து, நம் அனைவருக்கும் மிகவும் கவலையளிக்கக்கூடிய விதத்தில் நீதித்துறையின் செயல்பாடு மாறியிருப்பது குறித்து அவையின் கவனத்திற்குக் கொண்டுவர விரும்புகிறேன். 1960களில், 1970களில், 1980களில் பிறப்பிக்கப்பட்ட உச்சநீதிமன்றத் தீர்ப்புகள் அனைத்தும் தொழிலாளர்களுக்கு ஆதரவாக இருந்தன. அந்தத் தீர்ப்புகளில் சமூக நீதியின் கூறுகள் இருந்தன. அப்போது வந்த எந்தத் தீர்ப்புரையை வேண்டுமானாலும் நீங்கள் எடுத்துக்கொள்ளுங்கள். அது நீதியரசர் சின்னப்ப ரெட்டி பிறப்பித்த தீர்ப்பாக இருந்தாலும் சரி, அல்லது நீதியரசர் வீ.ஆர். கிருஷ்ணய்யர் பிறப்பித்த தீர்ப்பாக இருந்தாலும் சரி; அந்தத் தீர்ப்புகள் அனைத்தும், இன்றைக்கும்கூட முத்திரைபதித்திடும் தீர்ப்புகளாகும். ஆனால், இன்றையதினம், தொழிற்சாலைகள் என்பதற்கு ஒரு புதிய வரையறை அளிக்கப்பட்டிருக்கிறது. அதன் நிலை என்ன? அது அளிக்கப்பட வேண்டிய ஊதியமாக இருந்தாலும் சரி, சம வேலைக்கு சம ஊதியமாக இருந்தாலும் சரி, அல்லது தற்காலிகத் தொழிலாளர்களை நிரந்தரப்படுத்துவதாக இருந்தாலும் சரி, வேலை நிறுத்தங்களாக இருந்தாலும் சரி, என்ன நடக்கிறது? தொழிலாளர்களுக்கு, "நீங்கள் பந்த்தில் ஈடுபடக் கூடாது, நீங்கள் ஹர்த்தாலில் ஈடுபடக்கூடாது, ...

துணைத் தலைவர் (பேரா. பி.ஜே.குரியன்): நீங்கள் நீதித்துறையை விமர்சிக்கக் கூடாது. இது அவைக்குறிப்பிலிருந்து நீக்கப்படுகிறது. எச்சரிக்கையாக இருங்கள். இது உங்கள் கன்னிப்பேச்சு. நீங்கள் தீர்ப்புரையிலிருந்து ஒத்துப்போகாமல் இருக்கலாம். அதனை விமர்சனம் செய்யக்கூடாது.

டி.கே. ரெங்கராஜன்: இவை அனைத்தும் தீர்ப்புரைகள்.

அடுத்து, தமிழ்நாடு அரசாங்கம் 1 லட்சத்து 72 ஆயிரம் ஊழியர்களை டிஸ்மிஸ் செய்திருக்கிறது. 2003 ஜூலை 4 அன்று பேனாவில் ஒரேயொரு கையெழுத்து போட்டதன் மூலம் இவ்வாறு 1 லட்சத்து 72 ஆயிரம் பேர் டிஸ்மிஸ் செய்யப்பட்டார்கள். இதற்கு எதிராக நாங்கள் உச்சநீதிமன்றத்திற்குச் சென்றோம். உண்மையில் அதில் நானும் ஒரு மனுதாரர். வழக்கு டி.கே.ரெங்கராஜன் (எதிர்) தமிழ்நாடு அரசாங்கம் என்பதாகும். எங்கள் தரப்பு வழக்கு, டிஸ்மிஸ் செய்தது சட்டவிரோதம், வேலைநிறுத்தம் என்பது சட்டபூர்வமானது என்பதாகும். வேலைநிறுத்தம் என்பது சட்டவிரோதம் இல்லை.

உச்சநீதிமன்றம் பல வழக்குகளில் தலையிட்டிருக்கிறது. அது தொழிலாளர்களுக்கு எதிராக எண்ணற்ற தீர்ப்புகளை அளித்திருக்கிறது. இந்த வழக்கிலும் தொழிலாளர்களின் வேலைநிறுத்த உரிமை மற்றும் ஊழியர்களின் வேலைநிறுத்த உரிமை குறித்து உச்சநீதிமன்றம் விசாரணைக்கு எடுத்துக் கொண்டது. வேலைநிறுத்த உரிமைக்கு எதிராக தீர்ப்பு வழங்கியது. இதைத்தான் கார்ப்பரேட்டுகள் கோரிக்கொண்டிருக்கிறார்கள், தொழிலாளர்கள் அதனை எதிர்த்துத் தடுத்துக் கொண்டிருக்கிறார்கள். இந்த நிலையில் அரசாங்கம் எந்தப் பக்கம் நிற்க வேண்டும்? தொழிலாளர்களின் வேலை நிறுத்த உரிமையைப் பாதுகாத்திட உரிய சட்டத்தை இந்த அரசாங்கம் கொண்டுவர வேண்டும் என்று கேட்டுக்கொள்கிறேன். இது ஐமுகூ அரசாங்கத்திற்கு ஒரு பரிசோதனைக்கூடமாகும். தேஜகூ அரசாங்கமும் சில உறுதிமொழிகளை அளித்திருக்கிறது. அவர்கள் அவற்றை அமல்படுத்தவில்லை. அவற்றை அமல்படுத்த வேண்டும் என்று ஐமுகூ அரசாங்கத்தைக் கேட்டுக்கொள்கிறேன். இது இந்த அரசாங்கத்திற்கு ஒரு பரிசோதனைக்கூடமாகும். வேலைநிறுத்த உரிமை, அடிப்படை உரிமை என்று சட்டம் கொண்டுவர வேண்டும் என்று கேட்டுக் கொள்கிறேன். தொழிலாளர்களின் அடிப்படை ஜனநாயக உரிமைகளை நீதித்துறை பறித்திட அனுமதித்திடக் கூடாது.

அடுத்து, முறைசாராத் தொழிலாளர்கள் பிரச்சனை. ஐமுகூ அரசாங்கத்தின் தேசிய பொது குறைந்தபட்சத் திட்டத்தில், தொழிலாளர்களின், குறிப்பாக முறைசாராத் தொழிலாளர்களின் நலன்கள் உத்தரவாதப்படுத்தப்படும் என்று கூறப்பட்டிருக்கிறது.

நாட்டில் மொத்தம் உள்ள தொழிலாளர்களில் முறைசாராத் தொழிலாளர்கள் 93 சதவீதமாகும். மிகப்பெரிய அளவில் பெண்கள், தலித்துகள் முறைசாராத் தொழில்களின் கீழ் பாரம்பர்யத் தொழில்களில் ஈடுபட்டு வருகிறார்கள். அவர்கள் தேசிய உள்நாட்டு உற்பத்தியில், தேசிய வருமானத்தில், சேமிப்பில், மூலதன உருவாக்கத்தில் மூன்றில் இரண்டு பங்கு அளவிற்குப் பங்களிப்பினைச் செய்துகொண்டிருக்கிறார்கள்.

நம் நாட்டில் பெண் தொழிலாளர்கள், முதலில் பெண்களாகவும் பின்னர் பெண் தொழிலாளர்களாகவும், பொருளாதார ரீதியாகவும், சமூகரீதியாகவும் சுரண்டலுக்கு உள்ளாக்கப்படுகிறார்கள். நாட்டில் முறைசாராத் தொழில் சூழல், அவர்களைப் பாலியல் வன்முறைக்கு ஆளாக்கிடும் நிலையிலும் இருந்துவருகிறது. பெண் தொழிலாளர்கள் ஊதியம் மற்றும் பிரதிநிதித்துவ அடிப்படையிலும் பாகுபாடு காட்டப்படுகிறார்கள்.

முறைசாராத் தொழில்களைப் பொறுத்தவரையில் முதல்நிலையில் இருப்பது கேரளம். வருவாயில் பெரும்பகுதி, முறைசாராத் தொழிலாளர்களைப் பாதுகாப்பதற்காக சென்றுவிடுகிறது. அடுத்ததாக, மேற்கு வங்கம். அங்கே முறைசாராத் தொழிலாளர்களுக்கு வருங்கால வைப்பு நிதி அறிமுகப்படுத்தி இருக்கிறார்கள். மேற்கு வங்கத்தில் வருங்கால வைப்பு நிதியில் 20 லட்சம் தொழிலாளர்கள் பதிவு செய்யப்பட்டிருக்கிறார்கள். பீடித் தொழிலாளர்கள் நலத் திட்டத்தில் தொழிலாளர்களின் பங்குத்தொகையை அரசாங்கமே அளித்துவிடுகிறது. தமிழ்நாட்டில் நல வாரியங்கள் செயல்பட்டுக் கொண்டிருக்கின்றன.

மத்திய அரசாங்கம் சிறிய அளவிலான தொழில் மற்றும் முறைசாராத் தொழில்துறைக்காக அர்ஜுன் சென்குப்தா தலைமையில் ஒரு குழுவை நியமித்தது. அக்குழு தன் அறிக்கையை அளித்திருக்கிறது. எனினும் அரசாங்கம் அதனை மறுவரைவுக்கு உட்படுத்த வேண்டும் என்று கருதுகிறது. இதுதொடர்பாக நாடாளுமன்றத்தில் நீங்கள் அறிமுகம் செய்த சட்டமுன்வடிவுடன் எவரும் ஒத்துப்போகவில்லை. நாடாளுமன்ற நிலைக்குழு அதனை நிராகரித்தது. பல லட்சக்கணக்கான தொழிலாளர்களுக்கு உதவிடும் விதத்தில் ஒரு சட்டமுன்வடிவை அரசாங்கம் கொண்டுவர வேண்டும் என்று நான் கேட்டுக்கொள்கிறேன்.

இன்றையதினம் இந்த அரசாங்கம் தொழிலாளர் நலத்துறையையே மதிப்பிழக்கச் செய்யும் காரியங்களில் இறங்கியிருக்கிறது. இந்த அமைச்சகம் டாக்டர் அம்பேத்கர், வி.வி.கிரி, குல்சாரி லால் நந்தா, பாபு ஜகஜீவன் ராம் போன்று கேபினட் அந்தஸ்துடன் திறன்மிகுந்த அமைச்சர்களைப் பெற்றிருந்திருக்கிறது. இப்போது இது இணை அமைச்சரின் தகுதிக்கு தரம் தாழ்த்தப்பட்டிருக்கிறது. என்ன நடந்தது?

தொழிலாளர்துறை அமைச்சர் ஒரு கேபினட் அமைச்சராக இருக்க வேண்டும் என்று நாங்கள் விரும்புகிறோம். இது ஒரு கோரிக்கை. இப்போதுள்ள நிலைமையில், தொழிலாளர் அமைச்சகத்தின் அறிவுரைகளை அவர்கள் கேட்பதில்லை. அவர்களின் கேசுவல் அணுகுமுறை காரணமாக, தொழிலாளர் அமைச்சகம், இந்தியத் தொழிலாளர் மாநாடு, நாடாளுமன்ற நிலைக்குழு அனைத்தும் விவாதம் நடத்தும் சொசைட்டி போன்று மாற்றப்பட்டுவிட்டது. தொழிலாளர்நல அமைச்சகத்தின் கீழ் 35 முத்தரப்புக் குழுக்கள் இருக்கின்றன. ஆனால் 2007ஆம் ஆண்டில் இவற்றில் பெரும்பாலானவற்றின் கூட்டங்களே நடைபெறவில்லை. இது முத்தரப்பு கலந்தாலோசனைகளைக் கேலிக்கூத்தாக மாற்றி இருக்கிறது. தேசிய பொது குறைந்தபட்சத் திட்டம், அனைத்து முக்கியமான பிரச்சனைகளின் மீதும் தொழிலாளர்களையும், தொழிற்சங்கங்களையும் கலந்தாலோசிக்கும் என்று உறுதியளிக்கிறது. ஆனால், நடைமுறையில் அரசாங்கம் அதனைக் கைவிட்டுவிட்டது.

அடுத்ததாக, அத்தியாவசியப் பொருட்களின் விலைகள் அனைத்தும் கடுமையாக உயர்ந்திருக்கிறது என்று ஒவ்வொருவருக்கும் தெரியும். ஆனாலும், தொழிலாளர்நல அமைச்சகத்தின் கீழ் செயல்படும், தொழிலாளர் பீரோ தயாரித்தடும் நுகர்வோர் விலைவாசிக் குறியீட்டு எண் அதனைப் பிரதிபலித்திடவில்லை. 2001ஆம் ஆண்டை அடிப்படை ஆண்டாகக் கொண்டு அறிமுகப்படுத்தப்பட்ட புதிய குறியீட்டு எண்ணை அனைத்து மத்தியத் தொழிற்சங்கங்களும் ஒருமனதாக எதிர்த்திருக்கின்றன. இது மோசடியான ஒன்று. குறியீட்டு எண்ணைக் குறைத்துக் காட்ட வேண்டும் என்பதற்காக பல தில்லுமுல்லுகள் இதில் செய்யப்பட்டிருக்கின்றன. இதன் காரணமாக தொழிலாளர்கள் தாங்கள் பெறவேண்டிய அகவிலைப்படியில் மாதந்தோறும் பல்லாயிரம் கோடி ரூபாய்களை இழந்துகொண்டிருக்கிறார்கள். குறியீட்டு எண்ணில் உள்ள அனைத்துக் குளறுபடிகளும்

சரிசெய்யப்பட வேண்டும் என்பதற்காக முத்தரப்புக் குழு போன்று குறியீட்டு எண் மறுஆய்வுக் குழு ஒன்று அமைக்கப்பட வேண்டும் என்று அனைத்துத் தொழிற்சங்கங்களும் 1978இல் கோரின. எனினும் அரசாங்கம் இதனை ஏற்றுக்கொள்ளவில்லை.

தொழிற்சங்கங்களின் நியாயமான கோரிக்கையை இந்த அரசாங்கம் பரிசீலனைக்கு எடுத்துக்கொள்ளாதது ஏன் என்று தொழிலாளர்நல அமைச்சகத்தின் மூலமாகத் தெரிந்துகொள்ள விரும்புகிறேன்.

நாடு முழுதும் நலிவடைந்த தொழிற்சாலைகளின் எண்ணிக்கை வேகமாக அதிகரித்துக் கொண்டிருக்கின்றன. எனினும், இவற்றில் புதுப்பித்திட சாத்தியமான தொழிற்சாலைகளைப் புதுப்பித்திட அரசாங்கத்தின் தரப்பில் எவ்விதமான முயற்சியும் மேற்கொள்ளப்படவில்லை. ஏராளமானவர்கள் வேலையிழந்திருக்கிறார்கள். இந்த எண்ணிக்கை ஒவ்வொரு மாதமும் அதிகரித்துக் கொண்டே இருக்கிறது. எனினும் தொழிலாளர்நல அமைச்சகம் வேலைவாய்ப்பைப் பெருக்கிட எவ்வித நடவடிக்கையும் எடுக்கவில்லை.

அடுத்து, குழந்தைத் தொழிலாளர்களைப் பொறுத்தவரை அவர்களுக்காக ஒதுக்கப்பட்ட தொகை மிகவும் குறைவு. மேலும் அப்படி ஒதுக்கப்பட்ட தொகைகூட முறையாகச் செலவிடப்படவில்லை. உதாரணமாக, கேரளாவில் மிகவும் குறைந்த அளவிலேயே குழந்தைத் தொழிலாளர்கள் இருக்கிறார்கள். இது ஏன்? ஏனென்றால் அங்கே தங்கள் குழந்தை ஒரு குழந்தைத் தொழிலாளியாக இருப்பதை எவரும் விரும்புவதில்லை. அவர்கள், தங்களின் மகனோ அல்லது மகளோ நன்கு கல்வி கற்று, நல்லதொரு வேலைக்குச் செல்ல வேண்டும் என்றுதான் அனைவரும் விரும்புகிறார்கள்.

ஆனால் இந்திய அளவில் என்ன நடந்துகொண்டிருக்கிறது? அர்ஜூன் சென் குப்தா ஆணையத்தின் அறிக்கையின்படி, முறைசாராத் தொழில்களில் ஈடுபட்டுள்ள தொழிலாளர்களில் 50 சதவீதத்தினருக்கு, நாளொன்றுக்கு 20 ரூபாய்க்கும் குறைவாகவே ஊதியம் கிடைக்கிறது. அதனால்தான் அவர்களின் குழந்தைகளும், குழந்தைத் தொழிலாளர்களாக வேலை செய்துகொண்டிருக்கிறார்கள்.

கேரளாவில், குறைந்தபட்ச ஊதியம் என்பது இந்தியாவிலேயே மிகவும் அதிகமாகும். எனவேதான் அங்கே குழந்தைத்

தொழிலாளர்களின் எண்ணிக்கையும் மிகவும் குறைவாகும். இரண்டாவதாக, தமிழ்நாட்டில், பள்ளிக்கூடங்களில் மதிய உணவின்போது முட்டைகள் அளிப்பதன் காரணமாக, பள்ளிக்கு வராமல் உள்ள குழந்தைகள் எண்ணிக்கை குறைந்துவிட்டதாக, இரு நாட்களுக்கு முன் தமிழ்நாடு சட்டமன்றத்தில் கூறப்பட்டது. அவர்கள் புள்ளிவிவரங்களைக் கொடுத்திருக்கிறார்கள். 2002-03இல் ஆரம்பப் பள்ளிக்கு வராமல் இடையிலேயே நின்றுவிட்ட குழந்தைகளின் விகிதம் 12 சதவீதமாக இருந்தது. 2006-07இல் இது 2 சதவீதமாகக் குறைந்துவிட்டது. 72 லட்சம் குழந்தைகள் பயன் அடைந்திருக்கிறார்கள். தமிழ்நாட்டில் திமுக அரசாங்கம் மேற்கொண்ட சரியான கொள்கை மற்றும் அணுகுமுறை காரணமாக பள்ளிக்கு வராது பாதியிலேயே நின்றுவிடும் குழந்தைகள் எண்ணிக்கை குறைந்துவிட்டது. குழந்தைத் தொழிலாளர்களின் பிடியிலிருந்து குழந்தைகளைப் பாதுகாத்திட அனைத்து மாநில அரசாங்கங்களுக்கும் மத்திய அரசு போதுமான நிதி ஒதுக்கீடு செய்ய வேண்டும் என்று கேட்டுக் கொள்கிறேன். தமிழ்நாடு போன்று பல மாநில அரசுகளுக்குப் போதிய வருவாய் கிடையாது. எனவே, மத்திய அரசாங்கம் அம்மாநிலங்களுக்கு நிதி உதவி செய்திட வேண்டும்.

நிறைவாக, தொழிலாளர்நல அமைச்சர், கடந்த நான்கு ஆண்டு காலமாக ஐ.மு.கூ. அரசாங்கம் பின்பற்றிவந்த தொழிலாளர்நலக் கொள்கையை பரிசீலனை செய்திட வேண்டும் என்றும், தேசிய பொது குறைந்தபட்சத் திட்டத்தில் அளிக்கப்பட்டுள்ள உறுதிமொழிகளை நிறைவேற்ற உரிய நடவடிக்கைகள் எடுக்க வேண்டும் என்றும் கேட்டுக்கொள்கிறேன். இந்த அரசாங்கத்தின் தொழிலாளர் கொள்கை, தொழிலாளர் வர்க்கத்திற்கு விரோதமான ஒன்றாக, உழைக்கும் மக்களுக்கு விரோதமான ஒன்றாக இருக்கிறது. இது தொடருமானால், இந்த அரசாங்கம் வரவிருக்கும் தேர்தலில் கடும் விளைவுகளைச் சந்திக்க வேண்டியிருக்கும். தொழிலாளர் வர்க்கத்திற்கு இருந்துவரும் மோசமான நிலைமையினை தொழிலாளர்நல அமைச்சர் உணர்ந்து, தேசிய பொது குறைந்தபட்சத் திட்டத்தில் கூறப்பட்டுள்ள உறுதிமொழிகளை நிறைவேற்ற முன்வர வேண்டும் என்று கேட்டுக்கொள்கிறேன். நன்றி.

23.04.2008

2

சில்லரை வர்த்தகத்தில் அந்நிய நேரடி முதலீடு

மாண்புமிகு துணைத் தலைவர் அவர்களே,

நிதி மூலதனம் தன்னுடைய வளர்ச்சிக்கு எல்லா பித்தலாட்டங்களையும் செய்யும். நடைமுறைகளை மாற்றும், சட்டங்களை மாற்றும், தடைகளைத் தவிடுபொடியாக்கும். வலுவான மக்கள் இயக்கம் ஒன்றுதான் அதை முறியடித்துப் பின்னுக்குத் தள்ள முடியும்.

திமுக, சமாஜ்வாதிக் கட்சி, பகுஜன் சமாஜ் கட்சி - எல்லோருமே ஆளும் கட்சியை ஆதரிக்கக்கூடியவர்கள், சில்லரை வர்த்தகத்தில் அந்நிய நேரடி முதலீட்டின் ஆபத்தைச் சுட்டிக்காட்டத் தவறவில்லை. ஆயினும், ஆளும் கட்சியை எதிர்த்துக் குரலை எழுப்புவதற்கு, அதன் தவறான கொள்கையை எதிர்த்து மக்களிடம் செல்வதற்கு இந்தக் கட்சிகள் தயாராக இல்லை.

இராமாயணத்திற்கும், மகாபாரதத்திற்கும் ஓர் ஒற்றுமை உண்டு. இராமாயணத்தில் கும்பகர்ணன், இராவணன் செய்யக்கூடிய தவறுகளை அவையில் சுட்டிக்காட்டுவான். இறுதியாக, இராவணனுடன் இருப்பது, தவறு என்று தெரிந்தும் யுத்தத்தில் ஈடுபட்டு உயிர்நீத்தான். அதேபோல் மகாபாரதத்தில் கர்ணனுக்குத் தானிருக்கும் இடம் சரியில்லை, வெற்றி பெற முடியாது என்று தெரிந்தும், துரியோதனனுடன் இறுதி வரை இருந்து, யுத்தத்தில் உயிர்நீத்தான். இதைத்தான் சொல்லின் செல்வர் ரா.பி. சேதுப்பிள்ளை அவர்கள் குறிப்பிடுகிறபோது ‘கும்பகர்ணனும், கர்ணனும் தங்களுடைய செஞ்சோற்றுக் கடனைக் கழிப்பதற்காகத் தவறு என்று தெரிந்தும் தவறைத் திருத்துவதற்குப் பதிலாகப் போராடினார்கள்’ என்று குறிப்பிடுவார்.

அதைத்தான் திமுக, சமாஜ்வாதிக் கட்சி, பகுஜன் சமாஜ் கட்சி போன்ற கட்சிகள் செய்து கொண்டிருக்கின்றன.

நாடாளுமன்றத்தில் இரண்டு அவைகளிலும் நடக்கக்கூடிய விவாதங்கள் இரண்டு தவணைகளில் நடத்த வேண்டிய விவாதங்கள் ஆகும். ஒன்று, இதைக் கொண்டுவந்தது சரியா, தவறா என்பதற்கான விவாதத்தை முதலில் நடத்தி விட்டு, அந்நிய நேரடி முதலீடு வருவதற்கு சட்டபூர்வமான திருத்தங்களை மத்திய அரசு கொண்டு வருகிறபோது அதன்மீது விவாதமும் வாக்கெடுப்பும் நடத்த வேண்டும். இந்த விவாதங்களை ஒரு விவாதமாக மாற்றி இரண்டு வாக்கெடுப்புகளுக்கு விடலாம் என்ற தீர்ப்பை சபாநாயகர் அவர்கள் வழங்கி இருக்கிறார்கள். இது ஏற்றுக்கொள்ளத் தகுந்தது அல்ல, தவறான முன்னுதாரணம் என்பதைச் சுட்டிக்காட்ட வேண்டி இருக்கிறது.

உண்மைக்குப் புறம்பாகவே பிரதமரும் வர்த்தக அமைச்சரும் பேசிக் கொண்டிருந்தனர். அதாவது, பல்பொருள் சில்லரை வர்த்தகத்தை இந்தியாவில் அனுமதிப்பதற்கு முன்னால் அது தொடர்பாக எல்லோரையும் கலந்துகொள்வோம் என்று சொன்னார்கள். ஆனால் அவர்கள் யாரையும் கலந்துபேசவில்லை. வியாபாரிகளுடன் கலந்து பேசவில்லை. மாநில அரசுகளுடன் கலந்து பேசவில்லை. நாடாளுமன்றத்தில் இருக்கக்கூடிய அரசியல் கட்சிகளோடும் கலந்து பேசவில்லை.

2012 செப்டம்பர் 18 அன்று திடீரென்று வர்த்தக அமைச்சர், பல்பொருள் சில்லரை வர்த்தகத்தில் தங்களுடைய நிலையைப் பத்திரிகையாளர்கள் கூட்டத்தில் அறிவிக்கிறார். அப்போது வர்த்தக அமைச்சர் "இதில் நிர்வாக ரீதியாக முடிவு எடுத்தால் போதுமானது" என்றும், "இதற்கு நாடாளுமன்றத்தின் ஒப்புதல் தேவையில்லை" என்றும் சாதித்தார்.

இந்திய ஜனநாயகத்தில் இதுபோன்ற மிகப்பெரிய பித்தலாட்டம் எப்போதுமே நடந்தது இல்லை. நிதி மூலதனத்திற்கு எப்படியெல்லாம் வழிவகுக்க முடியும் என்பதற்கு மன்மோகன்சிங், ஆனந்த் சர்மா போன்றவர்கள் கடைப்பிடிக்கக்கூடிய இந்த நடைமுறை உத்தி ஓர் உதாரணமாகும்.

இதற்கிடையில் மனோகர்லால் சர்மா என்பவர் உச்ச நீதிமன்றத்தில் இதை எதிர்த்து ஒரு வழக்கு தொடர்ந்தார். அந்த வழக்கு நிலுவையில் இருக்கும்போது 2012 அக்டோபர் 15 அன்று

அரசு சார்பாக அரசு வழக்கறிஞரான அட்டார்னி ஜெனரல், இது தொடர்பாக இந்திய ரிசர்வ் வங்கி வெளியிட்ட சுற்றறிக்கையைத் தாக்கல் செய்தபோது, உச்சநீதிமன்ற நீதிபதிகள், "இவ்வாறு இந்திய ரிசர்வ் வங்கி சுற்றிக்கையை வெளியிட்டதில் சட்டரீதியான நடைமுறைகளைப் பின்பற்றவில்லை" என்று கூறியபோது, அதற்கு அட்டார்னி ஜெனரல், "இந்திய ரிசர்வ் வங்கி, இதன் மீதான சட்டத் திருத்தங்களை இரண்டு வாரங்களில் கொடுக்கும்" என்ற உத்தரவாதத்தை அளிக்கிறார். இந்தப் பின்னணியில் இந்திய ரிசர்வ் வங்கி, பல்பொருள் சில்லரை வர்த்தகத்தில் அந்நிய நேரடி முதலீட்டை அனுமதிப்பதற்குத் தேவையான சட்டத் திருத்தங்களை, 2012 அக்டோபர் 19 அன்று முன்மொழிகிறது. அது அரசிதழிலும் 2012 அக்டோபர் 30 அன்று வெளியிடப்படுகிறது.

இதில் வேடிக்கை என்னவென்று கேட்டால், அக்டோபர் 30ஆம் தேதி அரசிதழில் வெளியிடப்பட்டது என்றாலும், அதனுடைய நகல் இணைய தளத்திலும் வெளியிடப்படவில்லை, நாடாளுமன்ற நூலகத்திலும் வைக்கப்படவில்லை, நாடாளுமன்ற உறுப்பினர்களுக்கு சுற்றுக்கும் விடப்படவில்லை. அது மாயமாக மறைக்கப்பட்டு விட்டது. இந்தப் பித்தலாட்டத்தை எப்படி வர்ணிப்பது என்பதற்கு வார்த்தைகளே கிடையாது. ஏனென்றல், அரசிதழில் வந்திருக்கக்கூடிய அறிவிப்பை, மக்களவையிலும் மாநிலங்களவையிலும் வைத்து அரசு அனுமதி பெற வேண்டியிருக்கிறது. அந்நியச் செலாவணி மேலாண்மைச் சட்டத்தின் 48ஆவது பிரிவின்கீழ், இது மிகவும் தெளிவாகக் கூறப்பட்டிருக்கிறது. உச்சநீதிமன்றத்தில் வழக்குத் தொடர்ந்துள்ள மனோகர்லால், 'அரசு இதனைச் செய்யுமோ' என்கிற தன் ஐயப்பாட்டை உச்சநீதிமன்ற நீதிபதிகளிடம் எழுப்பியிருக்கிறார்.

"அரசு முறையாகச் செயல்படவில்லை என்றால் நாங்கள் மீண்டும் தலையிடுவோம்" என்று உச்சநீதிமன்ற நீதிபதிகள் அவரிடம் தெரிவித்திருக்கிறார்கள். அந்நியச் செலாவணி மேலாண்மைச் சட்டத்தின்படி, அதன்மீது திருத்தம் ஏதும் செய்யப்பட்டு அது அரசிதழில் வெளிவந்தபின், நாடாளுமன்ற உறுப்பினர்கள் 15 தினங்களுக்குள் அவற்றின்மீது தங்கள் திருத்தத்தைத் தெரிவிக்க வேண்டும், அவ்வாறு கொண்டுவரும் திருத்தங்கள் 30 நாட்களுக்குள் இரண்டு அவைகளிலும் முன்வைக்கப்பட்டு விவாதிக்கப்பட்டு நிறைவேற்றப்பட வேண்டும்.

அரசினுடைய இந்த மறைப்பு வேலைகளை, பித்தலாட்டங்களை மார்க்சிஸ்ட் கம்யூனிஸ்ட் கட்சி வெளிக்கொண்டு வந்து, அம்பலப்படுத்தி அரசுக்கு நோட்டீஸ் கொடுத்துவிட்டது. இப்போது நடக்கக்கூடிய விவாதம் மட்டுமல்லாமல், அரசிதழில் வந்திருக்கக்கூடிய திருத்தங்கள் தொடர்பாக அந்நியச் செலாவணி மேலாண்மைச் சட்டத்தின் 48ஆவது பிரிவின்படி இரு அவைகளிலும் அதன்மீது விவாதம் நடத்தப்பட வேண்டும்.

இது ஒரு இரண்டாவது கட்டப் போராட்டமாக வந்திருக்கும். ஆனால் 'அந்த விவாதம், பட்ஜெட் கூட்டத்தொடரில்தான் வரும். அப்போது நிலைமை எப்படி இருக்குமோ' என்று பயந்த காங்கிரஸ் கட்சி, 'இப்போதே இரண்டின்மீதும் விவாதத்தை நடத்த வேண்டும்' என்று முடிவு எடுத்துள்ளது. சில்லரை வர்த்தகத்தில் அந்நிய நேரடி முதலீட்டின் மீதான வாக்கெடுப்பையும், அந்நியச் செலாவணி மேலாண்மைச் சட்டத்தில் கொண்டு வந்துள்ள திருத்தங்கள் மீதான வாக்கெடுப்பையும் ''மிகவும் முறையற்ற செயல்'' என்றும், சட்டத்திற்கு முரணான ஒன்று என்றும் சீத்தாராம் யெச்சூரி கூறியுள்ளார்.

ஆகவே, இந்தப் போராட்டம் நாடு முழுதும் கடைவீதிகளிலும், வர்த்தகர்கள் மத்தியிலும் விவசாயிகள் மத்தியிலும் தொடர்ந்து கொண்டுபோக வேண்டிய ஒரு முக்கியமான பணியாகும். அது ஒரு தொடர் போராட்டமாக இருக்கும்.

08.07.2008

3

இலங்கை உள்நாட்டு யுத்தம் குறித்து

மாண்புமிகு துணைத் தலைவர் அவர்களே! அரசாங்கம் அளித்துள்ள அறிக்கையின் இரண்டாவது பக்கத்தில், மாண்புமிகு அயல்துறை அமைச்சர், "மோதல் தற்போது ராணுவ நடவடிக்கைகளின் கடைசிக் கட்டமாக இருக்கலாம்..." என்று கூறுகிறார். இது, ஜனாதிபதியின் உரையில் காணப்படும் உணர்வுக்கு எதிரானதாக இருக்கிறது. மாண்புமிகு ஜனாதிபதி 'நமக்கு அமைதி வேண்டும்' என்று கூறியிருக்கிறார். அதற்கு இருதரப்பினரும் யுத்தத்தை நிறுத்த வேண்டியது நமக்குத் தேவை. எனவே அறிக்கையானது ஜனாதிபதியின் உரைக்கு எதிராக இருக்கிறது.

இரண்டாவதாக, இது தொடர்பாக நீங்கள் ஐ.நா. மன்றத்திற்குச் செல்வீர்களா? மத்திய அரசாங்கம் இதனை ஐ.நா. மன்றத்திற்கு எடுத்துச் செல்ல வேண்டும் என்று நாங்கள் கேட்டுக்கொள்கிறோம். அதன்மூலம் அங்கே அமைதியை ஏற்படுத்த முயற்சிக்க வேண்டும் என்று கேட்டுக் கொள்கிறோம். இன்றுள்ள நிலைமைகளின்படி இலங்கை அரசாங்கம் ஒவ்வொருவரையும் துடைத்தெறிய ஒருதலைப்பட்சமாக முயற்சிகளை மேற்கொண்டிருக்கிறது. இது அங்கே அமைதியைக் கொண்டுவருவதற்கு உதவிடாது.

18.02.2009

4

ரயில்வே பட்ஜெட் குறித்து

மாண்புமிகு துணைத் தலைவர் அவர்களே! மாபெரும் இந்திய மக்கள், இதுவரை 15 தடவைகள் இம்மன்றத்திற்குத் தங்கள் பிரதிநிதிகளைத் தேர்ந்தெடுத்திருக்கிறார்கள். இப்போது, ஒரு புதிய அரசாங்கம் ஆட்சிக்கு வந்திருக்கிறது. கடந்த 60 ஆண்டுகளாக, தொழிலாளர் வர்க்கம் தாங்கள் சார்ந்திருக்கிற நிர்வாகத்துடன் தங்களைப் பிரதிநிதித்துவப்படுத்துவதற்காக, தங்களுடைய ஸ்தாபனம், தங்களுடைய தலைமையைத் தேர்ந்தெடுக்கப்பட வேண்டும் என்று விரும்பியது. ஆனால் அரசாங்கம் அவர்களின் அபிலாசைகளை நிறைவேற்ற தொழிலாளர்களை எப்போதும் அனுமதித்திடவில்லை. ரயில்வே தொழிலாளர்கள் எண்ணற்ற போராட்டங்களை நடத்தி இருக்கிறார்கள். இறுதியாக, இந்த நாட்டின் உச்சநீதிமன்றம்தான், தன்னுடைய வரலாற்றுச்சிறப்புமிக்க தீர்ப்பின் மூலமாக, தொழிலாளர்கள் ரகசிய வாக்கெடுப்பின் மூலமாக தங்கள் தலைமைத் தேர்ந்தெடுத்திட, ரயில்வே அனுமதித்திட வேண்டும் என்று உத்தரவு பிறப்பித்ததது. அதற்காக உச்சநீதிமன்றத்திற்கு நன்றி தெரிவித்துக்கொள்ள தயவுசெய்து என்னை அனுமதிக்க வேண்டும்.

தென்னக ரயில்வேயில் டி.ஆர்.இ.யு எனப்படும் தட்சிண ரயில்வே எம்ப்ளாயிஸ் யூனியன், மிகவும் பழைமையான யூனியன்களில் ஒன்று, அனைத்து யூனியன்கள் மத்தியில் தொழிலாளர்களால் தங்களது யூனியனாகத் தேர்வு செய்யப்பட்டிருக்கிறது. தேர்ந்தெடுக்கப்பட்ட மண்டல யூனியன்கள் அனைத்து வகைத் தொழிலாளர்களின் உண்மையான குரலாகும். டி.ஆர்.இ.யு.-வையும் (ஏதேனுமிருப்பின்) இதர யூனியன்களையும் ஜே.சி.எம். நேஷனல் கவுன்சில் மற்றும் துறைவாரியான கவுன்சில் கூட்டங்களில் பங்கேற்க அனுமதிக்குமாறு அமைச்சர் அவர்களைக் கேட்டுக் கொள்கிறேன். இவை, தொழில் உறவுகளை மேலும் வலுப்படுத்திடும்.

தமிழ்நாட்டின் தேவைகளைப் பொறுத்தவரை, நான் அ.இ.அ.தி.மு.க. உறுப்பினர் என். பாலகங்கா கோரியவற்றுடன் ஒத்துப்போகிறேன். நான்காம் பிரிவு ஊழியர்களின் பெண் குழந்தைகளின் உயர் கல்விக்கு உதவிப் பணம் (ஸ்காலர்சிப்) அளிக்கப்படுவது தொடர்பாக அமைச்சர் அறிவிப்புக்கு நன்றி தெரிவித்துக் கொள்கிறேன். ஆனால், நான்காம் பிரிவு ஊழியர்களின் எண்ணிக்கை சுருங்கிக் கொண்டிருக்கிறது. அது, 1991இல் 7,46,100 ஆக இருந்தது. ஆனால், அது 2007-08இல் 4,70,900 ஆக குறைந்துவிட்டது. இதன் பொருள், 2,75,200 காலியிடங்கள் நிரப்பப்படவில்லை. ஏன்? ஊதியக் குழு எப்போதுமே இதனை விவாதிக்கவில்லை. ஆனால், ராகேஷ் மோகன் கூறியதைப்போன்று அனைத்தும் அமல்படுத்தப்பட்டதாகக் கூறப்பட்டிருக்கிறது. ராகேஷ் மோகன் கமிட்டிப் பரிந்துரைகள், தொடர்ந்துவந்த ரயில்வே அமைச்சர்களாலும், இப்போதுள்ள ரயில்வே அமைச்சராலும் அமல்படுத்தப் பட்டிருக்கின்றன.

அமைச்சர் கூறியுள்ள பி-பி-பி (PPP) ரயில்வேயை ஓர் அரசுத் துறையாக செயல்படுவதற்கு உதவாது. இதைத்தான் ரயில்வே அமைச்சர் பட்ஜெட்டில் பரிந்துரைத்திருக்கிறார். இதனை நாங்கள் கடுமையாக எதிர்க்கிறோம்.

ரயில்வே வாரியம், உரிமைகளைப் பறிக்கும் விதத்தில் எண்ணற்ற சுற்றறிக்கைகளை வெளியிட்டிருக்கிறது. அந்தச் சுற்றறிக்கைகளின்படி, ஒவ்வோராண்டும் ஓய்வுபெறும் ஐந்து சதவிகித ஊழியர்களில், இரண்டு சதவீதம் சரண் செய்யப்பட்டுவிடும் என்றும், ஒரு சதவிகிதம் மட்டும் மீண்டும் நிரப்பப்படும் அல்லது காலியாக விடப்படும் என்றும் கூறப்பட்டிருக்கின்றன. சமீபத்தில் வெளியாகியுள்ள ஒரு சுற்றறிக்கையின்படி, சரண் செய்யப்படுபவை பாதுகாப்பு வகையினப் பணியிடங்களுக்கும் பொருந்தும் என்று கூறப்பட்டிருக்கிறது. ஓட்டுநர் பணியிடங்கள் போதுமான அளவிற்கு நிரப்பப்படாமல் கடும் பாதிப்புக்கு உள்ளாகி இருக்கின்றன. 2007-08 ரயில்வே பட்ஜெட் கீழ்க்கண்டவாறு கூறுகிறது:

"கடந்த இரண்டு ஆண்டுகளில் ஓட்டுநர் பணியிடங்களைக் குறைத்ததன் விளைவாக, 250 ரயில் என்ஜின்கள் உபரியாகிவிட்டன."

இவற்றின் விளைவாக பணியிலிருக்கும் ஊழியர்களின் சுமை அதிகரித்துவிட்டது. ரிசர்வ் பணியிடங்களில் இருப்போரின் எண்ணிக்கை, விடுப்புப் பணியிடங்களில் இருப்போர் எண்ணிக்கையெல்லாம் இல்லாமல் போய்விட்டன. எனவே

பூட்டியிலிருக்கும் ஊழியர்கள் எவருக்கும் விடுப்பு வழங்கப்படுவதில்லை. மேலும், அவர்கள் நாளொன்றுக்கு 12 மணி நேரத்திற்கு மேல் வேலை செய்ய வேண்டிய நிர்ப்பந்தத்திற்கு ஆளாகி இருக்கிறார்கள். ஓட்டுநர்கள் மட்டுமல்ல; கார்டுகள், ஸ்டேசன் மாஸ்டர்கள், கேட்டில் பணிபுரிபவர்கள் போன்ற அனைத்து ஊழியகளின் நிலையும் இதுதான். இதனால் ரயில்வேயின் பாதுகாப்பு என்பதே கடும் பாதிப்புக்கு உள்ளாகி இருக்கிறது.

இன்றையதினம், ரயில்வேயின் பாதுகாப்பு ஆபத்திற்கு உள்ளாகி இருக்கிறது. ரயில்வேயில் 17 ஆயிரம் கோடி ரூபாய் சிறப்பு பாதுகாப்பு நிதியம் உருவாக்கப்பட்டிருக்கிறது. இதில் ஒரு பகுதி அரசாங்கமும், ஒரு பகுதி பல்வேறு பாதுகாப்பு சர்சார்ஜுகள் மூலமும் வசூலிக்கப்பட்டன.

2007-08ஆம் ஆண்டு பட்ஜெட்டில் மொத்த முதலீடு + வருவாய் + திட்ட ஒதுக்கீடு ஆகிய அனைத்தும் சேர்த்து 5,44,62,170 ஆயிரம் கோடி ரூபாயாகும். ஆனால் பாதுகாப்பு நடவடிக்கைக்கு வெறும் 17 ஆயிரம் கோடி ரூபாய் மட்டுமே. இதன் பொருள் இது மொத்தத் தொகையில் வெறும் .00006742 சதவிகிதம் மட்டுமேயாகும்.

பெண் ஊழியர்களைப் பொறுத்தவரையில், ரயில்வேயில் பல்வேறு வகையினங்களில் சுமார் 90 ஆயிரம் பெண்கள் வேலை பார்க்கிறார்கள். பெண் ஊழியர்களுக்கென்று பிரத்யேகமாக பிரச்சனைகள் பல இருக்கின்றன. அவர்களின் பிரச்சனைகளும் களையப்பட வேண்டும்.

மத்திய ஊதியக் குழு, பல்வேறு காரணங்களால் தனியாளாக மாறியிருக்கிற பெண்களுக்கான விடுதிகள் கட்ட வேண்டும் என்று அரசாங்கத்திற்குப் பரிந்துரைகள் வழங்கி இருக்கிறது. தனியாக இருக்கும் பெண்கள் தங்குவதற்கான விடுதிகள் கட்டுவதற்காக பட்ஜெட்டில் நிதி ஒதுக்கப்பட வேண்டும்.

அடுத்து, அறிமுகப்படுத்தப்பட்டிருக்கிற ஜனதா உணவு என்பது புதிய ஒன்றும் அல்ல. மது தண்டவதே ரயில்வே அமைச்சராக இருந்தபோதே இதுபோன்ற ஒரு திட்டம் கொண்டுவரப்பட்டு பூரி, உருளைக் கிழங்கு, ஊறுகாய் முதலானவை வழங்கப்பட்டன. எனினும் நான்கு மாதங்களில் அது முடிவுக்கு வந்துவிட்டது. அதேபோன்ற நிலைமை இப்போதும் ஏற்பட்டுவிடக் கூடாது.

08.07.2009

5

பணிக்கொடை வழங்கல் (திருத்த) சட்ட முன் வடிவு

(நாடாளுமன்றக் குளிர்காலக் கூட்டத்தொடரின்போது, மாநிலங்களவையில் (19.12.2009) பணிக்கொடை வழங்கல் (திருத்தச்)சட்டமுன்வடிவு மீது நடைபெற்ற விவாதத்தில் பங்கேற்று உரையாற்றியது:)

2009ஆம் ஆண்டு பணிக்கொடை வழங்கல் (திருத்தச்) சட்டமுன்வடிவை ஆதரிக்கிறேன். ஆசிரியர் சமூகமும் அவற்றின் சங்கங்களும் தங்களுடைய ஓய்வூதியப் பயன்களுக்காக கடந்த பல ஆண்டுகளாகப் போராடிக் கொண்டிருக்கிறார்கள். இப்போது இச்சட்டமுன்வடிவு நிறைவேற்றப்படுவதன் மூலம் அவர்களுக்குச் சில சலுகைகள் கிடைக்கின்றன. நிச்சயமாக, ஆசிரியர் சமூகத்தினருக்கு இது உதவிடும். எனவே, ஆசிரியர் சமூகத்தின் சார்பாகவும் ஆசிரியர்கள் சங்கங்கள் சார்பாகவும் மாண்புமிகு அமைச்சர் அவர்களுக்கும், அரசாங்கத்திற்கும் நன்றி தெரிவித்துக் கொள்கிறேன்.

அமைச்சர் அவர்களுக்கு நன்றி தெரிவிக்கும் அதே சமயத்தில், பணிக்கொடை வழங்கல் சட்டமானது மேலும் சில திருத்தங்களைச் செய்ய வேண்டிய நிலையில் உள்ளன என்று தெரிவித்துக்கொள்ள விரும்புகிறேன். அவற்றிற்கு அமைச்சர் அவர்கள் செவிமடுக்க வேண்டும்என்று கேட்டுக்கொள்கிறேன்.

பணிக்கொடை வழங்கல் சட்டத்தின் 2(a)(ii) பிரிவு பின்வருமாறு கூறுகிறது.

பருவகாலங்களில் செயல்படும் நிறுவனங்களில் பணிபுரியும் ஊழியராக இல்லாதிருப்பினும், ஓர் ஊழியர், உட்பிரிவு (1)இல் கூறப்பட்டுள்ளவாறு ஓராண்டு அல்லது ஆறு மாதங்களுக்கு

தொடர்ந்து பணியில் இல்லாமல் இருப்பினும், வேலையளிப்பவர் முன்பு தொடர்ந்து பணியிலிருந்ததாகவே கருதப்படுவார்...'' என்று கூறுகிறது.

பணிக்கொடை வழங்கல் சட்டத்தின் 4(2)ஆவது பிரிவு பருவகால நிறுவனங்களில் பணிபுரியும் ஊழியர்கள்குறித்து கீழ்க்கண்டவாறு குறிப்பிடுகிறது. "ஓர் ஊழியர் பருவகால நிறுவனங்களில் பணிபுரிந்து ஓராண்டு முழுதும் பணிபுரியவில்லை என்றபோதிலும்கூட, வேலையளிப்பவர் ஊழியருக்கு ஓராண்டிற்கு ஏழு நாட்கள் ஊதியம் பணிக்கொடையாக அளிக்க வேண்டும்.''

பருவகால நிறுவனங்கள் நாடு முழுதும் பல இருக்கின்றன. இன்றைய தினம் நாட்டில் உத்தரப்பிரதேசம், பீகார், மகாராஷ்ட்ரா, தமிழ்நாடு, கர்நாடகா, ஆந்திரா, உத்தர்காண்ட் என்று பல மாநிலங்களில் 500க்கும் மேற்பட்ட சர்க்கரை ஆலைகள் இருக்கின்றன. இவ்வாறு சர்க்கரை ஆலைகளில் பணிபுரியும் தொழிலாளர்களில் 90 சதவிகிதத்தினர் பருவநிலைத் தொழிலாளர்களாகத்தான் வைக்கப்பட்டிருக்கிறார்கள். தமிழ்நாட்டிலும், ஆந்திராவிலும் சர்க்கரை ஆலைகள் ஓராண்டில் பத்து மாதங்கள் ஓடிக்கொண்டிருக்கின்றன. இவை ஒன்றும் பருவநிலைத் தொழிற்சாலைகள் அல்ல. அங்கே தொழிலாளர்கள் ஆறு மாதங்களுக்குப் பணிபுரிந்தாலும்கூட, அவர்கள் ஓராண்டுக்குத் தேவையான சர்க்கரையை உற்பத்தி செய்கிறார்கள். அவர்கள் நாட்டிற்கே சர்க்கரையை வழங்கிக் கொண்டிருக்கிறார்கள். சர்க்கரை வெளிநாடுகளுக்கு ஏற்றுமதி செய்யப்படுவதன் மூலம் அந்நியச் செலாவணியையும் அவர்கள் அள்ளித்தருகிறார்கள்.

எனவே, இங்கு பணிபுரியும் தொழிலாளர்களை பருவநிலை தொழிலாளர்களாகக் கருதிடக்கூடாது. அவர்களை முறையான நிரந்தரத் தொழிலாளர்களாகவே கருதிட வேண்டும். தொழிலகம் நிரந்தரமாக இருக்கிறது. எனவே, அதற்கேற்ற வகையில் திருத்தம் கொண்டுவர வேண்டும் என்று அமைச்சர் அவர்களைக் கேட்டுக் கொள்கிறேன். இது மிகவும் முக்கியம். நாட்டில் உள்ள சர்க்கரைத் தொழிற்சாலைகளில் வேலைசெய்திடும் இரண்டு லட்சத்திற்கும் மேற்பட்ட தொழிலாளர்களில் 90 சதவிகிதத்தினர் பருவநிலைத் தொழிலாளர்களாகக் கருதப்பட்டு வருகிறார்கள். அவர்களை நிரந்தரத் தொழிலாளர்களாக மாற்றக்கூடிய வகையில் சட்டத் திருத்தம் கொண்டுவரப்பட வேண்டும்.

இரண்டாவதாக, இச்சட்டத்தில் ஐந்தாண்டுகள் தொடர்ந்து பணியாற்றி நிறைவு செய்திருக்கிற தொழிலாளர்களுக்கு பணிக்கொடை வழங்கப்பட வேண்டும் என்று கூறியிருக்கிறது. இன்று, அது பொதுத்துறையாக இருந்தாலும் சரி; அல்லது தனியார்துறையாக இருந்தாலும் சரி அல்லது மத்திய அல்லது மாநில அரசுத் துறைகளாக இருந்தாலும் சரி, நிரந்தரப் பணிகள் பல ஒப்பந்த அடிப்படையில் கொடுக்கப்படுகின்றன. ஒப்பந்தக்காரரர்கள் எவரும் பணிக்கொடை அளிப்பதில்லை. அவர்கள் இதனை எள்ளிநகையாடுகிறார்கள். ஒரு தொழிலாளி ஓராண்டு தொடர்ந்து பணிசெய்திடவே எந்த ஒரு ஒப்பந்தக்காரரும் அனுமதிப்பதில்லை.

அவர்கள் தொழிலாளிகளை விலக்கிவிடுவார்கள். ஒரு வாரம் கழித்து மீண்டும் அவர்களை வேலைக்கு எடுத்துக் கொள்வார்கள். இவ்வாறு இந்த சட்டப் பிரிவையே அவர்கள் கேலிக்கூத்தாக்கி வைத்திருக்கிறார்கள். அவர்கள் எந்த விதிகளையும் அமல்படுத்துவதில்லை. இன்றையதினம் லட்சோப லட்சம் ஒப்பந்தத் தொழிலாளர்கள் இந்தச் சட்டத்தின் மூலம் தகுதியற்றவர்களாக ஆக்கப்பட்டிருக்கிறார்கள். நிலைமை இவ்வாறிருக்கையில், ஐந்தாண்டுகள் நிபந்தனையை அவர்களால் எப்படி நிறைவேற்ற முடியும்?

எனவே, ஒப்பந்த ஊழியர்களுக்கும் பணிக்கொடை வழங்கிட, பிரதான வேலையளிப்பவருக்குப் பொறுப்பு உண்டு என்கிற முறையில் சட்டத் திருத்தம் கொண்டுவரப்பட வேண்டும்.

போனஸ் சட்டத்தின்படி, ஒரு தொழிலாளி 30 நாட்கள் வேலை செய்திருந்தால் அவருக்கு போனஸ் பெறத் தகுதி உண்டு. ஆனால் பணிக்கொடைக்கு, அவர் ஐந்தாண்டுகள் தொடர்ந்து பணியிலிருந்திட வேண்டும். எந்த ஒரு ஒப்பந்த ஊழியரும் தொடர்ந்து ஐந்தாண்டுகள் பணியிலிருந்திட முடியாது. அவர்கள் உண்மையில் வேலை செய்திருந்தபோதிலும், அவர்கள் பெயர்கள் பட்டியலில் இருந்தாலும், அவர்கள் நிரந்தரமாக வேலை செய்திருந்தாலும், ஒப்பந்தக்காரரோ அல்லது பிரதான வேலையளிப்பவரோ அவற்றைப் பற்றியெல்லாம் பொருட்படுத்துவதில்லை. இவை தொடர்பாக எண்ணற்ற வழக்குகள் கீழமை நீதிமன்றங்களில் நிலுவையில் இருந்து வருகின்றன.

இப்பிரச்சனை தொடர்பாக அமைச்சர் அவர்கள் கவனம் செலுத்த வேண்டும் என்று கேட்டுக் கொள்கிறேன்.

மூன்றாவதாக, உச்சவரம்பு தொடர்பானது. ஆறாவது ஊதியக்குழு பரிந்துரைகள் அமல்படுத்தப்பட்டதை அடுத்து, பணிக்கொடைக்கான உச்சவரம்பு 3 லட்சத்து 50 ஆயிரத்திலிருந்து 10 லட்சமாக உயர்த்தப்பட்டிருக்கிறது. எனவே பணிக்கொடைச் சட்டத்தில் இதே 3 லட்சத்து 50 ஆயிரம் என்கிற உச்சவரம்பை வைத்திருப்பதில் அர்த்தமில்லை. போனஸ் சட்டம் கூறுவதுஒன்று, நிறைவேற்றுவது மற்றொன்று. அதேபோன்று பணிக்கொடைச் சட்டமும் கூறுவது ஒன்றாக இருக்கிறது, நிறைவேற்றுவது வேறொன்றாக இருக்கிறது. ஆறாவது ஊதியக்குழு ஏதோ சொல்லியிருக்கிறது. இவை மிகவும் நகைப்புக்கிடமளிக்கின்றன. இத்தகைய உச்சவரம்புகளை உடனடியாக நீக்கிடுமாறு அரசாங்கத்தைக் கேட்டுக்கொள்கிறேன். அமைச்சர் இதனைச் செய்தால், அவையில் உள்ள அத்தனை உறுப்பினர்களும் அவரைப் பாராட்டுவார்கள்.

அடுத்ததாக, வருமான வரிச் சட்டம் 10(10)(1)-ஆவது பிரிவின்கீழ், மத்திய அல்லது மாநில அரசு ஊழியர் பெறும் பணிக்கொடைத் தொகைக்கு வருமான வரி விலக்கு அளிக்கப்பட்டிருக்கிறது. ஆயினும் 3 லட்சத்து 50 ஆயிரத்திற்கு மேல் பணிக்கொடை பெறும் ஊழியர், வரி கட்டவேண்டும். இவ்வாறு நீங்கள் ஒரு கையால் ஊழியருக்குக் கொடுத்துவிட்டு, மறுகையால் அவரிடம் இருந்து பறித்துக் கொள்கிறீர்கள். இது இயற்கை நீதிக்குப் புறம்பானது.

இதனை நீக்குவதன் மூலம் அமைச்சர் அவர்கள் ஊழியர்களுக்கு நீதி வழங்க வேண்டும் என்று கேட்டுக்கொள்கிறேன்."

19.12.2009

கார்ப்பரேட்டுகளுக்கு தனி நீதிமன்றங்கள் அமைப்பதற்கான சட்ட முன்வடிவின் மீதான உரை,

அரசாங்கத்தின் கொள்கைகள் 1991க்குப்பின் மிகவும் தீவிரமாக மாறியிருக்கின்றன. இந்த ஆண்டுதான் நம் பொருளாதாரம் அந்நிய நிதி முதலீட்டுக்காகப் பெரிய அளவில் திறந்துவிடப்பட்டது. தனியார்மயம், தாராளமயம், உலகமயம் நம்முடைய பொருளாதாரத்திற்கு பெரிய அளவில் ஊக்கத்தை அளித்துள்ளது. அது உண்மையாக இருக்கலாம். தனியார்மயத்தை ஊக்கப்படுத்துவதற்காக, அரசாங்கம் பாதுகாப்புத்துறையைக்கூட அதற்குத் திறந்துவிட்டிருக்கிறது. இப்போது சில்லரை வர்த்தகத்தையும் அவர்களுக்குத் திறந்துவிட விரும்புகிறார்கள். அவர்களுடைய புதிய வழிகாட்டுதல்களின்படி கார்ப்பரேட்டுகளும், வங்கிசாரா நிதிநிறுவனங்களும் வங்கிகள் திறப்பதற்கான உரிமங்களுக்காக விண்ணப்பிக்க முடியும். அவர்கள் வங்கி முறைப்படுத்தல் சட்டத்தைத் திருத்துவதற்குத் தீர்மானித்திருக்கிறார்கள். அரசாங்கம் சீர்திருத்தங்களை நோக்கி மிக வேகமாக நகர்ந்துகொண்டிருக்கிறது. ஆனால் பயனடைந்திருப்பவர்கள் யார்? பணக்காரர்கள் மேலும் பணக்காரர்களாகி இருக்கிறார்கள், ஏழைகள் மேலும் ஏழைகளாகி இருக்கிறார்கள். இது எங்கள் தலைவர் தோழர் சீத்தாராம் யெச்சூரி சரியாகக் குறிப்பிட்டதைப்போன்று 'ஒளிரும் இந்தியா' என்றும், 'அவதியுறும் இந்தியா' என்றும் இரு வித இந்தியாவை உருவாக்கி இருக்கிறது.

இன்று காலை நிதியமைச்சர் அவர்களால் மிகவும் உணர்ச்சிகரமானமுறையில் பதில் அமைந்திருந்தது. அவர், ஒட்டுமொத்த அவையையும் தன்னுடைய மெஸ்மரிசத்தால் ஈர்க்க விரும்பினார். அவர் நன்றாகப் பேசினார். அவர், ஏழைகளுக்கும், தேவைப்படுவோருக்கும் சில சலுகைகளைக் கொடுப்பார் என்று நான் நினைத்தேன். மாண்புமிகு உறுப்பினர் திரு. து.ராஜா பேசும்போது தலித்துகள், பழங்குடியினர் குறித்து குறிப்பிட்டார். மாண்புமிகு அமைச்சர் தலித்துகளுக்கும், பழங்குடியினருக்கும்

சில சலுகைகள் அளிப்பார் என்று நான் நினைத்தேன். இதுபோல் எதுவுமே நடக்கவில்லை. அமைச்சர் தன் உரையை முடித்துக்கொண்டுவிட்டார்.

இப்போது கொண்டுவந்திருக்கும் வணிகரீதியான தாவாக்களுக்குத் தனி நீதிமன்றங்கள் தொடர்பான சட்டமுன்வடிவின் மூலமாக, இந்த அரசாங்கம், ஒளிரும் இந்தியாவைச் சேர்ந்த கார்ப்பரேட்டுகளுக்கும், பன்னாட்டு நிறுவனங்களுக்கும் வழக்குகள் சம்பந்தமாக வசதி, வாய்ப்புகளை அளிக்க வேண்டும் என்று விரும்புகிறது. இந்தச் சட்டமுன்வடிவு, வழக்குகளை விரைவாக முடிக்க வேண்டும் என்ற விஷயத்தில் ஏழை மக்கள் மீது சுமையை ஏற்றும் விதத்தில் நடவடிக்கைகளைக் கொண்டு வந்திருக்கிறது. இதில் ஏற்படுத்தப்பட்டுள்ள வகைப்பாடுகள், ஏழைகளை, பணக்காரர்களிடமிருந்து தெளிவாகவே பாகுபடுத்துகிறது. இந்தச் சட்டமுன்வடிவு, அரசமைப்புச்சட்டத்தின் வழிகாட்டும் நெறிமுறைகளுக்கு எதிரானது. நம் நாட்டின் வழிகாட்டும் நெறிமுறைகள், நாட்டில் நீதியைப் பெற அனைவருக்கும் சம வாய்ப்புகள் அளிக்கப்பட வேண்டும் என்கிறது. இந்தச் சட்டமுன்வடிவு, எப்படி அனைவருக்கும் சம வாய்ப்பு அளிக்கும் என்று அமைச்சர் அவர்கள் கூறட்டும். இது நடக்கப் போவதில்லை என்று நான் கூறுகிறேன்.

இந்தச் சட்டமுன்வடிவு, மக்களவையில் விவாதம் எதுவுமின்றி நிறைவேற்றப்பட்டிருக்கிறது. இந்த முறையை நாங்கள் எதிர்க்கிறோம். ஜனநாயக அமைப்பில், நீங்கள் விவாதத்தை அனுமதித்திட வேண்டும். நாங்கள் இந்தச் சட்டமுன்வடிவை எதிர்க்கிறோம். ஏனெனில், இது தேவையில்லாமல் மக்கள் மத்தியில் ஏற்றத்தாழ்வை ஏற்படுத்திடும். இதன்மூலம் பணக்காரர்களுக்கு நீதி கிடைக்கலாம். ஆனால் சாமானிய மக்கள், ஆம் ஆத்மி, நீண்ட காலத்திற்குக் காத்திருக்க வேண்டும். இது அரசமைப்புச்சட்டத்தின் வழிகாட்டும் நெறிமுறைகளுக்கு எதிரானது. அது நீதியைப் பெற்றிட அனைவருக்கும் சம வாய்ப்புகள் அளிக்கப்பட வேண்டும் என்கிறது. இவ்வாறு நம் அரசமைப்புச் சட்டத்தின் வழிகாட்டும் நெறிமுறைகள் இதில் கைவிடப்பட்டு விட்டது.

இந்தச் சட்டமுன்வடிவு அரசமைப்புச் சட்டத்தின் 14வது பிரிவை அரித்துவீழ்த்தி, நீர்த்துப்போகச் செய்திருக்கிறது. அரசமைப்புச் சட்டத்தின் 14ஆவது பிரிவு கூறுவதாவது: "அரசு, சட்டத்தின்முன்

எவரொருவருக்கும் சமத்துவத்தை மறுக்கக் கூடாது." ஆனால், இங்கே ஐந்து கோடி ரூபாய்க்கும் மேல் உள்ள வர்த்தக ரீதியான தாவாக்களைத் தீர்த்து வைப்பதற்காக தனி நீதிமன்றங்கள் அமைக்கப்பட்டுக் கொண்டிருக்கின்றன. சட்டத்தின் முன் அனைவரும் சமம் என்பது எங்கே போயிற்று? நிலைக்குழுவில், மார்க்சிஸ்ட் கம்யூனிஸ்ட் கட்சியின் சார்பில் உறுப்பினர் ராஜீவ் விவரமான கருத்து வேறுபாட்டுக் குறிப்பை (dissent note) தாக்கல் செய்திருந்தார். ஐந்து கோடி ரூபாய் என்பதை ஒரு கோடி ரூபாயாகக் குறைக்க வேண்டும் என்று உறுப்பினர்கள் மத்தியில் கருத்தொற்றுமை இருந்தது. அதுகூட இதில் சேர்க்கப்படவில்லை. இதனைக் கவனிக்க வேண்டும் என்று அமைச்சர் அவர்களைக் கேட்டுக்கொள்கிறேன். எங்கே சமத்துவம்? அரசமைப்புச் சட்டத்தின் 14வது பிரிவின் உணர்வு இந்தச் சட்டமுன்வடிவில் மீறப்பட்டிருக்கிறது.

என் கூற்றின்படி, இந்தச் சட்டமுன்வடிவின் ஒரே நோக்கம், சட்டரீதியான தாராளமயத்திற்கும் வழிவகுப்பது என்பதேயாகும். இது பணக்காரர்களுக்கும், கார்ப்பரேட்டுகளுக்கும் உயர்நீதிமன்றங்களில் தங்கள் சார்பான வழக்குகளை விரைவில் முடித்துக்கொள்வதற்கு வசதி செய்து கொடுத்திடும். ஆனால், சாமானிய மக்களின் வழக்குகளுக்கு என்ன நிலைமை? அவர்கள் தீர்ப்புக்காக 20 ஆண்டு காலம் அல்லது 30 ஆண்டு காலம் காத்திருக்க வேண்டும். இவர்களுக்கு, சாதாரண வழக்குகள் கூட கீழமை நீதிமன்றம், பின்னர் மேல்முறையீட்டு நீதிமன்றம், பின்னர் உயர்நீதிமன்றம் என குறைந்தபட்சம் 12 ஆண்டுகளாகின்றன. எனவே, இந்தச் சட்டமுன்வடிவானது சாமானிய மக்களின் வழக்குகளை விசாரணை செய்துவந்த நீதிபதிகளின் நேரத்தையும்கூட பணக்காரர்களின் வழக்குகளுக்காகப் பறித்துக்கொண்டு விடுகிறது. அவர்கள் இனி இதுபோன்ற வசதிபடைத்தவர்களின் வழக்குகளுக்குக் கவனம் செலுத்துவார்கள்.

எனவே, சாமானிய மக்கள் நீதிமன்றங்களில் தங்கள் வழக்குகள் மீது முடிவுகளைப் பெற முப்பது ஆண்டுகளுக்கும் மேல் காக்க வேண்டிய நிலை ஏற்படும். நீதிமன்றங்கள், காலத்தே தீர்ப்புகள் வழங்காவிடில் என்ன நடக்கும்? இதற்கு தமிழ்நாடு அனுபவம் ஒன்றை என்னால் மேற்கோள் காட்ட முடியும். நீதிமன்றங்களில் தீர்ப்புகள் வழங்கப்படுவதில் தாமதம் ஏற்படுவதால், கட்டப் பஞ்சாயத்து முறை பயன்படுத்தப்படுகிறது. இது ஒரு பழைமையான

மத்தியஸ்த முறையாகும். இதற்கென்று விதிகள் எதுவும் கிடையாது, நெறிமுறைகள் எதுவும் கிடையாது, தர்க்கவாதம் எதுவும் கிடையாது.

குறைந்தபட்சம், பழங்குடியினர் மத்தியில் நிலவும் மத்தியஸ்தமாவது சில காரண காரியங்களுடன் இருந்திடும். கட்டப்பஞ்சாயத்து முறைகளில் ரவுடியிசமே மேலோங்கி நிற்கும். ரவுடியிசம் அல்லது உள்ளூர் போலீஸ் உதவியுடன் விஷயங்கள் முடிவு செய்யப்படும். நாட்டின் இதர பகுதிகளிலும் இதுபோன்று கட்டப்பஞ்சாயத்துக்கள் நடைமுறையில் இருந்து வருகின்றன. அவைகளுக்குப் பல பெயர்கள் இருக்கலாம்.

ஆனாலும், நீங்கள் இதுபோன்ற நடவடிக்கைகளால் ஒரு காட்டுத் தர்பார் உருவாக்கிக் கொண்டிருக்கிறீர்கள். இவற்றை நாங்கள் ஆதரிக்க முடியாது. இப்போது உடனடியாக நமக்குத் தேவை என்பது உயர்நீதிமன்றத்தின் கூடுதல் அமர்வாயங்கள். இன்றையதினம் பல மாநிலத் தலைநகர்கள், உயர்நீதிமன்ற அமர்வாயங்கள் இல்லாமல் இருக்கின்றன. தயவுசெய்து உயர்நீதிமன்ற அமர்வாயங்கள் உருவாக்குங்கள். உயர்நீதிமன்றங்களில் காலியிடங்கள் ஏராளமாக இருக்கின்றன. தயவுசெய்து அந்தக் காலி இடங்களை உடனடியாகப் பூர்த்தி செய்யுங்கள். இந்த விதத்தில்தான் நீதித்துறையில் இருந்துவரும் தாமதத்தைத் தவிர்க்க முடியும்.

வர்த்தக நீதிமன்றங்களுக்காக, நீங்கள் ஏராளமான காரணங்களைக் கூறலாம். காரல் மார்க்ஸ் ஒருதடவை கூறினார்: "காரணங்கள் எப்போதும் இருக்கும். ஆனால், அது சரியான வடிவத்தில் எப்போதும் இருக்காது."

அடுத்து, கீழமை நீதிமன்றங்கள் குறித்து. எவ்வளவுக்குக் குறைவாகக் கூறுகிறோமோ அவ்வளவுக்கு நல்லது. மாண்புமிகு அமைச்சரே ஒரு வழக்கறிஞர்தான். நான் ஒரு வழக்கறிஞர் அல்ல. மாண்புமிகு உறுப்பினர் திரு. ரவிசங்கர் ஒரு வழக்கறிஞர். சாமானிய மக்கள் தங்கள் குறைகளை நிவர்த்தி செய்திட கீழமை நீதிமன்றங்களை அணுகுகிறார்கள். ஆனால் கீழமை நீதிமன்றங்களில் உள்ள நிலைமைகள் என்ன? அடிப்படைக் கட்டமைப்பு வசதிகள் கிடையாது. நெரிசல் அதிகம். மிகவும் சுகாதாரமற்ற நிலை. நீதிமன்றங்களுக்குள் நுழைய எவரும் விரும்பமாட்டார்கள். இதுதான் நிலைமை.

‘வர்த்தக தாவா’ தொடர்பான வரையறையைப் பார்க்கும்போது, இது வசதிபடைத்தவர்களுக்கு இடையேயான தாவா குறித்துப் பேசுகிறது. மாவட்ட அளவில் சிவில் மற்றும் கிரிமினல் விரைவு நீதிமன்றங்கள் அமைக்கப்பட்டாலும்கூட, அவற்றின் வல்லமை குறித்து ஆய்வு மேற்கொள்ளப்படவில்லை. விரைவு நீதிமன்ற நீதிபதிகள், ஒப்பந்த அடிப்படையில் நியமனம் செய்யப்படுகிறார்கள். அவர்கள் நிரந்தர நீதிபதிகள் அல்ல. அவர்கள் ஒப்பந்த அடிப்படையில் நியமனம் செய்யப்படுகிறார்கள். அவர்களின் திறமை கணக்கில் எடுத்துக்கொள்ளப்படவில்லை. அதுவும் சேர்க்கப்பட வேண்டும்.

அடுத்து, மாண்புமிகு அமைச்சர் அவர்களிடம் ஒன்றைக் கேட்க விரும்புகிறேன். நீங்கள் ஏன் உச்சநீதிமன்ற அமர்வை, நாட்டின் இதர பகுதிகளில் அமைத்திடவில்லை? சென்னையில் உச்சநீதிமன்றத்தின் அமர்வை ஏற்படுத்த வேண்டும் என்று தமிழ்நாடு நீண்ட காலமாகவே கோரி வருகிறது. இவ்வாறு அமைக்கப்பட்டால் தென்னிந்திய மாநிலங்களுக்கு இயற்கையாகவே அது பயனளித்திடும். வழக்குத் தொடுத்தவர்கள் தில்லி வரை பயணம் செய்ய வேண்டிய அவசியம் இல்லை. இந்திய அரசமைப்புச்சட்டம் உச்சநீதிமன்ற அமர்வாயங்கள் அமைத்திட அனுமதிக்கிறது. நிரந்தர அமர்வாயங்கள் அமைப்பதற்குத் தாமதமாகலாம். எனினும் சுற்றிவரும் அமர்வாயங்கள் (circuit benches) ஏன் அமைக்கக் கூடாது என்று அமைச்சர் அவர்களைக் கேட்டுக்கொள்ள விரும்புகிறேன். தயவுசெய்து இதுகுறித்துப் பரிசீலிக்க வேண்டும் என்று கேட்டுக்கொள்கிறேன்.

6

2010ஆம் ஆண்டு பணிக்கொடை (திருத்தச்) சட்டமுன்வடிவு

மாண்புமிகு தலைவர் அவர்களே,

இந்தச் சட்டமுன்வடிவு சென்ற கூட்டத்தொடரில் திருத்தப்பட்டபோது, இதன்மீது நான் பேசியிருக்கிறேன். அந்தச் சமயத்தில், பருவநிலைத் தொழில்களில் ஈடுபடும் பருவநிலைத் தொழிலாளர்கள் (seasonal workers working in the seasonal industry) இப்போதுள்ள சட்டத்தின்படி பயன் அடையவில்லை என்று மாண்புமிகு அமைச்சரிடம் நினைவுபடுத்தினேன்.

இரண்டாவதாக, ஊதியக் குழுப் பரிந்துரைகளின் பின்னர், வருமான வரிச் சட்டம் மத்திய அரசு ஊழியர்களுக்கு மாற்றம் செய்யப்பட்டிருக்கிறது. இந்தச் சலுகைகளை, தொழிற்சாலைத் தொழிலாளர்களுக்கும் தரப்பட வேண்டும்.

வருமான வரிச் சட்டத்திலும், அனைத்து ஊழியர்களுக்கும், பருவநிலைத் தொழிலாளர்களுக்கும் பணிக்கொடை ஷரத்துக்கள் முழுமையாகத் திருத்தப்பட வேண்டும். இன்றைய தினம், இதுபோன்ற பயன்களை பருவநிலைத் தொழிலாளர்களும், திறமையற்ற தொழிலாளர்களும் (unskilled workers) பெறுவதில்லை. சென்ற தடவை மாண்புமிகு அமைச்சர் அவர்கள் தான் அனைவருக்கும் பயன் அளிக்கக்கூடிய விதத்தில் முழுமையான பணிக்கொடைத் திருத்தச் சட்டத்தைக் கொண்டுவருவதாக ஒப்புக்கொண்டார். அவ்வாறு எதுவும் நடக்கவில்லை என்பதற்கு அவர் மன்னிப்பு கூற வேண்டும். மீண்டும் இப்போது நீங்கள் வேறு சில திருத்தங்களுடன் வந்திருக்கிறீர்கள். அவை தொழிலாளர் வர்க்கத்திற்கு உதவப் போவதில்லை.

எனவே, மாண்புமிகு அமைச்சர் அவர்கள் அனைத்துத் தொழிலாளர்களுக்கும் உதவக்கூடிய விதத்தில் முழுமையான ஒரு பணிக்கொடைத் திருத்தச் சட்டமுன்வடிவுடன் திரும்ப வர வேண்டும் என்று கேட்டுக் கொள்கிறேன்.

05.05.2010

7

2010ஆம் ஆண்டு, தமிழ்நாடு சட்டமன்ற மேலவைச் சட்டமுன்வடிவு

மாண்புமிகு துணைத் தலைவர் அவர்களே,

நான் இந்த தமிழ்நாடு சட்டமன்ற மேலவைச் சட்டமுன்வடிவை எதிர்க்கிறேன். நான் இதை எதிர்ப்பதற்குக் காரணம், இவ்வளவு அவசரகதியில் இந்தச் சட்டமுன்வடிவு கொண்டுவந்ததற்கான காரணம் எனக்குத் தெரியவில்லை.

தமிழ்நாட்டில், சட்டமன்ற மேலவை, 1986இல் சரியாகவே ஒழித்துக் கட்டப்பட்டது. இப்போது மீண்டும் ஐமுகூ கூட்டாளிகளை மகிழ்விக்க வேண்டும் என்று மட்டுமே இது கொண்டுவரப்பட்டிருக்கிறது. மாண்புமிகு உறுப்பினர் வெங்கய்யா நாயுடு சரியாகவே சுட்டிக்காட்டியது போன்று, அவர்களின் கூட்டாளியைத் திருப்திப்படுத்த வேண்டும் என்பதற்காக மட்டுமே இது கொண்டுவரப்பட்டிருக்கிறது. நான் ஆச்சர்யப்படுகிறேன். தமிழ்நாடு தலைவர்கள், பொதுவாக, ஆட்டுக்குத் தாடியும், மாநில ஆட்சிக்கு ஆளுநரும் தேவையில்லை என்று கூறுவார்கள். நமக்கு ஆளுநர் பதவி தமிழ்நாட்டிலும் தேவையில்லை, வேறெங்கேயும் தேவையில்லை. ஆட்டுக்குத் தாடி தேவையில்லை. மாநிலத்திற்கு ஆளுநர் தேவையில்லை.

அவர்கள் ஆளுநரே தேவையில்லை, அந்தப் பதவி ஒழிக்கப்பட வேண்டும் என்று விரும்புகிறபோது, ஏன் மேலவை மட்டும் வேண்டும் என்று விரும்புகிறார்கள் என்று எனக்குத் தெரியவில்லை.

நாடாளுமன்ற மாநிலங்களவை போன்றது அல்ல தமிழ்நாடு சட்டமன்ற மேலவை. அது இதிலிருந்து வித்தியாசமானது. இதுதொடர்பாக அரசியல் நிர்ணய சபையில் மிகவும் விரிவாக விவாதிக்கப்பட்டிருக்கிறது. பின்னர் முடிவாக, இந்தியா ஒரு பல மொழிகள் பேசப்படும் நாடு, நாம் பல்வேறு கலாச்சாரங்களைப் பெற்றிருக்கிறோம். நாம் கூட்டாட்சி அமைப்புமுறையைப்

பாதுகாக்க வேண்டியவர்களாக இருக்கிறோம். அதனால்தான் இந்த அவை (மாநிலங்களவை) உருவாக்கப்பட்டது. இது அரசமைப்புச் சட்டத்தின் 168ஆவது பிரிவின்கீழ் மாநிலங்களில் சட்டமன்ற மேலவை உருவாக்கப்பட வேண்டுமா, இல்லையா என்பது குறித்து மாநிலங்களின் விருப்பத்திற்கு விடப்பட்டது. ஆகவே இது அவசியமில்லை. மொத்தம் உள்ள 28 மாநிலங்களில், ஆறு மாநிலங்கள் மட்டுமே சட்டமன்ற மேலவையைப் பெற்றிருக்கின்றன. ஆகையால், என்னைப்பொறுத்தவரை, சட்டமன்ற மேலவை என்பது தேவை இல்லை.

இது தொடர்பாக டாக்டர் பி.ஆர். அம்பேத்கர், அரசியல் நிர்ணயசபையில் ஆற்றிய உரையை மேற்கோள் காட்ட விரும்புகிறேன். அவர் கூறினார்: "மாநிலங்களில் சட்டமன்ற பேரவை இருக்கின்றன. சட்டமன்ற மேலவை தேவை இல்லை. இதனால் பணம் வீணாகிறது."

நான், இதுதொடர்பாக முன்னாள் பிரதமர் ராஜீவ் காந்தி கூறியதையும் மேற்கோள் காட்ட விரும்புகிறேன். அவர் ஒருதடவை கூறினார்: "இன்றைய தினம், நீங்கள் ஒரு ரூபாய் செலவு செய்யும்போது, அதில் வெறும் 15 காசுகள் மட்டுமே மக்களுக்குப் போகிறது." எனவே, நீங்கள் மற்றும் ஒரு மேலவையை

. நாடாளுமன்ற வளாகத்தில் ஜனநாயகத்தை பாதுகாக்க வலியுறுத்தி காங்கிரஸ் கட்சி தலைவர் திருமதி. சோனியா காந்தி, முன்னாள் பிரதமர் மன்மோகன் சிங் மற்றும் இதர கட்சி எம்.பிக்களோடு ஆர்ப்பாட்டம் செய்த போது

சென்னையில் கொண்டுவந்தால், பின்னர் மக்களுக்கு 5 காசுகள்கூட போய்ச்சேராது. இப்போது மேலவைக்காக அதிகம் செலவு செய்தால், பின்னர் பணம் மக்களுக்குச் செல்வது வெட்டப்படும். இது வீண்.

அடுத்ததாக, தமிழ்நாடு சட்டமன்றப் பேரவைக்கு அடுத்த ஆண்டு தேர்தல் நடைபெறவிருக்கிறது. சில உறுப்பினர்கள் நவம்பரில் தேர்தல் வரும் என்று கூறுகிறார்கள். பின் நீங்கள் ஏன் ஓராண்டு காலத்திற்குக் காத்திருக்கக் கூடாது? இப்போது என்ன அவசரம்? நீங்கள் மக்களின் கட்டளையைப் பெற முடியும். மாண்புமிகு உறுப்பினர் வெங்கய்யா நாயுடு சரியாகவே குறிப்பிட்டதைப் போல, என்ன நடக்கும், மக்கள் எப்படித் தீர்மானிப்பார்கள் என்று நமக்குத் தெரியாது. எனவே, என் கருத்து என்னவென்றால், இப்போது என்ன அவசரம்? நீங்கள் ஓராண்டு காலத்திற்குக் காத்திருக்க முடியும். ஆளும் கட்சி அதிக நிர்ப்பந்தம் கொடுத்திருக்கும் என்று எனக்குத் தெரியும். அவர்கள் ஓர் ஓய்விடம் (parking place) உருவாக்க வேண்டும் என்று விரும்புகிறார்கள். அதற்கு இந்த அவை ஏன்

உதவ வேண்டும்? இதுவே என் கருத்தாகும். எனவேதான் நான் இந்தச் சட்டமுன்வடிவை முழுமையாக எதிர்க்கிறேன்.

05.05.2010

அவைக்குழு தலைவராக இருந்த போது

8

கல்விக் கடன்கள் சம்பந்தமாக இந்திய ரிசர்வ் வங்கி மற்றும் இந்திய வங்கிகள் சங்கமும், முறையான வழிகாட்டும் நெறிமுறைகள் அளிக்கப்பட வேண்டியது அவசியம்.

மாண்புமிகு துணைத் தலைவர் அவர்களே, இந்த நூற்றாண்டு, கல்வி நூற்றாண்டு எனக் கருதப்படுகிறது. எனவே, கல்விக் கடன் என்பது நாட்டின் எதிர்கால வளர்ச்சிக்கான முதலீடாகும்.

மிகவும் வறிய குடும்பங்களிலிருந்து வரும் மாணவர்கள் அதிக மதிப்பெண்கள் எடுத்தாலும், தங்கள் வறுமை நிலை காரணமாக உயர் கல்வியைத் தொடர்வதில் மிகவும் சிரமப்படுகிறார்கள். தேசிய வங்கிகள் மாணவர்களுக்குக் கடன்கள் வழங்குவதில் சீரான விதிமுறைகள் எதையும் பின்பற்றுவதில்லை. கல்விக் கடன் கோரும் மாணவர்கள் எண்ணற்ற விதங்களில் அலைக்கழிக்கப்படுகிறார்கள். இந்திய ரிசர்வ் வங்கியும், இந்திய வங்கிகள் சங்கமும் வழிகாட்டும் நெறிமுறைகளை அளித்திருக்கின்றன. எனினும் பல வங்கிகள் அவற்றைப் பின்பற்றுவதில்லை என்று கூறப்படுகின்றன. இந்த வழிகாட்டும் நெறிமுறைகளுக்கு முரணாக பல வங்கிகள் சொத்து ஜாமீன் அல்லது ஜாமீன்தாரர் கோரப்படுகிறார். 4 லட்ச ரூபாய்க்குக் கூட இவ்வாறு கோரப்படுகிறார்கள். மாதாந்திர வட்டி செலுத்த வேண்டும் என்று நிர்ப்பந்திக்கிறார்கள். அதிக வட்டி வீதம் கோருகிறார்கள். இதனால் புத்திசாலித்தனமான ஏழை மாணவர்கள் பலர், ஆதரவுக்காக அரசு சாரா நிறுவனங்களை நாடுகிறார்கள், அல்லது அதிக வட்டிவிகிதத்தில் கடன் வாங்க வேண்டிய நிலைக்குத் தள்ளப்படுகிறார்கள்.

பல தகுதியுள்ள மாணவர்கள், நிதியின்மை காரணமாக உயர்கல்வியைப் பின்தொடர முடியவில்லை. மிகவும் தகுதிபடைத்த, புத்திசாலி மாணவர்களுக்கு கல்விக் கடன் வழங்க, வங்கிகள் தயங்குகின்றன. மாணவர்களுக்குக் கல்வி அளிப்பது எந்தவொரு அரசாங்கத்திற்கும் மிக முக்கியமான பணியாகும். உயர்கல்வியை அளிப்பது, மனிதவளத்தின் மீதான முதலீடாகும். எனவே கல்விக் கடன்கள், வட்டியில்லாதவைகளாக இருக்க வேண்டும்.

எனவே, கல்விக் கடன் திட்டங்கள் குறித்து கண்காட்சிகள் மற்றும் விளம்பரங்கள் மூலமாகப் பிரபல்யப்படுத்திட தேசிய வங்கிகளுக்கு அறிவுரைகள் அளித்திட வேண்டும். அரசாங்கம், தேசிய வங்கிகளுக்கு இதுதொடர்பாக உரிய அறிவுரைகளை உடனடியாக வழங்கிட வேண்டும். எவ்விதத் தயக்கமுமின்றி தேசிய வங்கிகள் கடன் வழங்கிட ஊக்கப்படுத்தப்பட வேண்டும்.

மேலும் அரசாங்கம், மாணவர்களுக்கு வழங்கப்படும் கல்விக் கடன் தொடர்பாக, ஒரு குறிப்பிட்ட அளவு மான்யம் வழங்கிடலாமா என்பது குறித்தும் பரிசீலிக்கலாம்.

15.03.2010

நாடாளுமன்றத்தில் மாநிலங்களவை நியமன உறுப்பினர்கள் கிரிக்கெட் வீரர் சச்சின் டெண்டுல்கர், குத்துசண்டை வீரர் மேரிகோம் ஆகியோருடன்

9

விலைவாசி உயர்வுக்கு எதிராகத் தொழிற்சங்கங்கள் நடத்தும் கிளர்ச்சி சம்பந்தமாக

மாண்புமிகு துணைத் தலைவர் அவர்களே,

நாட்டில் இயங்கும் வலதுசாரி, இடதுசாரி மற்றும் பல்வேறு சங்கங்களும் இணைந்துள்ள மத்தியத் தொழிற்சங்கங்கள் அனைத்தும் ஒன்றுபட்டு, தங்கள் கோரிக்கைகளை வலியுறுத்தி, மிகப்பெரிய அளவில் சத்தியாக்கிரகங்கள் நடத்தி இருக்கிறார்கள், பல லட்சக்கணக்கானவர்கள் கைது செய்யப்பட்டிருக்கிறார்கள். இவ்வாறு நாடு முழுதும் கன்னியாகுமரியிலிருந்து காஷ்மீர் வரை நடந்திருக்கிறது.

இதுதொடர்பாக ஐந்து பிரச்சனைகள். முதலாவதாக, அத்தியாவசியப் பொருள்களின் விலைகள் உயர்ந்துகொண்டே இருக்கின்றன. இரண்டாவதாக, அடிப்படைத் தொழிலாளர் சட்டங்கள் பரவலாக மீறப்பட்டிருக்கின்றன. மூன்றாவதாக, லாபம் ஈட்டும் பொதுத்துறை நிறுவனங்களைத் தனியாருக்குத் தாரை வார்க்கும் பிரச்சனையாகும். நான்காவது, சமூகப் பாதுகாப்பு மற்றும் ஐந்தாவது முறைசாராத் தொழிலாளர்களுக்குக் குறைந்தபட்ச ஊதியம் வழங்கப்படுவது ஆகிய பிரச்சனைகளாகும்.

இவை தொடர்பாக, 2009 டிசம்பர் 16 அன்று நாடாளுமன்றத்தின் முன் மத்தியத் தொழிற்சங்கங்களின் ஒன்றுபட்ட மேடை, தொழிலாளர்களின் கோரிக்கைகளை ஏற்கனவே முன்னிலைப்படுத்தி இருக்கிறது. இப்பிரச்சனைகள் தொடர்பாக பிரதமருக்கும் மனுக்கள் அனுப்பி இருக்கின்றன. ஆனாலும், இவைகுறித்துக் கிஞ்சிற்றும் கவலைப்படாமல், இரசாயன உரங்கள், பெட்ரோல் மற்றும் டீசல்

ஆகியவற்றின் விலைகளை உயர்த்தியும், பொதுத்துறை தனியார்மயமாக்கும் நடவடிக்கைகளை உந்தித்தள்ளிக்கொண்டும் இருப்பது துரதிர்ஷ்டவசமானதாகும். இவைமட்டுமல்லாமல் தொழிலாளர்நலச் சட்டங்களையும் தொழிலாளர் விரோதச் சட்டங்களாக, முதலாளிகள் நலச் சட்டங்களாக மாற்றிக் கொண்டிருக்கிறது.

தொழிலாளர் வர்க்கம், அரசாங்கத்தின் இத்தகைய கூருணர்வற்ற அரக்கத்தனமான நடவடிக்கைகளுக்குச் சரியான விதத்தில் பதிலடி தரத் தீர்மானித்திருக்கிறது. நாட்டிலுள்ள அனைத்துத் தொழிற்சங்கங்களும் இதன் முதல் கட்டமாக, அரசாங்கத்திற்கு அறிவிப்பு அளித்து நாடு முழுதும் சத்தியாக்கிரகம் மற்றும் கைது போராட்டங்களில் பல லட்சக்கணக்கான தொழிலாளர்கள் ஈடுபட்டுள்ளார்கள். இவர்கள் கோரிக்கைகள் என்ன? 1. அனைவருக்குமான பொது விநியோக முறையைக் கொண்டுவர வேண்டும். அத்தியாவசியப் பொருள்கள் மீதான ஊக வர்த்தகத்தைத் தடை செய்திட வேண்டும். 2. பொதுத்துறை நிறுவனங்களைத் தனியாருக்குத் தாரை வார்க்கும் முடிவை நிறுத்திக்கொள்ள வேண்டும். 3. அனைத்துத் தொழிலாளர்நலச் சட்டங்களையும் கறாராக அமல்படுத்த வேண்டும். 4. முறைசாராத் தொழிலாளர்கள் அனைவருக்கும் கட்டுப்பாடு எதுவுமின்றி சமூகப் பாதுகாப்புத் திட்டங்களைக் கொண்டுவர வேண்டும். 5. அரசாங்கம் கொண்டுவந்துள்ள ஊக்கமளிப்பு மற்றும் சலுகைத் தொகுப்புத் திட்டங்கள் அனைத்துடனும் அதில் ஈடுபடும் தொழிலாளர்களுக்கு வேலைப் பாதுகாப்பு நிபந்தனைகளையும், அவர்கள் பணிநீக்கம் செய்யப்படமாட்டார்கள் என்கிற உறுதிமொழியையும் அளித்திட வேண்டும்.

அரசின் கஜானாவிற்கு பணம் அளிக்கின்ற மக்களுக்குத்தான் அரசு செலவிடவேண்டுமேயொழிய, மக்கள் அளிக்கும் பணத்தை எடுத்து, உள்நாட்டு மற்றும் வெளிநாட்டுக் கார்ப்பரேட்டுகளுக்கும், பெரும் வர்த்தக நிறுவனங்களுக்கும் அளிக்கக் கூடாது. அவர்கள் இவற்றின்மூலம் மேலும் மோசமான முறையில் மக்களை உறிஞ்சுவார்கள். அரசாங்கத்திற்கு அநேகமாக எதுவும் தர மாட்டார்கள். இவற்றை அரசாங்கம் கணக்கில் எடுத்துக்கொள்ள வேண்டும் என்றும், தங்கள் கொள்கைகளை மாற்றிக்கொள்ள வேண்டும் என்றும் வலியுறுத்துகிறேன்.

05.03.2010

10

எரிசக்தி ஆற்றல் பாதுகாப்பு (Energy Conservation) சட்டமுன்வடிவு

மாண்புமிகு தலைவர் அவர்களே, இந்தச் சட்ட முன்வடிவினை ஆதரித்துப் பேசக்கூடிய அதே சமயத்தில், இதன்மீது அரசின் பரிசீலனைக்காக ஒரு சில கருத்துக்களையும் முன்வைத்திட விரும்புகிறேன். ஒரு நாட்டின் பொருளாதார வளர்ச்சியைப் பொறுத்தவரை, அது அந்நாட்டின் எரிசக்தி ஆற்றல் நுகர்வுடனும் மிக நெருக்கமான பிணைப்பினைக் கொண்டிருக்கிறது. எரிசக்தி ஆற்றலில் இந்தியா உலகில் ஆறாவது இடத்தில் இருந்தபோதிலும், ஒட்டுமொத்த எரிசக்தி நுகர்வினைப் பொறுத்தவரையில் தனிநபர் நுகர்வில் (per capita consumption) அது மிகவும் பின்தங்கிய நிலையில் உள்ளது.

இந்தியாவில் பிரதான எரிசக்தி ஆற்றல் நுகர்வில் தனிநபர் எரிசக்தி ஆற்றல் நுகர்வு 277 கிலோ கிராம் எண்ணெய் அளவு மட்டுமேயாகும். இது அமெரிக்காவில் தனிநபர் ஒருவர் பயன்படுத்தும் அளவில் 3.5 சதவீதம், ஜப்பானில் 6.8 சதவீதம், ஆசியாவில் 37 சதவீதம் உலக சராசரியில் 18.7 சதவீதமாகும். ஆனால் எரிசக்தி ஆற்றல் செறிவு (energy intensity) வளர்முக நாடுகளுடன் ஒப்பிடுகையில் மிகவும் அதிகமாகும். உதாரணமாக, இது ஜப்பானில் 3.7 மடங்கு, அமெரிக்காவில் 1.55 மடங்கு, ஆசியாவில் 1.47 மடங்கு, உலக சராசரி 1.5 மடங்கு ஆகும். மொத்த உள்நாட்டு உற்பத்தியின்(ஜிடிபி-யின்)படி, பிரதான எரிசக்தி ஆற்றல் அதிக அளவில் நுகர்வது என்பது, பொருளாதாரத்தின் பல்வேறு துறைகளில் நாம் எரிசக்தி ஆற்றலை வீணடிக்கிறோம் என்று பொருளாகும். தொழில்நுட்பத்தில் பற்றாக்குறையின் காரணமாக இவ்வாறு வீணாவது மட்டுமல்லாமல், பெரும்பான்மையான மக்களுக்கு எரிசக்தி ஆற்றலை அளிக்காததும் காரணமாகும். மின் உற்பத்தி பற்றாக்குறையாக இருக்கும் சமயங்களில்கூட பணக்காரர்கள் மற்றும் மேட்டுக்குடியினர்

எரிசக்தி ஆற்றலை மிகவும் வீணடிக்கும் விதத்தில் செயல்பட்டுக் கொண்டிருக்கிறார்கள்.

நான் விளையாட்டுக்கு விரோதி இல்லை. ஆனாலும் ஐ.பி.எல். கிரிக்கெட் விளையாட்டின்போது எந்த அளவிற்கு மின்சாரத்தை நாம் வீணடிக்கிறோம்? நாட்டின் மக்கள் தொகையில் 40 சதவீதத்தினருக்கு எரிசக்தி ஆற்றல் அளிக்கப்படவில்லை. ஆனால் நீங்கள் மிகவும் ஆடம்பரமானமுறையில் ஐ.பி.எல். கிரிக்கெட் விளையாட்டை அனுமதித்துக் கொண்டிருக்கிறீர்கள். நான் கிரிக்கெட்டிற்கு எதிரானவன் அல்ல. நானும் கிரிக்கெட்டைப் பார்ப்பேன். நான் இளைஞனாக இருந்தபோது, கிரிக்கெட் விளையாடி இருக்கிறேன். கிரிக்கெட் போர்டில் உள்ள உறுப்பினர்களில் பலர் இந்தப் பக்கமோ அல்லது அந்தப் பக்கமோ உட்கார்ந்திருக்கிறார்கள். செயலகத்தில் உள்ள ஒவ்வொரு அதிகாரியின் அறையையும் எடுத்துக்கொள்ளுங்கள். ஒவ்வொரு அறையும் ஏசி பொருத்தப்பட்டிருக்கிறது. 1 டன் அல்லது 1.5 டன் அளவிற்கு கொள்திறன் இருக்கும். ஏன் இதனை நீங்கள் மத்தியத்துவப்படுத்தப்பட்ட ஏ.சி. (Centralized AC) ஆக மாற்றக்கூடாது. அவ்வாறு செய்வதன் மூலம் நீங்கள் *உமிழ்வுகளை* (emissions)த் தவிர்த்திடலாம். இவ்வாறு வீணடிப்பதைத் தவிர்த்திட அரசாங்கம் மற்றும் ஐ.பி.எல். மாஸ்டர்கள் வழிகாட்டவில்லை என்றால், சாமானிய மக்கள் எப்படி இவற்றைப் பின்பற்ற முடியும்?

இந்த சட்டத்தின் பயன் என்ன? 2001ஆம் ஆண்டு சட்டம் எண்ணற்ற விஷயங்களை அளித்தது என்று நீங்கள் கூறியிருக்கிறீர்கள். நாட்டில் ஜவுளித் தொழிலில், சிமெண்ட் தொழிலில் எந்த அளவிற்கு எரிசக்தி ஆற்றல் சேமிக்கப்பட்டிருக்கிறது என்று அமைச்சர் அவர்கள் கூற வேண்டும் என்று கேட்டுக்கொள்ள விரும்புகிறேன். அவைகளும் இந்தச் சட்டத்தினைப் பின்பற்றுகின்றன. விளைவு என்ன? இந்தச் சட்ட முன்வடிவைக் கொண்டுவந்ததற்காக அமைச்சர் அவர்களுக்கு நன்றி தெரிவித்துக்கொள்கிறேன். அவர் 5000 மெகாவாட் மின்சாரம் சேமிக்கப்பட்டிருப்பதாகக் கூறினார். இது ஒரு நல்ல அம்சம். இது ஊக்கமளிப்பதாக இருக்கிறது.

நாட்டின் எரிசக்தி ஆற்றல் பாதுகாப்புக்கு வாய்ப்புகள் அதிகம் இருக்கிறது என்று அமைச்சர் அவர்களுக்குத் தெரிவித்துக்கொள்ள விரும்புகிறேன். முதலாவதாக எரிசக்தி சேமிப்பு, பணத்தை சேமித்திடும்.

மின்சாரத் திருட்டை எடுத்துக்கொள்ளுங்கள். மாநிலங்களவையில் கேள்வி நேரத்தின்போது, 18 மாநிலங்களில் மின்சாரத் திருட்டு நடைபெறுவதாக ஒரு கேள்விக்குப் பதிலளிக்கப்பட்டது. இப்போதும் மின்சாரத் திருட்டு அதிக அளவில் நடந்துகொண்டிருக்கிறது. தமிழ்நாட்டிலும் திருட்டு இருக்கிறது. நீங்கள் மின்கட்டணத்தை ஒரு யூனிட்டுக்கு 1 ரூபாயிலிருந்து, 2 ரூபாய், 3 ரூபாய்; சில மாநிலங்களில் 4 ரூபாய் வரையிலும் உயர்த்தி இருக்கிறீர்கள். நீங்கள் எரிசக்தியை சேமித்தீர்களானால் இவ்வாறு சாமானிய மக்களுக்கான மின்கட்டணத்தை உயர்த்த வேண்டிய அவசியம் இல்லை.

அடுத்ததாக ஒரு விஷயத்தை இங்கே சொல்ல விரும்புகிறேன். 2001இல் இந்தச் சட்டமுன்வடிவில் மேலும் சில தொழிற்சாலைகளைச் சேர்த்திட வேண்டும் என்று நாடாளுமன்ற நிலைக்குழு பரிந்துரை செய்திருந்தது. ஏற்கனவே நான் ஜவுளித் தொழில் குறித்து குறிப்பிட்டேன். ரசாயனத் தொழிற்சாலைகள் மற்றும் ரயில்வே இதில் கொண்டுவரப்பட வேண்டும். எந்த அளவிற்கு நாம் சேமித்திருக்கிறோம். அடுத்து துறைமுகங்கள் (Port Trust). இவற்றில் எத்தனை நுகர்வு சேமிப்புடன் இந்த சட்டமுன்வடிவில் சேர்க்கப்பட்டிருக்கிறது என தெரிந்துகொள்ள விரும்புகிறேன்.

இதுதொடர்பாக கேரளாவில் என்ன நடக்கிறது என்று இங்கே தெரிவிக்க விரும்புகிறேன். கேரளாவில், 120 பெண்களைக் கொண்ட ஓர் அமைப்பை உருவாக்கி இருக்கிறார்கள். அவர்கள் வீடு வீடாகச் சென்று, மின்சாரத்தைச் சேமிப்பது எப்படி என்று சொல்லிக்கொடுக்கிறார்கள். கேரள மாடல், இந்தியாவில் உள்ள மிகச்சிறந்த மாடல்களில் ஒன்றாகும். கேரளாவில் இயங்கும் எரிசக்தி கிளினிக் (energy clinic) சர்வதேச அளவில் அங்கீகாரத்தைப் பெற்றிருக்கிறது. 2008இல் ஐ.நா. ஸ்தாபனம் அதனை அங்கீகரித்திருக்கிறது. இதனை இதர நாடுகளுக்கும் விரிவுபடுத்த வேண்டும் என்று தீர்மானித்திருக்கிறது.

கடைசியாக இதில் மினி-ஸ்டீல் மற்றும் மினி-சிமென்ட் தொழிற்சாலைகளையும் சேர்த்துக்கொள்ள வேண்டும் என்று கேட்டுக்கொள்கிறேன். மேலும் அனைத்துத் தொழிற்சாலைகளுக்கும் எரிசக்தி ஆற்றல் தணிக்கையையும் (energy audit) கட்டாயமாகக் கொண்டுவர வேண்டும் என்றும் கேட்டுக்கொள்கிறேன்.

17.08.2010

11

திருப்பூர் தொழிலாளர்கள் பிரச்சனை

மாண்புமிகு தலைவர் அவர்களே,

சமீபத்திய சென்னை உயர்நீதிமன்றம், திருப்பூரில் பூஜ்ஜிய திரவ வெளியேற்றத்தை அடையவில்லை என்பதற்காக, திருப்பூரில் இயங்கும் சாயப்பட்டறைத் தொழில் பிரிவுகளை மூடவேண்டும் என்று உத்தரவிட்டிருப்பது தொடர்பாக, இந்த அவையின் கவனத்திற்குக் கொண்டுவர விரும்புகிறேன். உண்மையில், திருப்பூரில், 800 கோடி ரூபாய் செலவினத்தில், ஒருங்கிணைந்த கழிவுநீர் நிலையங்கள் மற்றும் பொதுவான கழிவுப்பொருள் சுத்திகரிப்பு நிலையங்கள் நிறுவப்பட்டிருக்கின்றன.

தற்சமயம், நாள்தோறும் அங்கே 6.5 கோடி லிட்டர் தண்ணீர் சாயப்பட்டறைத் தொழில்களில் பயன்படுத்தப்பட்டு வருகின்றன. இவற்றில், பயன்படுத்தப்படும் தண்ணீரில் 5.5 கோடி லிட்டர் தண்ணீர் மீளவும் அதே சாயப்பட்டறைத் தொழில்பிரிவுகளில் பயன்படுத்தப்படுகின்றன. இவ்வாறு கழிவுநீர் சுத்திகரிப்புக்காகப் பயன்படுத்தப்படும் தண்ணீரில் 15 சதவீத தண்ணீர் வீணாகி, தற்போது நொய்யல் ஆற்றில் விடப்படுகின்றன. இந்தத் தண்ணீரில் ரசாயனக் கலப்பு எதுவும் கிடையாது, நிறமும் கிடையாது. உப்புச் சத்து மட்டும் இருக்கும். இதன் அளவு என்பது ஒரு மில்லியனுக்கு 35 ஆயிரம் மொத்த கரைந்த திட அளவு (Total Dissolved Solid) இருக்கும். கடல் நீரில் இதன் அளவு மில்லியனுக்கு 36 ஆயிரம் ஆகும். எனவே எந்தவொரு கழிவுப்பொருள்களை சுத்தம் செய்வதிலும் இதுபோன்று தண்ணீர் வீணாவதைத் தவிர்க்க முடியாது. இது உலகம் முழுவதும் உள்ள அனுபவமாகும்.

இவ்வாறு வீணாகும் தண்ணீரை குழாய் பதித்து அதன்மூலமாகக் கடலில் விடப்படும் என்று தமிழ்நாடு சட்டமன்றத்தில் தமிழக

அரசு உறுதி அளித்தது. ஆனால், அது அமல்படுத்தப்படவில்லை. இத்தகைய நிலைமையில், மத்திய அரசாங்கம், திருப்பூரில் உள்ள தொழிற்சாலைகளுக்கு உதவ முன்வர வேண்டும். திருப்பூரைச் சுற்றியுள்ள ஆறுகளையும், சுற்றுப்புறச் சூழலைப் பாதிக்காது, வீணாகும் 15 சதவீத தண்ணீரை எப்படி வெளியேற்றுவது என்பது தொடர்பாக அறிவியலறிஞர்கள் மற்றும் வல்லுநர் குழு அமைத்திட வேண்டும்.

அதே சமயத்தில், மீதமுள்ள கழிவுநீரின் தவிர்க்க முடியாத தன்மை குறித்து, சென்னை உயர்நீதிமன்றத்திற்குத் தெரிவித்திட வேண்டும். ஒரு குறிப்பிட்ட காலக்கெடு நிர்ணயித்து, அனைவரும் திருப்தியுறும் விதத்தில் இப்பிரச்சனையைச் சுமுகமாக முடித்திட முன்வர வேண்டும். இச்சாயப்பட்டறைகள் மூடப்பட்டால் அது பல்லாயிரக்கணக்கானவர்களின் வாழ்வாதாரங்களைப் பாதிக்கும் என்பதால், அதற்குப் பதிலாக மாற்று ஏற்பாடு மேற்கொள்ளப்படும்வரை அவை செயல்பட அனுமதித்திட வேண்டும்.

24.03.2011

இலங்கை தமிழர் பிரச்சனைகளுக்கு தீர்வு காண்பதற்காக திருமதி சுஷ்மா சுவராஜ் தலைமையில் இந்திய பாராளுமன்ற உறுப்பினர்கள் குழு இலங்கை சென்றது. அக்குழுவில் தோழர் டி.கே.ஆர்.

12

ஜிப்மர் ஊழியர்கள் குறித்து

மாண்புமிகு துணைத் தலைவர் அவர்களே, புதுச்சேரியில் உள்ள ஜவஹர்லால் முதுநிலை மருத்துவம் மற்றும் ஆராய்ச்சி இன்ஸ்டிட்யூட், புதுச்சேரி மக்களுக்கு மட்டுமல்ல, தமிழ்நாட்டைச் சுற்றியுள்ள பல கிராமங்களிலிருந்து வரும் மக்களுக்கும் உதவிக் கொண்டிருக்கிறது. இது தொடர்பாக நாம் போதுமான அளவிற்கு விவாதங்கள் மேற்கொண்டிருக்கிறோம்.

என்னுடைய கேள்வி இதுதான். அங்கே பணிபுரியும் 'பி', 'சி', 'டி' பிரிவு ஊழியர்களிடமிருந்து காலத்தை நீட்டிக்கக்கோரி, மத்திய சுகாதாரம் மற்றும் மக்கள் நல்வாழ்வு அமைச்சகத்திற்கு சுமார் 1,240 மனுக்கள் வந்திருப்பது ஏன்? அவர்களுக்கு மத்தியில் உள்ள அச்ச உணர்வு என்ன? அங்குள்ள நிர்வாகம் அவர்களைத் திருப்தியடையச் செய்திட முடியவில்லையா?- இதுவரை ஏன் அவர்கள் எதற்கும் இணங்கிவரவில்லை? அரசாங்கத்திற்கு என் வேண்டுகோள் இதுதான். நீங்கள் மனுக்கள் அளித்திருக்கிற அவர்களுக்கு 2012 அல்லது 2013 என கால நீட்டிப்பு அளிப்பதற்குப் பதிலாக அவர்கள் அனைவரையும் சமாதானப்படுத்துங்கள். அவர்கள் அனைவரும் நம் ஊழியர்கள். அங்கே அவர்கள் பணி செய்தாக வேண்டும். காலத்தைக் கடத்தி பிரச்சனையை உருவாக்குவது எந்தவிதத்திலும் உதவாது.

எனவே, அவர்களைச் சமாதானப்படுத்த அரசாங்கம் முன்வர வேண்டும் என்று கேட்டுக் கொள்கிறேன். 2012 ஜனவரியை உச்சவரம்பாகக் கொள்ளாமல் காலத்தை நீட்டித்திடுங்கள். இதுவே நாம் அழுத்தம் தர விரும்புவதாகும்.

03.08.2011

13

இலங்கையில் புலம்பெயர்ந்த தமிழர்களுக்கு வீடுகள்

மாண்புமிகு துணைத் தலைவர் அவர்களே, நாம் இலங்கையில் புலம்பெயர்ந்த தமிழர்களுக்கு வீடுகள் கட்டுவதற்காக 500 கோடி ரூபாய் கொடுத்திருக்கிறோம். 500 டிரக்குகள் கொடுத்திருக்கிறோம். 50 ஆயிரம் வீடுகள் கட்டித்தருவதாக ஒப்புக்கொண்டிருக்கிறோம். ஆனாலும் 50 வீடுகள் கூட கட்டப்படவில்லை. இது தொடர்பாக மேற்பார்வை எதுவும் நடைபெறவில்லை. அவர்களுக்கு எந்த உதவியும் போய்ச் சேரவில்லை. அயல்துறை அமைச்சர் என்ன செய்துகொண்டிருக்கிறார் என்று எனக்குத் தெரியவில்லை.

இரண்டாவது பிரச்சனை மீனவர்கள் குறித்ததாகும். இலங்கை, மாலத்தீவுடன் ஓர் ஒப்பந்தம் செய்துகொண்டிருக்கிறது. அந்நாட்டு மீனவர்கள் அரபிக்கடலில் அவர்கள் பகுதியில் மீன் பிடித்துக் கொண்டிருக்கிறார்கள். இதுபோல் நம் மீனவர்கள் பாதுகாப்பாக மீன்பிடிப்பதற்கு இந்திய அரசாங்கம் ஏன் இலங்கை அரசாங்கத்துடன் பேச்சுவார்த்தைகள் நடத்தக்கூடாது? இது நடைபெறவில்லை. 1973 முதல் 1984வரை, அங்கே மோதல் நிலைமைகள் இல்லாதிருந்தவரை, நம் மீனவர்கள் அங்கே போய்க்கொண்டிருந்தார்கள். ஆனால் இப்போது நம் மீனவர்களுக்கு நீதி கிடைக்கவில்லை. ஆகவே, உங்கள் பதிலுடன் நான் திருப்தியுறவில்லை. எனவே நானும் வெளிநடப்பு செய்கிறேன்.

25.08.2011

○

14

நிகர்நிலை பல்கலைக் கழகங்கள் தொடர்பான அரசின் கொள்கை குறித்து

மாண்புமிகு துணைத்தலைவர் அவர்களே, இதுதொடர்பாக நான்கு பிரச்சனைகள் குறித்துப் பேச விரும்புகிறேன். முதலாவதாக, இங்கே படித்துத் தேர்ச்சி பெற்ற முதல் அணியைச் சேர்ந்தவர்கள் பிரச்சனையாகும். அவர்களுக்குச் சான்றிதழ்களும், பட்டங்களும் கொடுக்கப்பட வேண்டியிருக்கிறது. இதற்கு யார் பொறுப்பு? அதனால்தான் இந்தச் சட்டமுன்வடிவே வந்திருக்கிறது. எனவே, இதுதொடர்பாக யார் பொறுப்பாக்கப்படவேண்டும் என்று நிர்ணயிக்க வேண்டியது அவசியம்.

இரண்டாவதாக, 'நிகர்நிலைப் பல்கலைக் கழகங்கள்' தொடர்பான அரசின் கொள்கை மற்றும் 'தேசிய முக்கியத்துவம் வாய்ந்த் இன்ஸ்டிட்யூட்டுகள்' எவை என்பது விளக்கப்பட வேண்டியது அவசியமாகும். மூன்றாவதாக, இந்தச் சட்டமுன்வடிவு இந்த அரசாங்கத்தால் தாக்கல் செய்யப்பட்டிருக்கிறது. இந்த கல்வி நிறுவனங்களில் அளிக்கப்படும் இந்த பாடப்பிரிவுகள் சுயநிதி தன்மையைக் கொண்டவையா? அவர்களே எந்த அளவிலும் இவற்றுக்கான கட்டண நிர்ணயம் செய்ய அதிகாரம் படைத்தவையா? இந்த நிறுவனங்களில் தலித்/பழங்குடியினர்/இதர பிற்படுத்தப்பட்ட வகுப்பினருக்கான இட ஒதுக்கீடு அளிக்கப்படுமா? இப்பிரச்சனைகள் அனைத்தும் முழுமையாக விளக்கப்பட வேண்டியது அவசியமாகும்.

நான்காவதாக, நிகர்நிலைப் பல்கலைக் கழகங்கள் மற்றும் தேசிய முக்கியத்துவம் வாய்ந்த நிறுவனங்கள் எவை எவை என்பது குறித்தும் தெளிவான விளக்கங்கள் தேவை. அப்போதுதான் அவை தன்னாட்சியுடன் செயல்பட முடியும். எனவே, இந்தச்

சட்டமுன்வடிவு அவசர கதியில் நிறைவேற்றப்படக் கூடாது. இதனை மத்திய மனிதவள வளர்ச்சி அமைச்சகத்தின் நிலைக்குழுவிற்கு அனுப்பப்பட வேண்டும். எனினும் இந்தச் சட்டத்தின்மீது விரைவில் முடிவு எடுக்கப்பட வேண்டும். இந்த நிறுவனத்திலிருந்து வெளியேறியுள்ள முதல் அணி மாணவர்களின் நலன்களை மனதில் கொண்டு இதனைச் செய்திட வேண்டும். மாணவர்கள் நலன் காக்கப்படும் விதத்தில் இறுதிமுடிவு எடுக்கப்பட வேண்டும். இதில் பெரிய அளவில் கொள்கை சம்பந்தப்பட்டிருப்பதால் அவசரகதியில் இதனை நிறைவேற்ற முடியாது.

07.09.2011

ராணுவ அமைச்சராக இருந்த ஏ.கே. அந்தோணியுடன்

15

முல்லைப்பெரியார் அணை தாவா

மாண்புமிகு துணைத் தலைவர் அவர்களே,

முல்லைப் பெரியார் அணை தொடர்பான தாவா இரு மாநிலங்களுக்கிடையேயானதாகும். இது தொடர்பாக கேரளாவில் சில பகுதிகளில் ஒருவித அச்ச உணர்வு, ஒருவித கொந்தளிப்பு இருக்கிறது. மேலும் இது அணை என்கிற ஒரு திரைப்படத்தின் மூலம் மிகவும் ஊதிப் பெரிதாக்கப்பட்டது.

இந்த அணையின் மூலமாக, தமிழ்நாட்டில் ஐந்து மாவட்டங்கள் தண்ணீர் பெற்றுக் கொண்டிருக்கின்றன. மூன்று லட்சம் ஏக்கர் நிலங்களில் பாசனங்கள் நடந்துகொண்டிருக்கின்றன. இப்போது இந்த அணையின் நீர்மட்டத்தை 142 அடியிலிருந்து 136 அடியாகக் குறைத்ததன் காரணமாக, இப்போது ஒரு போக விவசாயம் மட்டுமே அந்தப் பகுதிகளில் நடந்துகொண்டிருக்கிறது. முன்னதாக, இரு பயிர் விவசாயம் நடந்து வந்தது.

இது கேரளா, தண்ணீர் கொடுக்கும் பிரச்சனை அல்ல. காவேரி மீது ஏற்கனவே உச்சநீதிமன்றம் அளித்திட்ட தீர்ப்புக்கு என்ன நடந்தது? அந்தத் தீர்ப்பை கர்நாடக அரசு அமல்படுத்த மறுத்தது. இப்போது, மீண்டும், இந்தப் பிரச்சனையை உச்சநீதிமன்றம் எடுத்துக் கொண்டிருக்கிறது. இந்தப் பிரச்சனையை ஆராய்ந்திட ஐந்து நீதிபதிகள் கொண்ட அமர்வாயம் நியமிக்கப்பட்டிருக்கிறது.

இப்போது பக்தர்கள் தாக்கப்பட்டிருக்கிறார்கள், லாரிகள் தாக்கப்பட்டிருக்கின்றன. இத்தகு வன்முறைகள் நிறுத்தப்பட வேண்டும். இது சட்டம்-ஒழுங்கு பிரச்சனை அல்ல. நாங்கள் பிரதமரைச் சந்தித்தோம். இதில் மத்திய அரசு தலையிட வேண்டும் என்று பிரதமரைக் கேட்டுக்கொண்டோம். இரு மாநில முதலமைச்சர்களையும் அழைத்துப் பேசி, பிரச்சனைக்கு

சுமுகமாகத் தீர்வு காண வேண்டும் என்று கேட்டுக்கொண்டோம். தமிழ்நாட்டின் நலன் காக்கப்பட வேண்டும்.

இந்த அணை சரியாக இருக்கும்வரையிலும், புதிய அணை கட்ட வேண்டும் என்ற கேள்விக்கே இடமில்லை. அதனை வல்லுநர்கள் கூறட்டும். தமிழ்நாட்டின் தேவையான 142 அடி அளவு தண்ணீர் நிரப்ப வேண்டும். எனவே, இது தொடர்பாக மத்திய அரசும், பிரதமரும், இரு மாநிலங்களுக்கும் இடையே பேசி, பிரச்சனையைத் தீர்க்க முன்வர வேண்டும் என்று இந்த அவையின் மூலம் கேட்டுக்கொள்கிறேன்.

07.12.2011

பாதுகாப்புத்துறை கூட்டத்தில் கலந்து கொண்ட போது

16

பட்டயக் கணக்கர் திருத்தச் சட்டமுன்வடிவு

மாண்புமிகு துணைத் தலைவர் அவர்களே,

இந்த அரசாங்கம் 2010, பட்டயக் கணக்கர் திருத்தச் சட்டமுன்வடிவு, 2010 விலை மதிப்பீடு மற்றும் வேலைக் கணக்கர்கள் திருத்தச் சட்டமுன்வடிவு மற்றும் 2010, கம்பெனி செயலாளர்கள் திருத்தச் சட்டமுன்வடிவு (The Chartered Accountants (Amendment) Bill, 2010, the Cost and Works Accountants (Amendment) Bill, 2010, and the Company Secretaries (Amendment) Bill, 2010.) என மூன்று சட்டமுன்வடிவுகளைக்கொண்டு வந்திருக்கிறது. இதன் பின்னணியில் உள்ள சிந்தனை என்னவென்றால், இவர்கள் குறுகியகாலத்திற்கு வரையறுக்கப்பட்ட பொறுப்புக் கூட்டு நிறுவனங்கள் (limited Liability Partnership firms) அமைத்திட வாய்ப்பு அளிக்க வேண்டும் என்பதாகும். இதற்காக, இதன் பழைய பெயரான இன்ஸ்டிட்யூட் ஆப் காஸ்ட் அண்ட் வொர்க்ஸ் அக்கவுண்ட்டண்ட் என்பது, இன்ஸ்டிட்யூட் ஆப் காஸ்ட் அண்ட் மேனேஜ்மெண்ட் அக்கவுண்டண்ட் என்று இதன் பெயர்கூட மாற்றப்பட்டிருக்கிறது.

இவை தொடர்பாக என்னுடைய ஒரேயொரு ஐயம் என்னவென்றால், இந்தத் துறையில் இயங்கிக்கொண்டிருக்கிற கருப்பு ஆடுகளைக் காப்பாற்றுவதற்காக வரையறுக்கப்பட்ட கூட்டு நிறுவனங்கள் என்பதன்கீழ் இந்தச் சட்டமுன்வடிவுகள் கொண்டுவரப்படுகின்றனவா என்பதாகும்.

இந்த நிறுவனங்கள் அனைத்தும் இதுவரை வரையறுக்கப்படாத கூட்டு நிறுவனங்களாகவே செயல்பட்டு வந்திருக்கின்றன. என் கருத்துப்படி இவ்வாறு செயல்பட்டுவந்தது இந்நிறுவனங்களின் வளர்ச்சிக்குத் தடையாக இருந்ததில்லை என்பதேயாகும். மேலும் அவை திறம்படவும் செயல்பட்டுக் கொண்டிருந்தன.

இவற்றைத் திருத்த இப்போது நடவடிக்கை எடுத்திருப்பது, இவற்றை வரையறுக்கப்பட்ட கூட்டுநிறுவனங்களாக மாற்ற முயல்வது கடும் விளைவுகளை ஏற்படுத்தும் என்று இந்த அவைக்குத் தெரிவிக்க விரும்புகிறேன். ஏனெனில் இப்போதுள்ள அரசு, அந்நிய நிறுவனங்களுக்கு அகலமாகக் கதவுகளைத் திறந்துவிடும் கொள்கையைக் கடைப்பிடிப்பதால் இவ்வாறு கடும் விளைவுகள் ஏற்படும் என்று தெரிவித்துக்கொள்ள விரும்புகிறேன். இந்தத் திருத்தங்கள் மேற்கொள்ளப்பட்டுவிட்டால், அந்நிய நிறுவனங்கள் மேலாண்மை ஆலோசனை நிறுவனங்கள் என்ற பெயருடன் பதுங்கிக்கொண்டு இந்தியாவிற்குள் நுழைந்துவிடும். பின்னர் அவர்களின் நயவஞ்சகச் சூழ்ச்சிகளுக்கு இங்குள்ள பட்டயக் கணக்கு நிறுவனங்களைப் பயன்படுத்திக்கொண்டு செயல்படத் துவங்கிவிடும். என்ரான் நிலைகுலைந்தது. குளோபல் டிரஸ்ட் வங்கி தோல்வியடைந்தது. சத்யம் கம்ப்யூட்டர்ஸ் கணக்குகளை மோசடி செய்தது. சமீபத்தில் சுரங்க நிறுவனம் ஒன்று மோசடியில் ஈடுபட்டதையும் பார்த்தோம்.

இவை அனைத்துமே மோசடியான பட்டயக் கணக்கர் நிறுவனங்களால் தணிக்கை செய்யப்பட்டவையே. இவை அனைத்தும் அந்நிய மேலாண்மை ஆலோசனை நிறுவனங்களின் நயவஞ்சக சூழ்ச்சிகளுக்குச் சாட்சியங்களாக விளங்கிக் கொண்டிருக்கின்றன. நீங்கள் இந்நிறுவனங்களின் முகத்திரையை விலக்கிப் பார்த்தீர்களானால், இவற்றின் பெயர்கள் பிரைஸ் வாட்டர்ஹவுஸ், ஆர்தர் ஆண்டர்சன், டிஎச் அண்ட் செல்ஸ் மற்றும் இதுபோன்று பல பெயர்களைக் காண முடியும். இவற்றில் ஆதிக்கம் செலுத்தக்கூடிய நிறுவனங்கள் அமெரிக்காவின் (1) பிரைஸ் வாட்டர்ஹவுஸ் (2) எர்ண்ஸ்ட் அண்ட் யங் (3) கேபிஎம்ஜி மற்றும் (4) டிலாய்ட் ஹாஸ்கின்ஸ் அண்ட் செல்ஸ் முதலானவைகளாகும். நாம் ஏற்கனவே திரிமூர்த்தியைப் பெற்றிருக்கிறோம். இப்போது சார்மூர்த்தி (நான்கு மூர்த்திகளை) கொண்டுவந்துகொண்டிருக்கிறோம். இந்நிறுவனங்கள் தற்போது அமெரிக்காவின் அனைத்து நிறுவனங்களையும் தங்கள் கட்டுப்பாட்டில் வைத்திருக்கின்றன. இவற்றின் உரிமையாளர்கள் யார் என்று அமெரிக்காவில் உள்ளவர்களுக்கே தெரியாது.

இந்நிறுவனங்கள் இந்தியாவில் நேரடியாக தணிக்கைகளை மேற்கொள்ளாது. இவை, இங்குள்ள பட்டயக் கணக்கர்களைப் பயன்படுத்திக்கொள்ளும். பின்னர் தங்களுடைய நயவஞ்சகச்

சூழ்ச்சிகளை மேற்கொள்ளும். இந்த நிறுவனங்கள் அனைத்தும் இந்தியப் பட்டயக் கணக்கர்கள் தாங்கள் ஆய்வு செய்திடும் நிறுவனங்கள்குறித்து ஆட்சேபணைகள் தெரிவித்தால் அவற்றையெல்லாம் இவை பொருட்படுத்துவதே கிடையாது.

இந்தியாவில், பட்டயக் கணக்கர்கள் அமைப்பு நாடாளுமன்றத்தில் ஒரு சட்டத்தின்மூலம் உருவாக்கப்பட்டது. எனவே இது மத்திய அரசாங்கத்தின் நேரடி மேற்பார்வையின் கீழ் இயங்குகின்றன. ஆனால், அமெரிக்காவில் அங்குள்ள ஒவ்வொரு மாநிலத்திலும் வெவ்வேறான விதங்களில் இயங்குகின்றன. அவர்கள் நம்முடைய பட்டயக் கணக்கர்களை அனுமதிப்பதில்லை. ஆனால் அவர்களை நம் நாட்டிற்குள் பல்வேறு முகமூடிகளை அணிந்துகொண்டு நுழைவதற்கு அனுமதிக்கிறோம். இதனையெல்லாம் பார்க்காமல் நாம் நம் கண்களை மூடிக்கொண்டிருக்கிறோம். இப்போது கொண்டுவரப்படுகின்ற திருத்தச் சட்டமுன்வடிவுகள் இத்தகைய அந்நிய நிறுவனங்களின் வேலைகளை மிகவும் எளிதாக்கிடும். அவை, இந்திய தணிக்கை நிறுவனங்களைப் பசப்பி ஏமாற்றுவது மிக எளிதாகிவிடும்.

உலக அளவில் பட்டயக் கணக்கர்களின் எண்ணிக்கை அமெரிக்காவிற்கு அடுத்து, இந்தியாவில்தான் அதிகம். இங்கிலாந்தில் கூட இவ்வளவு பேர் கிடையாது. இவ்வாறு நாம் பலமாக இருக்கக்கூடிய நிலையில் நாம் ஏன் அந்நிய நிறுவனங்களுக்குமுன் மண்டியிட வேண்டும்? அந்நிய மேலாண்மை நிறுவனங்களை அனுமதிப்பதற்கான அவசியம்தான் என்ன? அவை நம் நாட்டின் சட்டங்களை மதிப்பதில்லை. இது தொடர்பாக நம் ஐ.சி.ஏ.ஐ. நிறுவனம் எண்ணற்ற கடிதங்களை அவற்றிற்கு எழுதியுள்ளபோதிலும் அவை அக்கடிதங்கள் குறித்துக் கிஞ்சிற்றும் பொருட்படுத்தியதில்லை. இவ்வாறு அவை நம்மை மதிப்பதே இல்லை.

இவற்றுக்குப் பரிகாரம் காண்பதற்காக நீங்கள் வரையறுக்கப்பட்ட பொறுப்பு சட்டமுன்வடிவு கொண்டுவர முயற்சித்துக் கொண்டிருக்கிறீர்கள். அதாவது புற்றுநோயை, குரோசின் மாத்திரை கொடுத்துக் குணப்படுத்திடலாம் என்று முயற்சித்துக் கொண்டிருக்கிறீர்கள்.

ஐ.சி.ஏ.ஐ.-க்குப் பதிலாக, வரையறுக்கப்பட்ட பொறுப்பு கூட்டு நிறுவனங்களை அறிமுகப்படுத்தவதற்கு முன்பாக,

அரசாங்கம் ஐ.சி.ஏ.ஐ.-ஐ அழைத்து இந்தியாவில் அந்நிய நிறுவனங்களுக்காக இயங்கும் நிறுவனங்கள்மீது நடவடிக்கை எடுக்க முன்வர வேண்டும். இரண்டாவதாக, இவற்றின்மீது இறுதி நடவடிக்கை எடுக்கும்வரை, இந்த நிறுவனங்கள் உடனடியாக கரும்புள்ளிப் பட்டியலில் *(blacklisted)* சேர்க்கப்பட வேண்டும். இவற்றை 'செபி' *(SEBI)* நிறுவனம் ஆய்வுசெய்து இவற்றை சரிசெய்திட நடவடிக்கை எடுக்க வலியுறுத்த வேண்டும். மூன்றாவது, இந்தியாவில் கலந்தாலோசனை நிறுவனங்களாக செயல்படும் பன்னாட்டு அந்நிய நிறுவனங்கள் குறித்து மத்திய கார்ப்பரேட் விவகாரங்கள் அமைச்சகம் நடவடிக்கை எடுக்க வேண்டியது அவசியமாகும். நான்காவதாக, ஐ.சி.ஏ.ஐ., நாடாளுமன்றக் கூட்டு நடவடிக்கைக்குழு அறிவுறுத்தியும், குளோபல் டிரஸ்ட் பேங்க் வழக்கில் பிரைஸ்வாட்டர் ஹவுஸ் நிறுவனத்தின் மீது நடவடிக்கை எடுக்கத் தவறியதேன் என்பதற்கு விளக்கம் அளிக்கக் கோரப்பட வேண்டும். இதன் விளைவாகத்தான் இதனைத் தொடர்ந்து சத்யம் கம்ப்யூட்டர் ஊழலும் நடந்தது.

ஐந்தாவதாக, மேற்படி பிரைஸ் வாட்டர் ஹவுஸ் நிறுவனம், குளோபல் டிரஸ்ட் வங்கிக்காக தணிக்கையாளராகத் தொடர்வதற்கு இந்திய ரிசர்வ் வங்கி அனுமதித்தது ஏன் என்பதற்கு அதுவும் விளக்கம் அளித்திட வேண்டும். எல்லாவற்றிற்கும் மேலாக இவ்வாறு இந்தச் சட்டமுன்வடிவுகளைக் கொண்டுவருவதற்குப் பதிலாக மத்திய அரசாங்கம் மாற்று வழி ஏதேனும் இருக்கிறதா என மறு ஆய்வு செய்திட வேண்டும். இவை அனைத்தையும் மத்திய அமைச்சரும் அரசும் பரிசீலித்திட வேண்டும் என்ற வேண்டுகோளோடு என் உரையை முடிக்கிறேன்.

12.12.2011

○

17

இலங்கைத் தமிழர் இன்னல்கள் இன்னும் தீரவில்லை

இலங்கையில் யுத்தம் முடிந்து முப்பது மாதங்கள் கழிந்த பின்னும் இலங்கைத் தமிழர்களின் இன்னல்கள் தீர்க்கப்படாமல் உள்ளது குறித்து 14.3.2012 அன்று கேள்வி நேரத்தை ஒத்திவைத்து இலங்கை தமிழ் மக்களின் பிரச்சனைகள் குறித்து விவாதம் நடத்திட வேண்டும் என சிபிஐஎம், சிபிஐ, தி.மு.க., காங்கிரஸ், அஇஅதிமுக, உள்ளிட்ட கட்சிகள் உறுப்பினர்கள் குரலெழுப்பினர் மாநிலங்களவைத் தலைவர் ஹமீத் அன்சாரி அனுமதி அளித்ததற்கு பிறகு சிபிஐஎம் சார்பில் டி.கே.ரங்கராஜன் பேசினார்.

''இலங்கை அரசாங்கம், இலங்கையில் நடைபெற்ற யுத்தத்தின் போது நடந்த மனித உரிமை மீறல்கள் குறித்து உரிய விசாரணை நடத்தப்படும் என்றும் தமிழர் பகுதிகளுக்கு அதிகாரங்கள் பகிர்ந்தளிக்கப்படும் என்றும் ஐ.நா. ஸ்தாபனத்திடம் உறுதி அளித்துள்ளது.

ஆனால் இதுநாள்வரை அதில் எதுவும் நடந்திடவில்லை. இலங்கைத் தமிழர்கள் இன்னல்களைக் களைவது தொடர்பாக இலங்கை அரசாங்கத்திற்கும், இலங்கையில் உள்ள தமிழ்க் கூட்டமைப்புக்கும் இடையே இதுவரை 11 தடவைகள் கூட்டங்கள் நடந்துள்ளன. ஆயினும் இலங்கை அரசு, பிரச்சனைகளைத் தீர்த்து வைத்திட உருப்படியான நடவடிக்கை எதுவும் இதுவரை எடுத்திடவில்லை. இந்தச் சூழ்நிலையில்தான் இலங்கை அரசாங்கம் 'படிப்பினைகளும் கற்றுக் கொள்ளப்பட்டவைகளும்' என்ற தலைப்பிலான ஆவணத்தின் அடிப்படையில் மறுபடியும் சமரச இணக்கம் காண்பதற்கான ஆணையம் என்ற ஒன்றை அமைத்தது. அந்த ஆணையத்தின் பரிந்துரைகள் போதுமானவையல்ல.

ஆயினும் அளித்திட்ட அந்தப் பரிந்துரைகள்கூட இதுவரை அமல்படுத்தப்படவில்லை. இந்திய அரசு தன்னுடைய ராஜதந்திர உறவுகளைப் பயன்படுத்தி இலங்கை அரசாங்கத்தை நிர்ப்பந்தித்து இலங்கைத் தமிழர்களின் இன்னல்களைத் தீர்க்கக்கூடிய வகையில் நம்பகத்தன்மைவாய்ந்த ஒரு விசாரணைக் குழுவை அமைக்க வைத்திட வேண்டும் என்றும், இலங்கை நாடாளுமன்றத்தில் உள்ள தமிழ் உறுப்பினர்கள் ஒப்புதலோடு அந்த விசாரணைக்குழு உருவாக்கப்பட வேண்டும் என்றும் மார்க்சிஸ்ட் கம்யூனிஸ்ட் கட்சி கோருகிறது. அவ்வாறு அமைத்திடும் குழு கொடுத்திடும் பரிந்துரைகளின் அடிப்படையில், இலங்கையில் நடைபெற்ற யுத்தத்தின்போது மனித உரிமை மீறல்களைச் செய்திட்ட அனைவரையும் தண்டித்திட இலங்கை அரசு முன்வர வேண்டும்.

14.03.2012

18

ரயில்வே பட்ஜெட் மீதான விவாதம்

மாண்புமிகு துணைத் தலைவர் அவர்களே, முன்னாள் ரயில்வே அமைச்சர் தினேஷ் திரிவேதி இந்த ரயில்வே பட்ஜெட்டை, சோனியா ஆதரவுடனும், (இதனை அவர் தன்னுடைய உரையில் எழுதியிருக்கிறார்), அவர்கள் கட்சியின் தலைவரான மம்தா பானர்ஜி ஆதரவுடனும் தாக்கல் செய்திருக்கிறார். எல்லாவற்றிற்கும் மேலாக பிரதமரின் ஆதரவையும் அவர் பெற்றிருந்தார். எனினும் இப்போது அவர் பதவி பறிக்கப்பட்டுவிட்டது. இவ்வாறு அவர் அனைவரின் ஆதரவைப் பெற்றிருந்ததால் அவர் பதவி பறிக்கப்பட்டுவிட்டது.

அவர் ரயில்வேயின் பாதுகாப்பு குறித்து கவலைப்பட்டார். ஆனால், ரயில்வே அமைச்சராக அவரது சொந்தப் பாதுகாப்பே ஆபத்துக்குள்ளாகும் என்று அவர் கற்பனை செய்திருக்கவே மாட்டார். தினேஷ் திவாரி, தன்னுடைய உரையில், "பாதுகாப்பு, பாதுகாப்பு, பாதுகாப்பு" என மூன்று முறை குறிப்பிட்டிருக்கிறார். என்ன நடந்தது? மக்கள் கொல்கத்தாவிலிருந்தும், சென்னையிருந்தும் நடத்தப்படும் பொம்மைக் கண்காட்சியைப் பார்த்துக்கொண்டிருக்கிறார்கள். இதனை ஆட்டுவிப்பவர்கள் கொல்கத்தாவிலும், சென்னையிலும் இருக்கிறார்கள். அவர்கள் தில்லியில் இல்லை.

ரயில்வே நலிவடைந்திருக்கிறது. 2009-10ல் டிவிடண்ட் மற்றும் இதர செலவினங்களைச் செய்தபின்னர், 75 லட்சம் ரூபாய் அதனிடமிருந்த குறிப்பிடப்பட்டுள்ளதாக. 2010-11இல் அது தன்னிடம் 4,105 கோடி ரூபாய் மிகையாக இருப்பதாக அறிவித்தது. ஆனால் உண்மையில் அதனிடமிருந்தது 1,405 கோடி ரூபாய் மட்டுமே.

ரயில்வே இப்போது நாற்சந்தியில் நின்றுகொண்டிருப்பதாக அமைச்சர் சரியாகவே குறிப்பிட்டார். ஆனால், இதற்கு யார் பொறுப்பு? ரயில் பயணம் எந்த அளவிற்கு பாதுகாப்பாக இருக்கிறது? பயணிகளுக்கு அது எந்த அளவிற்கு சௌகரியமாக இருக்கிறது என்கிற கேள்விகள் இப்போது எழுந்துள்ளன.

தூங்கும் வகுப்புப் பெட்டிகளில் (sleep class berths), நீங்கள் கரப்பான்பூச்சிகளையும், வண்டுகளையும் உங்களுடன் பயணம் செய்வதைப் பார்க்க முடியும். இதே நிலைமைதான் கழிப்பிடங்களின் சுத்தம் குறித்தும் உள்ள நிலைமையாகும். அது, சூப்பர்பாஸ்ட் ரயிலாக இருந்தாலும் சரி, அல்லது சாதாரண பயணிகள் ரயிலாக இருந்தாலும் சரி. ரயில்வே அமைச்சகம் அனைவரையும் சமமாகத்தான் பாவிக்கிறது. அது, சூப்பர் வகுப்பு, ஏசி முதல் வகுப்பு மற்றும் சாதாரண வகுப்புகளுக்கு இடையே வித்தியாசம் பார்ப்பதில்லை. அது, சென்னையிலிருந்து தில்லி செல்லும் பயணிகளையும், அல்லது திருவனந்தபுரத்திலிருந்து தில்லி செல்லும் பயணிகளையும் சமமாகத்தான் பார்க்கிறது.

நாட்டின் எந்தப் பகுதியிலிருந்து பயணம் செய்யும் பயணிகளாக இருந்தாலும் அவர்கள், அவதிப்பட்டுக்கொண்டிருக்கிறார்கள். ரயில் பெட்டிகளில் உள்ள கழிப்பிடங்கள் துர்நாற்றம் வீசுகின்றன. ரயிலில் பயணம் செய்வதற்காக 2 கோடி பயணிகள் பணம் கொடுத்துவிட்டு, அவதிப்பட்டுக்கொண்டு செல்கிறார்கள். அரசாங்கத்தால் அளிக்கப்பட்டுள்ள அறிக்கையின்படி நாடு முழுவதும் சுமார் 32,735 லெவல் கிராசிங்குகள் இருக்கின்றன. இவற்றில் 14,896 லெவல் கிராசிங்குகளுக்கு ஆட்கள் எவரும் நியமிக்கப்படவில்லை. நாட்டில் 11ஆவது ஐந்தாண்டுத் திட்டத்தை அமல்படுத்தியபிறகும் இதுதான் நிலை. நாட்டில் ஒவ்வோராண்டும் ஆட்கள் இல்லாத லெவல் கிராசிங்குகளில் சுமார் 15 ஆயிரம் பேர் ரயில் விபத்துக்களால் இறந்து கொண்டிருக்கிறார்கள். இது நமக்கு வெட்ககரமான விஷயமாகும். எவ்வளவோ திட்டங்கள் போடுகிறோம். திட்டங்கள் போடுவதில் பஞ்சம் எதுவுமில்லை. குழு அறிக்கைகளிலும் பஞ்சம் எதுவுமில்லை. ஏராளமான குழுக்கள். ஆனாலும், திட்டக் குறியீடுகள் எட்டப்படுவதில்லை. குழுக்களின் பரிந்துரைகள் அமல்படுத்தப்படுவதில்லை. அனைத்தும் அமல்படுத்தப்பட்டுவிட்டதாக பாவனை செய்வது மட்டுமே நடந்துகொண்டிருக்கிறது.

ரயில்வே பாதுகாப்பு குறித்து நாம் பேசும்போது, மிகவும் ஊறுவிளைவிக்கக்கூடிய பணியிடங்களில் வேலை செய்திடும் ரயில்வே தொழிலாளர்கள் குறித்தும் அவர்களின் பணி நேரம் குறித்தும் நாம் கணக்கில் எடுத்துக் கொள்வதில்லை. ரயில்வே ஆவணத்தில், ரயில்வே அமைச்சர் ரயில்வே ஊழியர்களுக்கு வாழ்த்துகளையும் பாராட்டுகளையும் தெரிவித்திருக்கிறார். இதற்காக நான் அவருக்கு நன்றி தெரிவித்துக்கொள்கிறேன்.

ஆனால், இன்றையதினம் என்ன நடந்துகொண்டிருக்கிறது? இன்றைக்கும்கூட லோகோ ரன்னிங் ஸ்டாஃப், கேட் காவலர்கள், நிலைய ஊழியர்களும்கூட, நாளொன்றுக்கு 12 மணி நேரம் வேலை செய்கிறார்கள். இது பாதுகாப்புக்கு ஆபத்தை ஏற்படுத்தாதா? அவர்களும் மனிதர்கள்தானே. வேலை நேரத்தை எப்படிக் கட்டுப்படுத்த வேண்டும் என்பதற்குக் குழுக்கள் அமைக்கப்பட்டன. ஆனாலும் குழுக்களின் பரிந்துரைகள் எதுவும் அமல்படுத்தப்படவில்லை.

இந்தப் பிரிவுகளில் பணிபுரியும் ரயில்வே ஊழியர்கள் அனைவருக்கும் நாளொன்றுக்கு எட்டு மணி நேரம் என்கிற விதத்தில் வேலை நேரத்தை உத்தரவாதப்படுத்த வேண்டும் என்று ரயில்வே அமைச்சர் முகுல்ராயை (அவர் பணியில் தொடருவாரானால்) கேட்டுக்கொள்கிறேன்.

ரயில்வேயில் பணிபுரியும் பெண் ஊழியர்களைப் பொறுத்தவரையில், அவர்கள் எங்கே பணிபுரிந்தாலும் கடுமையாக உழைத்துக் கொண்டிருப்பதை நான் பார்த்தேன்,. உண்மையில் இது மிகவும் நன்று. அவர்கள் கேபினுக்குள் வேலை பார்த்தாலும் சரி, இன்ஜினுக்குள் வேலை பார்த்தாலும் சரி, டீசல் இன்ஜினுக்குள் வேலை பார்த்தாலும் சரி, கடுமையாக வேலை செய்கிறார்கள். நான் பெண் ஊழியர்களை அணுகி, உங்கள் பிரச்சனை என்ன என்று கேட்டேன். அவர்களுக்கென்று தனிக் கழிப்பிட வசதி கிடையாது. இதற்குக் கூடவா உங்களுக்கு சர்வதேச நிதியத்திலிருந்து பணம் வர வேண்டும்? பெண் ஊழியர்களுக்குக் கழிப்பிட வசதிகள் செய்து தர முடியாதா? அவர்களுக்கு ஓய்வறை கிடையாது.

நாடாளுமன்றத்தில் பெண் ஊழியர்களுக்கு 33 சதவீதம் இட ஒதுக்கீடு அளிக்கப்பட வேண்டும் என்று நாம் பேசிக் கொண்டிருக்கிறோம். ஆனால், உங்கள் சொந்தப் பெண்

ஊழியர்களுக்குக் கழிப்பிட வசதிகூட உங்களால் செய்துதர முடியவில்லை.

பெண்கள் இப்போது பட்டறைகளிலும் வேலைகளைச் செய்து கொண்டிருக்கிறார்கள். முன்பெல்லாம் தட்டச்சர்கள் மற்றும் எழுத்தர்கள் என்ற அளவில் மட்டுமே இருந்தார்கள். இப்போது அனைத்து இடங்களிலும் பணிசெய்கிறார்கள். அவர்களின் பிரச்சனைகளையும் கவனிக்க வேண்டும் என்று ரயில்வே அமைச்சரைக் கேட்டுக்கொள்கிறேன். இவை பெண் ஊழியர்களின் முக்கியமான பிரச்சனைகளாகும்.

அரசாங்கம், ஐந்தாவது ஊதியக்குழுப் பரிந்துரைகளை அமல்படுத்தி இருக்கிறது. அதில் ஒன்று, பெண் ஊழியர்களுக்கு விடுதிகள் அமைத்துத்தர வேண்டும் என்பதாகும். இதுவரை எத்தனை பெண் ஊழியர்களுக்கான விடுதிகள் ஏற்படுத்தப்பட்டிருக்கின்றன என்பதை அமைச்சர் அவர்கள் பதிலளிக்கும்போது கூறவேண்டும் என்று கேட்டுக்கொள்கிறேன். எனக்குத் தெரிந்தவரை, தெற்கு ரயில்வேயில் பெண்களுக்கான விடுதி எதுவும் கிடையாது. நீங்கள் உங்கள் சொந்த ஊழியர்களையே பாதுகாக்கவில்லை என்றால், அவர்களுக்குப் பாதுகாப்பு அளிக்க முடியவில்லை என்றால், உங்கள் சாமானிய மக்களின் நலன்களைக் காப்பீர்கள் என்று அவர்கள் எப்படி உங்களை நம்புவார்கள்?

அடுத்து, ஆறாவது ஊதியக்குழு, பெண் ஊழியர்களுக்கு குழந்தைப் பாதுகாப்பு விடுப்பு பரிந்துரைத்திருக்கிறது. அது ஒரு மிகச்சிறந்த பரிந்துரையாகும். ஆனால் அதுவும் இங்கே அமல்படுத்தப்படவில்லை. காரணம், பணியிடங்கள் முழுமையாக நிரப்பப்படவில்லை. எனவே வேலையிலிருப்பவர்களை விடுப்பில் செல்ல அனுமதிப்பதற்கு எவரும் வருவதில்லை. எனவே, ஐந்தாவது ஊதியக்குழுவாக இருந்தாலும் சரி; அல்லது ஆறாவது ஊதியக்குழுவாக இருந்தாலும் சரி; பெண் ஊழியர்கள் தொடர்பாக அவை அளித்துள்ள பரிந்துரைகள் மீது எவ்வித நடவடிக்கையும் எடுக்காது அவை மவுனம் சாதிக்கின்றன. இதனைக்கூறி அவர்கள் கிளர்ச்சிப் போராட்டங்களில் ஈடுபட்டால் பின் அவர்கள் மீது நடவடிக்கை எடுக்கப்படுகின்றன. டிஸ்மிஸ்கூட செய்யப்படுகிறார்கள்.

அடுத்து, புதிய பயணிகள்ரயில்கள் தொடர்பாக ஒருசில விஷயங்கள். இதில் தெற்கு ரயில்வே மிகவும்

புறக்கணிக்கப்பட்டிருப்பதாகக் கருதுகிறேன். இரட்டைப் பாதைக்கான திட்டம் எதுவும் இல்லை. மேலும், மின்மயம் மிகவும் மெதுவாக நகர்ந்து கொண்டிருக்கிறது. பெங்களூரிலிருந்து நாகர்கோவிலுக்கும், நாகர்கோவிலிலிருந்து பெங்களூருக்கும் மதுரை, திண்டுக்கல் வழியாக தினசரி எக்ஸ்பிரஸ் ரயில் விடப்பட வேண்டும் என்று கேட்டுக்கொள்கி2றன்.

மேல் மருவத்தூருக்கு சிறப்பு ரயில்கள் விடப்பட வேண்டும். அங்கே ஒவ்வோராண்டும் 50 ஆயிரம் மக்கள் வந்து போய்க் கொண்டிருக்கிறார்கள்.

முன்பு, மேல்மருவத்தூருக்கு 350 சிறப்பு ரயில்கள் விடப்பட்டது. அது படிப்படியாகக் குறைந்துவிட்டது. அதனை மீளவும் உயர்த்திட வேண்டும் என்று அமைச்சர் அவர்களைக் கேட்டுக்கொள்கிறேன்.

இரட்டைப் பாதையைப் பொறுத்தவரை, விழுப்புரத்திற்கும் திண்டுக்கல்லுக்கும் இடையே இரட்டைப்பாதைப் பணிக்காக அதிக நிதி ஒதுக்கீடு செய்ய வேண்டும் என்று கேட்டுக்கொள்கிறேன். இப்போது 2 கோடி ரூபாய் மட்டுமே ஒதுக்கப்பட்டிருக்கிறது. விழுப்புரம் - தஞ்சாவூர் அகல ரயில்பாதைப் பணிகள் விரைவாக அமல்படுத்தப்பட வேண்டும். ஒதுக்கீடு இருக்கிறது. இதன் மதிப்பீடு 200 கோடி என்றால், ஒதுக்கீடு வெறும் 1 கோடி ரூபாய் மட்டுமே.

அமைச்சர் அவர்கள் மக்களவையில் உரையாற்றும்போது, பயணிகள் கட்டண உயர்வை ரத்து செய்திருக்கிறார்கள். அதற்கு நன்றி தெரிவித்துக்கொள்கிறேன். அதே சமயத்தில் சரக்குக் கட்டண உயர்வையும் ரத்துசெய்ய வேண்டும் என்று கேட்டுக்கொள்கிறேன்.

இவற்றின்மூலம் ரயில்வே பயணிகளையும், ரயில்வே ஊழியர்களையும் பாதுகாத்திட முன்வர வேண்டும் என்று ரயில்வே அமைச்சர் அவர்களைக் கேட்டுக்கொள்கிறேன்.

22.03.2012

19

தலித்துகள்/பழங்குடியின ஊழியர்களுக்கு பதவி உயர்விலும் இடஒதுக்கீடு வழங்குவது தொடர்பாக

“இப்பிரச்சனை சம்பந்தமாக நாடாளுமன்றத்தின் பட்ஜெட் கூட்டத்தொடரின்போதும் விவாதித்தோம். உண்மையில் தலித்துகள் மற்றும் பழங்குடியினர் பதவி உயர்வின்போதும் இட ஒதுக்கீடு அளிக்க வேண்டும் என்கிற விவாதத்தில் நானும் கலந்து கொண்டிருந்தேன். அரசமைப்புச் சட்டத்தில் திருத்தங்கள் தொடர்பாகப் பேசுவதற்கு முன்னால் ஒருசில உண்மைகளை இந்த அவையின் கவனத்திற்குக் கொண்டுவர விரும்புகிறேன்.

நாம் பல்வேறு சீர்திருத்தங்களைச் செய்திருக்கிறோம். இருப்பினும் இந்த 21ஆம் நூற்றாண்டிலும் தலித்துகள்குறித்து விவாதித்துக் கொண்டிருக்கிறோம். இது இந்நாட்டின் துயரார்ந்த நிலையாகும்.

விவேகானந்தர் கூறிய வாசகம் ஒன்றை நான் நினைவுகூர விரும்புகிறேன். ‘‘ஒரு பிராமண மாணவனுக்கு ஓர் ஆசிரியர் தேவைப்படும் எனில், ஒரு தலித் மாணவனுக்குப் பத்து ஆசிரியர்கள் தேவை.’’ சுவாமி விவேகானந்தர் இதைக் கூறியிருக்கிறார். ஆனால் நாம் ஒரு தலித் மாணவனுக்கு ஓர் ஆசிரியரைக்கூட அளிக்க முடியாத நிலையில் இருக்கிறோம். இது இந்நாட்டின் துயரம். நதிக்கரையோரங்களில் வாழ்ந்த சிலர் ஐஏஎஸ் அதிகாரிகளாகவும் மாறியுள்ளார்கள். அவர்கள் பதவி உயர்வும் பெற்றுள்ளார்கள். ஆனால், இன்னமும், தலித்துகளில் 99 விழுக்காட்டினருக்கு நிலம் கிடையாது. அவர்கள் மிகவும் இழிவாக நடத்தப்படுகின்றனர். அவர்களை உயர்த்திட இந்த அவை அல்லது நாட்டின் சட்டத்தை உருவாக்குகிறவர்கள் முன்வரத் தயங்குவதேன் என்று எனக்குத் தெரியவில்லை. நாம் ஏன் தயங்குகிறோம்? நாம் விவேகானந்தரை மதிக்கிறோம். நாம்

அனைத்து சீர்திருத்தங்களையும் மதிக்கிறோம். ஆனால் சில விஷயங்களை அமல்படுத்த முன்வரும்போது, சிலர் தடுக்கின்றனர். இது நம்முடைய நிலப்பிரபுத்துவ அணுகுமுறையாகும், உயர்சாதி அணுகுமுறையாகும். இதனை உடைத்தெறிவதற்கு இவற்றின் பிடியிலிருந்து வெளியே வர ஒருவர் தயாராக இல்லை என்றால், அல்லது இத்தகைய நிலப்பிரபுத்துவ அணுகுமுறையை மாற்றத் தயாராகயில்லை என்றால், நிலைமைகளை மாற்ற முடியாது.

இந்த நாட்டில்தான் பெரும்பான்மையினர் இட ஒதுக்கீடு கோருகிறார்கள். சிறுபான்மை மக்கள், பிற்படுத்தப்பட்டவர்களுக்கான இட ஒதுக்கீடு, இதர பிற்படுத்தப்பட்டவர்களுக்கான இட ஒதுக்கீடு, தலித்துகளுக்கான இட ஒதுக்கீடு என்று பெரும்பான்மை மக்களுக்கு இடஒதுக்கீடு கொடுக்க விரும்புகிறார்கள். உலகில் வேறெங்கும் இதுபோன்று இல்லை. இந்த நாட்டில் மட்டும்தான் பெரும்பான்மை மக்கள் இட ஒதுக்கீடு கோரி, சிறுபான்மையினரிடம் கெஞ்சிக் கொண்டிருக்கிறார்கள்.

தலித்துகள், பிற்படுத்தப்பட்டவர்கள் மற்றும் முன்னேறிய வகுப்பைச் சார்ந்தவர்களிடையே சாதி யுத்தம் ஒன்று உருவாகாதவாறு பார்த்துக்கொள்ள வேண்டிய பொறுப்பு அரசாங்கத்திற்கு இருக்கிறது. இது நம்முடைய பொறுப்பாகும். நாம் சட்டத்தை உருவாக்க வேண்டியிருக்கிறது. நாம் ஆயிரமாயிரம் ஆண்டுகளாக ஏமாற்றப்பட்டுக் கீழ் நிலையில் வைக்கப்பட்டிருக்கும் தலித்துகளை மேலுயர்த்த வேண்டும். நாம் சுதந்திரம் அடைந்த பிறகாவது இதனைச் செய்திட வேண்டும்.

நம் நாட்டின் அரசமைப்புச் சட்டத்தை உருவாக்கும் பணிக்கு டாக்டர் அம்பேத்கர் தலைமை வகித்தார் என்பதைப் பார்க்கும்போது நமக்குப் பெருமையாக இருக்கிறது. நாம் டாக்டர் அம்பேத்கரை மதிக்கிறோம். ஆனால் தலித்துகளை மதிப்பதில்லை. இவ்வாறு நாட்டில் முரண்பாடு நீடிக்கிறது. நாட்டில் சாதிச் சண்டை உருவாகாமல் பார்த்துக்கொள்ளவேண்டிய பொறுப்பு நமக்கு இருக்கிறது. அதனால்தான் சென்ற தடவை நான் பேசியபோது, தலித்துகளுக்குப் பதவி உயர்வு கொடுக்கத் தேவைப்படும் இடங்களில் கூடுதல் இடங்கள் உருவாக்கலாம் என்று கூறினேன். இதில் எவ்விதத் தவறும் இல்லை. கூடுதல் இடங்கள் உருவாக்கி தலித்துகளுக்குப் பதவி உயர்வு கொடுங்கள். இதன்மூலம் பிரச்சனையைத் தவிர்க்க முடியும்.

நான்காம் நிலைப் பணியாளர்களில் தலித்துகள் அதிகமாக இருக்கிறார்கள். ஆனால், முதல்நிலைப் பணியிடங்களில் தலித்துகள் குறைந்த அளவில் அல்லது முற்றிலும் இல்லாத நிலை நீடிக்கிறது. நமது நண்பர் மிகவும் சரியாகச் சுட்டிக்காட்டியதைப்போல, மொத்தம் உள்ள 84 செயலாளர்களில், ஒரே ஒருவர்தான் தலித் ஆவார். இது நாம் வெட்கித் தலைகுனிய வேண்டிய விஷயம் இல்லையா? சென்றமுறை நான் பேசும்போது பாரத் ஹெவி எலக்ட்ரிகல்ஸ் லிமிடெட் நிறுவனத்தில் தொழிற் சங்கத் தலைவராக இருந்தபோது எனக்கு ஏற்பட்ட அனுபவம் ஒன்றை மேற்கோள் காட்டினேன். கமலநாதன் என்கிற மிகவும் திறமைமிக்க பொறியாளருக்குப் பதவி உயர்வு தரப்படவில்லை. ஏனெனில் அவர் ஒரு தலித். சமீபத்திய எடுத்துக்காட்டு. மகாராஷ்ட்ரா மாநிலத்தில் பிரசாந்த் போசாலா என்கிற தலித் பிரச்சனை. அவர் தில்லி ஐ.ஐ.டி.-இல் இழிவுபடுத்தப்பட்டிருக்கிறார். அவர் தற்கொலை செய்து கொள்ளும் நிலைக்குச் சென்றுவிட்டார். இவரது பிரச்சனை தொடர்பாக நான் பலமுறை பேசினேன். இப்போது அவருக்கு அனுமதி கிடைத்துவிட்டது. தலித்துகளுக்கு/ பழங்குடியினருக்கு இட ஒதுக்கீடு அளிப்பதென்பது ஒரு உடன்பாடான நடவடிக்கையேயாகும். இதனை அமைச்சர் கமல்நாத், சமாஜ்வாதிக் கட்சியினருக்கும் சொல்லி அவர்களையும் இணங்க வைக்க வேண்டும் என்று கேட்டுக் கொள்கிறேன்.

இதற்காக கூச்சப்பட வேண்டிய தேவையில்லை. தலித்துகள் வாழ்க்கையில் தங்கள் நிலையை மேம்படுத்திக்கொள்ள இது உதவிடும். வரலாற்றில் ஒடுக்கப்பட்டுவந்த தலித்துகள் அரசமைப்புச் சட்டரீதியாக சமத்துவத்தை எய்திட இது உதவிடும். இன்றைய நிலையிலும்கூட தலித்துகள்/பழங்குடியினர் நிலை அதிர்ச்சியூட்டும் வகையில் மிகவும் மோசமாகவே இருக்கிறது. நம் சமூகத்தில் மிகவும் வறிய நிலையிலேயே அவர்கள் இன்னமும் இருந்து வருகிறார்கள். அவர்களுக்கு நிலம் இல்லை. மிகவும் விரிவான அளவில் பாகுபாடுகளுக்கு உள்ளாகிறார்கள்.

நான் இந்த அவையில் கூற வெட்கப்படுகிறேன். தமிழ்நாட்டில் ஓரிடத்தில் மதிய உணவைத் தயாரித்த தலித் பெண்மணி ஒருவர் அவமானத்திற்குள்ளானார். தலித்துகளின் உரிமைகளைப் பாதுகாப்பதற்காக ஏராளமான சட்டங்களை நாம் இயற்றி இருக்கிறோம். ஆயினும் தலித்துகள்/பழங்குடியினருக்கு எதிரான அட்டூழியங்களைத் தடுத்திட அவற்றால் முடியவில்லை.

கலப்புத் திருமணங்கள் நடைபெறுகிறபோது தலித்துகள் கடும் பாதிப்புகளுக்கு உள்ளாகிறார்கள்.

தலித்துகள்/பழங்குடியினருக்குப் பதவி உயர்வுகளின் போது இட ஒதுக்கீடு அளிப்பது தொடர்பாக மூன்று விஷயங்களைக் கவனத்தில் கொள்ள வேண்டும்.

முதலாவது அவர்களின் பிற்பட்ட நிலை. இரண்டாவது, போதிய அளவிற்குப் பிரதிநிதித்துவம் இல்லாத நிலை. மூன்றாவது நிர்வாகத்தில் திறமைக்கான சோதனை.

தலித்துகள்/பழங்குடியினர் பிற்பட்ட நிலையில் இருப்பது சமூக எதார்த்தமாகும். இதற்கு எவ்விதச் சான்றும் தேவையில்லை. எனவே, இப்போது கொண்டுவந்திருக்கும் சட்டத்திருத்தம் தேவையானதும் மிக முக்கியமானதுமாகும். நாங்கள் இதனை முழுமையாக ஆதரிக்கிறோம்.

நிர்வாகத்தில் உயர்மட்ட அளவில் பிரதிநிதித்துவம் இல்லாதிருப்பது அனைவரும் அறிந்த ஒன்று. ஒடுக்கப்பட்டவர்களுக்கான பல்வேறு சமூக நலத் திட்டங்கள் அவர்களைச் சென்றடைவதே இல்லை. காரணம், உயர்மட்டத்தில் உள்ள அதிகாரிகள் மேல்சாதிக்காரர்களாக இருப்பதேயாகும்.

அதேபோன்று, தலித்துகளுக்கு எதிரான அட்டூழியங்களைத் தடுத்திடுவதற்காகக் கொண்டுவரப்படும் சட்டங்களை அமல்படுத்துவதிலும் அதிகாரவர்க்கம் உறுதியாக இருப்பதில்லை. அவர்கள் திறமையற்றவர்களாக இருக்கின்றனர். தலித்துகளை மேலுயர்த்திடத் தேவைப்படும் சட்டங்களை அமல்படுத்த அவர்கள் தயாராக இல்லை. நிர்வாகத்தில் உயர்மட்ட அளவில் உள்ள அதிகாரிகளில் தலித்துகள் என்போர் அநேகமாக இல்லை அல்லது மிகச்சிறிய எண்ணிக்கையில் இருக்கின்றனர். எனவேதான் இந்த நிலை நீடிக்கிறது. உச்சநீதிமன்றத்தால் கோரப்பட்டுள்ள மூன்றாவதான நிபந்தனை, திறமைக்கான சோதனை. உச்சநீதிமன்றத்திற்கு இது மிகவும் முக்கியமானதாக இருக்கிறது. அதாவது தலித்துகள்/பழங்குடியினர் பதவிஉயர்வு பெற்றால் அவர்கள் திறம்பட செயல்படமாட்டார்கள் என்கிற கூற்றை இது குறிப்பாய்த் தெரிவிக்கிறது. இது தவறான வாதமாகும்.

ஒரு முன்னேறிய சாதியைச் சேர்ந்த அதிகாரி பல்வேறு அம்சங்களில் சிறப்பாகச் செயல்படுகிறார். ஆனால், ஒடுக்கப்பட்டோர் நலன்களைப் பாதுகாக்கின்ற வகையில் அவர்களுக்கான நலத்திட்டங்களை அமல்படுத்துவதில்

தோல்வியடைகிறார் என்றால் என்னைப்பொறுத்தவரை அவரைத் திறமையற்றவராகவே கருதுவேன்.

கடந்த எழுபதாண்டுகளில், நாட்டில் உள்ள அதிகார வர்க்கம், தலித்துகளுக்கு ஆதரவான எந்தச் சட்டத்தையும் அமல்படுத்தவில்லை. எனவே, என் பார்வையில் அவர்கள் திறமையற்றவர்கள்தான். இப்போது கொண்டுவரப்பட்டிருக்கிற சட்டத்திருத்தங்கள் இத்தகைய இரட்டுறமொழிதல்களை நீக்கிவிடுகின்றன. அதன்மூலம் பல நூற்றாண்டுகளாக தாழ்த்தப்பட்டு, ஒடுக்கப்பட்டுக் கிடந்த தலித்துகள்/பழங்குடியினர் அரசியல், சமூக மற்றும் பொருளாதார விடுதலைக்கு வழி வகுக்கின்றன. திறமை குறித்த வியாக்கியானங்கள் தொடர்பாக நம் நாட்டின் பிரதமர் கூறிய வாசகங்களை இங்கே மேற்கோள் காட்ட விரும்புகிறேன். அது 2009 செப்டம்பர் 8 ம்தேதி ஃபைனான்சியல் எக்ஸ்பிரஸ்' நாளேட்டில் வெளியாகி இருக்கிறது.

தலித்துகள் மற்றும் பழங்குடியினர் மீதான அட்டூழியங்கள் தொடர்பான வழக்குகளில் குற்றஞ்சாட்டப்பட்டவர்கள் தண்டனை பெறுவது என்பது மிகவும் குறைவான விகிதத்தில் இருப்பதை அறிந்து, அவர் அதிர்ச்சியை வெளிப்படுத்தி இருக்கிறார். அவர் கூறுகிறார்:

‘‘இந்தியத் தண்டனைச் சட்டத்தின் மற்ற குற்றப்பிரிவுகளின் கீழான தண்டனை விகிதம் 42 விழுக்காடு உள்ள நிலையில், தலித்துகள்/பழங்குடியினர் மீதான அட்டூழியங்களுக்கு எதிரான வழக்குகளில் தண்டனை விகிதம் 30 விழுக்காட்டிற்கும் கீழாக இருப்பது அதிர்ச்சி அளிக்கிறது.

மாநில அரசுகள் மாநில அளவிலும், மாவட்ட அளவிலும் இயங்கிடும் புலனாய்வுக் குழுக்களின் கூட்டங்களை தொடர்ந்து கூட்டி, நீதிமன்ற வழக்குகளை முறையாக நடத்திட முன்னுரிமை அளித்திடவேண்டும்’’ என்று பிரதமர் கூறியிருக்கிறார்.

இதன்பொருள், பிரதமர் அவர்கள், அதிகாரவர்க்கமும், உயர்சாதியைச் சேர்ந்த அதிகாரிகளும் திறமையற்றவர்கள் என்பதேயாகும். அவர்கள் தலித்துகள் மீதான அட்டூழியங்களைப் புரிந்திட்டோருக்கு எதிரான வழக்குகளை முறையாக நடத்துவதில்லை. கயவர்களைக் குற்றவாளிக் கூண்டில் ஏற்றுவதில்லை. எனவே நாம் அனைவரும் இந்தச் சட்டத்திருத்தத்தினை முழுமையாக ஆதரிப்போம். மார்க்சிஸ்ட் கம்யூனிஸ்ட் கட்சி இச்சட்டத்திருத்தத்தை ஆதரிக்கிறது.

03.05.2012

20

ராணுவத்தில் ஊழலுக்கு முற்றுப்புள்ளி வைத்திட வேண்டும்

இது மிகவும் முக்கியமானதொரு விவாதம். நாட்டிலுள்ள ஒவ்வொருவரும் நம் பாதுகாப்பு மீது நல்ல மதிப்பு வைத்திருக்கின்றனர். நான் நம் ராணுவ அமைச்சரை மதிக்கிறேன். இதுவரையிலும், அவர் பாதுகாப்புத்துறையில் 100 சதவீத அந்நிய நேரடி முதலீட்டை அனுமதித்திடவில்லை. நம் நாட்டிலும் சில தேசப்பற்று உள்ளவர்கள் இருக்கிறார்கள், அவர்கள் பாதுகாப்புத்துறையில் நூறு சதவீத அந்நிய நேரடிமுதலீடு வேண்டும் என்று விரும்புகிறார்கள். ஆனாலும் அவர் அனுமதித்திடவில்லை. இதற்காக நான் அவருக்கு நன்றி தெரிவித்துக் கொள்கிறேன்.

ராணுவத் தளவாடங்கள் மற்றும் ராணுவ உற்பத்திப் பொருள்களுக்காக சிறப்புப் பொருளாதார மண்டலம் தங்களுக்கு வேண்டும் என்று சில பன்னாட்டு நிறுவனங்கள் கோரி வருகின்றன. இதற்கும் அவர் அனுமதித்திடவில்லை. இதற்காகவும் நான் அவருக்கு நன்றி தெரிவித்துக் கொள்கிறேன். இந்த நிலைப்பாட்டினை அவர் நிலைநிறுத்திட வேண்டும்.

இன்றைய தினம், நீங்கள் பத்திரிகைகளையோ அல்லது மின் ஊடகங்களையோ உதாசீனம் செய்திட முடியாது. இன்றையதினம் டீக்கடைகளில் பேசிக் கொண்டிருக்கும் மக்களும் கூட பாதுகாப்பு குறித்து பேசிக்கொண்டிருக்கிறார்கள். இன்று என்ன நடந்து கொண்டிருக்கிறது? பாதுகாப்புத்துறையில் சமீபத்தில் எழுந்துள்ள சர்ச்சைகள் குறித்து, ஊடகங்கள் கேள்விக்குறியை உயர்த்திப் பிடித்திருக்கின்றன. ராணுவத் தளபதியின் வயது தொடர்பாக எழுந்துள்ள சர்ச்சை, பணியில் உள்ள அதிகாரிகளின் சொந்தப் பதிவேடுகள் (பர்சனல் ரிக்கார்டுகள்) பராமரிக்கும் முறை குறித்து

கவலை தெரிவித்திருக்கின்றன. நீதிமன்றத்தை அணுகுவதற்கான அடிப்படை உரிமையை ஒவ்வொருவரும் பெற்றிருக்கிறார்கள். ஆனால் இங்கே ராணுவத் தளபதி, அரசாங்கத்திற்கு எதிராக நீதிமன்றம் சென்றிருக்கிறார். சக்தி, சிவனுக்கு எதிராகப் போராடிக் கொண்டிருக்கிறார். புராணங்களில் வேண்டுமானால் இது நல்லதாக இருக்கலாம். இதனை டிவி தொடர்களில் பார்க்கும்போது ஆர்வத்தை ஏற்படுத்தலாம். ஆனால், இங்கே ராணுவத் தளபதி, தன் வயது குறித்து நிர்ணயிக்குமாறு நீதிமன்றத்தை அணுகியிருப்பதைப் பார்க்கும்போது, அது நம் நம்பிக்கையைக் குறைக்கிறது.

இதோடு, சமீபத்தில் ராணுவத் தளபதி பிரதமருக்கு எழுதியுள்ள மற்றுமொரு கடிதம் வேறொரு சங்கதியாகும். இவற்றையெல்லாம் எப்படி நீங்கள் விளக்குவீர்கள்? நம் அரசியல்வாதிகள் குறித்து மக்கள் என்ன நினைப்பார்கள்?

நாம் ராணுவத்தை நிர்வகித்துக் கொண்டிருக்கிறோம். ‘தி இந்து’ நாளிதழை, ‘இந்துஸ்தான் டைம்ஸ்’ நாளிதழ் அல்லது ஆங்கில நாளிதழ்களை அல்லது மாநில மொழிகளில் வெளியாகும் நாளிதழ்களை அல்லது மின் ஊடகங்களை எல்லாம் நீங்கள் உதாசீனம் செய்திட முடியாது. மக்கள் நாள்தோறும் அவற்றைப் பார்த்துக் கொண்டிருக்கிறார்கள்.

நம் ராணுவத்தின் அமைப்புகள் குறித்து முறையான மறுஆய்வு தேவை. அமைச்சருக்கு இதனைச் செய்யும் வல்லமை உண்டு. "யார் உயர்ந்தவன் என்ற போராட்டத்தில் ராணுவ அதிகாரிகளுக்கும், சிவில் அதிகாரிகளுக்கும் இடையே யுத்தம் ஏற்பட்டிருப்பதுபோல தோன்றுகிறது," என்று ஓர் இதழ் எழுதியிருந்தது. இது என்னுடைய வார்த்தைகள் அல்ல, ஒரு இதழில் வந்த வார்த்தைகள். அந்த இதழின் பெயரைக் குறிப்பிட நான் விரும்பவில்லை.

மற்றொரு நாளிதழ், "ராணுவத் தளபதியும், பாதுகாப்பு அமைச்சகமும் நிலைமையைத் தவறான முறையில் ஒருவரையொருவர் தாக்குவதில் எல்லையை மீறிப் போவதுபோல் தோன்றுகிறது. இதன்மூலம் அவர்கள் நாட்டையே தாக்கிக் கொண்டிருக்கிறார்கள் என்று அவர்கள் உணர்ந்திடவில்லை," என்று கூறி, வளர்ந்துவரும் அவநம்பிக்கையை உயர்த்திப் பிடித்திருக்கிறது.

இவர்கள் இவ்வாறு அடித்துக்கொள்வதைப் பார்த்து சாமானியமக்கள் மிகவும் சங்கடத்திற்கு உள்ளாகி இருக்கிறார்கள்

என்பதை இவர்கள் உணரவில்லை. இதன்மூலம் இவர்கள் நாட்டைத் தாக்கிக் கொண்டிருக்கிறார்கள் என்பதை உணரவில்லை. இதனால் நாடு சங்கடத்திற்கு உள்ளாகி இருக்கிறது.

அரசாங்கத்தின் பேரங்களில் ஊழல் என்பது இப்போது நாளும் பேசும் விஷயமாக மாறி இருக்கிறது. நீங்கள் எந்தத் துறையை வேண்டுமானாலும் எடுத்துக் கொள்ளுங்கள். அங்கே ஊழல் இருப்பதைப் பார்க்கலாம். நம் ராணுவத் தளவாடங்கள் வாங்குவதிலும் ஊழல் வருமானால், அது நாட்டின் ராணுவத் தயார்நிலையை மட்டும் பாதித்திடவில்லை, சர்வதேச அளவில் நம் சித்திரமும் பாதிப்புக்கு உள்ளாகிறது.

பாதுகாப்புத்துறை மீதான நாடாளுமன்ற நிலைக்குழு, தன்னுடைய பல்வேறு அறிக்கைகளை, இவற்றை உயர்த்திப் பிடித்திருக்கிறது. 2011 ஆகஸ்ட் 3 அன்று அவையில் நிலைக்குழு தாக்கல் செய்துள்ள 12ஆவது அறிக்கையில், கப்பல் படையின் திட்டங்கள் சில தாமதம் ஏற்பட்டிருப்பது குறித்து தன் ஆழ்ந்த கவலையை எழுப்பி இருக்கிறது. மிஸ்டர் கில், எப்படிக் கப்பல் படை முக்கியத்துவம் உடையது என்றும், அதன்மூலம் எப்படி டச்சுக்காரர்களும், போர்த்துக்கீசியர்களும் உலகில் இடம் பிடித்தார்கள் என்றும் பேசினார். இதற்குக் காரணம் அவர்களிடம் ஒரு வலுவான கப்பல் படை இருந்ததுதான். இத்தகைய திட்டங்கள் குறித்து நிலைக் குழுவின் அறிக்கையில் பக்கம்15, 15ஏ மற்றும் 17இல் சுட்டிக்காட்டப்பட்டிருக்கின்றன. தாமதத்தின் விளைவாக இத்திட்டங்களுக்காக ஆரம்பத்தில் நிர்ணயிக்கப்பட்ட தொகையைவிட நான்கு மடங்கு தற்போது தொகை அதிகரித்திருப்பதாக அறிக்கை கூறியிருக்கிறது.

மத்தியக் கணக்கு மற்றும் தலைமைத் தணிக்கை அலுவலரும் (C&AG), தன்னுடைய 2011-11ஆம் ஆண்டின் அறிக்கை எண் 20இல், விமானப் படையும், கப்பல் படையும் முக்கியமான சில தளவாடங்கள் வாங்குவதில் தாமதம் ஏற்படுத்தி இருப்பதை வெளிப்படுத்தி இருக்கிறார். அவர், 3405.61 கோடி ரூபாய் தொகையில், 16 எம்ஐசி 29கே விமானங்கள், வாங்குவதில் பிழையான அணுகுமுறையைக் கடைப்பிடித்ததால், 2004 ஜனவரியில் கொள்முதல் செய்த விமானங்கள், 2009 டிசம்பரில்தான் எவ்விதமான ஆயுதமும் இன்றி டெலிவரி செய்யப்பட்டிருக்கின்றன. பின்னர் 2011 மே மாதத்தில் மேலும் ஐந்து விமானங்கள் டெலிவரி செய்யப்பட்டிருக்கின்றன.

2006 மார்ச்சில் விமானப் படைக்கு போர்த் தளவாடங்கள் வாங்குவதற்கு ஒப்பந்தம் மேற்கொள்ளப்பட்டிருக்கிறது. ஆனால் 2010 அக்டோபர் வரையிலும் இவை வந்து சேரவில்லை. இதேபோல் எண்ணற்ற தளவாடங்கள் மிகவும் காலதாமதமாகவே வந்து சேர்ந்திருக்கின்றன.

இவ்வாறு ஒப்பந்தங்கள் கையெழுத்தாகும்போது, ஒப்பந்தங்களில் கூறப்பட்டுள்ளபடி காலத்தே தளவாடங்களை ஒப்படைக்காவிட்டால், அதற்குத் தண்டம் அளிக்கக்கூடிய விதத்தில் ஒரு பிரிவும் ஏற்படுத்தப்பட்டிருக்க வேண்டும். தாமதம் ஆகும்போது, அதற்கான விலையை நாம் ஏன் கொடுக்க வேண்டும்?

நம் ராணுவத்திற்குத் தேவையான தளவாடங்களில் பெரும்பான்மையாக வெளிநாடுகளில் இருந்துதான் இறக்குமதி செய்துகொண்டிருக்கிறோம். நாடு சுதந்திரம் பெற்று 60 ஆண்டுகள் கழிந்தபின்னரும் இந்த நிலை. இதன்மூலம் நம் பொதுத்துறை நிறுவனங்களுக்கு அளிக்க வேண்டிய வாய்ப்புகளைப் பறித்துக்கொண்டிருக்கிறோம்.

லட்சக்கணக்கானவர்கள் இந்தியாவில் வேலையில்லாது இருக்கும் அதே சமயத்தில், நீங்கள் அமெரிக்கா, ஜெர்மனி, கிரேட் பிரிட்டன் போன்ற நாடுகளில் உள்ளவர்களுக்கு வேலை அளித்துக் கொண்டிருக்கிறீர்கள். நம் நாட்டில் படித்துவிட்டு வேலையில்லாது இருக்கிற இளைஞர்களுக்கு வேலை அளித்திட விரும்பவில்லை. நம் பொதுத்துறை நிறுவனங்களை, ராணுவத் தளவாடங்கள் மற்றும் உயர்தொழில்நுட்பப் பொருள்களை நம் ராணுவப் பணிகளுக்கு உற்பத்தி செய்திடும் விதத்தில் வல்லமைமிக்கவைகளாக மாற்றிட வேண்டும். இதற்கு டிஆர்டிஓ மற்றும் பொதுத்துறை நிறுவனங்களையும் வலுவானவைகளாக மாற்றிட வேண்டும்.

டிஆர்டிஓ 1958இல் நிறுவப்பட்டது. தற்சமயம் அதில் எட்டாயிரம் விஞ்ஞானிகள் இருக்கிறார்கள். அவர்களுக்கு இப்போது வேலையில்லாமல் இருக்கிறது. 2,800 தொழில்நுட்ப அதிகாரிகளும், 9500 தொழில்நுட்ப ஊழியர்களும் - மொத்தத்தில் சுமார் 35 ஆயிரம் பேர் அதில் பணியாற்றுகிறார்கள். அநேகமாக உலகில் எந்த நாட்டிற்கும் இது இரண்டாவது அல்ல என்று நினைக்கிறேன். அவர்களுக்கு வேலை அளிக்காமல் பணிகளை அவுட்சோர்சிங் முறையில் தனியார் நிறுவனங்களிடம் ஒப்படைத்திருக்கிறீர்கள்.

டிஆர்டிஓ பிரித்வி, அக்னி, அஸ்ட்ரா, பிரஹார், ஹெலினியா, சௌர்யா, சமீபத்தின் அக்னி-பி போன்று எண்ணற்ற ஏவுகணைகளை வெற்றிகரமாக உற்பத்திசெய்து வளர்த்தெடுத்திருக்கிறது. அதேபோல், கண்டம்விட்டுக் கண்டம் பாயும் ஏவுகணைகள், ரேடார்கள், அணு ரசாயன உயிரியல் தொழில்நுட்ப போர்க்கருவிகள் முதலானவற்றையும் வெற்றிகரமாக உருவாக்கி இருக்கிறார்கள். இவ்வாறு அற்புதமான மூளை உள்ளவர்கள். ஆனால் அவர்களுக்கு வேலை அளிக்காமல், வெளியில் அவுட்சோர்சிங் முறையில் தனியார் நிறுவனங்களிடம் ஒப்படைத்திருக்கிறோம்.

இந்தப் பின்னணியில்தான், இதே அரசாங்கம், இதே அமைச்சரவை என்ன செய்திருக்கிறது, உள்நாட்டு விஞ்ஞானிகளை ஊக்கப்படுத்திடாமல், நம் தொழிற்சாலைகளை ஊக்கப்படுத்திடாமல், 2007 ஜனவரியில் ஐமுகூ-1 அரசாங்கத்தால் ராம ராவ் குழு அமைக்கப்பட்டது. அது ஒரு ரகசிய ஆவணமாகும். நீங்கள் அதனைப் பார்க்க முடியாது, நாடாளுமன்ற உறுப்பினர்கள் அதைப் பார்க்க முடியாது. ஆனால் ஒப்பந்தக்காரர்கள் அதனைப் பார்க்கலாம். அயல்நாட்டினர் அதனைப் பார்க்கலாம். கடந்த ஆறு ஆண்டுகளாக அதனை நான் தேடிக்கொண்டிருக்கிறேன். என்னால் ராமராவையும் பார்க்க முடியவில்லை, அவருடைய அறிக்கையையும் பார்க்க முடியவில்லை.

ராமராவ் குழு, இஸ்ரேல், அமெரிக்கா, கிரேட் பிரிட்டன், ஜெர்மனி, இத்தாலி, பிரான்ஸ் போன்று எண்ணற்ற வெளிநாட்டு ராணுவக் கம்பெனிகளுடன் ஒப்பந்தங்கள் போட்டுக்கொள்ள பரிந்துரை செய்திருக்கிறது. இதன்மூலம் இந்த அரசு நம் நாட்டில் உள்ள எட்டாயிரம் விஞ்ஞானிகளை நம்பவில்லை. நம் பொதுத்துறை நிறுவனங்களை நம்பவில்லை. இவ்வாறு நம் பொதுத்துறை நிறுவனங்களை நலிவடையச் செய்துகொண்டிருக்கிறீர்கள்.

இதன்மூலம் நீங்கள் பண்டிட் ஜவஹர்லால் நேருவின் சுயசார்புக் கொள்கையைக் காற்றில் பறக்கவிட்டிருக்கிறீர்கள்.

அதேபோல் ராணுவத்திற்கு அதிகாரிகளை உருவாக்கிடும் சைனிக் பள்ளிகள் கூட இப்போது அரசின் ஆதரவு போதிய அளவுக்கு இல்லாமல் பல்வேறு பிரச்சனைகளை எதிர்கொண்டிருக்கின்றன. அப்பள்ளிகள் முழுமையாகச் செயல்படும் விதத்தில் அரசு போதிய ஆதரவினை அளித்திட வேண்டும்.

இவை குறித்தெல்லாம் நாடாளுமன்ற நிலைக்குழு அளித்திட்ட பரிந்துரைகளை பாதுகாப்பு அமைச்சகம் கண்டுகொள்ளவில்லை.

நம் ராணுவத்தற்கு 20 லட்சம் ஏக்கர் நிலம் இருக்கிறது. இதற்கு ஒரு முறைப்படுத்துபவர் (regulator) இல்லை. இதன் காரணமாக இந்த நிலம் தொடர்பாகவும் ஏராளமான முறைகேடுகள். இந்த நிலத்தில் ஏழைகள் சிறிய குடிசைகள் போட்டிருந்தால் ராணுவம் அங்கே சென்று அவற்றை அகற்றிவிடும். ஆனால் அதே சமயத்தில் அதே இடத்தில் ஜெனரல்கள் வீடுகள், பலமாடிக் கட்டிடங்கள், கட்டிக்கொண்டிருக்கிறார்கள். இது தொடர்பாகவும் நிலைக்குழு அளித்திட்ட பரிந்துரைகளை அமைச்சகம் அமல்படுத்திட முன்வரவில்லை.

இறுதியாக, ராணுவத்தில் பணியாற்றியவர்கள் அனைவருக்கும் ஒரு பதவி ஒரு ஓய்வூதியம் (‘one rank, one pension’) மிகவும் முக்கியமான விஷயம். இதனை அமைச்சர் அவர்கள் பரிசீலித்திட வேண்டும். இவ்வாறு நான் கூறிய அனைத்தையும் பரிசீலனை செய்து நாட்டைக் காத்திட முன்வர வேண்டும்.

07.05.2012

நாடாளுமன்ற வளாகத்தில் சிபிஐஎம், சிபிஐ மற்றும் விடுதலை சிறுத்தை கட்சி எம்.பிக்கள் காந்தி சிலை முன்பு மத்திய அரசை கண்டித்து ஆர்ப்பாட்டம் செய்த போது

21

என்.சி.இ.ஆர்.டி. பாடப்புத்தகத்தில் டாக்டர் அம்பேத்கர் குறித்து ஆட்சேபகரமான கார்ட்டூன்

மாண்புமிகு துணைத் தலைவர் அவர்களே,

இது உண்மையில் நாடு மிகவும் வெட்கப்பட வேண்டிய விஷயமாகும். அரசமைப்புச் சட்டத்தை உருவாக்கிய குழுவின் தலைவராக அம்பேத்கர் இருந்தார். இவரைக் கேலிசெய்யும் கார்ட்டூனை என்.சி.இ.ஆர்.டி. ஏன் பிரசுரித்திருக்கிறது என்று எனக்குத் தெரியவில்லை. இதன்மீது அரசாங்கம் உடனடியாக நடவடிக்கை எடுக்க வேண்டும். இதற்குப் பொறுப்பானவர்கள் உடனடியாக இடைநீக்கம் செய்யப்பட வேண்டும். அதன்பின் இதுதொடர்பாக விசாரணை மேற்கொள்ளப்பட வேண்டும். இது மக்களில் ஒரு பிரிவினரை மட்டும் காயப்படுத்தவில்லை, இது நாட்டிலுள்ள அனைவரையும் காயப்படுத்தி இருக்கிறது. டாக்டர் அம்பேத்கர் நாட்டிற்குச் சொந்தமானவர். அவர், தனிப்பட்ட எந்தவொரு சாதிக்கோ அல்லது இனத்திற்கோ சொந்தமானவர் அல்ல. எனவே, நாம் நாட்டை அவமதிக்கக் கூடாது. இதற்குச் சம்பந்தப்பட்ட நபர்மீது நடவடிக்கை எடுக்க வேண்டும்.

11.05.2012

22

தலித்/பழங்குடியினர் துணைத் திட்டங்களுக்கு உரிய ஒதுக்கீடு கோரி...

அரசாங்கம், தலித்/பழங்குடியினருக்காக பட்ஜெட்டின்கீழ் துணைத் திட்டங்களின் கீழ், அவர்களின் மக்கள்தொகை விகிதாச்சாரத்திற்கு ஏற்ப நிதி ஒதுக்கீடு செய்து வந்தது. ஆனால் இப்போது அது தான் பிறப்பித்திருந்த முடிவுகளைத் தானே மீறியிருக்கிறது. இந்த பட்ஜெட்டிலும்கூட தலித்துகளுக்கு 16.7 சதவீதம் ஒதுக்கீடு செய்வதற்குப் பதிலாக, வெறும் 7 சதவீத அளவிற்குத்தான் ஒதுக்கீடு செய்திருக்கிறது.

அதேபோன்று தலித்/பழங்குடியினர்/இதர பிற்படுத்தப்பட்ட வகுப்பினருக்கான அரசுப் பணியிடங்களில் 30 சதவீதம் இன்னமும் பூர்த்தி செய்யப்படாமல் இருக்கின்றன என்று பிரதமரே கூறியிருக்கிறார். அரசின் பல்வேறு அமைச்சகங்களின் கீழும் இவர்களுக்கான மொத்தப் பணியிடங்களான 76,137இல், 26,472 இடங்களை மட்டுமே பூர்த்தி செய்யப்பட்டிருக்கின்றன.

தலித்துகள்/பழங்குடியினர் காவல்நிலையங்களுக்குச் சென்று தங்கள் மீது ஏவப்படும் குற்றங்களுக்கு எதிராக புகார்கள் அளிப்பதில் சொல்லொண்ணா சிரமங்களுக்கு ஆளாகிறார்கள். அப்படியே மீறி வழக்குகள் பதிவு செய்து, தலித்துகள்/பழங்குடியினருக்கு எதிரான அட்டூழியங்களுக்கு எதிராக விசாரணை நடந்தால் அவற்றில் தண்டனை கிடைப்பது வெறும் 3 முதல் 8 சதவீத அளவிற்குத்தான் இருக்கின்றன. நீதிமன்றங்களில் இதுதொடர்பான வழக்குகளில் 80 முதல் 90 சதவீதம் வரை நிலுவையில் இருக்கின்றன.

பதானி தோலா படுகொலைச் சம்பவத்தில் 21 பேர் கொல்லப்பட்டனர். ஆனால் அது தொடர்பாக நடைபெற்ற வழக்கில் குற்றஞ்சாட்டப்பட்ட அனைவரும் விடுதலை

செய்யப்பட்டனர். இந்தப் பின்னணியில்தான் இந்தத் தகவலை அமைச்சர் முகுல் வாஸ்னி, அவையில் தெரிவித்தார்.

இதேபோன்று, இந்திய ரிசர்வ் வங்கி வெளியிட்டுள்ள ஒரு உத்தரவின்படி, தலித் தொழில்முனைவோருக்கு கடன் அளிப்பது என்பதும் 2011-12இல் 33.8 சதவீதம் வீழ்ச்சி அடைந்திருக்கிறது.

தலித்துகள் மீதான அட்டூழியங்கள் தொடர்பாக நாடாளுமன்றத்தில் நடைபெறும் விவாதங்களின்போதும், மற்றும் மத்திய உள்துறை அமைச்சர் மற்றும் சமூகநீதிக்கான அனைத்து மாநிலங்களின் அமைச்சர்களின் கூட்டத்திலும் நாட்டிலுள்ள தலித்துகளின் நிலைமைகள் குறித்துத்தான் கூறப்பட்டனவேயொழிய, அவர்களுக்கு எதிரான அட்டூழியங்கள் குறித்தோ, அதற்குப் தீர்வு காணும் விதம் குறித்தோ எதுவும் இல்லை.

தலித்துகளுக்கும் இதர சமூகக் குழுக்களுக்கும் இடையேயுள்ள நிலைமைகள் என்ன என்பதைக் கீழ்க்காணும் புள்ளிவிவரங்கள் காட்டுகின்றன. எழுத்தறிவு இதர சமூகக் குழுக்களில் 72 சதவீதமாக இருக்கும் அதே சமயத்தில் தலித்துகள் மத்தியில் அது 63.5 சதவீதமாகும். பெண்களில் சத்துணவுக் குறைவாக இருப்பவர்கள் இதர சமூகக் குழுவினரில் 33 சதவீதமாக இருக்கும் அதே சமயத்தில், தலித் பெண்கள் மத்தியில் இது 41.2 சதவீதமாகும். குறைந்த எடையுள்ள குழந்தைகள், இதர சமூகக் குழுக்களில் 39.1 சதவீதமாக இருக்கும் அதே சமயத்தில், தலித்துகளின் குழந்தைகளில் இது 47.9 சதவீதமாகும். பக்கா வீட்டுவசதி இதர சமூகக் குழுவினருக்கு 66.1 சதவீதமாக இருக்கும் அதே சமயத்தில், தலித்துகளுக்கு இது 38.3 சதவீதமேயாகும். கழிப்பிட வசதி அற்றது தொடர்பான புள்ளிவிவரத்தைப் பொறுத்தவரை, இதர சமூகக் குழுவினருக்கு இது 49 சதவீதமாக இருக்கக்கூடிய அதே சமயத்தில், தலித்துகளுக்கு இது 65 சதவீதமாகும். கிராமப்புற வறுமை தொடர்பான புள்ளிவிவரத்தைப் பார்த்தோமானால் இதர சமூகக் குழுவினர் மத்தியில் இது 14.9 சதவீதமாக இருக்கும் அதே சமயத்தில், தலித்துகள் மத்தியில் இது 20.6 சதவீதமாகும். இதுவே நகர்ப்புறங்களைப் பார்த்தோமானால் இதர சமூகக் குழுவினர் மத்தியில் 14.5 சதவீதமாக இருக்கும் அதே சமயத்தில் தலித்துகள் மத்தியில் இது 25.3 சதவீதமாகும்.

இவற்றையெல்லாம் இந்த அரசாங்கம் கணக்கில் எடுத்துக்கொண்டு, தலித்/பழங்குடியினருக்கான துணைத் திட்டங்களை முழுமையாக அமல்படுத்த வேண்டும்.

14.05.2012

○

23

இலங்கைத் தமிழ்மக்கள் மீதான அட்டூழியங்கள்

[இலங்கைத் தமிழ்மக்களின் அவலங்கள் குறித்து கவன ஈர்ப்புத் தீர்மானம் கொண்டுவரப்பட்டது. மத்திய அயல்துறை அமைச்சர் சல்மான் குர்ஷித் அறிக்கை தாக்கல் செய்து உரையாற்றினார். பின்னர் அதன்மீது விவாதத்தில் பங்கு கொண்ட டி.கே. ரெங்கராஜன் பேசியதாவது:]

''இலங்கைத் தமிழ்மக்களின் அவல நிலை குறித்து தமிழ்நாட்டில் வாழும் தமிழ் மக்களின் உணர்வுகளும், கோபாவேசமும் இந்தியாவில் உள்ள அனைத்து அரசியல் கட்சிகளாலும் முழுமையாக பகிர்ந்துகொள்ளப்பட்டிருக்கிறது. இலங்கையில் வாழும் தமிழ் மக்களுக்கு ஓர் அமைதியான சூழ்நிலையை ஏற்படுத்தித் தர வேண்டும் என்பதில் இந்த அவை ஒருமித்த கருத்தினைக் கொண்டிருக்கிறது.

இலங்கைத் தமிழர்களின் இன்னல்கள் குறித்து கடந்த மூன்றாண்டுகளாக இங்கே உரையாற்றிக் கொண்டிருக்கிறோம்.

இப்போது பாலச்சந்திரனின் புகைப்படத்தை தொலைக்காட்சி அலைவரிசைகளில் பார்த்தோம். மிகக் கொடூரமான கொலை. தொலைக்காட்சிகளில் இதனைப் பார்த்த மக்கள் கதறி அழுதார்கள். பார்க்கும்போதே அவர்களின் கண்களில் இருந்து கண்ணீர் வழிந்தோடியது.

இலங்கையை நம்முடைய நட்பு நாடு என்று கூறிக்கொண்டிருக்கிறோம். இதே உறவினை நாம் அவர்களுடன் தொடர வேண்டும்தான். இதுதான் நம் நிலைப்பாடும் ஆகும். இலங்கையுடனான நம் உறவினை வெட்டிக்கொள்ள வேண்டியதில்லை.

ஆனால் அதே சமயத்தில் இலங்கை இந்தியாவுடன் செய்து கொண்ட ஒப்பந்தத்தை. ராஜீவ் காந்தி - ஜெயவர்த்தனா ஒப்பந்தத்தை அமல்படுத்த இலங்கை மறுக்கிறது. அதைத் தட்டிக்கேட்க ஐமுகூ அரசு ஏன் தயங்குகிறது? இதனால் இந்த அரசாங்கத்தின் மீதான நம்பிக்கை குறைகிறது.

இந்த அரசாங்கம் மிகவும் எச்சரிக்கையாக இருக்க வேண்டும். இலங்கைத் தமிழ் மக்கள் பிரச்சனை தொடர்கிறது. ஏன் உங்களால் இந்தியா - இலங்கை ஒப்பந்தத்தை அமல்படுத்த முடியவில்லை? இந்தப் பின்னணியில்தான் மத்திய அரசு இலங்கைத் தமிழர் பிரச்சனையில் வலுவாகத் தலையிட்டு, இலங்கைத் தமிழர்கள் பிரச்சனை மீது ஓர் அரசியல் தீர்வுக்கு வர, தன் ராஜதந்திர உறவுகளைப் பயன்படுத்தி, இலங்கை அரசை வலுவாக நிர்ப்பந்தித்திட வேண்டும்.

அடுத்த மாதம் ஜெனிவாவில் நடைபெறவுள்ள மனித உரிமைகள் கவுன்சில் கூட்டத்தில் இந்திய அரசு, இலங்கையின் வட பகுதியில் யுத்தம் நடைபெற்ற சமயத்தில் அங்கே நடைபெற்ற அட்டூழியங்களையும், மனித உரிமை மீறல்களையும் குறித்து ஒரு சுயேச்சையான, உயர்மட்ட, நம்பிக்கைக்குரிய விசாரணையைக் கோர வேண்டும்.

27.02.2013

இந்திய அரசியல் சட்ட பிரிவு 370 ரத்து செய்ததைக் கண்டித்து உரையாற்றிய போது

24

இலங்கையில் மாணவர்கள் போராட்டம்

தமிழ்நாட்டில் மாணவர்கள் போராட்டம் சென்னையில் உள்ள லயோலா கல்லூரியில் தொடங்கியது. பின்னர், அது செயின்ட் ஜோசப் கல்லூரிக்குச் சென்றது. இப்போது தமிழ்நாடு முழுவதும் நடந்துகொண்டிருக்கிறது. இப்போது மத்திய அரசாங்கத்திற்கு என்னுடைய வேண்டுகோள் என்னவென்றால், மத்திய அரசாங்கம், மாநில அரசாங்கத்துடன் இணைந்து, மாணவர் சமுதாயத்திற்கு சில உறுதிமொழிகளை அளித்திட வேண்டும். மாநில அரசாங்கங்களும் இருக்கின்றன. மாணவர்களுடன் மிகவும் நெருக்கமாக இருக்கின்றன. மத்திய அரசாங்கமும் மாநில அரசாங்கமும், இரண்டும் இணைந்து, மாணவர்களை அமைதிப்படுத்திட வேண்டும். இந்தியா, 2009இல் இலங்கையில் நடைபெற்ற அட்டூழியங்கள் தொடர்பாக, இலங்கை அரசாங்கம் ஒரு நியாயமான விசாரணையை நடத்திட, ஓர் ஆக்கபூர்வமான நிலைப்பாட்டை (positive stand) எடுத்திட வேண்டும். இத்துடன், மத்திய அரசாங்கம், மாநில அரசாங்கத்துடன் கலந்துபேசி, தேவையான அனைத்தையும் செய்திட வேண்டும் என்று கேட்டுக் கொள்கிறேன்.

15.03.2013

25

இலங்கைக் கடற்படையினரால் கைது செய்யப்படும் தமிழக மீனவர்களை விடுவிக்க வலியுறுத்தி

மாண்புமிகு தலைவர் அவர்களே, உங்கள் மூலமாக மத்திய அயல்துறை விவகாரங்கள் அமைச்சரின் கவனத்திற்குக் கீழ்க்கண்ட விவரங்களைக் கொண்டுவர விரும்புகிறேன்.

நான், உறுப்பினர் டாக்டர் மைத்ரேயன் கூறிய விவரங்களுடன் முழுமையாக ஒத்துப் போகிறேன். தமிழ்நாடு முதல்வரால் எண்ணற்ற கடிதங்கள் எழுதப்பட்டிருக்கின்றன. மத்திய அரசாங்கம், அவற்றிற்கு ஏன் பதில் அளிக்கவில்லை என்பதைத் தெரிந்துகொள்ள விரும்புகிறேன். தமிழ்நாடு அரசாங்கத்தையும், தமிழக முதலமைச்சரையும் நம்பாமல் இந்தப் பிரச்சனையை எப்படி நீங்கள் தீர்க்கப் போகிறீர்கள்? தமிழ்நாட்டு மீனவர்கள் 1983இலிருந்து அவதிக்கு ஆளாகிக் கொண்டிருக்கிறார்கள். எஸ்.எம். கிருஷ்ணா அயல்துறை விவகாரங்கள் அமைச்சராக இருந்தசமயத்தில், நான் இந்தப் பிரச்சனையை எழுப்பினேன் என்பதை உங்கள் நினைவுக்குக் கொண்டுவருகிறேன்.

1983க்கு முன், நம் மீனவர்கள் எங்கே வேண்டுமானாலும் சென்று, மீன் பிடித்து வந்தார்கள். இப்போது, இலங்கையில் உள்நாட்டு யுத்தம் எதுவும் இல்லை. நாம் இலங்கையுடன் மிகவும் நெருக்கமாக இருக்கிறோம். நம் உறவுகள் மிகவும் நன்றாக இருக்கின்றன. ஆகையால், நம் மீனவர்கள் கைது செய்யப்படக்கூடாது என்று இலங்கை அரசாங்கத்தை அழைத்து ஏன் நீங்கள் கூறக்கூடாது? அவர்கள் கைதுசெய்யப்படும் ஒவ்வொரு தடவையும் அவர்கள் துன்புறுத்தப்படுகிறார்கள். அவர்கள் பிடித்த மீன்களைக் கைப்பற்றிக்கொண்டுவிடுகிறார்கள். அவர்களின் படகுகளையும் முழுமையாக சேதப்படுத்திவிடுகிறார்கள். இது

தொடருமானால், தமிழ்நாட்டில் அமைதி நிலவும் என்று எப்படி நீங்கள் எதிர்பார்க்கிறீர்கள்?

மாண்புமிகு அமைச்சர் அவர்கள், தன்னுடைய அறிக்கையைத் தயவுசெய்து மீண்டும் பார்க்க வேண்டும் என்று கேட்டுக்கொள்கிறேன். அது கூறுகிறது: "எந்தச் சூழ்நிலையிலும் படைபலத்தை (use of force) பயன்படுத்துவதை நியாயப்படுத்த முடியாது என்பதை இரு நாடுகளும் ஒப்புக்கொள்கின்றன. ..." அப்படியானால் நான் மாண்புமிகு அமைச்சரைக் கேட்டுக்கொள்ள விரும்புவது எல்லாம், கைதுகள், அவர்களை சிறையில் அடைத்து வைத்தல், அவர்களின் படகுகளைக் கைப்பற்றிச் செல்லுதல் எல்லாம் படைபலத்தைப் பயன்படுத்தாமலா நடந்திருக்கின்றன? அவ்வாறில்லையென்றால், இவற்றை எப்படி அர்த்தப்படுத்துகிறீர்கள்?

நம் மீனவர்கள் அவர்களின் சிறைகளில் இருக்கிறார்கள். 2012 ஒப்பந்தத்தின்படி, எந்தச் சூழ்நிலையிலும் படைபலத்தைப் (use of force) பயன்படுத்துவதை நியாயப்படுத்த முடியாது என்று இரு நாடுகளும் ஒப்புக்கொண்டிருக்கின்றன. இப்போது அவர்கள் படைபலத்தைப் பயன்படுத்துகிறார்கள். அதற்கு நம் அரசாங்கத்தின் பதில் என்ன? நம் மாண்புமிகு அமைச்சர், இலங்கை அயல்துறை அமைச்சருடன் சென்ற வாரம் விவாதம் நடத்தி இருக்கிறார். அவர்களின் உண்மையான விவாதம் என்னவாக இருந்தது? நீங்கள் மீனவர்கள் பிரச்சனையை விவாதித்தீர்களா என்று அறிந்துகொள்ள விரும்புகிறேன். ஆம் எனில், இந்தப் பிரச்சனையை தமிழக அரசாங்கத்திற்குத் தெரியாமலேயே, தீர்த்துக்கொள்ள முடியுமா என்று தயவுசெய்து இந்த அவைக்குத் தெரிவியுங்கள்.

தயவுசெய்து தமிழக முதலமைச்சரின் ஒத்துழைப்பையும் பெறுங்கள். இந்தப் பிரச்சனையைக் கூட்டாகத் தீர்வு காண்பதற்கு முயற்சி செய்யுங்கள். இலங்கை மீனவர்களும், நம் மீனவர்களும் பிச்சனைகளை விவாதித்துத் தீர்த்துக்கொள்ள நடவடிக்கைகள் எடுங்கள். எந்தவிதத்திலும் நம் மீனவர்களின் வாழ்வாதாரங்கள் பாதுகாக்கப்பட வேண்டும்.

நிறைவாக, தமிழக மீனவர்களில் சிலர் ஈரான் சிறைகளில் இருக்கிறார்கள். அவர்களும் விடுதலை செய்யப்பட வேண்டும். அவர்களை விடுதலை செய்வதற்கு மத்திய அரசு முயற்சிகளை மேற்கொள்ள வேண்டும் என்று கேட்டுக் கொள்கிறேன்.

22.08.2013

26

தனியார் கல்விநிறுவனங்களில் ஆசிரியர்களுக்கு நல்ல பணி நிலைமைகள் ஏற்படுத்தக் கோரி...

மாண்புமிகு துணைத் தலைவர் அவர்களே,

கல்வி, ஒரு நாட்டின் வளர்ச்சியில் முக்கிய பங்கு வகிக்கிறது. பெரும்பான்மையான குழந்தைகளுக்குத் தரமான கல்வி அளிக்க வேண்டியது அவசியமாகும். உலக அளவில் பொருளாதார ரீதியாக இந்தியா முன்னேறுவதற்கு, கல்வி அமைப்புமுறையும் மிக முக்கியமாக வளர்த்தெடுக்கப்பட வேண்டியதாகும்.

இன்றையதினம் கல்வித்துறையில் தனியார் ஆதிக்கம் செலுத்தி வருகின்றனர். கல்வி லாபம் ஈட்டும் ஒன்றாக மாறியிருக்கிறது. மாணவர்கள் கல்வி கற்க அதீதமான கட்டணம் செலுத்த வேண்டியிருக்கிறது. எவ்விதமானக் கட்டுப்பாட்டுக்குள்ளும் வராதவிதத்தில் தனியாரைப் பாதுகாத்திட எண்ணற்ற தீர்ப்புகள் வந்திருக்கின்றன.

அரசமைப்புச்சட்டத்தின் சிறப்புப் பிரிவுகளில் ஒன்றின்படி கல்வி நிறுவனங்களில் ஒடுக்கப்பட்ட சமூகத்தினருக்கு தமிழ்நாட்டில் 69 சதவீதமும், இதர மாநிலங்களில் 50 சதவீதமும் இட ஒதுக்கீடு அளிக்கப்படுகிறது.

நம் அரசமைப்புச் சட்டத்தில் கல்வி என்பது வழிகாட்டும் விதிகளின்கீழ் (Directive Principle) வரக்கூடிய அதே சமயத்தில், இட ஒதுக்கீட்டை பெறும் உரிமையை அளித்திருக்கிறது. ஆனாலும், பல சுய நிதிக் கல்லூரிகள் இந்த அரசமைப்புச்சட்ட உரிமையை மறுக்கின்றன.

இவர்கள் லாபம் ஒன்றையே குறிக்கோளாகக் கொண்டிருப்பதால், ஆசிரியர்களுக்கு மிகவும் குறைவான ஊதியம் வழங்குகின்றனர்.

சாதாரணத் தொழிலாளர்களுக்கு (unskilled workers) நிர்ணயிக்கப்பட்டுள்ள குறைந்தபட்ச ஊதியத்தைவிடக் குறைவாக வழங்குகின்றனர். இந்த ஆசிரியர்களின் பணி நிலைமைகள் மிகவும் பரிதாபமாக இருக்கின்றன. அடிப்படை விடுப்பு மற்றும் இதர வசதிகள் கூட இவர்களுக்கு மறுக்கப்படுகிறது. எவ்விதமான வேலைப் பாதுகாப்பும் கிடையாது. மேலும் நிதி உதவி பெறாத கல்லூரிகளில் தற்காலிக ஆசிரியர்களாக நிரந்தரமாக வைக்கப்பட்டிருக்கின்றனர். பல தனியார் கல்வி நிறுவனங்கள் கல்வித்தகுதியற்றவர்களை ஆசிரியர்களாக நியமித்திருக்கின்றன.

தரமான கல்வி அளித்திட நன்கு கல்வித்தகுதி பெற்ற ஆசிரியர்களை நியமிப்பது அவசியமாகும். அவர்களுக்கு நல்ல சம்பளமும் பணி நிலைமைகளும் அளிக்கப்பட வேண்டும். கல்வி வணிகமயமாகியிருப்பதன் காரணமாக, அது தரம் தாழ்ந்து செல்வதைத் தடுத்திடும் விதத்தில் ஒரு பொருத்தமான ஏற்பாடு உருவாக்கப்பட வேண்டும்.

18.07.2014

○

27

தில்லி யூனியன் பிரதேசத்திற்கான பட்ஜெட் மீதான விவாதம்

மாண்புமிகு துணைத் தலைவர் அவர்களே, 1990இல் எடுக்கப்பட்ட மக்கள்நெருக்கமாக வாழும் மாநகரங்கள் குறித்து உலக அளவில் எடுக்கப்பட்ட கணக்கெடுப்பின்படி, உலகில் மாபெரும் மாநகரங்களில் தில்லி 12ஆவது மாநகரமாகத் திகழ்ந்தது. ஆனால் இன்றையதினம், உலகில் டோக்கியோவுக்கு அடுத்தபடியாக இரண்டாவது மாநகரமாக மாறி இருக்கிறது. எதார்த்த நிலை இவ்வாறிருக்கையில் இம்மாநகரத்திற்கு 2014-15ஆம் ஆண்டிற்கான பட்ஜெட் ஒதுக்கீடு 36 ஆயிரத்து 766 கோடி ரூபாய் என்பது நிச்சயம் போதுமானதல்ல. மேலும் 2013-14ஆம் ஆண்டு ஒதுக்கீட்டுடன் ஒப்பிடுகையில் இது 684 கோடி ரூபாய் குறைவுமாகும். நமது 12ஆவது ஐந்தாண்டுத் திட்டத்தில் "நம் மாநகரங்களுக்கான தொலைநோக்குப்பார்வை'' என்ன கூறுகிறது?

அனைத்துப் பிரஜைகளுக்கும் சுத்தமான தண்ணீர், சுகாதாரம், சாக்கடை வசதிகள், நகர்ப்புற சாலைகள், பாதுகாப்பான போக்குவரத்து அமைப்பு, கட்டுப்படியாகக்கூடிய விதத்தில் வீட்டுவசதி மற்றும் தூய்மையான மற்றும் சுகாதாரமான சுற்றுச்சூழல் ஆகியவற்றை உத்தரவாதப்படுத்திடும் என்று கூறுகிறது. ஆனால், எந்த அளவிற்கு இவை நிறைவேற்றப்பட்டிருக்கின்றன? நாம் அதனை ஆய்வு செய்திடுவோம். உதாரணமாக, குடிதண்ணீர் பிரச்சனையை எடுத்துக் கொள்வோம். தில்லியில் குடிதண்ணீர்ப் பிரச்சனை மிகப்பெரிய பிரச்சனையாக உருவெடுத்திருக்கிறது. தில்லி மக்கள் தங்கள் குடிநீர்த் தேவைக்கு குடிநீர் விநியோகம் செய்யும் மாஃபியா கூட்டத்தையே சார்ந்திருக்கிறார்கள். இக்கூட்டம் நிலத்தடி நீரை எவ்விதக் கட்டுப்பாடுமின்றி, போர்வெல்மூலம்

துளையிட்டுத் தோண்டி எடுத்துக் கொண்டிருக்கின்றன. அதன் காரணமாக நிலத்தடி நீர் மிக வேகமாகக் குறைந்து கொண்டிருக்கிறது. அவர்கள் குடிநீரின்றிக் கஷ்டப்படும் மக்களுக்கு அநியாய விலைக்கு விற்றுக் கொண்டிருக்கிறார்கள். குடிதண்ணீர் விநியோகம் தொடர்பாக சில திட்டங்களை நீங்கள் அறிவித்திருக்கிறீர்கள். ஆனால், அதே சமயத்தில் பட்ஜெட்டில் அதற்கான மூலதனச் செலவினத்தைக் குறைத்திருக்கிறீர்கள்.

தில்லி தற்சமயம் மத்திய அரசின் ஆட்சியின் கீழ் இருக்கிறது. நீங்கள் ஏன் இந்த மாஃபியா கூட்டத்தின் முதுகெலும்பை முறிக்கக்கூடாது? நீங்கள் ஏன் சாமானிய மக்களுக்கு உதவிட முயலக் கூடாது? மாண்புமிகு அமைச்சர் அவர்களிடம் நான் கேட்க விரும்பும் கேள்விகள் இவைதான்.

அடுத்து, மின்சாரத்திற்கு வருகிறேன். மின்சாரத்துறையில் தனியார் மயத்தை நாங்கள் எதிர்க்கிறோம். தில்லி மின் விநியோகத்தை ரிலையன்ஸ் கம்பெனியும் டாடா கம்பெனியும் மேற்கொண்டிருக்கின்றன. தேர்தல் பிரச்சாரத்தின்போது பாஜக, மின் கட்டணத்தை 30 சதவீதம் குறைப்போம் என்று வாக்குறுதி அளித்தது. ஆனால், பட்ஜெட்டிற்கு முன்பே, ரயில்வே கட்டணத்தை உயர்த்தியதைப்போல, மின் கட்டணத்தையும் வீடுகளுக்கு 8.32 சதவீதமும், வணிகப் பயன்பாட்டாளர்களுக்கு 9.5 சதவீதமும் உயர்த்தி விட்டீர்கள். அவ்வாறு மின் கட்டணத்தை உயர்த்தியபிறகு, 400 யூனிட்டுகள் வரை நுகர்வோருக்கு மானியம் அறிவித்திருக்கிறீர்கள். நல்லது. ஆனால், பிசினஸ் ஸ்டாண்டர்டு நாளேட்டில் வந்துள்ள தகவலின்படி, சென்ற ஆண்டு மட்டும் 30 லட்சம் ஏசி சாதனங்கள் விற்பனையாகி இருக்கின்றன. இவற்றில் 15 சதவீதம் தில்லியில் மட்டும் விற்பனையாகி இருக்கிறது. இந்த நிலையில், மத்தியதர வர்க்கத்தினரில் பெரும் பகுதியினர் மின்சாரத்தை மாதத்திற்கு 400 யூனிட்டுகளுக்கு மேல் பயன்படுத்தும் நிலையில் இருப்பார்கள். எனவே, இவர்களுக்கு இந்த மானியம் சென்றடையப்போவதில்லை.

தில்லியில் மின்சாரப் பிரச்சனை தொடர்ந்து இருந்து வருகிறது. மின்வெட்டு என்பது மக்களை நாள்தோறும் கடும் வேதனைக்கு உட்படுத்துகிறது. குழந்தைகள் தங்கள் வீட்டுப்பாடங்களைப் எழுத முடியவில்லை. வயதானவர்களும் கடுமையாகப் பாதிப்புக்கு உள்ளாகிறார்கள். கோடைகாலமாக இருந்தாலும் சரி, குளிர்காலமாக இருந்தாலும் சரி; சாமானிய மக்கள் கடும் துன்பத்திற்காளாகி இறக்கும் நிலையிலிருக்கிறார்கள். மக்களுக்கு பாதுகாப்பு அளிக்க

பல சமயங்களில் நீதிமன்றங்கள் தலையிட வேண்டியிருக்கிறது. 2013-14ஆம் ஆண்டில் டிஸ்காம் மூலமாக மின் நுகர்வோருக்கு 622 கோடி ரூபாய் மான்யம் அளிக்கப்பட்டது. இந்தப் பின்னணியில் இப்போது நீங்கள் வெறும் 260 கோடி ரூபாய் மட்டும் ஒதுக்கி இருக்கிறீர்கள். மின் கட்டண உயர்வைச் சரிப்படுத்திட இது போதுமானதல்ல.

அடுத்து, சுகாதாரம். இதுகுறித்து எவ்வளவுக்கு எவ்வளவு பேசாமல் இருக்கிறோமோ அவ்வளவுக்கு அவ்வளவு நல்லது. தில்லி மாநகரம் நாளொன்றுக்கு 13 ஆயிரத்து 800 மில்லியன் லிட்டர் கழிவுநீரை வெளியேற்றப்படுகிறது. இதில் 40 சதவீதம் மட்டுமே மீளவும் பயன்படுத்தப்படுகிறது. மீதிக் கழிவுநீர் முழுவதும் யமுனை நதியில்தான் கலக்கிறது.

லெப்டினன்ட் கவர்னர் நஜீப் ஜங் தலைமையில் அமைந்த குழு, ஒட்டுமொத்த தில்லி மாநகரின் கழிவுநீர் அமைப்பை முழுமையாக சரி செய்திட 19 ஆயிரத்து 500 கோடி ரூபாய் மதிப்பீட்டில் ஒரு திட்டத்தைக் கொண்டு வந்தது. இந்த மதிப்பீட்டுத்தொகையானது உங்கள் பட்ஜெட் ஒதுக்கீட்டில் 50 சதவீதத்திற்கும் அதிகமாகும். ஆயினும் இந்த முக்கியமான அம்சம் குறித்து உங்கள் பட்ஜெட்டில் எவ்வித ஒதுக்கீடும் இல்லை.

இன்றைக்கும்கூட, தில்லி மாநகரத்தில் பல பகுதிகளில் திறந்தவெளியில் மலஜலம் கழிக்கும் நிலையில் மக்கள் இருக்கிறார்கள். ஏனெனில் போதுமான அளவிற்கு பொதுக் கழிப்பிட வசதிகள் இல்லை. இதற்காக 35 கோடி ரூபாய் ஒதுக்கியிருக்கிறீர்கள். வடமேற்கு தில்லியில் இயற்கை உபாதையைக் கழிக்க வந்த 184 சிறுமிகள் பாலியல் பலாத்காரத்திற்கு உட்பட்ட செய்தியைக் கேள்விப்பட்டநிலையில் பொதுக் கழிப்பிடத் திட்டத்தை அமல்படுத்தவேண்டியதன் அவசியம் நன்கு உணரப்படும்.

இந்தச் சமயத்தில் 2014 ஜூலை 19-25 நாளிட்ட 'தி எகனாமிஸ்ட்' ஏட்டில் வந்த ஒரு விநோதமான செய்தியை மேலான இந்த அவையின் கவனத்திற்குக் கொண்டுவர விரும்புகிறேன். அதில், "ஈராயிரம் ஆண்டுகளுக்கு முன்பு இந்துக்களின் தர்மமாகக் கருதப்பட்ட மனு தர்மம் என்னும் நூல், வீட்டிலிருந்து வெகு தொலைவில் திறந்த வெளியில் மலஜலம் கழிப்பதைத்தான் ஊக்குவிக்கிறது. அப்போதுதான் சடங்கு சம்பிரதாயங்கள் புனிதம்

கெடாமல் இருக்குமாம். சாதிப் பிரிவினை மற்றொரு காரணியாகும். தீண்டத்தகாதவர்கள் மட்டும்தான் மலத்தை அள்ளி எடுத்துச் சென்று இடத்தை சுத்தம் செய்திட வேண்டும் என்றும் பாரம்பர்யமாக ஒரு பழக்கம் இருந்து வந்தது. மக்களில் பலர், குறிப்பாக பெரும் பணக்காரர்கள் மற்றும் உயர்சாதியைச் சேர்ந்தவர்கள், இன்றும்கூட தங்கள் இல்லங்களில் கழிவறைகள் இருந்தபோதிலும்கூட அவற்றைத் தவிர்த்துவிட்டு, திறந்தவெளியில் மலஜலம் கழிப்பதைத்தான் விரும்புகிறார்கள்,'' என்று அந்த ஏடு குறிப்பிட்டிருக்கிறது. தற்போதைய அரசாங்கம் மக்கள் இத்தகைய கேவலமான முறையினைத் தவிர்த்திடக்கூடிய விதத்தில் மனு கலாச்சாரத்தை மாற்றுவதற்கு வழி காண வேண்டும் என்று கேட்டுக்கொள்கிறேன்.

அடுத்து சுகாதாரப் பாதுகாப்பு குறித்து பேச விரும்புகிறேன். தில்லி மக்கள்தொகை முழுமைக்கும் ஈடு கொடுக்கக்கூடிய அளவிற்கு போதுமான அளவில் அரசு மற்றும் மாநகராட்சி மருத்துவமனைகள் இல்லை. இருக்கும் மருத்துவமனைகளிலும் போதிய அளவிற்கு மருந்துகளோ ஊழியர்களோ கிடையாது. பல சமயங்களில் மருத்துவர்கள் இருப்பதில்லை. இதன்காரணமாக ஏழைகள் பெரும்பாலும் போலி மருத்துவர்களையே பெருமளவில் சார்ந்திருக்க வேண்டிய அவலநிலைக்குத் தள்ளப்பட்டிருக்கிறார்கள். அல்லது கொள்ளையடிக்கும் தனியார் மருத்துவமனைகளைத் தேடிப் போகவேண்டிய நிலை.

தில்லி மற்றும் அதனைச் சுற்றியுள்ள மக்களின் தேவைகளைப் பூர்த்தி செய்யக்கூடிய அளவிற்கு அரசு மருத்துவமனைகள் போதுமான அளவில் இல்லை. இதனைப் பூர்த்தி செய்யக்கூடிய அளவிற்கு பட்ஜெட்டில் நிதி ஒதுக்கீடு செய்யப்பட வேண்டியது அவசியமாகும். சுகாதாரம், தண்ணீர் மற்றும் பல விஷயங்களில் கேரளா சிறப்பாக இருக்கிறது, தமிழ்நாடு சிறப்பாக இருக்கிறது, கர்நாடகாவும் சிறப்பாக இருக்கிறது. ஆனால், நீங்கள் இங்கே நாட்டையே நடத்திக்கொண்டிருக்கிறீர்கள். அடுத்த ஐந்தாண்டுகளுக்கு நீங்கள்தான் நாட்டை ஆளப் போகிறீர்கள். இவற்றை நன்கு செய்திட வேண்டும். அடுத்து கல்வி. கல்விக்கான பட்ஜெட் ஒதுக்கீடும் போதுமான அளவிற்கு இல்லை. உயர் கல்வி இங்கே ஏழை மக்களுக்கு எட்டாக்கனியாக உள்ளது. தில்லியில் அரசுக் கல்லூரிகளை அதிகரிப்பதற்கான முன்மொழிவு எதுவும் இல்லை. பள்ளிக்கூடங்களைத் திறப்பதுகூட 20 என்று

வரையறுக்கப்பட்டிருக்கிறது. முந்தைய அரசாங்கம் 100 பள்ளிகளைத் திறந்திட முன்மொழிவுகள் ஏற்படுத்தி இருந்தது.

அடுத்து வீட்டு வசதி. 2013இல் தில்லி அரசாங்கம் 895 காலனிகளை முறைப்படுத்திட வேண்டும் என்று அடையாளம் கண்டிருந்தது. இந்தக் காலனிகளை முறைப்படுத்துவதற்காக போதுமான அளவிற்கு பட்ஜெட்டில் நிதி ஒதுக்கீடு செய்யப்பட்டிருக்கிறதா என்று தெளிவாகத் தெரியவில்லை. 2011 மக்கள்தொகைக் கணக்கெடுப்பின்படி தில்லியில் 10.46 லட்சம் *சேரிகள்* இருக்கின்றன. பிரச்சனையின் சுமை எந்த அளவுக்கு இருக்கிறது என்பதை இது காட்டுகிறது. இவற்றை சரி செய்யக்கூடிய அளவிலும் பட்ஜெட் ஒதுக்கீடு இல்லை.

மத்திய மாநில வளர்ச்சித் திட்டங்களில் தலித் மக்களுக்காகத் தனியே துணைத் திட்டங்கள் நிறைவேற்றப்படுகின்றன. தில்லியில் 16.92 லட்சம் தலித் மக்கள் இருக்கிறார்கள். ஆனால் அவர்களுக்கான துணைத் திட்டத்தில் ஒதுக்கீடு செய்யப்பட்டிருக்கிற தொகை வெறும் 709.87 கோடி ரூபாய் மட்டுமே. ஆயினும் அவர்களுக்கு மக்கள்தொகை விகிதாசாரத்தின்படி 2 ஆயிரத்து 284 கோடி ரூபாய் ஒதுக்கீடு செய்யப்பட்டிருக்க வேண்டும்.

2014-15 பட்ஜெட் மதிப்பீட்டின்படி மொத்தம் உள்ள 11 துறைகளில் 6 துறைகள் மட்டுமே தலித் மக்களின் நலன்களுக்காகத் தனியே நிதி ஒதுக்கி இருக்கிறது. அதுமட்டுமல்ல, இவ்வாறு ஒதுக்கீடு செய்யப்படும் தொகை கூட தலித்துகளின் நலன்களுக்காக செலவு செய்யப்படுவதில்லை என்பதே அனுபவமாக இருக்கிறது. மாபெரும் வேடிக்கை ஒன்று இங்கே நடந்ததை நாமறிவோம். காமன்வெல்த் விளையாட்டுப் போட்டிகள் இங்கே நடைபெற்றபோது தில்லி பட்ஜெட்டில் தலித்துகளுக்கு ஒதுக்கப்பட்டிருந்த தொகை காமன்வெல்த் விளையாட்டுகள் நடத்துவதற்காகத் திருப்பப்பட்டது. இது மாபெரும் சோகம் இல்லையா? தலித்துகளுக்கு ஒதுக்கப்பட்ட தொகை தலித்துகளுக்கே செலவிடப்பட வேண்டும் என்பதை உறுதி செய்யுங்கள். செலவு செய்யப்படாமல் காலாவதியாக விட்டுவிடாதீர்கள். ஒருவேளை செலவு செய்ய முடியவில்லையென்றால் அத்தொகையை அடுத்த ஆண்டிற்கு எடுத்துச்செல்லுமாறு மாற்றிடுங்கள். அதற்கேற்ற விதத்தில் முன்மொழிவுகளைக் கொண்டுவருமாறு கேட்டுக்கொள்கிறேன்.

31.07.2014

○

28

ஏழை எளிய விவசாயிகளுக்கும் மின்சாரம் கிடைக்கும் வழியில் திட்டமிடுக

(நாடாளுமன்ற பட்ஜெட் கூட்டத்தொடரின்போது 1.8.2014 அன்று மின்சாரம் குறித்தும் நிலக்கரி மற்றும் புதிய மற்றும் மாற்று எரிசக்தி குறித்த விவாதத்தில் கலந்து கொண்டு பேசியதாவது:)

"நமது நாடு ஒரு வளர்முக நாடு. எனவே, மின்சார உற்பத்தியிலும் நாட்டை வளர்த்திட அனைத்துவிதமான வழிவகைகளையும் காண வேண்டும். இவ்வாறு நான் சொல்வதால், தயவுசெய்து என்ரான் போன்ற பன்னாட்டு நிறுவனங்களை நம்பாதீர்கள். அது தற்கொலைக்கு ஒப்பானதாகும். நாம் பன்னாட்டு நிறுவனங்களின் கொள்ளை குறித்து ஏற்கனவே அனுபவப்பட்டு விட்டோம். அது தற்கொலைக்கு ஒப்பானது. மீண்டும் அந்தப் பாதையில் போகாதீர்கள்.

சில ஆண்டுகளுக்கு முன்னால் பிரான்சில் நடைபெற்ற ஒரு மாநாட்டில் கலந்து கொண்டேன். அங்கேயுள்ள சிஜிடி என்னும் ஒரு வலுவான தொழிற்சங்கம்தான் அந்த மாநாட்டை நடத்தியது. தெற்கு பிரான்சில் அந்த மாநாடு நடைபெற்றது. ஐரோப்பாவில் இருந்த பொதுத்துறை மற்றும் தனியார்துறை நிறுவனங்களையும் அந்த மாநாட்டிற்கு அழைத்திருந்தார்கள். அவை ஆப்பிரிக்கா மற்றும் லத்தீன் அமெரிக்க நாடுகளிலும் முதலீடுகள் செய்திருந்தன. அவை அங்கே மின்சார உற்பத்தியைத் துவங்கி இருந்தன.

காங்கோ மற்றும் தான்சானியா போன்ற நாடுகளிலும் தனியார் நிறுவனங்கள் செயல்பட்டன. அங்கே செயல்பட்ட தனியார் கம்பெனி அதிகாரிகள் வந்திருந்தார்கள். "ஏன் அங்கே இன்னமும் மின்சாரம் இல்லாமல் இருக்கிறது? கிராமங்கள் ஏன் இன்னமும் அரிக்கேன் விளக்கு வெளிச்சத்திலேயே இருக்கின்றன'' என்று அவர்களிடம் கேட்டேன். அதற்கு அவர்கள் அளித்த பதில் என்ன

தெரியுமா? "அது லாபகரமாக இல்லை," என்பதுதான். எங்கே லாபகரமாக இல்லையோ அங்கே தனியார் நிறுவனங்கள் முதலீடுகளைச் செய்யாது. இதை நாம் கணக்கில் கொள்ள வேண்டும். இந்தியா போன்ற நம் நாட்டில் மொத்த மக்கள் தொகையில் 70 சதவீதத்திற்கும் மேலானவர்கள் விவசாயிகள். ஐ.நா. ஆய்வின்படி நம் நாட்டில் உள்ள மக்களில் 10 பேர்களில் 3 பேர் வறுமைக்கோட்டுக்குக் கீழ் உள்ளவர்கள். இவற்றையெல்லாம் கணக்கில் கொள்ளாது நீங்கள் திட்டமிடுவதில் இறங்குவீர்களேயானால், அவ்வாறு திட்டமிட்டு அவ்வேலைகளைத் தனியாரிடம் ஒப்படைப்பீர்களேயானால், நாட்டின் அடிப்படை அம்சங்களையே அவை வீணடித்துவிடும். எனவே, தேசிய அளவில் மின்சார உற்பத்திக்கு நீங்கள் திட்டமிட வேண்டும்.

இன்றைய நிலையில் நாட்டின் தெற்குப் பகுதியில் மின்சார உற்பத்தி மிகவும் நலிவடைந்த நிலையில் இருக்கிறது. அதனை வலுப்படுத்திட அமைச்சர் உரிய நடவடிக்கை எடுத்திட வேண்டும் என்று கேட்டுக் கொள்கிறேன். 12ஆவது ஐந்தாண்டுத் திட்டம் முடிவடைவதற்குள் தேசிய அளவில் மின் உற்பத்தித் திட்டத்தை (National grid) நிறைவேற்றிட வேண்டும் என்று கேட்டுக்கொள்கிறேன். மின்சார உற்பத்திக்குச் சரியான முறையில் திட்டமிடவில்லையெனில் சாமானிய மக்கள் மிகவும் அவதிக்குள்ளாவார்கள். மின் உற்பத்தி மேற்கொள்ளும் பணியை ஃபோர்டு, நோக்கியா போன்ற பன்னாட்டு நிறுவனங்களிடம் ஒப்படைப்பீர்களேயானால், கிராமங்களில் உள்ள சாமானிய விவசாயிகளுக்கு மின்சாரம் கிடைக்காது. நமது நாடு ஒரு வளர்முக நாடு என்பதைக் கணக்கில் எடுத்துக்கொண்டு, ஏழை எளிய விவசாயிகளையும் மனதில் கொண்டு, திட்டமிடுங்கள். நாம் ஐரோப்பாவோ அல்லது சீனாவோ இல்லை. நாம் ஒரு வளர்முக நாடு என்பதை மனதில் கொண்டு, எவ்வளவு விரைவாக முடியுமோ அவ்வளவு விரைவாக மின்சார உற்பத்திக்குத் திட்டமிடுங்கள்.'

01.08.2014

❍'

29

முஸ்லீம் சகோதரர்களின் துன்பம் கண்டு கவலைப்படுவதில்லையே, ஏன்?

(நாடாளுமன்றத்தின் பட்ஜெட் கூட்டத்தொடரின்போது 7.6.2014 அன்று மத்திய உள்துறை அமைச்சகத்தின் செயல்பாடுகள் குறித்து விவாதத்தில் பங்கேற்று பேசியதாவது)

தேர்தலுக்கு முன்பு, தமிழ்நாட்டில் நெய்வேலி பழுப்பு நிலக்கரிக் கார்ப்பரேஷனில் துப்பாக்கிச் சூடு நடைபெற்றது. மத்திய துணை பாதுகாப்புப் படையைச் சேர்ந்தவர் அப்பாவி கேசுவல் ஊழியர் ஒருவரைத் துப்பாக்கியால் சுட்டுக் கொன்று விட்டார். இது தொடர்பாக நான் சென்ற அரசாங்கத்தின் உள்துறை அமைச்சருக்குக் கடிதம் எழுதியிருந்தேன். இப்போது ஜுலை 14 அன்று அதற்குப் பதில் வந்திருக்கிறது. நான் எழுப்பியிருந்த கேள்விகள் அனைத்திற்கும் பதில்கள் வந்திருக்கின்றன.

எவ்விதமான ஆத்திரமூட்டல் நடவடிக்கையுமின்றி மத்திய துணைப் பாதுகாப்புப் படையினர் அப்பாவித் தொழிலாளி மீது சுட்டு விட்டார்கள். அமைதியாக போராடும் மக்கள்மீது துப்பாக்கிச் சூடு நடத்துவதோ அல்லது குண்டாந்தடியால் தாக்குவதேதா துரதிர்ஷ்ட வசமானதாகும். அவர்கள் ஒன்றும் கிரிமினல்கள் அல்ல. அவர்கள் இந்த நாட்டிற்கு எரிசக்தியை உற்பத்தி செய்து கொண்டிருக்கிறார்கள். எனவே துணை பாதுகாப்புப் படையினர் மக்களிடம் மிகவும் முறையாக நடந்து கொள்ளுமாறு அறிவுறுத்திட அமைச்சர் நடவடிக்கை எடுக்க வேண்டும் என்று கேட்டுக் கொள்கிறேன்.

நாம் இப்போது நவீன தாராளமயக் கொள்கை சகாப்தத்தில் வாழ்ந்து கொண்டிருக்கிறோம். வேலைவாய்ப்பின்மை, விண்ணை எட்டியுள்ள விலைவாசி, கலாச்சாரா சீரழிவு, பயங்கரவாதம், அரசியலில் வகுப்புவாதம், சாதியம், அடையாள அரசியல்

ஆகியவை அமைதியாக இருந்து வந்த நம் சமூகத்திற்கு எதிராகப் புதிய சவால்களாக எழுந்துள்ளன.

இன்றைய தினம் நம் சமூகம் போதை மருந்துகள் உட்கொள்ளுபவர்கள் மற்றும் கடத்தும் பேர்வழிகளால் சூழப்பட்டு பொதுவாக பல இடங்களில் சட்டத்துடன் மோதல்போக்கை ஏற்படுத்திக் கொண்டிருக்கிறது. இன்றைய தினம் பெண்களுக்கு எதிரான குற்றங்கள் என்பவை நாளும் நடக்கும் சங்கதிகளாகிவிட்டன. நாட்டில் பெண்களுக்கு எதிராக ஒவ்வொரு மணி நேரத்திற்கு ஒரு குற்றம் என்ற விதத்தில் நடைபெற்றுக் கொண்டிருக்கிறது. குழந்தைகளின் எதிர்காலம் கேள்விக்குறியாக்கப்பட்டிருக்கிறது.

நான் தமிழகத்திலிருந்து வந்திருக்கிறேன். அங்கே வடலூரில் ஒரு துறவி இருந்தார். ராமலிங்க அடிகளார் என்று பெயர். அவர் ஒரு கவிதை எழுதியிருந்தார். வாடிய பயிரைக் கண்டபோதெல்லாம் வாடினேன். இதன் பொருள் என்ன? பயிர்கள் வாடும்போது, நானும் வாடுவேன் என்பதாகும்.

இந்த சமூகம் பசுக்களுக்காக பரிதாபப்படுகிறது. குரங்குகளுக்காகப் பரிதாபப்படுகிறது, நாய்கள் உட்பட அனைத்து விலங்குகளுக்காகவும் பரிதாபப்படுகிறது. ஆனால் நம் சொந்தச் சகோதரர்களின் துன்பம் கண்டு இரங்குவதில்லையே, ஏன்?

அவர் ஒரு முஸ்லீமாக இருக்கலாம், அவர் ஒரு கிறித்துவராக இருக்கலாம், அல்லது அவர் எந்த மத நம்பிக்கையாளராகவும் இருக்கலாம். 2013இல் மட்டும் 6 லட்சத்து 40 ஆயிரத்து 378 குற்றங்கள் பதிவாகியுள்ளன. 2012இல் பதிவாகியுள்ள குற்றங்களைவிட 9.9 சதவீதம் இது அதிகம். பத்தாண்டுகளுக்கு முன் உள்ள குற்றங்களுடன் ஒப்பிடும்போது இது 20.8 சதவீதம் அதிகமாகும். காவல்துறை நாடு முழுதுமே மிகவும் மோசமான நிலையிலேயே இருக்கிறது. முக்கிய பணியிடங்கள் நிரப்பப்படவே இல்லை. நாட்டில் அதிகமாகக் குற்றங்கள் பதியப்படும் மாநிலம் கேரளம்.

அடுத்து தில்லி மற்றும் ராஜஸ்தான். கேரளாவில் தங்களிடம் முறையிடப்படும் அனைத்துப் புகார்களையும் அவர்கள் பதிவு செய்துவிடுகிறார்கள். அவர்கள் எதையும் விட்டுவிடுவதில்லை. கேரளாவில் குற்ற விகிதாசாரம் மிகவும் அதிகம்.

பெண்களுக்கு எதிரான குற்றங்கள் அதிகமாகிக் கொண்டிருக்கின்றன. 3 லட்சத்து 9 ஆயிரத்து 546 குற்றங்கள்

பதிவாகி இருக்கின்றன. 2013இல் கொலை, கொலை செய்ய முயற்சி, வன்புணர்ச்சி, திருட்டு மற்றும் கலகம் செய்தல் போன்ற குற்றங்கள் 3,00,357 பதிவாகி இருக்கின்றன. இணையதளம் மூலமான சைபர் குற்றங்கள் 2012ஐவிட 2013இல் அதிகரித்திருக்கின்றன.

குழந்தைகளுக்கு எதிரான சைபர் குற்றங்கள் 63.7 சதவீதம் அதிகரித்திருக்கின்றன. இன்றைய தினம் குழந்தைகள் பாதுகாப்பாக இல்லை. பெண்களுக்கு எதிரான சைபர் குற்றங்கள் 26.7 சதவீதம் அதிகரித்திருக்கின்றன. இளஞ்சிறார்கள் குற்றங்கள் புரிவதும் அதிகரித்திருக்கின்றன.

குற்றம்புரிந்த இளம்சிறார்களில் பெரும்பாலோர் வீடற்றவர்கள். சிலர் ஏழைக் குடும்பத்தைச் சேர்ந்தவர்கள். வறுமைக் கோட்டுக்குக் கீழே வாழ்பவர்கள். இவர்களையெல்லாம் எப்படிக் கரையேற்றப்போகிறது இந்த அமைச்சகம்?

அதேபோல் தற்கொலைகளும் அதிகரித்திருக்கின்றன. ஒவ்வோராண்டும் நம் நாட்டில் ஒரு லட்சத்திற்கும் அதிகமானவர்கள் தற்கொலை செய்து கொள்கிறார்கள். இது அரசு தரும் புள்ளிவிவரம். இதில் அதிக எண்ணிக்கை மகாராஷ்ட்ரமாகும். இதனை அடுத்த கர்நாடகம், ஆந்திரம், மேற்கு வங்கம், தமிழ்நாட்டில் தற்கொலைகள் அதிகம். மாநகரங்களில் பெங்களூரிலும் தில்லியிலும் தற்கொலைகள் அதிகம். என்ன காரணம்?

காரணம் என்னவெனில், வேலையில்லாத் திண்டாட்டம், போதை மருந்துகள் உட்கொள்ளுதல் மற்றும் இதர காரணிகள்.

காவல்துறையை நவீனப்படுத்துவதற்கான திட்ட ஒதுக்கீடு குறைக்கப்பட்டிருப்பதாக தமிழகத்தில் என்னிடம் கூறப்பட்டது. இதனை அமைச்சர் பரிசீலிக்க வேண்டும் என்று கேட்டுக்கொள்கிறேன்.

சிறுபான்மையினருக்கு எதிரான வகுப்புவாத தாக்குதல்கள் பல மாநிலங்களிலும் நடைபெற்றுக் கொண்டிருக்கின்றன. அப்பாவி முஸ்லீம் இளைஞர்கள் பல மாதங்களாக சிறைகளில் அடைக்கப்பட்டிருப்பது கண்டு அதிர்ச்சி அளிக்கிறது. அவர்களுக்கு எதிராக எவ்விதக் குற்றங்களும் பதிவு செய்யப்படவில்லை. அவர்கள் நீதிமன்றங்களின் முன் கொண்டுவரப்படவில்லை. அவர்களுக்கு எதிராக எதுவும் மெய்ப்பிக்கப்படவில்லை.

எனினும் அவர்கள் சிறைகளில் இருக்கிறார்கள். வகுப்புமோதல்கள் எங்கு நடந்தாலும், முஸ்லீம்கள்தான் தங்கள் உயிர்களை இழக்கிறார்கள். முஸ்லிம்கள்தான் தங்கள் சொத்துக்களை இழக்கிறார்கள். உதாரணமாக, மனித உரிமைகள் ஸ்தாபனங்களின் மகா சம்மேளனம் புனேயில் சில பகுதிகளுக்குச் சென்று மே 31 அன்று நடைபெற்ற தாக்குதல்கள் குறித்து விசாரித்தது. அவர்களின் முடிவின்படி 40 வீடுகள் தீக்கிரையாக்கப்பட்டன. 20 மசூதிகள் தாக்குதல்களுக்கு உள்ளாகியுள்ளன. இந்த இருபது மசூதிகளில் ஐந்து மசூதிகள் தீக்கிரையாகியுள்ளது. மொத்தத்தில் 35 இரு சக்கர வாகனங்கள், ஐந்து டெம்போ வேன்கள் அழிக்கப்பட்டுள்ளன. 29 சைக்கிள்கள் கொளுத்தப் பட்டிருக்கின்றன. ஒருவர் கொல்லப்பட்டிருக்கிறார். பலர் காயமடைந்திருக்கின்றனர். மொத்தத்தில் 4 கோடியே 50 லட்சம் ரூபாய் அளவிற்கு இழப்பு ஏற்பட்டிருப்பதாக மதிப்பிடப்பட்டிருக்கிறது. அவர்கள் மிகவும் ஏழைகள். எங்கே வகுப்பு மோதல்கள் நடைபெற்றாலும் பாதிக்கப்படுவது ஏழை மக்கள்தான். அவர்கள்தான் தாக்கப்படுகிறார்கள்.

முசாபர்நகர் நிகழ்வு குறித்து குறிப்பிட விரும்புகிறேன். அது உங்களுடைய மாநிலம். (உள்துறை அமைச்சர் ராஜ்நாத் சிங்) அங்கேயுள்ள மக்கள் நம் சகோதரர்கள். அவர்கள் இந்தியாவின் ஒரு பகுதி. அங்கே நடைபெற்ற கலவரங்களில் பலர் கொல்லப்பட்டிருக்கிறார்கள். 50 ஆயிரம் பேர் தங்கள் வீடுகளை விட்டு வெளியேறியிருக்கிறார்கள். நாடு முழுதும் 823 வகுப்புவாத வன்முறை நிகழ்வுகள் நடந்திருக்கின்றன என உள்துறை அமைச்சகத்தின் புள்ளி விவரம் தெரிவிக்கிறது. உத்தரப்பிரதேசத்தில் மட்டும் 247 நிகழ்வுகள்.

கேபினட் அமைச்சர்களில் சிலர் அரசியலமைப்புச் சட்டத்தின் 370ஆவது பிரிவு ரத்து செய்யப்பட வேண்டும் என்றும் பொது சிவில் சட்டம் கொண்டுவரப்பட வேண்டும் என்றும் பேசத் தொடங்கி இருக்கிறார்கள். அயோத்தியில் தாவாவுக்குரிய இடத்தில் ராமர் கோவில் கட்டப்படும் என்றும் சில அமைச்சர்கள் குறிப்பிட்டுக் கொண்டிருக்கிறார்கள்.

கோவாவில் ஓர் அமைச்சர், பாஜகவின் வெற்றி மூலம் இந்து ராஷ்ட்ரம் அமைக்கப்படுவது தொடங்கியிருக்கிறது என்று பேசியிருக்கிறார். கடந்த பத்து வாரங்களில் மே 16க்குப்பின் 605

வகுப்புக் கலவரங்கள் நடந்துள்ளதாக தேசிய ஊடகங்கள் தெரிவித்துள்ளன.

"நல்ல நாள் வந்துவிட்டது"'' என்கிற பாஜகவின் முழக்கம் கைவிடப்பட்டுவிட்டது. முசாபர் நகரில் என்ன நடந்தது? ஜாட் இனத்தினருக்கும் முஸ்லீம்களுக்கும் இடையே மோதல்களைக் கொண்டு வந்திருக்கிறது. சஹரான்பூர் கலவரம் சீக்கியர்களுக்கும் முஸ்லீம்களுக்கும் இடையே மோதல்களைக் கொண்டு வந்திருக்கிறது. தமிழகத்தில் தலித்துகள் தாக்கப்படுகிறார்கள். அதிர்ஷ்டவசமாக அங்குள்ள அரசாங்கம் அவர்களைப் பாதுகாத்து அவர்களுக்கு இழப்பீடு கொடுத்துக்கொண்டிருக்கிறது. நீங்கள் ஐந்து ஆண்டுகளுக்கு ஆட்சி செய்யப் போகிறீர்கள். நாட்டிலுள்ள அனைத்துப் பிரிவினரும்தான் உங்களுக்கு வாக்களித்திருக்கிறார்கள். உங்களுக்கு வந்துள்ள வாக்குகள் பிராமணர்கள், தாகூர்கள் ஆகியவர்களின் வாக்குகள் மட்டுமல்ல. முஸ்லீம்கள் வாக்களித்திருக்கிறார்கள், தலித்துகள் வாக்களித்திருக்கிறார்கள். எல்லாத் தரப்பினரும் வாக்களித்திருக்கிறார்கள்.

சுதந்திரத்திற்குப்பின் வாஜ்பாய் உட்பட ஆட்சியிலிருந்த அனைத்து பிரதமர்களும் ரம்சான் நாளன்று முஸ்லீம்களுக்கு வாழ்த்துச் செய்தி கூறியிருக்கிறார்கள். ஆனால் நரேந்திரமோடி இதனைத் தவிர்த்துவிட்டார். இது நியாயமா?

கடைசியாக, இலங்கையிலிருந்து இந்தியா வந்துள்ள அகதிகள் பிரச்சனை. 1983க்கும் 2012க்கும் இடையே *3 லட்சத்து 04 ஆயிரத்து 297 அகதிகள்* இந்தியா வந்துள்ளார்கள். இவர்களில் 99 ஆயிரம் பேர் மீண்டும் இலங்கைக்குத் திரும்பிவிட்டார்கள். மீதம் உள்ளவர்கள் இன்னமும் அகதிகள் முகாம்களில்தான் இருக்கிறார்கள். 113 முகாம்கள் தமிழ்நாட்டில் இருக்கின்றன ஒன்று ஒடிசாவில் இருக்கிறது. இந்த அகதிகள் முகாம்களுக்கு அமைச்சகத்தின் பிரதிநிதிகள் சென்று பார்க்க வேண்டும் என்று கேட்டுக்கொள்கிறேன். சமீபத்தில் 140 அகதிகள் ஆஸ்திரேலியா போக முயற்சித்திருக்கிறார்கள். அவர்கள் கதி என்ன என்று தெரியவில்லை. தமிழ்நாட்டில் அகதிகள் முகாமில் அவதிப்படும் இலங்கைத்தமிழர்களின் இன்னல்களைக் களைந்திட வேண்டும் என்று கேட்டுக் கொள்கிறேன்.

07.08.2014

30

சமஸ்கிருத வாரத்திற்குப் பதிலாக செம்மொழிகள் வாரம் கொண்டாட வேண்டும்

மாண்புமிகு துணைத் தலைவர் அவர்களே,

மனிதவள மேம்பாட்டு அமைச்சகம் ஆகஸ்ட் 2ஆவது வாரத்தில் சமஸ்கிருத வாரம் கொண்டாட மத்திய இடைநிலைக் கல்வி வாரியப் பள்ளிகளுக்கு ஆணையிட்டுள்ளது.

அரசமைப்புச் சட்டத்தின் எட்டாவது அட்டவணையின்கீழ் 22 மொழிகள் அங்கீகரிக்கப்பட்டுள்ளன. அவற்றில் ஒரு மொழியை மட்டும் கொண்டாட வேண்டும் என்று மத்திய அரசு கூறியுள்ளது. இது மிகவும் வியப்பாக உள்ளது. சமஸ்கிருதம் செம்மொழி என்றும் கூறியுள்ளது. தமிழ் உள்பட ஐந்து மொழிகள் நாட்டில் செம்மொழிகளாக அங்கீகரிக்கப்பட்டுள்ளன என்பதை அரசின் கவனத்திற்குக் கொண்டுவர விரும்புகிறேன். செம்மொழிகள் வாரம் என்று கொண்டாட வேண்டும் என்று தமிழக முதல்வர் அப்பொழுதே வலியுறுத்தினார்.

ஆனால் மத்திய அரசு சமஸ்கிருதத்தை மட்டும் முன்னிலைப்படுத்துகிறது. அதை மட்டுமே செம்மொழியாகக் கருதுகிறது. மத்திய அரசின் பள்ளிகளுக்கு அனுப்பப்பட்ட அரசின் சுற்றறிக்கை எல்லா மொழிகளுக்கும் சமஸ்கிருதம் தாய் என்று சொல்கிறது. சமஸ்கிருதம் ஒரு பழைமையான மொழி என்பதில் சந்தேகம் இல்லை.

நம் நாட்டில் தமிழ்மொழியும் ஒரு பழைமையான மொழி. இந்த இரண்டு மொழிகளுமே வெவ்வேறு மொழிக் குடும்பங்களைச் சேர்ந்ததாகும் என்று மொழி வல்லுநர்கள் குறிப்பிட்டுள்ளார்கள். இந்நிலையில் சமஸ்கிருத மொழியை மட்டுமே சிறப்புச் செய்வதும், எல்லா மொழிகளுக்கும் அது தாய் என்று கூறுவது

வரலாற்றுப் பிழைமட்டுமல்ல, அனைத்து செம்மொழிகளையும் சமமாகப் பார்க்காத பார்வையுமாகும்.

பல மாநிலங்களிலும் சமஸ்கிருதமயத்தை மீளவும் புதுப்பிக்க இந்த அரசு முனைகிறதோ என்கிற ஐயத்தை அரசின் நடவடிக்கைகள் தோற்றுவித்துள்ளன.

சமஸ்கிருத வாரம் கொண்டாட வேண்டும் என்பதோடு அரசு நின்றுவிடவில்லை. குரு உத்சவ் கொண்டாட வேண்டும் என்றும் கூறியிருக்கிறது. .அரசின் மீது இது மேலும் சந்தேகத்தை ஏற்படுத்தி இருக்கிறது. மக்கள் மத்தியில் உருவாகியுள்ள இந்த சந்தேகத்தைப்போக்க செம்மொழிகள் வாரம் கொண்டாட வேண்டும் என்று இந்த அரசு அறிவிக்க வேண்டும். அப்போதுதான் மாநிலங்கள் தாம் விரும்பும் செம்மொழியைக் கொண்டாடலாம்.

25.11.2014

அப்போதைய நிதியமைச்சர் அருண் ஜெட்லி அவர்களை திமுக எம்.பி. திருச்சி சிவா அவர்களுடன் சந்தித்தபோது

31

அப்ரண்டிஸ் சட்ட முன்வடிவின் மீது

மாண்புமிகு தலைவர் அவர்களே, என் சக உறுப்பினர், மாண்புமிகு சதிஷ் மிஷ்ரா அவர்கள் கூறியுள்ளவற்றுடன் முழுமையாக ஒத்துப்போகிறேன். அவர் மிகவும் அற்புதமாக இதனைச் செய்திருக்கிறார். அவர் கூறியவற்றில் ஒன்றைக்கூட நான் ஆட்சேபிக்கவில்லை.

நான் இந்தச் சட்டமுன்வடிவைப் படித்தபோது, இதில் சர்ச்சைக்குரியவிதத்தில் எதுவுமே இல்லை என்பதுபோல்தான் தோன்றியது. ஆனால், உண்மையில், இது அப்படி அல்ல. இந்தச் சட்டமுன்வடிவானது தொழிலாளர் துறை அமைச்சகத்தால்தான் தயாரிக்கப்பட்டதா அல்லது முதலாளிகளின் அமைப்பால் தயாரிக்கப்பட்டதா என்று எனக்கு ஏற்பட்டிருக்கிற சந்தேகத்தை நம் தொழிலாளர்துறை அமைச்சர் அவர்களோ அல்லது இதர அமைச்சர்களோ அல்லது துறையோ தெளிவுபடுத்த வேண்டும் என்று கேட்டுக்கொள்கிறேன்.

தொழிலாளர்துறை அமைச்சகம் இதுபோன்றதொரு சட்டமுன்வடிவை தயாரிக்க முடியும் என்று நான் நினைக்கவில்லை. மாண்புமிகு உறுப்பினர் திரு. மிஷ்ரா செய்ததைப்போல ஒவ்வொரு பிரிவாக நான் இதற்குள் போக விரும்பவில்லை.

நான் இந்தச் சட்டமுன்வடிவைப் படித்தபோது, நம் பிரதமர் அவர்கள் ஆஸ்திரேலியாவில் இருந்தார். இது தொடர்பாக அவர் என்ன செய்தார், இது என்ன பேசினார் என்று ஆராய்ந்துகொண்டிருந்தேன். நான், ஆஸ்திரேலியா அப்ரண்ட்டிஸ் சட்டத்தையும் ஆய்வு செய்தேன். நம் மாண்புமிகு வர்த்தகத்துறை அமைச்சரும், பிரதமருடன் அந்த சமயத்தில் இருந்தாரா, இல்லையா என்று எனக்குத் தெரியாது.

ஆஸ்திரேலியா அப்ரண்டிஸ் சட்டம் மிகவும் தெளிவாக இருக்கிறது. இதில் தொழிலாளர்களுக்கான பாதுகாப்பு அம்சங்கள் இருக்கின்றன. அது 250 விதமான சட்டபூர்வமான அங்கீகரிக்கப்பட்ட அப்ரண்டிஸ்களைக் குறிப்பிடுகிறது. பின்னர் அதற்கு ஒரு வரம்பு இருக்கிறது. நீங்கள் ஒரு நபரை, நீங்கள் விரும்பும் காலம் வரையிலும் அப்ரண்டிஸாகவே வைத்திருக்க முடியாது. சில பகுதிகளில் அது ஓராண்டு காலமாகும். சில பகுதிகளில் அது ஈராண்டு காலமாகும். சில பகுதிகளில் அது மூன்றாண்டு காலமாகும். அந்தச் சட்டம் அவ்விதத்தில்தான் அமைக்கப்பட்டிருக்கிறது.

இந்தச் சட்ட முன்வடிவின் பின்னே இருக்கின்ற பிரதான செயல் நோக்கம், எந்தவொரு நிறுவனத்திலும் எண்ணற்ற அப்ரண்டிஸ்களை அதிகரிக்கக்கூடிய ஒரு சூழ்நிலையை உருவாக்க வேண்டும் என்பதேயாகும். அதன்மூலமாக, அவர்களை முறையான உற்பத்திப் பிரிவுகளிலும், ஸ்டைபண்ட் என்கிற உதவிப் பணத்தை மட்டும் அளித்து, சட்டப்படியான குறைந்தபட்ச ஊதியத்தை அளித்திடாமல், அவர்களின் அப்ரண்டிஸ் காலத்தை நீட்டித்துக்கொள்ள வகை செய்திடும் விதத்தில் அமைத்துக்கொள்வதேயாகும். இதுதான் இச்சட்டமுன்வடிவின் அர்த்தமாகும். இன்றையதினம், நாம் எந்தவொரு தொழிற்சாலைக்குச் சென்றாலும், அங்கே தற்காலிகத் தொழிலாளர்கள், கேசுவல் தொழிலாளர்கள், அப்ரண்டிசுகள், பயிற்சிபெறுபவர்கள் என்று ஏராளமாக இருப்பதையும், முறையான நிரந்தரத் தொழிலாளர்கள் குறைவாகவே இருப்பதையும் பார்க்கிறோம். இதுதான் இன்றையதினம் அனைத்துத் தொழிற்சாலைகளின் நிலையாகும். ஒப்பந்தத் தொழிலாளர்களும் இருக்கிறார்கள்.

இவை அனைத்தையும் நான் சொல்வதற்குக் காரணம், நாங்கள் தொழிற்சங்க இயக்கத்தில் வேலை செய்துகொண்டிருக்கிறோம். நாங்கள் சொல்வதைக் கேட்க வேண்டும் என்று அரசாங்கத்தைத் தயவுசெய்து கேட்டுக்கொள்கிறேன். இல்லாவிட்டால் அவர்கள், நாங்கள் பிரச்சனைகளை உருவாக்குகிறோம் என்று சொல்வார்கள். அப்ரண்டிசுகளை பயன்படுத்துவது இன்றுள்ள சட்டத்தின்படி சட்டவிரோதமாகும். அதனால்தான், இந்தச் சட்டமுன்வடிவு தொழிலாளர் துறை அமைச்சகத்தால் தயாரிக்கப்பட்டதா அல்லது முதலாளிகளின் சங்கங்களால் தயாரிக்கப்பட்டதா என்று என் சந்தேகத்தை நான் கூறினேன்.

இங்கே ஹரியானாவில் மானேசரில் உள்ள மாருதி சுசுகி தொழிற்சாலைக்கு எவர் வேண்டுமானாலும் போய் பார்க்க முடியும். அங்கே ஆயிரக்கணக்கான அப்ரண்டிசுகள் நிரந்தரத் தொழிலாளர்களைப் போல தொழில்பிரிவுகளில் பயன்படுத்தப்பட்டுக் கொண்டிருப்பதைப் பார்க்க முடியும். வெறுமனே உதவிப்பணம் மட்டும் கொடுக்கப்பட்டு, பல ஆண்டுகளாக வேலை செய்துகொண்டிருப்பதைப் பார்க்க முடியும். அவர்களுக்குக் குறைந்தபட்ச ஊதியம் வழங்கப்படவில்லை. பிராவிடண்ட் நிதி கிடையாது. முறையான நிரந்தரத் தொழிலாளர்கள் பெறும் ஊதியத்தில் நான்கில் ஒரு பங்கு அளவிற்கு மட்டுமே அவர்கள் ஊதியமாகப் பெற்றுக்கொண்டிருக்கிறார்கள். மாருதி தொழிற்சாலையில் தொழிலாளர்களின் வேலைச் சுமையை தயவுசெய்து ஆய்வு செய்திடுங்கள். இதுபோன்று தமிழ்நாட்டிலிருந்தும் எண்ணற்ற உதாரணங்களை, தங்களுக்கு என்னால் அளிக்க முடியும். ஜவுளித்துறையை எடுத்துக் கொள்ளுங்கள். 90 சதவீதத் தொழிலாளர்கள் இன்றையதினம் அப்ரண்டிசுகளாகவும், பயிற்சியில் இருப்பவர்கள் (trainees) என்றுமே வகைப்படுத்தப்பட்டிருக்கிறார்கள். இதுதான் உண்மையான நிலைமை. ஒரு நிறுவனத்தின்கீழ் அப்ரண்டிசுகளின் விகிதங்களைக் கணக்கிடுவதற்கு நிரந்தரத் தொழிலாளர்கள் மற்றும் இதர தற்காலிகமான தொழிலாளர்கள் அனைவரையும் கணக்கில் எடுத்துக் கொள்ளப்படுகிறது. இதன்மூலம் அதிக அளவில் சட்டவிரோதமாக அப்ரண்டிசுகளைப் பயன்படுத்துவது, சட்டபூர்வமாக்கப்படுகிறது.

இந்தச் சட்டமுன்வடிவானது, முதலாளிகளுக்கு அதிக சுதந்திரம் அளிக்கிறது. அப்ரண்டிசுகளின் வேலை நேரமும், விடுப்பு கோரும் உரிமையும் முதலாளியின் விருப்பம் என்று கூறுகிறது. ஒருவேளை, தொழிலாளர் திருமணம் செய்துகொள்வதற்காக விடுப்பு கோரினால், நீங்கள் அவருக்கு விடுப்பு வழங்க மாட்டீர்கள். ஒருவேளை, ஒரு தொழிலாளியின் தாயார் இறந்துவிட்டார் என்று கூறி விடுப்பு கோரினால், "வேலை இன்னும் பாக்கி இருக்கிறது, நீ போக முடியாது," என்று நீங்கள் கூறுவீர்கள். இவ்வாறு முதலாளிகளுக்கு இச்சட்டமுன்வடிவு சுதந்திரம் அளித்திருக்கிறது.

முன்பு இருந்த ஒரிஜினல் சட்டத்தில் தண்டனைப் பிரிவுகள் இருந்தன. அவர்கள் ஏதேனும் தவறிழைத்தால், அவர்களை நீங்கள் கைது செய்து, சிறையில் அடைக்க முடியும். இன்றைய தினம்,

அந்த சட்டப்பிரிவு நீக்கப்பட்டுவிட்டது. கைது செய்ய முடியாது, எதுவும் செய்ய முடியாது. ஆனாலும் அரசாங்கம் அவர்களுக்கு மறைமுகமாக பத்மபூஷன்கள் வழங்கும். நீங்கள் சட்டத்தை மீறினால், உங்களுக்கு பத்ம பூஷன் கிடைக்கும்.

2008இல் தமிழ்நாடு சட்டமன்றம் அப்ரண்டிசுகள் குறித்து ஒருமனதாக ஒரு தீர்மானம் நிறைவேற்றியது. கடந்த ஆறு ஆண்டுகளாக, அதற்கு ஒப்புதல் அளிக்கப்படாமல் அது நிலுவையில் இருந்து வருகிறது. நீங்கள் இந்தச் சட்டமுன்வடிவை தயார் செய்யும்போது, அந்தச் சட்டமுன்வடிவைப் பரிசீலனைக்கு எடுத்துக் கொள்ளவில்லை. தமிழ்நாடு அப்ரண்டிசுகளின் எண்ணிக்கையை 20 சதவீதத்திற்கு வரையறுத்திருக்கிறது. இப்படித்தான் இந்த அரசு, கூட்டாட்சித் தத்துவத்தை மதிக்கிறது. இதில் அரசியல் இருக்கிறது. இது ஒன்றும் சாதாரணமான பிரச்சனை கிடையாது. தமிழ்நாடு சட்டமன்றத்தில் 2008ஆம் ஆண்டில் அனைவரும் சேர்ந்து ஒருமனதாக நிறைவேற்றப்பட்ட தீர்மானம், உங்கள் முன் இருக்கிறது. நீங்கள் இந்தச் சட்டமுன்வடிவைத் தயார் செய்யும்போது அந்தச் சட்டமுன்வடிவைப் பரிசீலிக்கவே இல்லை.

அப்ரண்டிஸ் எவரேனும் நிரந்தர வேலையை செய்யக் கேட்டுக்கொள்ளப்பட்டால், அவருக்கு முழு ஊதியம் வழங்கப்பட வேண்டும். இது தொடர்பாக அப்ரண்டிஸ் சட்டத்தில் மாற்றங்கள் செய்யப்பட வேண்டும் என்று நாங்கள் விரும்புகிறோம். அப்ரண்டிசிப் காலத்திற்குத்தான் உதவிப்பணம் (ஸ்டைபெண்ட்) வழங்கப்பட வேண்டும். அப்ரண்டிசிப் குறிப்பிடத்தக்க அளவிற்கு அதிகரிக்கப்பட வேண்டும். அப்ரண்ட்டிசிப்புக்கு குறிப்பிட்ட காலம் நிர்ணயிக்கப்பட வேண்டும். எனவேதான் நான் இந்தச் சட்டமுன்வடிவை எதிர்க்கிறேன். இந்தச் சட்டமுன்வடிவை இந்த அரசாங்கம் திரும்பப் பெற்றுக்கொண்டு, ஒரு புதிய சட்டமுன்வடிவைக் கொண்டுவர வேண்டும். அதுதான் அரசாங்கத்திற்கு நேர்மையான செயலாகும். அப்போதுதான் இந்த அரசாங்கம் சமூகத்தின் அனைத்துப் பகுதியினரால் பாராட்டப்படும்.

நான் இந்தச் சட்டமுன்வடிவில் சில திருத்தங்களைக் கொண்டுவந்திருக்கிறேன். அவற்றை வலியுறுத்துகிறேன்.

26.11.2014

32

நோக்கியா தொழிற்சாலை விரைவில் புதுப்பிக்கப்பட வேண்டும்

மாண்புமிகு துணைத் தலைவர் அவர்களே,

சென்னையில் உள்ள நோக்கியாத் தொழிற்சாலையை ஃபாக்ஸ்கான் நிறுவனம் 2 பில்லியன் அமெரிக்க டாலர் முதலீடு செய்து வாங்கிடத் திட்டமிட்டிருப்பதாக பத்திரிகைகளில் செய்திகள் வெளியாகியுள்ளன. இத்தொழிற்சாலைப் பிரச்சனை தொடர்பாக நான் ஏற்கனவே மாண்புமிகு வர்த்தகத்துறை அமைச்சர் திருமதி நிர்மலா சீத்தாராமனைச் சந்தித்து, மேற்படி தொழிற்சாலை மூடியிருப்பதால் 30 ஆயிரத்திற்கும் மேற்பட்ட தொழிலாளர்களும் அத்தொழிற்சாலையுடன் இணைந்து செயல்பட்ட பல்வேறு துணை நிறுவனங்களும் பாதிக்கப்பட்டிருப்பதையும் சுட்டிக்காட்டி அத்தொழிற்சாலை விரைந்து திறக்கப்பட வேண்டும் என்று கோரி இருந்தேன்.

நோக்கியா நிறுவனம் நவம்பர் 1-இலிருந்து உற்பத்தியைத் தற்காலிகமாக நிறுத்தி வைத்திருப்பதாக அறிவித்திருந்தபோதிலும், அது தொழிற்சாலையை மூடும் முடிவுதான். முன்னதாக இவ்வாறு இடைநிறுத்தத்திற்கு அந்நிறுவனம் தயாரிப்பு வேலைகளைச் செய்து வந்த சமயத்தில், தன்னிச்சையான சுய ஓய்வுத் திட்டத்தை முன்மொழிந்து அனைத்துத் தொழிலாளர்களையும் வீட்டிற்கு அனுப்பிவிட்டது. இத்தொழிற்சாலை ஆரம்பிக்கப்பட்ட சமயத்தில் படித்துக் கொண்டிருந்த இளம் தொழிலாளர்களை, இவர்களில் பெரும்பான்மையானவர்கள் பெண்கள், அதிக சம்பளத்துடனான வேலை என்று ஆசை வார்த்தை காட்டி, வேலைக்குச் சேர்த்தது. இப்போது ஏழு ஆண்டுகளுக்குப்பின், உற்பத்தியை நிறுத்தி, அவர்கள் அனைவரையும் வீட்டிற்கு அனுப்பிவிட்டது.

நோக்கியா நிறுவனத்திற்கு உதிரி பாகங்களை அளித்து வந்த துணை நிறுவனங்களும் தங்கள் உற்பத்தியை நிறுத்த வேண்டிய நிலை ஏற்பட்டதால் அதில் பணியாற்றிய சுமார் 30 ஆயிரம் பேர் வேலை இழந்துள்ளார்கள். நோக்கியா உற்பத்தியைச் சார்ந்து அத்தொழிற்சாலையிலும் அதனை ஒட்டி உதிரிபாகங்களை உற்பத்தி செய்துவந்த துணை நிறுவனங்களிலும் வேலைசெய்து வந்த தொழிலாளர்களின் குடும்பங்களுக்கு சுமார் 300 முதல் 400 கோடி ரூபாய் வரை வருவாய் இழப்பு ஏற்பட்டுள்ளது. இதன் விளைவாக தமிழகத்தின் மூன்று மாவட்டங்களில், அதாவது காஞ்சிபுரம், திருவள்ளூர் மற்றும் சென்னையின் பொருளாதாரம் கடுமையாகப் பாதிக்கப்பட்டுள்ளது. பன்னாட்டு நிறுவனத்திற்கும் மாநில அரசுக்கும் இடையில் ஏற்படுத்தப்பட்டிருந்த புரிந்துணர்வு ஒப்பந்தம் குறித்து எங்களுக்குத் தெளிவாகத் தெரியவில்லை. நிர்க்கதியாய் நிற்கும் தொழிலாளர்களுக்கு உதவிட மத்திய அரசோ மாநில அரசோ முன்வராததால் நிலைமை மிகவும் பரிதாபகரமான முறையில் இருக்கிறது. "இந்தியாவுக்காக உற்பத்தி செய்யுங்கள்'' என்கிற முழக்கம் இவ்வாறு நம் கண்முன்னாலேயே இவ்வாறு ஆலை மூடலின் மூலம் இந்தியாவை அழித்துக் கொண்டிருப்பதாக மாறி இருக்கிறது. தொழிற்சாலையைப் புதுப்பிப்பதற்காக சில வாய்ப்புகள் வந்திருப்பதாகத் தெரிகிறது. நோக்கியாவில் வேலைபார்த்துவந்த அனைத்துத் தொழிலாளர்களுக்கும் மீண்டும் வேலை அளித்திட அரசாங்கம் உத்தரவாதம் செய்திட வேண்டும் என்று கேட்டுக் கொள்கிறேன். தொழிற்சாலையை விரைந்து புதுப்பித்திட அரசாங்கம் வழிவகுக்க வேண்டும் என்றும் கேட்டுக்கொள்கிறேன்.

11.12.2014

○

33

தலித் கிறித்துவர்கள், தலித் முஸ்லீம்களுக்கும் இட ஒதுக்கீடு வழங்கப்பட வேண்டும்

(மாநிலங்களவையில் 2014ஆம் ஆண்டு கொண்டுவரப்பட்ட அரசமைப்பு (அட்டவணைப் படுத்தப்பட்ட சாதிகள்) ஆணைகள் (திருத்தச்) சட்டமுன் வடிவின் மீது நடைபெற்ற விவாதத்தில் பங்கேற்று தலித்துகளுக்கான ஒதுக்கீட்டில் மேலும் சில சாதிகளைச் சேர்ப்பது தொடர்பாக பேசியது:)

நான் இந்தச் சட்டமுன்வடிவை ஆதரிக்கிறேன் என்பதை முதற்கண் தெரிவித்துக் கொள்கிறேன். சுதந்திரம் பெற்று 65 ஆண்டுகள் கழிந்தபின்னரும் நாம் இன்னும் பல சாதிகளை அடையாளம் காண வேண்டிய நிலையில் இருக்கிறோம். இதற்கு ஓர் இறுதித்தீர்வுக்கு வந்திட வேண்டும்.

எங்கள் கட்சியின் சார்பில் இதற்காக ஓர் ஆணையம் அமைக்க வேண்டும் என்றும், அந்த ஆணையம் ஒவ்வொரு மாநிலத்திற்கும் செல்ல வேண்டும் என்றும் பரிந்துரைத்திருக்கிறோம். மக்கள் நன்கு உணர்வு பெற்றவர்களாக மாறி இருக்கிறார்கள். அவர்கள் தங்கள் சாதியை அடையாளம் காட்டுவார்கள். பின்னர் அது தொடர்பாக அவர்கள் விண்ணப்பிப்பார்கள். அது இங்கே வருவதற்கு 10 அல்லது 15 ஆண்டுகளாகிவிடுகிறது. இந்தப் பட்டியலில் மீதம் உள்ள தலித்துகள் மற்றும் பழங்குடியினரையும் சேர்த்திட அரசு முன்வர வேண்டும் என்று கேட்டுக்கொள்கிறேன். நிலைக்குழுவின் பரிந்துரையின்படி மத்திய ஊரக வளர்ச்சித்துறை அமைச்சகமும், நகர்ப்புற வளர்ச்சித்துறை அமைச்சகமும் மக்களின் சமூக - பொருளாதார நிலைகுறித்து ஆய்வினை மேற்கொண்டு வருகின்றன. அவை விரைவில் தங்கள் ஆய்வினை இறுதிப்படுத்திட வேண்டும். இதன்மூலம் எந்த எந்தச் சாதியினரை இப்பட்டியலில் சேர்த்திடலாம்,

எந்த எந்தச் சாதியினரைச் சேர்க்கக்கூடாது என்று அரசாங்கம் ஒரு முடிவுக்கு வருவதற்கு வசதி செய்து தரும். இது என்னுடைய முதலாவது பரிந்துரை. இரண்டாவதாக, இட ஒதுக்கீடு அளிப்பதற்கான சாதிகளை அதிகரித்திருக்கிறீர்கள். ஆனாலும் இட ஒதுக்கீட்டின் அளவு அதேதான். முன்பு இடம்பெற்றிருந்த சாதியினருக்குப் பாதிப்பு ஏற்படாத வகையில் இதனைச் சரி செய்திட வேண்டும்.

மூன்றாவதாக, இப்போது திட்டக் கமிஷன் கிடையாது. எனவே, தலித் மற்றும் பழங்குடியினர் துணைத் திட்டங்களுக்கு என்ன செய்யப் போகிறீர்கள்? ஏற்கனவே துணைத் திட்டங்கள் அனைத்தும் துஷ்பிரயோகம் செய்யப்பட்டன. நாம் அதனைப் பார்த்தோம். தலித்துகளின் துணைத்திட்டத்திற்கு ஒதுக்கிய பணம் காமன்வெல்த் விளையாட்டுகளுக்குப் பயன்படுத்தியதை ஓர் உறுப்பினர் இங்கே எடுத்துக்காட்டினார். இதுபோன்று பல மாநிலங்களிலும் நடைபெற்று வருகிறது. அவ்வாறு அவர்களுக்காக ஒதுக்கிய தொகையை எடுத்துக்கொள்ள உங்களுக்கு எந்த உரிமையும் கிடையாது. எதிர்காலத்தில் தலித்துகள்/ பழங்குடியினருக்காக ஒதுக்கப்படும் தொகைகள் அவர்களுக்குத்தான் செலவிடப்பட வேண்டும். இது தொடர்பான சட்ட நெறிமுறைகளை கெட்டிப்படுத்தப்பட வேண்டும். பாதிப்புக்குள்ளாகும் மக்களால் இதனை எதிர்த்துக் கேட்கமுடியாது. அவர்கள் அமைதியாக இருந்துவிடுவார்கள். இறுதியாக, என் கோரிக்கை தலித் கிறித்துவர்கள் மற்றும் தலித் முஸ்லீம்கள் குறித்ததாகும். புத்திஸ்ட் தலித்துகள், சீக்கிய தலித்துகளை இந்தப் பட்டியலின் கீழ் கொண்டுவந்திருக்கிறீர்கள். ஆனால் கிறித்துவ தலித்துகள் மற்றும் முஸ்லீம் தலித்துகளை ஏன் கொண்டுவரவில்லை? கொஞ்சகாலத்திற்கு முன்பு, முன்னாள் பிரதமர் அவர்களை தலித் கிறித்துவர்கள் தூதுக்குழு ஒன்று சந்தித்தது. அவர்களிடம் முன்னாள் பிரதமர் தலித் கிறித்துவர்கள் தலித் பட்டியலில் சேர்க்கப்படும் என்று உறுதி அளித்திருந்தார். இதனை இந்த அரசு பரிசீலிக்க வேண்டும் என்று கேட்டுக்கொள்கிறேன். இவ்வாறான வேண்டுகோள்களுடன் இந்தச் சட்டமுன்வடிவை நான் ஆதரிக்கிறேன்.

24.02.2015

34

எய்ம்ஸ் மருத்துவமனை தீ விபத்து - முக்கிய கோப்புகள் அழிப்பு - உரிய விசாரணை தேவை

நாடாளுமன்ற பட்ஜெட் கூட்டத்தொடரின்போது மாநிலங்களவையில் 2-3-2015 அவசரப் பொது முக்கியத்துவம் வாய்ந்த பிரச்சனைகளை எழுப்பும் நேரத்தில் பேசியது:

"தில்லியில் உள்ள எய்ம்ஸ் மருத்துவமனையில் திடீர் என்று தீ விபத்து ஏற்பட்டு மிகவும் முக்கியமான கோப்புகள் அழிக்கப்பட்டிருப்பது குறித்து அவையின் கவனத்திற்குக் கொண்டுவர விரும்புகிறேன். சனிக்கிழமையன்று எய்ம்ஸ் நிர்வாகப்பகுதி மாலை 3 மணியளவில் தீக்கிரையாகி இருக்கிறது. இந்தப் பகுதியில்தான் சட்டப் பிரிவும் உள்ளது. தீ அணைப்பு ஊழியர்கள் சம்பவ இடத்திற்கு வருவதற்கு முன்பே பல முக்கியமான கோப்புகள் அடங்கிய கணினிகள் அழிக்கப்பட்டுவிட்டன. அனைத்தும் சாம்பலாகிப் போயின. இது தொடர்பாக முழுமையான விசாரணை மேற்கொள்ளப்பட வேண்டும் என்று அங்குள்ள மருத்துவர்கள் கோரி இருக்கிறார்கள். எய்ம்ஸ் மருத்துவமனை தொடர்பாக நிலம் வாங்கியமை, ஊழல் வழக்குகள், மருந்துகள் வாங்கியது போன்ற முக்கியமான கோப்புகள் வேண்டும் என்றே அழிக்கப்பட்டிருப்பதாக கருதுவதால் விசாரணை மேற்கொள்ளப்பட வேண்டும் என்று அவர்கள் வலியுறுத்துகிறார்கள்.

மூன்று நாட்களுக்கு முன்புதான் எய்ம்ஸ் மருத்துவமனையில் நடைபெற்ற ஊழல்கள் தொடர்பாக குற்றப்புலனாய்வுக் கழக (சிபிஐ) விசாரணை வேண்டும் என்று தாக்கல் செய்யப்பட்டுள்ள பொதுநல மனு மீது மத்திய சுகாதார அமைச்சகத்திற்கு தில்லி உயர்நீதிமன்றம் அறிவிப்பு அனுப்பி இருந்தது. மருத்துவச் சாதனங்கள் மற்றும் இதர பொருட்கள் வாங்கியது தொடர்பாக தவறுகள் நடந்திருப்பதாக சமீபத்தில் நடைபெற்ற விசாரணையிலிருந்து தெரிய வந்திருக்கிறது. நாடாளுமன்றக் குழுவும் சிபிஐ விசாரணையைக் கோரி இருக்கிறது.

ஒரு நாடாளுமன்ற உறுப்பினர், 2013 மே 23க்கும் 2014 ஜூன் மாதத்திற்கும் இடையே நான்கு கடிதங்கள், புதிய கண்காணிப்புக்குழுவைக் கலைத்துவிட வேண்டும் என்று கோரி கடிதம் எழுதியிருக்கிறார். 2014 மே 23 அன்று அன்றைய சுகாதாரத் துறை செயலாளர் அதனைத் தள்ளுபடி செய்துவிட்டார். ஆனால், ஆட்சிமாற்றம் ஏற்பட்டபின், அதே கோரிக்கைகள் 2014 ஆகஸ்டில் ஏற்கப்பட்டு விட்டன. அவ்வாறு கடிதம் எழுதிய ஜே.பி. நட்டா சுகாதார அமைச்சராக இப்போது இருக்கிறார். சுகாதார அமைச்சகமே 24 மணி நேரத்திற்குள் முழுமையாக மாற்றி அமைக்கப்பட்டிருக்கிறது. நான் இந்தப் பிரச்சனையை எதற்காக எழுப்புகிறேன் என்றால், உயர்நீதிமன்றம் அனைத்துக் கோப்புகளையும் ஜூன் 22 அன்று கோரியது. 2014 நவம்பரில் கண்காணிப்புக்குழு கலைக்கப்பட வேண்டும் என்று கோரியவரே அமைச்சராக்கப்பட்டிருக்கிறார். ஊழல் தொடர்பான அனைத்து விசாரணைகளும் கிடப்பில் போடப்பட்டுவிட்டன. அதிகாரிகளால் ஒப்புதல் அளிக்கப்பட்ட அனைத்து துறைவாரி குற்ற அறிக்கைகளும் கிடப்பில் போடப்பட்டுவிட்டன. இந்த விசாரணை முடியும்வரை அவ்வாறு கடிதம் எழுதியவரை அமைச்சர் பொறுப்பிலிருந்து விடுவிக்க வேண்டும் என்றும் இந்த அரசைக் கேட்டுக்கொள்கிறேன்.

02.03.2015

○

மெட்ரோ ரயில் ஊழியர்கள் பிரச்சனை தொடர்பாக தமிழக முதலமைச்சர் எடப்பாடி பழனிச்சாமியை தோழர் அ.சவுந்தரராசனுடன் சந்தித்த போது

35

இலங்கைப் பிரச்சனை குறித்து

மாண்புமிகு மாநிலங்களவைத் துணைத் தலைவர் அவர்களே, மத்திய அயல்துறை விவகாரங்கள் அமைச்சர், திருமதி சுஷ்மா ஸ்வராஜ் அளித்துள்ள அறிக்கையில், நான் திருப்தியடையவில்லை. இலங்கைப் பிரச்சனை குறித்து பல தடவைகள் இந்த அவையில் முழுமையாக விவாதங்கள் நடந்திருக்கின்றன. இலங்கைப் பிரச்சனை குறித்தும், மீனவர்கள் பிரச்சனைகள் குறித்தும், நாங்கள் மிகவும் கவலை கொண்டிருக்கிறோம்.

நம்முடைய அயல்துறை விவகாரங்கள் அமைச்சர் அங்கே இருந்தபோது, இலங்கை பிரதமர் தமிழ் தொலைக்காட்சி ஒன்றிற்கு நேர்காணல் அளித்தார். இப்போது அந்த நேர்காணல்தான் மக்களின் மனதில் இருக்கிறது. அவர் அந்தப் பேட்டியில் "அவர்களைச் சுட முடியும்" என்று கூறினார்.

இலங்கை மீனவர்களிடம் நம் கடற்படைக் காவல்துறை (coast guard) எப்படி நடந்து கொள்கிறது? நாம் எந்த மீனவருக்கும் எவ்விதத் தீங்கும் எப்போதுமே இழைத்ததில்லை. நாம் அவர்களை மனிதாபிமானத்துடன் நடத்துகிறோம். அவர்கள், அவர்களின் எல்லையைக் கடந்து வந்தால் அவர்களைக் கைது செய்கிறோம். அவ்வளவுதான். நாம் அவர்களின் படகுகளை சேதப்படுத்துவதில்லை. ஆனால், இலங்கை அரசாங்கம், அது ராஜபக்சே அரசாங்கமாக இருந்தாலும் சரி, அல்லது இப்போதுள்ள புதிய பிரதமராக இருந்தாலும் சரி, அவர்கள் நடந்துகொள்ளும் விதம் சந்தேகத்தை ஏற்படுத்துகிறது. உண்மையில் அவர்கள் சமரசத்திற்காக இருக்கிறார்களா? உண்மையில் அவர்கள் ஒரு தீர்வுக்குத் தயாராக இருக்கிறார்களா? என்னுடைய சங்கடம் எல்லாம், இப்போது நம் பிரதமர் அந்த நாட்டிற்குச் செல்ல இருக்கிறார். ஒருவேளை அவர்கள் இதே போன்றே நடந்துகொள்ளலாம். நம் பிரதமர் நம் அயல்துறை விவகாரங்கள் அமைச்சருடன் தனிப்பட்ட முறையில் நடைபெற்ற கூட்டத்தில் (in camera meeting) ஒத்துப்போயிருக்கலாம்.

அதற்கு மேல் எவருக்கும் எதுவும் தெரியாது. இவ்வாறு, இந்திய அயல்துறை விவகாரங்கள் அமைச்சரும், இந்தியாவும் இலங்கைப் பிரதமரால் மோசமான முறையில் நடத்தப்பட்டிருக்கிறார்கள்.

இரண்டாவதாக, நான் கூற விரும்புவது என்னவென்றால், நம் பிரதமர் அங்கே போகும்போது, அவர் ராஜீவ்-ஜெயவர்தனே ஒப்பந்தம் குறித்து விவாதித்திட வேண்டும். இப்போதும்கூட, அதன்மீதும், மாண்புமிகு உறுப்பினர் திரு. நாச்சியப்பன் கூறியதைப்போன்று, இடம்பெயர்ந்து வந்துள்ள தமிழர்கள் மீதும், எதையும் அமல்படுத்த அவர்கள் தயாராக இல்லை. இது தொடர்பாக உறுப்பினர் நாச்சியப்பன் கூறிய அனைத்து அம்சங்களுடனும் உடன்படுகிறேன்.

எனவே, இலங்கைக்கு பிரதமர் விஜயம் செய்வதன் மூலமாக நீங்கள் என்ன சாதிக்கப் போகிறீர்கள்? நாம் அவர்களுடன் மூலதன முதலீடு மேற்கொள்ளலாம். நாம் அவர்களுடன் சில வர்த்தக உறவுகளை மேற்கொள்ளலாம். அவை நல்லதுதான். நான் மறுக்கவில்லை. ஆனால் கடந்த 30 ஆண்டு காலமாக தமிழர்கள் அதிகாரங்களை இழந்து அவதிக்குள்ளாகி இருக்கின்றார்கள். அவர்கள் தங்கள் மொழியை இழந்திருக்கிறார்கள். அவர்கள் நம் அண்டை நாட்டைச் சேர்ந்தவர்கள். இந்த அவையின் உணர்வுகளையும், இலங்கைத் தமிழர்கள் பிரச்சனைகள் மீது தமிழ் மக்களின் உணர்வுகளையும் நீங்கள் மனதில் நிறுத்திக்கொள்ள வேண்டும்.

நிறைவாக, நம் பிரதமர் அவர்கள் இலங்கைக்குச் செல்லும்போது தோட்டத் தொழிலாளர்களாக உள்ள தமிழர்கள் வாழும் இடங்களுக்கும் செல்ல வேண்டும் என்று கேட்டுக்கொள்கிறேன். நாங்கள் அயல்துறை விவகாரங்கள் அமைச்சர் திருமதி சுஷ்மாவுடன் அங்கே சென்றிருந்தபோது நாங்கள் அவர்களைச் சென்று பார்த்தோம். அவர்கள் நம் மக்கள். நாம் அவர்களுக்கு ஏராளமாக உதவிக் கொண்டிருக்கிறோம். மேலும் அவர்களுக்கு நாம் உதவிட வேண்டும்.

அயல்துறை விவகாரங்கள் அமைச்சர், பிரதமருடனும், அரசாங்கத்துடனும், இலங்கைத் தமிழர்கள் பிரச்சனை சம்பந்தமாக என்ன விவாதித்தார் என்பது குறித்து மேலும் விளக்கங்கள் அளிக்குமாறு கோரி என் உரையை நிறைவு செய்கிறேன்.

09.03.2015

36

ரயில்வே பட்ஜெட் மீதான விவாதத்தில்...

(நாடாளுமன்ற பட்ஜெட் கூட்டத்தொடரின்போது, மாநிலங்களவையில் 11-3-2015 அன்று ரயில்வே பட்ஜெட் மீதான விவாதத்தில் பங்கேற்று பேசியது:)

"ரயில்வே பட்ஜெட்டில் நான் என் உரையை ஆற்றத் துவங்குவதற்கு முன், ரயில்வே அமைச்சருக்கு வாழ்த்துக்களைத் தெரிவித்துக்கொள்ள விரும்புகிறேன். அவரவது இந்த அமைச்சரவையில் மீதம் உள்ள நான்கு ஆண்டுகளுக்கும் அமைச்சராக நீடிக்க வேண்டும் என்ற வாழ்த்துகிறேன். 2004-லிருந்து 2014 வரையிலான நிலைமைகளை ஆராய்வோமானால், கடந்த பத்தாண்டுகளில் ஐந்து அமைச்சர்கள் இத்துறைக்கு வந்துவிட்டார்கள். சராசரியாக இரு ஆண்டுகளுக்கு ஒரு அமைச்சர். ரயில்வே அமைச்சர்கள் பல ஆயிரம் கோடி ரூபாய்களுக்கு திட்டங்களை அறிவிக்கிறார்கள். அவை தொடங்கப்படுவதற்கு முன்னேயே ரயில்வே அமைச்சகத்திலிருந்து அவர்கள் வெளியேறி விடுகிறார்கள்.

கடந்தசில ஆண்டுகால பட்ஜெட்டைப் பார்ப்போம். 2005-06 பட்ஜெட்டில் வளர்ச்சி நிதி 24 ஆயிரம் கோடி ரூபாய். 2006-07 பட்ஜெட்டில் இது 22 ஆயிரம் கோடி ரூபாய். 2008-09இல் இது 75 ஆயிரம் கோடி ரூபாய். 2012-13இல் இது 90 ஆயிரம் கோடி ரூபாய். ஆனால், இவ்வாறு பணம் அறிவிக்கப்பட்டதேயொழிய எதுவும் அமலாகவில்லை. ஒவ்வொரு அமைச்சர் பட்ஜெட் அறிவிக்கும்போதும், முந்தைய அமைச்சரின் திட்டங்களுடன் தன்னை இணைத்துக்கொள்வதே இல்லை. பட்ஜெட்களில் அறிவிக்கப்பட்ட திட்டங்கள் எல்லாம் என்ன ஆனது என்பது குறித்து எங்களுக்கும் தெரியவில்லை, மக்களுக்கும் தெரியவில்லை.

ஒவ்வோராண்டும் பட்ஜெட் தாக்கல் செய்யப்படும்போது போதிய பணம் இல்லை என்ற சூழ்நிலை இருக்கிறது.

அறிவிக்கப்பட்ட திட்டங்களை அமல்படுத்திட உரிய நிதி ஒதுக்கப்பட வருடாந்திரத் திட்டக் குறியீடுகளில் தொகை ஒதுக்கிட வேண்டும் என்று கேட்டுக்கொள்கிறேன்.

கடந்த பத்தாண்டுகளில் 99 புதிய திட்டங்களுக்கு அனுமதி அளிக்கப்பட்டிருந்தது. அதில் ஒன்று மட்டும்தான் முழுமையாக நிறைவேறியிருக்கிறது. கடந்த 30 ஆண்டுகளாக முழுமையடையாமல் நான்கு திட்டங்கள் கிடப்பில் போடப்பட்டுள்ளன.

உச்ச நீதிமன்றங்களிலும், உயர்நீதிமன்றங்களிலும் வழக்குகள் நிலுவையில் உள்ளது போலவே இவையும் நிலுவையில் உள்ளன. இன்றையதினம் உச்சநீதிமன்றத்தில் 65 ஆயிரம் வழக்குகள் நிலுவையில் உள்ளன. உயர்நீதிமன்றங்களில் லட்சக்கணக்கில் வழக்குகள் நிலுவையில் உள்ளன. இது மிகவும் மோசமான நிலைமையாகும்.

அதேபோன்றே ரயில்வேயும் ரயில்வே பட்ஜெட்களும் பரிதாபகரமான நிலையில் இருக்கின்றன.

இந்த ஆண்டு ரயில்வே அமைச்சர், ரயில்வேயில் 8.5 லட்சம் கோடி ரூபாயை ஐந்தாண்டுகளுக்கு முதலீடு செய்திட முன்மொழிந்திருக்கிறார். இதில் 1 லட்சத்து 50 ஆயிரம் கோடி ரூபாயை எல்ஐசி நிறுவனம் தருவதற்கு இசைவு தெரிவித்திருப்பதாகவும் அவர் கூறினார். அது நல்ல விஷயம். மற்ற 7 லட்சம் கோடி ரூபாயை அவர் எப்படிப் பெறப் போகிறார்?

கனரகத் தொழில்கள் அமைச்சரகத்தின் சார்பில் 2013-14இல் மேற்கொள்ளப்பட்ட ஆய்வில், ரயில்வேயில் 284 திட்டங்கள் 2013 மார்ச் 31-ஆம் தேதிய வாக்கில் அமல்படுத்தப்பட வேண்டிய நிலையில் இருந்ததாகவும், இதன் ஒரிஜினல் திட்டச் செலவினம் 1,48,717 கோடி ரூபாய் என்றும், இது முடிவுறும் சமயத்தில் இதன் செலவினம் 2,57,761 கோடி ரூபாயாக இருக்கும் என்றும் சொல்லி இருக்கிறது. அதாவது ஒரிஜினல் செலவினத்தைவிட 70 சதவீதம் கூடுதலாக செலவாகும். நீங்கள் திட்டங்களைத் தாமதப்படுத்தும்போது, செலவினமும் அதிகமாகும். திட்டங்கள் தாமதமாக, ஆக, செலவினங்களும் அதிகரித்துக்கொண்டே செல்லும்.

அடுத்து, ரயில்வே பாதுகாப்பு குறித்துப் பேச விரும்புகிறேன். ரயில்வேயில் மிகப்பெரிய விபத்துக்களுக்கு ரயில்கள் தடம் புரள்வது என்பது முக்கியமான காரணங்களில் ஒன்று என்று ரயில்வே விபத்துக்கள் தொடர்பான வெள்ளை அறிக்கை

தெளிவுபடுத்தி இருக்கிறது. தடம்புரள்வதற்குக் காரணம், மிகவும் பழைமையாகிப்போன தண்டவாளங்களாகும். புதுப்பிக்கப்படவேண்டிய ரயில்வே டிராக்குகள் அதிகமாகிக் கொண்டிருக்கின்றன,'' என்றும் வெள்ளையறிக்கையில் கூறப்பட்டிருக்கிறது. எனவே, விபத்துக்களைத் தவிர்க்க வேண்டுமானால் போதிய அளவு நிதி, டிராக்குகளை புதுப்பிப்பதற்கும் ஒதுக்கிட வேண்டும்.

டாக்டர் அனில் ககோத்கர் குழுவானது, பாதுகாப்பு நடவடிக்கைகளை அமல்படுத்திட ஒரு லட்சம் கோடி ரூபாய் தேவைப்படும் என்று மதிப்பிட்டிருக்கிறது. மேலும், ரயில்வே இயக்குதல் பணியை மேற்பார்வையிட ரயில்வே பாதுகாப்பு அதிகாரக்குழுமம் ஒன்று அமைத்திட வேண்டும் என்றும் அது பரிந்துரைத்திருக்கிறது. அமைச்சர் அவர்கள் இதனைப் பரிசீலித்து அமல்படுத்த வேண்டும் என்று கேட்டுக் கொள்கிறேன்.

ரயில்வே பாதுகாப்பு தொடர்பாக, ஆர்ய சமாஜ் உலகக் கவுன்சில் தலைவராக உள்ள ஸ்வாமி அக்னிவேஷ் பிரதமருக்கு எழுதியுள்ள கடிதம் குறித்து அமைச்சரின் கவனத்திற்குக் கொண்டுவர விரும்புகிறேன். விபத்து தொடர்பான விசாரணைகளைக் குறிப்பிட்ட கால அளவிற்குள் முடித்துக்கொள்ளவேண்டும் என்றும், விசாரணை அறிக்கையை வெளியிட வேண்டும் என்றும் அவர் கோரியிருக்கிறார்.

இவ்வாறு விசாரணை அறிக்கைகளை வெளியிட வேண்டும் என்று தகவல் உரிமைச் சட்டத்தின்கீழ் அவர் கோரியிருந்தார். வடக்கத்திய ரயில்வே இதற்கு, "இது கொள்கைப் பிரச்சனை என்பதால் ரயில்வே அவ்வாறு செய்ய முடியாது,'' என்று பதில் அளித்திருந்தது. விபத்துக்கள் நடைபெறும்போது, பத்திரிகைகள் அவற்றை வெளியிடுகின்றன. ஊடகங்கள் முழுமையாக அவற்றை வெளியிடுகின்றன. பாதிக்கப்பட்ட குடும்பத்தினர் அவதியுறுகிறார்கள். விபத்து ஏன் ஏற்பட்டது? இது தொடர்பாக விசாரணை நடைபெறுகிறது. ஆனால் விசாரணை முடிவை ஏன் வெளியிடுவதில்லை. இதில் என்ன கொள்கை சம்பந்தப்பட்ட விஷயம் இருக்கிறது? என்ன கொள்கை?

இதே கேள்விக்கு, கிழக்குக் கடற்கரை ரயில்வே கூறியிருக்கும் திலில், "இதுபோன்ற அறிக்கை கமுக்கமாகக் கருதப்பட வேண்டிய ஆவணம்'' என்றும், "நீதிமன்றத்தில் சாட்சியமாகத் தாக்கல் செய்ய இயலாத ஒன்று'' என்றும் குறிப்பிட்டிருக்கிறது. இதுதான் குறைந்தபட்ச அரசாங்கம், அதிகபட்ச ஆட்சியா? ஸ்வாமிஜி

எழுதிய கடிதத்திலிருந்து ஒரு பத்தியை மேற்கோள்காட்ட விரும்புகிறேன். "மக்களின் மகத்தான உயிர்களைப் பறிக்கக்கூடிய இத்தகைய விபத்துகளுக்கான காரணங்கள் என்ன என்பது குறித்து வெளியிட மறுப்பதன் மூலம் மத்திய அரசு மக்களுக்கு ஆற்ற வேண்டிய சமூகப் பொறுப்புகளை நிறைவேற்றவில்லை.'' இவ்வாறு அவர் மிகவும் குறைகூறியிருக்கிறார்.

இத்தகைய விசாரணைகளுக்காக கோடிக் கணக்கான ரூபாய் செலவிடப்படுகின்றன. அதன் முடிவுகள் குறித்து மக்கள் தெரிந்துகொள்வதற்கான உரிமையைப் பெற்றிருக்கிறார்கள். அவர் பிரதமருக்கு எழுதியுள்ள கடிதத்தை இவ்வாறு நிறைவு செய்கிறார்:

"நீங்கள் புல்லட் டிரெயின்கள் சகாப்தத்தை நோக்கி நாட்டை அழைத்துச் செல்வதாகக் கூறியிருக்கிறீர்கள். இந்த நிலையில் பயணிகள் பாதுகாப்பு குறித்து கவனம் செலுத்தி, பயணிகளின் மத்தியில் நிலவும் பயத்தைப் போக்கவும் முன்வரவேண்டும் என்றும் கேட்டுக் கொள்கிறேன்.''

பிரிமியம் ரயில்கள் அதிகப்படுத்தப்படும் என்று கூறியிருக்கிறீர்கள். வழக்கமாக ஓடும் ரயில்களின் கட்டணத்தைவிட பிரிமியம் ரயில்களுக்கான கட்டணம் மூன்று மடங்கு, நான்கு மடங்காகும். இத்தகைய பிரிமியம் ரயில்களில் நான்கில் ஒரு பங்குகூட இடங்கள் நிரம்புவதில்லை என்று எனக்குச் சொல்லப் பட்டது. எனவே பிரிமியம் ரயில்கள் விடுவதை மறுபரிசீலனை செய்ய வேண்டும் என்று கேட்டுக் கொள்கிறேன். அதற்குப் பதிலாக அவற்றை சிறப்பு ரயில்களாக, வழக்கமான கட்டணத்துடன் இயக்கிட முடியும்.

ரயில்வே நிலையங்களில் உள்கட்டமைப்பு வசதிகளை அதிகப்படுத்திட, நாடாளுமன்ற உறுப்பினர்கள் தங்கள் நாடாளுமன்ற உறுப்பினர் நிதியிலிருந்து நிதி ஒதுக்கிட வேண்டும் என்று வேண்டுகோள் விடுத்திருக்கிறீர்கள். நாடாளுமன்ற உறுப்பினர் நிதியிலிருந்து பள்ளிகளுக்குக் கழிப்பறைகள் கட்டுதல்,விளையாட்டுகள், ஜம்மு-காஷ்மீர் மாநிலத்தில் ஏற்பட்ட பேரழிவுக்கு நிதி ஒதுக்குதல் போன்று பல்வேறு திட்டங்களுக்கு ஒதுக்கிவிட்டோம். இதுதொடர்பாக அரசாங்கத்திற்கு ஒரு யோசனையைக் கூற விரும்புகிறேன்.

நாடாளுமன்ற உறுப்பினர்களுக்கு இவ்வாறு தொகையே ஒதுக்கவேண்டியதில்லை. அந்த நிதி எங்களுக்குத் தேவையே இல்லை. மார்க்சிஸ்ட் கம்யூனிஸ்ட் கட்சி சார்பாகக் கூறுகிறேன். அந்தத் தொகையை நீங்களே எடுத்துக்கொள்ளுங்கள். எங்கே

செலவு செய்ய வேண்டும் என்று விரும்புகிறீர்களோ அதற்குச் செலவு செய்யுங்கள்.

அடுத்து, பணியிடங்களில் பெண்களுக்கு இழைக்கப்படும் பாலியல் துன்புறுத்தல்கள் குறித்து தங்கள் கவனத்திற்குக் கொண்டுவர விரும்புகிறேன். நீங்கள் ரயில்வே தொழிற்சாலை, அலுவலகம் என எங்கு சென்றாலும் ஏராளமாக இளம்பெண்கள் பணிபுரிவதைப் பார்க்க முடியும். உச்சநீதிமன்றம், விசாகா தீர்ப்புரையில், வேலையளிப்பவர்கள் பாலியல் துன்புறுத்தலுக்குத் தடை விதித்திட வேண்டும் என்றும் இது தொடர்பான அறிவுரை நன்கு சுற்றுக்கு விடப்பட வேண்டும் என்றும் கூறியிருக்கிறது. ரயில்வேயிலும் இதனை விரைவாக அமல்படுத்திட வேண்டும் என்று கேட்டுக்கொள்கிறேன். '

நிறைவாக, ரயில்வேயில் எண்ணற்ற தொழிற்சங்கங்கள் இயங்கிக்கொண்டிருப்பது குறித்து உங்களுக்கு நன்கு தெரியும். ஒவ்வொரு சங்கமும் ஊழியர்களைத் தங்கள் பக்கம் வென்றெடுப்பதற்காக பல்வேறு போட்டிகளில் ஈடுபடுவதைப் பார்க்கிறோம். இதனைக் கணக்கில்கொண்டுதான், மத்திய மற்றும் மாநில பொதுத்துறை நிறுவனங்களில் பல, எடுத்துக்காட்டாக, பொதுத்தறை வங்கிகள், அங்கீகரிக்கப்படாத சங்கங்களுக்கும்கூட தங்கள் அறிவிப்புப் பலகைகள், அலுவலகங்கள் வைத்துக்கொள்ள இடம் ஒதுக்கிஇருக்கின்றன. அவற்றுடனும் கலந்தாலோசனை நடத்திட நேரம் ஒதுக்கித்தருகின்றன.

ரயில்வேயிலும், அங்கீகாரத்திற்கான தேர்தலில் உறுப்பினர்களில் பத்து சதவீதத்திற்கும் அதிகமான வாக்குகளைப் பெற்றுள்ள சங்கங்கள் இயங்குவதற்கு இடம் ஒதுக்கித்தர வேண்டும் என்றும், ஜெனரல் மேனேஜர் மற்றும் ரயில்வே போர்டு மட்டத்தில் ஊழியர்களைப் பிரதிநிதித்துவப்படுத்திட பேச்சுவார்த்தைக்கு அழைத்திட வேண்டும் என்றும் பரிந்துரைக்கிறேன்.

இது ஊழியர்களில் மிகப் பெரும்பான்மையோர் தங்கள் குறைகளை தங்கள் சங்கங்களின் மூலமாக, ரயில்வே நிர்வாகத்திடம் கூறுவதற்கு வழியேற்படுத்திக் கொடுக்கும். இது சங்கங்கள் மத்தியிலும் ஓர் அமைதி நிலைமையைக் கொண்டுவரும். இதனைப் பரிசீலிக்கவேண்டும் என்று கேட்டுக் கொள்கிறேன்.''

11.03.2015

○

37

தோல் பதனிடும் மையங்களில் கழிவுநீரைச் சுத்தப்படுத்துவதற்காக, சீரான கொள்கையை அமைத்திடுக

மாண்புமிகு துணைத் தலைவர் அவர்களே,

இந்த ஆண்டு ஜனவரி 30 அன்று, தமிழ்நாட்டில் ராணிப்பேட்டையில் கழிவுநீர்த் தொட்டிக்குள் விழுந்து 10 பேர் இறந்துவிட்டார்கள். அங்கேயிருந்த கசடு, தோல் பதனிடும் மையங்களிலிருந்து வெளியேறியவைகளாகும். அந்தத் தொட்டியை அரசு நிறுவனமான 'சிட்கோ' நிர்வகித்து வருகிறது. இதனை நிர்வகிப்பதில் இது முழுமையாக அசட்டையாக இருந்திருக்கிறது. இவ்வாறு ஆபத்துக்கள் இருப்பதுடன், தோல் பதனிடும் மையங்கள், அப்புறப்படுத்திடும் நச்சுக் கழிவுகளை எவ்விதத்திலும் சுத்தப்படுத்தாமல் விடுவதால் நிலத்தடி நீரும் மாசு அடைகிறது. இதுபோன்று அனைத்து மாநிலங்களில் உள்ள தோல் பதனிடும் மையங்களிலும் நடந்துகொண்டிருக்கின்றன.

தமிழ்நாடு, மேற்கு வங்கம், உத்தரப்பிரதேசம் ஆகிய மூன்று மாநிலங்களில் மட்டும் 88 சதவீதம் தோல் பதனிடும் தொழிற்பிரிவுகள் இயங்கி வருகின்றன. நாட்டில் பதப்படுத்தப்படும் மொத்த தோல் அளவில் 55 சதவீதம் தமிழ்நாட்டில் தயாரிக்கப்படுகிறது. தமிழ்நாட்டில் பல்லாவரம் மற்றும் குரோம்பேட்டையில் உள்ள தோல் பதனிடும் மையங்கள் மிகவும் பழைமையானவை. இந்த இடங்களைச் சுற்றி 152 தோல் பதனிடும் மையங்கள் இயங்கிக் கொண்டிருக்கின்றன. எனினும், சென்னை நகரின் பல்லாவரத்தில் கிடைக்கப்பட்ட சில விவரங்களிலிருந்து, இந்த இடத்திலிருந்து நிலத்தடி நீர் மாதிரி 22 இடங்களில் எடுக்கப்பட்டு ஆய்வு மேற்கொள்ளப்பட்டது. இங்குள்ள நிலத்தடி

நீர் மனித உபயோகத்திற்கு இலாயக்கற்றவை என்று ஆய்வு வெளிப்படுத்தி இருக்கிறது. நிலத்தடி நீர் மாசு அடைந்திருப்பது, மனிதர்களை மட்டும் பாதிப்புக்கு உள்ளாக்கவில்லை, மாறாக அங்கே இருக்கின்ற கால்நடைகள், பறவைகள் மற்றும் நீர்நிலைகளில் வாழும் ஜீவராசிகளையும் பாதித்திருக்கின்றன. இதற்கெல்லாம் காரணம் தோல் பதனிடும் மையங்களிலிருந்து எவ்விதத்திலும் சுத்தப்படுத்தப்படாமல் கசிவு நீர், திறந்த வெளி சாக்கடைகளிலும், பக்கத்தில் உள்ள நிலங்களிலும் விடப்படுவதாகும்.

தோல்பதனிடும் மையங்களிலிருந்து வெளியேற்றப்படும் மாசுபடுத்தப்பட்ட நீரை சுத்தப்படுத்துவதற்கு மத்திய அரசு சீரான ஒரு கொள்கையை உருவாக்கிட வேண்டும். அதனைப் பின்பற்றிட அனைத்துத் தோல் பதனிடும் மையங்களுக்கும் கட்டளை பிறப்பித்திட வேண்டும். இதனை எவ்வளவு விரைவாக முடியுமோ அவ்வளவு விரைவாகச் செய்திட வேண்டும். தோல் பதனிடும் மையங்களுக்கப் பக்கத்தில் வாழ்ந்துவரும் மக்களைக் காப்பாற்றிட இது மிகவும் அவசரத் தேவையாகும்.

ஆவடி டேங்க் தொழிற்சாலையில் பாதுகாப்புத் துறையின் நிலை ஆணை குழுவின் சார்பில் ஆய்வு செய்த போது

38

கரும்பு விவசாயிகளுக்கான நிலுவைகள் தொடர்பாக

மாண்புமிகு துணைத் தலைவர் அவர்களே,

கரும்பு விவசாயிகளுக்கு, இந்திய சர்க்கரை ஆலை உரிமையாளர்கள் அளிக்கவேண்டிய நிலுவைத் தொகைகளை அளிக்காமல் இருந்து வருகிறார்கள். இந்திய சர்க்கரை ஆலை உரிமையாளர்கள் சங்கத்தின் கூற்றின்படி, இவ்வாறு கரும்பு விவசாயிகளுக்கு அளிக்காமல் இருந்துவரும் தொகையின் அளவு தமிழ்நாடு உட்பட 2015 மார்ச் முடிவுறும் தேதியன்று, சுமார் 17 ஆயிரம் கோடி ரூபாயாகும். இதனால் கரும்பு பயிரிடும் விவசாயிகள் அனைத்து மாநிலங்களிலும் அங்குள்ள சர்க்கரை ஆலை முதலாளிகளால் நிலுவைத் தொகைகள் கொடுக்கப்படாமல் பாதிப்புக்கு உள்ளாகி இருக்கிறார்கள். இதில் சிறிய மற்றும் நடுத்தர விவசாயிகள் மிகவும் மோசமாகப் பாதிக்கப்பட்டிருக்கிறார்கள். ஒவ்வோராண்டும் வேளாண் இடுபொருட்களின் விலைகள் உயர்ந்துகொண்டே செல்கின்றன. ஆனால் ஆலைகள், விவசாயிகளுக்கு அளிக்க வேண்டிய நிலுவைத் தொகைகளை அளிப்பதில்லை. இதன் விளைவாக விவசாயிகள் பண லேவாதேவிகாரர்களிடம் போய் மாட்டிக்கொள்கிறார்கள். மாண்புமிகு நிதியமைச்சர் இங்கே இருக்கிறார். அலாகாபாத் உயர்நீதிமன்றம் கூட, 2014 செப்டம்பரில் ஒரு தீர்ப்புரையின் மூலமாக, கரும்பு விவசாயிகளுக்கும், ஆலை முதலாளிகளுக்கும் உதவிட வங்கிகள் முன்வர வேண்டும் என்றும் கேட்டுக்கொண்டது. எனினும், வங்கிகள் பணம் கொடுக்க மறுத்துவிட்டன. ஆகவே, ஒட்டுமொத்த சர்க்கரைத் தொழிலும் நெருக்கடியில் இருக்கிறது. இதில் அரசாங்கம் உடனடியாகத் தலையிட்டு, கரும்பு விவசாயிகளைக் காப்பாற்ற முன்வர வேண்டும் என்று கேட்டுக்கொள்கிறேன். இல்லையேல், கரும்பு விவசாயிகள் தற்கொலை செய்துகொள்வது அதிகரித்திடும்.

17.03.2015

39

விவசாய நெருக்கடியும் விவசாயிகளின் அவல நிலைமைகளும்

மாண்புமிகு துணைத் தலைவர் அவர்களே,

இந்தியாவின் சிறிய மற்றும் நடுத்தர விவசாயிகளின் நிலைமையைப் பொறுத்தவரை, மிகவும் இருள்சூழ்ந்து காணப்படுகிறது. விவசாயிகள், நிலமற்ற விவசாயத் தொழிலாளர்களாக அல்லது புலம்பெயர்ந்த தொழிலாளர்களாக மாறக்கூடிய விதத்தில் தள்ளப்பட்டுக் கொண்டிருக்கிறார்கள். நேபாளம், பீகார், ஒடிசா போன்ற மாநிலங்களிலிருந்து ஆயிரமாயிரம் தொழிலாளர்கள், தென்னிந்தியாவை நோக்கி நகர்ந்து வந்துகொண்டிருப்பதைப் பார்க்கிறோம். தென்னிந்தியாவில், குறிப்பாக தமிழ்நாட்டில் ஆயிரமாயிரம் புலம்பெயர் தொழிலாளர்களைப் பெற்றிருக்கிறோம். கிராமங்களிலிருந்து மக்கள் நகரங்களை நோக்கி வந்துகொண்டிருக்கிறார்கள். சென்னை மாநகரத்தில் மட்டும், ஒவ்வொரு நாளும் பத்து லட்சத்திற்கும் மேற்பட்ட மக்கள் வந்துகொண்டும், போய்க் கொண்டுமிருக்கிறார்கள். ஆகையால், இந்த நிலைமை விவசாயத்தைப் பொதுவாக பாதித்துக்கொண்டிருக்கிறது. கடந்த இருபதாண்டுகளில் மூன்று லட்சம் விவசாயிகள் தற்கொலை செய்துகொண்டிருக்கிறார்கள்.

தேசியக் குற்றப் பதிவேட்டுப் பணியகம் (*National Crime Bureau*) சார்பில், ஒவ்வொரு மணி நேரத்தில் இரு விவசாயிகள் தற்கொலை செய்துகொள்கிறார்கள். ஒவ்வொரு நிமிடத்திலும் வன்புணர்வு அக்கிரமம் நடந்துகொண்டிருக்கிறது. இது நாட்டின் துயரார்ந்த நிலையாகும். இது ஐ.மு.கூ. அரசாங்கத்தின் காலத்திலும் நிலைமை இதுதான், இப்போது தே.ஜ.கூ. அரசாங்கத்தின் காலத்திலும் நிலைமை இதுதான். இப்போது நான்கூறும் விவரங்கள் ஐ.மு.கூ. ஆட்சிக் காலத்தைச் சேர்ந்ததாகும்.

கடந்த இருபதாண்டுகளில் ஆட்சியாளர்கள் பின்பற்றி வந்த நவீன தாராளமயப் பொருளாதார சீர்திருத்தக் கொள்கைகள்,

நாட்டின் விவசாயத்திலும், விவசாயிகளின் வாழ்விலும் கடுமையான பாதிப்புகளை ஏற்படுத்தி இருக்கின்றன. வேளாண் விஞ்ஞானி எம்.எஸ். சுவாமிநாதன் தலைமையில் ஓர் ஆணையம் அமைத்தார்கள். ஆனால், அவருடைய ஆணையம் வெளியிட்ட பரிந்துரைகள் எதையும் அமல்படுத்திட சிந்திக்கவே இல்லை. விவசாயிகளுக்கு 4 சதவீத வட்டிவீதத்தில் கடன் அளிக்க வேண்டும் என்று பரிந்துரைத்திருக்கிறது. ஆனால், இது பரிசீலனைக்கு எடுத்துக்கொள்ளப்படவே இல்லை. எம்.எஸ். சுவாமிநாதன் ஆணையம் அமைத்ததற்கான ஏற்பாடுகளும், அதற்காக செலவு செய்த பணமும் வீணாகியிருக்கிறது. அதேபோன்று விவசாயத்திற்காக, பொது முதலீடு செய்வது என்பதும் வீழ்ச்சியடைந்து கொண்டிருக்கிறது. இதுதொடர்பான திட்டச் செலவினங்கள் பெயரளவில்தான் ஒதுக்கப்பட்டிருக்கின்றன.

நாம் ஆறுகளை இணைப்பது குறித்து பேசிக்கொண்டிருக்கிறோம். கடந்த 40, 45 ஆண்டு காலமாக இதுகுறித்துப் பேசிக் கொண்டிருக்கிறோம். ஆனால், ஆறுகளை இணைத்திட எவ்வித முயற்சியும் எப்போதும் எடுக்கப்பட்டதில்லை.

வேலைவாய்ப்பு அளிப்பதில் தேக்க நிலை அதிகரித்துக் கொண்டிருக்கிறது. விதைச் சட்டமுன்வடிவு குறித்து அரசாங்கம் மீண்டும் ஆய்வு செய்திட வேண்டும் என்று கேட்டுக்கொள்கிறேன். ஏனெனில், விதைச் சட்டமுன்வடிவு விவசாயிகளுக்கு உதவிட வில்லை. விவசாயிகளுக்குக் கிடைக்கும் குறைந்தபட்ச ஆதார விலையுடன் ஒப்பிடும்போது, வேளாண் இடுபொருட்களின் விலைகள் அதிகரித்துக் கொண்டிருக்கின்றன. ஒவ்வோராண்டும் இடுபொருட்களின் விலைகள் உயர்ந்துகொண்டிருக்கின்றன. இதற்கு வரம்பு எதுவும் கிடையாது. இது தொடர்பாகக்கூட, சுவாமிநாதன் ஆணையம் அளித்திட்டப் பரிந்துரைகளை நீங்கள் கண்டுகொள்ளவில்லை. குறைந்தபட்ச ஆதார விலை, வேளாண் இடுபொருள்கள் ஆகியவற்றுக்கிடையே அவர் ஒரு விகிதத்தை ஏற்படுத்தி இருந்தார். அவற்றை நீங்கள் முழுமையாக உதாசீனம் செய்திருக்கிறீர்கள்.

இதுதொடர்பாக தி டைம்ஸ் ஆப் இந்தியா, 2015 பிப்ரவரி 3 தேதியிட்ட நாளேட்டில் வந்ததை மேற்கோள் காட்ட அனுமதிக்குமாறு கேட்டுக்கொள்கிறேன். அதில், கூறியிருப்பதாவது: "மகாராஷ்ட்ர மாநிலத்தில் சுமார் 90 லட்சம் விவசாயிகள் வறட்சியால் பாதிக்கப்பட்டிருக்கிறார்கள்." இவ்வாறு 2015 பிப்ரவரியில் செய்தி வெளியானது. இப்போது நாம் ஏப்ரலில்

இருக்கிறோம். மகாராஷ்ட்ராவில் அதிக அளவில் விவசாயிகள் தற்கொலை செய்துகொள்வது நடந்திருக்கின்றன. போதுமான அளவிற்கு மழை பெய்யாததால், விவசாய நெருக்கடி ஆழமாகியிருக்கிறது. மகாராஷ்ட்ர மாநிலத்தில் 60 சதவீத கிராமங்கள் வறட்சியால் பாதிக்கப்பட்டிருப்பதாக, மகாராஷ்ட்ர மாநில அரசு அறிவித்திருக்கிறது.

அடுத்து, கரும்பு விவசாயிகளின் அவல நிலைமை. தமிழ்நாடு உட்பட நாடு முழுவதும் உள்ள கரும்பு விவசாயிகள், மிகவும் பாதிப்புக்கு உள்ளாகி இருக்கிறார்கள். இந்திய சர்க்கலை ஆலை முதலாளிகள் சங்கத்தின் அறிக்கையின்படி, 15 ஆயிரம் கோடி ரூபாய்க்கும் அதிகமாக கரும்பு விவசாயிகளுக்கு அளிக்க வேண்டியிருக்கிறது. இது தரப்படவில்லை. மாண்புமிகு உறுப்பினர் சரத் பவார் சரியாகவே குறிப்பிட்டதைப்போல, குறைந்த அளவாவது கரும்பு விவசாயிகளுக்கு அளித்திட அரசாங்கம் முன்வர வேண்டும். இது தொடர்பாக அவர்கள் 8.5 சதவீதம் மீட்பு விகிதம் நிர்ணயித்திருக்கிறார்கள். இந்தத் தொகை விவசாயிகளுக்குச் சென்றடைவதை அரசாங்கம் உத்தரவாதப்படுத்திட வேண்டும். இல்லையேல், விவசாயிகளின் திவால்தன்மை மற்றும் விவசாயிகள் தற்கொலை செய்யும் எண்ணிக்கை ஆகியவற்றைத்தான் அதிகப்படுத்திடும்.

இந்த ஆண்டு தமிழ்நாட்டில் எனக்கு ஏற்பட்ட அனுபவங்கள். நான் விவசாயிகளிடம் பேசியதில் எனக்கு ஏற்பட்ட அனுபவம். நெல் உற்பத்தி குறைந்திருக்கிறது. சென்ற ஆண்டோடு ஒப்பிடுகையில் நெல்லின் விலையும் குறைந்திருக்கிறது. அரசாங்கம் அதுகுறித்துப் பரிசீலித்திடவில்லை. நெல்லின் விலை இந்தியா முழுவதும் குறைந்திருக்கிறது. தமிழ்நாட்டிலும் குறைந்திருக்கிறது. நான், தமிழ்நாட்டு விவசாயிகளுடன் சொந்த அனுபவத்தைப் பெற்றிருக்கிறேன். இதனால் சிறிய மற்றும் நடுத்தர விவசாயிகள் தங்கள் நிலங்களைவிட்டு வெளியேறிக் கொண்டிருக்கிறார்கள். விவசாயத் தொழிலாளர்களாக மாறிக்கொண்டிருக்கிறார்கள்.

இந்த ஆண்டு, தோட்டப் பயிர்களின் விலைகளும் குறைந்திருக்கின்றன.

தண்ணீர்ப் பிரச்சனையைப் பொறுத்தவரை, தமிழ்நாட்டில் அனைத்துக் கட்சிகளைச் சேர்ந்த தூதுக்குழுவினர் பிரதமரைச் சந்தித்தார்கள். மாண்புமிகு பிரதமர் இதில் தலையிட வேண்டும் என்று கேட்டுக்கொள்கிறோம். கர்நாடக மாநில அரசும், கோவா

மாநில அரசும் மேகதூத் அணை கட்டினால், தமிழ்நாட்டின் டெல்டா பகுதி முழுமையாக பாலைவனமாக மாறிவிடும். நாங்கள் தமிழ்நாட்டில் உற்பத்தி செய்திடும் பொருள் எதுவாக இருந்தாலும் அது நாட்டிற்காக மட்டுமேயாகும். இதனையும் நாங்கள் பிரதமரிடம் கூறினோம். பிரதமர் எங்களிடம் பதிலளித்தபோது, "அவசரநிலையைக் கருதித்தான் இந்தக் கூட்டம் ஏற்பாடு செய்யப்பட்டது," என்றார். ஆனாலும் இதுவரையிலும், பிரதமர், கர்நாடக அரசுடனும், தமிழ்நாடு அரசுடனும் கலந்துகொண்டாரா என்று தெரியவில்லை. எதுவும் நடந்ததாகத் தெரியவில்லை.

இறுதியாக, கேரளாவை எடுத்துக்கொள்ளுங்கள். ரப்பர் விலை கிலோவிற்கு 240 ரூபாயாக சென்ற ஆண்டு இருந்தது. ஆனால் அது இந்த ஆண்டு 90-100 ரூபாயாகக் குறைந்துவிட்டது. எப்படி ரப்பர் உற்பத்தியாளர்களும், ரப்பர் தோட்டத் தொழிலாளர்களும் வேலை செய்ய முடியும்?

மேற்கு வங்கத்தில் 32க்கும் மேற்பட்ட உருளைக்கிழங்கு தொழிலாளர்கள் இதுவரை தற்கொலை செய்து கொண்டிருக்கிறார்கள். காரணம், அவர்கள் உற்பத்தி செய்த உருளைக்கிழங்கை அரசாங்கம் கொள்முதல் செய்திடவில்லை. அங்கே இடது முன்னணி ஆட்சி நடைபெற்ற காலத்தில் அரசாங்கம் அவற்றைக் கொள்முதல் செய்து வந்தது. இப்போது அது நிறுத்தப்பட்டுவிட்டது. அவர்கள் அவற்றைப் பாதுகாப்பாக வைத்துக்கொள்ள குளிர்பதன இடங்கள் கிடையாது.

இவ்வாறு நாடு முழுதும் விவசாயிகள் நெருக்கடிக்கு ஆளாகியிருக்கிறார்கள். இதேபோன்று உத்தரப்பிரதேசம், பீகார், ஒடிசா, மற்றும் பல மாநிலங்களில் நிலைமைகள் இருக்கின்றன. நாடு முழுதும், இமயமலையிலிருந்து கன்னியாகுமரி வரையிலும், எந்த மாநிலத்தில் யார் ஆட்சி செய்தாலும், விவசாயிகள் மிகப்பெரிய அளவில் பிரச்சனைகளை எதிர்கொண்டு வருகிறார்கள். இவற்றைக் கவனத்தில் கொண்டு இந்த அரசாங்கம் தலையிட வேண்டும் என்று கேட்டுக் கொள்கிறேன்.

23.04.2015

○

40

சேமிப்புக்கிடங்கு கார்ப்பரேஷன் திருத்தச் சட்டமுன்வடிவின் மீதான விவாதம்

மாண்புமிகு துணைத் தலைவர் அவர்களே,

சேமிப்புக் கிடங்கு கார்ப்பரேஷன் (திருத்தச்)சட்டமுன்வடிவின் மீது பேச வாய்ப்பளித்தமைக்கு நன்றி தெரிவித்துக்கொள்கிறேன். இதற்கான குறிக்கோள் மற்றும் காரணங்கள் குறித்த அறிக்கையின் மீது மாண்புமிகு அமைச்சர் திரு.ராம் விலாஸ் பஸ்வான் கூறியிருப்பதைப் பார்த்து உண்மையில் ஆச்சர்யப்பட்டுப் போனேன். அவர், "மத்திய சேமிப்புக் கிடங்கு கார்ப்பரேஷனான ஒரு மத்திய பொதுத்துறை நிறுவனத்திற்கு மினி ரத்னா அந்தஸ்துக்கான விருது அளிப்பதற்கான காரணங்களில் ஒன்று அந்த நிறுவனத்திற்கு அரசாங்கத்தின் பக்கத்திலிருந்து நிதி ஆதரவு அல்லது தொடர்ச்சியான பொறுப்பு அளிக்கப்பட வேண்டியதில்லை என்ற நிலையில் அது இருக்கும்போது அல்லது அரசாங்கம் உத்தரவாதம் அளிக்கக்கூடிய விதத்தில் எவ்விதமான பட்ஜெட் ஆதரவையும் அது சார்ந்திருக்க வேண்டிய தேவையில்லை என்ற நிலையில்தான் வழங்கப்படுவதாகக்" கூறியிருக்கிறார்.

மேலும் அவர், 2ஆவது பத்தியில், "இந்தச் சட்டத்தின் 5ஆவது பிரிவு, சட்டத்தின் 27, 30, 31 மற்றும் 39 ஆகிய பிரிவுகளில் தேவையான திருத்தங்களுடன் பொருத்தமான விதத்தில் திருத்தப்படும். 5(1)ஆவது பிரிவின்கீழ் குறிப்பிடப்பட்டுள்ள உத்தரவாதம் விலக்கிக் கொள்ளப்படும். மத்திய அரசு அதற்கு உத்தரவாதம் அளிப்பவர் என்ற நிலையிலிருந்து தன்னை விடுவித்துக்கொள்கிறது," என்றும் கூறியிருக்கிறார். இவ்வாறாக இந்த வகையில்தான் இந்த அரசாங்கத்தின் கொள்கை அமல்படுத்தப்பட இருக்கிறது. இது மினி ரத்னா நிறுவனங்களுக்கு மட்டுமல்ல, நவரத்னா நிறுவனங்களுக்கும் இதே நிலைதான். அரசாங்கம், மெல்ல மெல்ல தன் பொறுப்புகளைக் கைகழுவிக்கொண்டு, அனைத்தையும் சந்தை தீர்மானித்துக்கொள்ளட்டும் என்று சென்றுகொண்டிருக்கிறது. இது

நாட்டிலுள்ள தொழிலாளர் வர்க்கம், ஏழைகள் மற்றும் விவசாயிகளைக் கடுமையாகப் பாதிக்கும். அரசாங்கம் இவற்றை மறுபரிசீலனை செய்ய வேண்டும் என்று இதர உறுப்பினர்கள் கோரியிருப்பதுடன் நானும் என்னை இணைத்துக்கொள்கிறேன்.

நாங்கள் அமைச்சரை மிகவும் சார்ந்திருக்கிறோம். அவருக்கு ஏழைகள் குறித்து நன்கு தெரியும். 1962ம் ஆண்டு கொண்டுவரப்பட்ட சட்டம் நம் விவசாயிகளைப் பாதுகாப்பதற்காகவும், பொது விநியோக முறையை வலுப்படுத்துவதற்காகவும் நிறைவேற்றப்பட்டது. இந்தத் திருத்தங்கள் நிறைவேற்றப்படுவதன் மூலமாக அவற்றுக்கான குறிக்கோள்கள் அனைத்தும் அழிக்கப்பட்டுவிடுகின்றன. தமிழ்நாடு மற்றும் கேரளம் ஆகிய இரு மாநிலங்கள் மட்டுமே பொது விநியோக முறையை இப்போதும் சிறப்பாக அமல்படுத்திக் கொண்டிருக்கின்றன.

தமிழ்நாட்டில் பொது விநியோக முறை சிறப்பாக செயல்பட்டுக்கொண்டிருக்கிறது. கேரளாவிலும் மிகவும் சிறப்பாகச் செயல்பட்டுக் கொண்டிருக்கிறது. இதுபோன்று இதர மாநிலங்களுக்கும் பயன்பாடுகளை எடுத்துச் செல்வதற்குப் பதிலாக, நீங்கள் என்ன செய்து கொண்டிருக்கிறீர்கள்? தயவுசெய்து இதனைப் பரிசீலனை செய்திடுங்கள். இப்பொறுப்பிலிருந்து அரசாங்கம் தன்னை ஏன் கைகழுவிக் கொள்ள வேண்டும்? யாருக்குச் சேவகம் செய்வதற்காக இந்த அரசாங்கம் இருக்கிறது? இந்த நாட்டு மக்களுக்கு சேவகம் செய்வது என்பதுதான் அரசாங்கத்தின் கடமையாக இருக்க வேண்டும். நாட்டைச் சூறையாடுபவர்களுக்கு இந்த அரசாங்கம் சேவகம் செய்யக்கூடாது. அவ்வாறு செய்தீர்களானால் என்ன நடக்கும்?

நான் இந்த அரசாங்கத்திற்கு ஒன்றைச் சொல்ல விரும்புகிறேன். அரசாங்கம் உத்தரவாதம் அளிக்கும் தன் பொறுப்பைக் கைவிட்டுவிடுமானால், அதற்கு என்ன அர்த்தம்? அதன் அர்த்தம், மத்திய சேமிப்புக் கிடங்கு நாடு முழுதும் ஏராளமாக நிலங்களைபெற்றிருக்கின்றன. அவற்றின்மீது பெரும் வர்த்தகப் பேர்வழிகள் ஆர்வத்துடன் இருக்கின்றனர். உடனடியாக அந்தப் பேர்வழிகள் அவற்றை தங்கள் நிலங்களாக எடுத்துக் கொள்ள முயல்வார்கள். இதனால், இதில் சேமிப்பு வைத்திருக்கிறவர்களின் நம்பிக்கைகள் காணாமல் போய்விடும். மத்திய சேமிப்புக் கிடங்குகளுக்கு வருமானம் வரக்கூடிய ஒரே வழி சேமிப்புக்கான இடங்கள்தான். அவை குறைந்துவிடும். தனியார் பதுக்கல்பேர்வழிகள் அவற்றை எடுத்துக் கொள்வார்கள்.

அங்கே பணிபுரிந்து வந்த ஊழியர்களுக்கு வேலை எதுவும் இருக்காது. எனவே ஊழியர்கள் நாட்டில் வேறு பகுதிகளுக்கு மாற்றல் செய்யப்படுவார்கள். இது அவர்களின் குடும்பங்களைப் பாதிக்கும். இது, பொது விநியோகமுறையில் பொருள்களைப் பெற்றுவந்தவர்களைப் பாதிக்கும். இது ஊழியர்களைப் பாதிக்கும். இது ஒட்டுமொத்தமாக அனைவரையும் பாதிக்கும். இது விரல்விட்டு எண்ணக்கூடிய ஒருசில கொள்ளையடிப்பவர்களுக்கு உதவும், அவ்வளவுதான்.

அமைச்சர் அவர்கள் இதையெல்லாம் கணக்கில் எடுத்துக்கொள்ள வேண்டும் என்று கேட்டுக்கொள்கிறேன். இந்தச் சட்டமுன்வடிவை ஐ.மு.கூ. கொண்டுவந்தது உண்மைதான். இதுகுறித்து விவாதிக்கப்பட்டது. விவாதத்திற்குப்பின் இப்போது இதை நீங்கள் கொண்டுவந்திருக்கும்போது, இதில் எந்த மாற்றத்தையும் செய்திட வில்லை. அமைச்சரின் பெயர் மட்டும் மாறியிருக்கிறது, அவ்வளவுதான். முன்பு, தாமஸ் என்றிருந்தது. இப்போது பஸ்வான் என்றிருக்கிறது. இது ஆபத்தான ஒன்று.

வனச் சட்டம் கொண்டுவந்தபோது, இந்த அரசு சுரங்கங்கள் மற்றும் கனிமவளங்கள் சட்டம் கொண்டு வந்திருக்கிறது. அது வனச்சட்டங்களை அப்புறப்படுத்திவிட்டது. எனவே, வனங்களில் வாழ்ந்து வந்த மக்கள் அவதிக்குள்ளாகி இருக்கிறார்கள், ஆபத்துக்கு உள்ளாகி இருக்கிறார்கள். இந்தச் சட்டமுன்வடிவை நீங்கள் அமல்படுத்தினால், உணவுப் பாதுகாப்பு காணாமல் போய்விடும். நிலம் கையகப்படுத்தல் சட்டமுன்வடிவை நீங்கள் அமல்படுத்தினால், விவசாயிகள் ஆதரவற்றவர்களாகிவிடுவார்கள். அரசாங்கம் உத்தரவாதம் அளிப்பவர் என்ற நிலையைத் தயவுசெய்து கைவிடாதீர்கள். இது என் வேண்டுகோள். இவ்வேண்டுகோளுடன், இதுதொடர்பான அனைத்து விஷயங்களையும் மறுபரிசீலனை செய்திட வேண்டும் என்று கேட்டுக் கொள்கிறேன்.

இவற்றால் எப்படி பொது விநியோக முறை பாதிக்காது என்பது குறித்து, விவசாயிகள் எப்படி பாதிக்கப்படமாட்டார்கள் என்பது குறித்தும், ஊழியர்கள் எப்படிப் பாதிக்கப்பட மாட்டார்கள் என்பது குறித்தும், சேமிப்புதாரர்கள் எப்படிப் பாதிக்கப்பட மாட்டார்கள் என்பது குறித்தும், அமைச்சர் பதிலளிக்கும்போது கூற வேண்டும் என்று கேட்டுக்கொள்கிறேன். நீங்கள் இதற்கு ஒரு முறையான பதிலை அளித்திட வேண்டும். நாட்டுக்கு இவற்றுக்கான பதில்கள் அளிக்கப்பட வேண்டியது அவசியமாகும்.

28.04.2015

○

41

மத்திய சட்டம் மற்றும் நீதி அமைச்சகம் குறித்து விவாதம்

மாண்புமிகு துணைத் தலைவர் அவர்களே, அனைத்து நீதிமன்றங்களிலும் ஏராளமாக வழக்குகள் நிலுவையில் இருந்து வருகின்றன. ஏழைகளிலும் ஏழைகள், உச்சநீதிமன்றம், உயர்நீதிமன்றங்கள் மற்றும் மாவட்ட நீதிமன்றங்களின் முன் நின்று கொண்டிருக்கிறார்கள். அவர்களுக்கு நிவாரணம் கிடைப்பது எப்போது? இல்லையேல், அவர்கள் வழக்குகள் மீது காவல்துறை தலையிடுகிறது, ரவுடிகள் தலையிடுகிறார்கள். அவர்கள் வழக்குகளைத் தீர்த்து வைக்க முயற்சிக்கிறார்கள். இங்கேயும் அப்பாவிகள் பாதிப்புக்கு உள்ளாகிறார்கள்.

இரண்டாவதாக, பல மாநிலங்கள் இன்னமும் லோக் அயுக்தா சட்டத்தை நிறைவேற்றாமல் இருக்கின்றன. இந்த அரசாங்கங்கள் மீது மத்திய அரசு என்ன நிலை எடுத்திருக்கிறது? எவ்வளவு விரைவாக முடியுமோ அவ்வளவு விரைவாக அந்த மாநிலங்கள் லோக் அயுக்தா சட்டத்தை நிறைவேற்றிட வலியுறுத்தப்படுமா?

○

42

மரம் வெட்டியதாகத் தமிழர்கள் மீது ஆந்திர போலீஸ், துப்பாக்கிச்சூடு

மாண்புமிகு துணைத் தலைவர் அவர்களே, ஆந்திராவின் வனப்பகுதியான சேஷாசலத்தில் ஒரு துயரார்ந்த நிகழ்வு நடந்துள்ளது. அந்த நிகழ்வு மிகவும் மோசமான காட்டுமிராண்டித்தனமான ஒன்றாகும். நான் உள்துறை அமைச்சரைக் கேட்டுக்கொள்கிறேன். இப்போது அவர் ஆந்திர அரசாங்கத்தின் அறிக்கையைக் கொடுத்திருக்கிறார். பாதிக்கப்பட்ட மக்களுக்கு நீங்கள் நீதி வழங்குவீர்கள் என்று நாங்கள் நம்புகிறோம், உள்துறை அமைச்சர் அவர்களே. பாதிக்கப்பட்ட 20 பேர்களில் 12 பேர் பழங்குடியினர். மற்றவர்களும் மிகவும் பிற்படுத்தப்பட்டவர்கள்.

இந்த நிகழ்வில் காவல்துறையினர் எந்த அளவிற்குக் காட்டுமிராண்டித்தனமாக நடந்துகொண்டிருக் கிறார்கள் என்பதை இந்த அவை தெரிந்துகொள்ள வேண்டும். எங்கள் கட்சியின் தமிழ்நாடு சட்டமன்ற உறுப்பினர் தோழர் டில்லிபாபு, அந்த இடங்களுக்குச் சென்று, பாதிக்கப்பட்டவர்களைப் பார்த்தார். இறந்த சடலங்களையும் பார்த்தார். இதில் லட்சுமணன் என்பவரின் நாக்கு அறுக்கப்பட்டிருக்கிறது. நான் பெயர்களைக் கூட குறிப்பிட முடியும். பின்னர், ஹரிஹரன் என்பவரின் கண்கள் பிடுங்கப்பட்டிருக்கின்றன. ஒரு தொழிலாளியின் முகம் முற்றிலுமாக எரிக்கப்பட்டிருக்கிறது. மற்றவர்கள் அவர்களின் மார்பிலும், நெற்றியிலும் சுடப்பட்டுக் கொல்லப்பட்டிருக்கிறார்கள்.

இவர்களில் எவருமே கடத்தல்காரர்கள் கிடையாது. இவர்கள் அனைவரும் ஏழைகள், நாட்கூலிகள். ஏழைத் தொழிலாளிகள். தங்கள் குடும்பங்களுக்காக ஜீவனம் செய்து வந்தவர்கள். ராஜீவ் காந்தி படுகொலை வழக்கைக் கையாண்டிருந்த தடய அறிவியல் அறிஞர் சந்திரசேகர், இந்தச் சம்பவம் குறித்துக் கூறும்போது,

சம்பவ இடத்தில் நிலத்தில் காணப்படும் அடையாளங்களிலிருந்து அங்கே என்கவுண்டர் நடந்ததற்கான அடையாளம் இல்லை என்று கூறியிருக்கிறார். இந்த சம்பவம் நடந்த 25 நாட்களாகியும்கூட இந்தக் கொடிய செயல்களைச் செய்திட்ட கயவர்களைக் கைது செய்யாததற்காக, ஆந்திர உயர்நீதிமன்றம் தன் கோபத்தை வெளிப்படுத்தி இருக்கிறது. தொழிலாளர்கள் சுட்டுக்கொல்லப்படுவதற்கு முன்பு எவ்வாறெல்லாம் அடித்து நொறுக்கப்பட்டார்கள் என்பதை, தந்தி டி.வி. தன் தொலைக்காட்சி அலைவரிசையில் காட்டியது.

மனித உரிமைகள் ஆணையம் ஒரு வழக்குப் பதிவு செய்திருக்கிறது. அது ஒரு விசாரணையை நடத்தி, வழக்கைப் பதிவு செய்வதற்கு, காவல்துறையினர்தான் தாமதம் செய்திருக்கிறார்கள் என்று குற்றஞ்சாட்டி இருக்கிறது. சித்தூர் காவல்துறை மாவட்டக் கண்காணிப்பாளர் ஜி. ஸ்ரீனிவாஸ், செம்மரக்கடத்தல் தொடர்பான அனைத்துப் பரிவர்த்தனைகளும் ஹவாலா பாணியில் நடந்துகொண்டிருப்பதாகக் கூறியிருக்கிறார். இந்த ஏழை மக்கள்தான் தங்கள் வாழ்வாதாரங்களுக்காக மரங்களை வெட்டினார்கள் என்று நீங்கள் நினைக்கிறீர்களா? அல்லது அந்த ஹவாலா பேர்வழிகளா என்று நீங்கள் நினைக்கிறீர்களா? நிச்சயமாக இந்தக் கூலித் தொழிலாளிகள் கிடையாது. காவல்துறை கண்காணிப்பாளர், கும்பலால் கடத்தப்பட்ட 500 மெட்ரிக் டன் மரங்களின் மதிப்பு 354 கோடி ரூபாய் என்று மீண்டும் கூறுகிறார். இப்போது நீங்கள் மேலும் சில விவரங்களைச் சேர்த்து மொத்த விவரங்களைக் கூறியிருக்கிறீர்கள்.

வருவாய் புலனாய்வு இயக்ககம் எப்போது இதன்பின்னணியில் உள்ள சங்கிலித்தொடர்புகளை வெளிக்கொணரும்? இதற்கென்று இருக்கும் துறைதான், வருவாய் புலனாய்வு இயக்கம். (DRI–Directorate of Revenue Intelligence) அவர்கள் இந்த விஷயங்களைப் பற்றிக்கொண்டுவிட்டார்களா? அவர்கள் இந்த விஷயங்களைப் பின்தொடர்ந்து கொண்டிருக்கிறார்களா? இந்த விஷயங்களுக்கெல்லாம் அவர்கள் என்ன பதில் சொல்கிறார்கள்? இதுவரை, எதுவுமே நடக்கவில்லை.

இத்தகைய ஏழை மற்றும் ஆதரவற்ற நிலையில் பாதிப்புக்கு உள்ளாகி இருக்கிற மக்களைப் பயன்படுத்திக்கொள்கிற கடத்தல்காரர்களுக்கு எதிராக என்ன நடவடிக்கைகள் இந்த அரசாங்கத்தால் எடுக்கப்பட்டிருக்கிறது என்பதை அறிந்துகொள்ள விரும்புகிறேன்.

அரசாங்கம், செம்மரங்கள் சட்டவிரோதமாக ஏற்றுமதி செய்யப்படுவதைத் தடுத்திட முன்மொழிவுகளை மேற்கொண்டிருக்கிறது. ஆனால், என்ன நடவடிக்கைகள் அது எடுத்திடுவதற்கு முன்மொழிந்திருக்கிறது? இந்த நாட்டில் மணல் கடத்தல்காரர்கள், செம்மரக் கடத்தல்காரர்கள், நிலக்கரிக் கடத்தல்காரர்கள் போன்று எண்ணற்றவர்கள் இருக்கிறார்கள். இந்த நாடு இவ்வாறு கடத்தல்காரர்களாலும், ஹவாலா பேர்வழிகளாலும் சூழப்பட்டிருக்கிறது. இந்த துப்பாக்கிச் சூடு சம்பவம் தொடர்பாக மத்தியக் குற்றப் புலனாய்வுக் கழகத்தின் விசாரணை, பாதிப்புக்கு உள்ளானவர்களின் குடும்பங்களுக்கு இழப்பீடு, பாதிக்கப்பட்ட குடும்பங்களில் உள்ளவர்களுக்கு வேலை மற்றும் நிலம் அளித்திட வேண்டும் என்று கேட்டுக்கொள்கிறேன்.

அவர்கள் மிகவும் வறிய நிலையில் ஜீவனம் செய்து வந்தவர்கள். நாட்டில் இதுபோன்ற நிலைமைகள் திரும்பத் திரும்ப நடந்துகொண்டிருக்கின்றன. சில விஷயங்கள் மட்டும் வெளியே தெரிகின்றன. அவர்கள் என்ன செய்கிறார்கள்? முதலாவதாக, அவர்கள் மீது அட்டூழியங்களை ஏவுகிறார்கள். பின்னர் போலீசார் அவர்களைப் பிடித்து இழுத்துச்சென்று அவர்களைத் தாக்குகிறார்கள். பின்னர் ஒரு வழக்கை ஜோடிக்கிறார்கள். இவைதொடர்பாக முறையான விசாரணையை முறையான வழியில் நடத்தினால்தான் உண்மைகள் வெளியே வரும். எங்களைப் போன்றவர்கள், அங்கே போவதற்கு அனுமதிக்கப்படுவதில்லை. எங்களை ஏன் அவர்கள் அனுமதிப்பதில்லை? சட்டமன்ற உறுப்பினர்கள் அங்கே போக முடியாது, நாடாளுமன்ற உறுப்பினர்கள் அங்கே போகமுடியாது. அரசாங்கம் ஏன் பயப்பட வேண்டும்? இதுதான் நிலைமை.

நாம் மத்திய அரசாங்கத்தைச் சார்ந்திருக்கிறோம். எனவே, மத்திய அரசாங்கத்திற்கு என்னுடைய வேண்டுகோள், இதன்மீது மத்தியக் குற்றப் புலனாய்வுக் கழகத்தின் விசாரணைக்கு உத்தரவிடுங்கள். பாதிக்கப்பட்ட குடும்பங்களுக்குப் போதிய அளவிற்கு இழப்பீடு வழங்கிடுங்கள். இந்த விஷயங்களை உள்துறை அமைச்சர் பரிசீலிக்க வேண்டும் என்று கேட்டுக் கொள்கிறேன். ஆந்திரப்பிரதேச அரசாங்கத்தின் அறிக்கை இங்கே நம் முன் இருக்கிறது. நீங்கள் அதைப் படித்திருக்கிறீர்கள். மத்திய அரசாங்கம், சி.பி.ஐ. விசாரணையை அனுமதித்திட வேண்டும். அப்போதுதான் முழு உண்மைகளும் வெளிவரும்.

30.4.2015

43

நாடாளுமன்றத்தில் ஸ்தம்பித்த நிலை ஏன்?

மாண்புமிகு துணைத் தலைவர் அவர்களே,

மாண்புமிகு அவைத் தலைவருக்குத் தெரவித்துக் கொள்ள விரும்புகிறேன். மாண்புமிகு உறுப்பினர்கள் சரத் ஜியும், நரேஷ் ஜியும் கூறியதைப்போன்று இந்த அவையை நடந்திட வேண்டும் என்றே நாங்கள் விரும்புகிறோம். இந்தப் பிரச்சனையை ஆளும் கட்சித் தரப்பினர்தான் தீர்த்து வைக்க வேண்டும். ஆனால் அவர்கள் தீர்த்து வைக்கவில்லை. இப்போதுள்ள அவைத்தலைவர், இந்த அவையின் எதிர்க்கட்சித் தலைவராக இருந்தபோது அதனை அமல்படுத்தவில்லை என்று கூறியிருந்தார்.

மாண்புமிகு துணைத் தலைவர்: இப்போது அவர்தான் அவைத்தலைவர்.

டி.கே.ரெங்கராஜன்: அவர் எதிர்க்கட்சித் தலைவராக இருந்தபோது என்னவெல்லாம் சொன்னாரோ, அவர் அவைத் தலைவராக வந்தபின்னர், அவர் அமல்படுத்தாமல் இருக்கிறார். அவர் அவையைத் தொந்தவுக்கு உள்ளாக்கி இருக்கிறார். ஆளும் கட்சியினர் அவையைத் தொந்தரவுக்கு ஆளாக்கி இருக்கின்றனர். நாம் அனைத்துப் பிரச்சனைகளையும் விவாதிக்க விரும்புகிறோம். சரத் கூறினார்கள்: "ஹவாலா ஊழல் வெடித்தசமயத்தில் நானும், அத்வானியும் ராஜினாமா செய்தோம். அவர்கள் விசாரணையை எதிர்கொள்வதாக அப்போது கூறினார்கள்." நானும், அத்வானியும் ராஜினாமா செய்தோம், ஏன், அவைத் தலைவர் இதற்குப் பதில் கூறாமல் இருக்கிறார்?

10.08.2015

○

44

டாக்டர் அம்பேத்கர் 125ஆவது பிறந்த தின விழா

(நாடாளுமன்ற குளிர்காலக் கூட்டத்தொடரின்போது, மாநிலங்களவையில் 2016 ஏப்ரல் 14 அம்பேத்கர் 125ஆவது பிறந்தநாளைக் கொண்டாடும் விதத்தில் நடைபெற்ற விவாதத்தில் பங்கேற்று, பேசியது:)

"இது மிகவும் முக்கியமான ஒரு தருணம். மிகவும் அற்புதமான ஒரு நாள். அண்ணல் அம்பேத்கரினுடைய 125ஆவது பிறந்த நாளைக் கொண்டாடுவதும், அவர் பேசிய, செய்த பல காரியங்களைப் பாராட்டுவதும், குறிப்பாக அரசியல் நிர்ணயசபையில் அவர் ஆற்றி இருக்கக்கூடிய பணிகளைப் புகழ்ந்து பேசிக்கொண்டே இருப்பதும், ஓரளவுக்குப் பொருத்தமானதுதான்.

ஆனால், அவர் தலைமையில் உருவாக்கப்பட்ட இந்த அரசமைப்புச் சட்டம் எந்த அளவுக்கு இன்று நாட்டிலே அமலாகிக் கொண்டிருக்கிறது? அவ்வாறு அமலாகவில்லை என்று சொன்னால், இப்படிப்பட்ட புகழாரங்கள் தேவையே கிடையாது. அவர் வந்து கேட்கப் போவது கிடையாது. அவர் சந்ததியினரும் இப்போது இங்கே இல்லை.

எனினும், எனக்குக் கொடுத்திருக்கிற நேரத்தில் ஒருசில விஷயங்களை மட்டும் குறிப்பிடலாம் என நினைக்கிறேன்.

அம்பேத்கர் அரசமைப்புச் சட்டத்தை உருவாக்கியபோது, காலனியாதிக்கம் போய் விட்டது. ஆனால், இப்போது நாம் அவரது 125ஆவது பிறந்த நாளைக் கொண்டாடிக் கொண்டிருக்கிறபோது புதிய காலனியாதிக்க ஆட்சி வந்திருக்கிறது. காலனியாதிக்கத்தை, திப்புசுல்தான் எதிர்த்துத் தோற்கடித்தார்.

ஆனால், இப்போது ஆட்சியில் இருப்பவர்களுடைய வாரிசுகள் திப்பு சுல்தானை எதிர்க்கிறார்கள். இது எதைக்காட்டுகிறது என்றால், புதிதாக வரக்கூடிய பன்னாட்டு நிறுவனங்களுக்கு, "உங்களை எவரேனும் எதிர்த்தால் அவர்களை நாங்கள் கொல்வோம்,'' என்று இந்த ஆட்சியாளர்கள் காட்டுகிறார்கள்.

இரண்டாவதாக, இப்போது இருக்கக்கூடிய அரசமைப்புச் சட்டத்தை, தங்கள் தேவைக்கு ஏற்றாற்போல மாற்றிக் கொண்டே இருக்கிறார்கள். ஜி.எஸ்.டி. (சரக்கு சேவை வரிச்) சட்டமுன்வடிவு நிறைவேற்றப்பட்டுவிட்டால், மாநிலங்களின் அதிகாரங்கள் பெரும்பாலும் குறைந்துவிடும். இந்தியா என்பது மாநிலங்களின் உரிமையே ஒழிய, தனியாக இந்தியா என்று ஒன்றும் கிடையாது. ஆகவே, இந்தியாவைப் பாதுகாக்க வேண்டும் என்று சொன்னால், மாநிலங்களின் உரிமையைப் பாதுகாக்க வேண்டும். அதைப் பாழ்படுத்தியபிறகு, நீங்கள் அம்பேத்காரைப் புகழ்ந்து பேசுவதில் பிரயோஜனமே இல்லை.

அடுத்து, தலித்துகள்/பழங்குடியினர் நிலைமை. அவர்கள் நாடு முழுதும் கொடுமைப்படுத்தப்படுகிறார்கள். எல்லா மாநிலங்களிலும் இதுதான் நிலைமை. நான் வாழ்கின்ற தமிழகத்திலும் தீண்டாமைக் கொடுமை என்பது இன்றும் தொடர்ந்து கொண்டிருக்கிறது. ஒரு வடிவத்தில் மட்டும் அல்ல, பல வடிவங்களில் அது தொடர்கிறது.

(இதற்குப்பிறகு டி.கே.ரெங்கராஜன் பேசிய சில கருத்துக்கள் அவைக் குறிப்பிலிருந்து நீக்கப்பட்டுவிட்டன.)

அடுத்து, அம்பேத்கர் உருவாக்கியுள்ள அரசமைப்புச் சட்டத்தின் 15(4) ஆவது பிரிவு என்ன சொல்கிறது? சமூக ரீதியாகவும், பொருளாதார ரீதியாகவும் பின்தங்கிய மக்களுக்கும், தலித்/பழங்குடியினருக்கும் அவர்களை முன்னேற்றிட சிறப்பு நடவடிக்கைகள் எடுப்பதற்கு வகை செய்கிறது. அதேபோல் 16(4) ஆவது பிரிவு இதர பிற்படுத்தப்பட்ட வகுப்பினருக்கு வேலைவாய்ப்பிற்காக இட ஒதுக்கீடு அளித்திட வகை செய்கிறது.

ஆனால், தற்போதைய நிலைமை என்ன? சமீபத்தில் வெளியாகியுள்ள மத்திய அரசு ஊழியர்களுக்கான 7ஆவது ஊதியக் குழுவின் அறிக்கையின்படி, 2014 ஜனவரியில் மத்திய அரசு ஊழியர்களுக்கான பணியிடங்களில் 7 லட்சத்து 29 ஆயிரம்

இடங்கள் காலியாக இருக்கின்றன. அறிவியலை வளர்க்க வேண்டிய அறிவியல் மற்றும் தொழில்நுட்பத் துறையில் மட்டும் மொத்தம் உள்ள 12 ஆயிரத்து 503 இடங்களில் 5 ஆயிரத்து 823 இடங்கள் - அதாவது 47 சதவீத இடங்கள் - காலியாக இருக்கின்றன. இப்பணியிடங்களை நிரப்பினால் ஓரளவுக்கு தலித்/பழங்குடியினர் மற்றும் இதர பிற்படுத்தப்பட்ட வகுப்பினருக்கு வேலைவாய்ப்பு கிடைக்க வாய்ப்புண்டு. ஆனால் அரசு இப்பணியிடங்களை நிரப்பப் போவதாகத் தெரியவில்லை. அதுமட்டுமல்ல 7ஆவது ஊதியக்குழு வரவிருக்கும் ஐந்தாண்டுகளில் மேலும் 10 சதவீதம் பணியிடங்களை வெட்டிக் குறைக்க வேண்டும் என்றும் பரிந்துரை செய்திருக்கிறது. இப்படிச் செய்தால் தலித்/பழங்குடியினருக்கு நீதி வழங்கியதாகக் கூற முடியுமா? அதேபோல் சுரங்கங்கள் தொடர்பாகக் கொண்டு வந்துள்ள சட்டம் பழங்குடியினரைக் கடுமையாகப் பாதிக்கும். எனவேதான், நாங்கள் கோருகிறோம். தனியார் துறையிலும் தலித்/பழங்குடியினருக்கு இட ஒதுக்கீடு அளிக்க வேண்டும் என்று கோருகிறோம். இல்லையேல், தலித்/பழங்குடியினர் வாழ்வு முழுமையாக அழிந்துவிடும்.

அடுத்து, பிரதமர் மோடி அவர்கள் ஆற்றிய உரை தினமணி நாளிதழில் வெளிவந்தது. அதில், “இந்தியாவில் 12 மதங்களும், 122 மொழிகளும், 1600 பிரதேச மொழிகளும் உள்ளன. கடவுள் நம்பிக்கையாளர்களுடன் நாத்திகர்களும் நமது சமுதாயத்தில் வாழ்கின்றனர். அனைவருக்கும் நீதி கிடைக்க வேண்டும், நல்லிணக்கம் நிலவ வேண்டும்.”

ஆனால், இந்திய அரசு சமஸ்கிருத மொழியைத்தான் முன்னிலைப்படுத்துகிறது. சமஸ்கிருதம் மீது எனக்குக் கோபம் இல்லை. எந்த மொழியையும் நாங்கள் வெறுக்கவில்லை.

தமிழ், தெலுங்கு, மலையாளம், கன்னடம், ஒடிசா ஆகிய இவற்றுடன் சமஸ்கிருதம் என அனைத்துச் செம்மொழிகளும் கொண்டாடப்பட வேண்டும் என்றுதான் நாங்கள் விரும்புகிறோம்.

02.12.15

45

நேபாளத்திற்கு அனைத்துக் கட்சித் தூதுக்குழுவினரை அனுப்பிட வேண்டும்

(நாடாளுமன்ற குளிர்காலக் கூட்டத்தொடரின்போது, 2015 டிசம்பர் 7 (திங்கள்) அன்று நேபாளம் மற்றும் இந்திய - நேபாளம் உறவுகள் குறித்து குறுகிய கால விவாதம் மாநிலங்களவையில் நடைபெற்றது. அதில் பங்கேற்று பேசியது:)

நம் அண்டை நாடுகளில் மிகவும் முக்கியமானது நேபாளம் ஆகும். சுமார் 27.8 மில்லியன் மக்கள் தொகையைக் கொண்டது. கலாச்சாரம் மற்றும் நாகரிக உறவுகளில் இந்தியாவுடன் மிகவும் நெருங்கிய ஒன்றாகும்.

1947-க்குப்பின் நேபாளத்துடன் இந்தியாவின் உறவு இவ்வளவு மோசமானதாக இருந்ததில்லை. இது, சர்வதேச உறவுகளில் தேசிய ஜனநாயகக் கூட்டணி அரசாங்கத்தின் மிகப்பெரிய அறிவீனமாகும். என்ன நடந்திருக்கிறது என்றால், நிலைமைகளைப் புரிந்துகொள்வதில் அறியாமை, மோசமான மேலாண்மை மற்றும் தொலைநோக்குப்பார்வை முற்றிலும் இல்லாமை நன்கு தெரிகிறது.

நேபாள அரசு இந்த ஆண்டு செப்டம்பர் 20 அன்று நேபாளம் மதச்சார்பற்ற குடியரசு அரசமைப்புச் சட்டத்தை நிறைவேற்றியதற்காக அம்மக்களை மேலான இந்த அவை வாழ்த்திட வேண்டும், பாராட்டிட வேண்டும்.

புதிய அரசமைப்புச்சட்டம் ஒன்றை நிறைவேற்றும்போது நிச்சயமாக பிரச்சனைகள் இருக்கும். நாம் நம் அரசமைப்புச் சட்டத்தை நிறைவேற்றியபோது நமக்கு மொழிப் பிரச்சனை மற்றும் எண்ணற்ற பிரச்சனைகளைக் கொண்டிருந்தோம். நாம் அப்பிரச்சனைகளை ஒவ்வொன்றாகத் தீர்க்க முயற்சிக்கையில் மூன்றாம் நாடு தலையிடுவதை நாம் எப்போதும்

அனுமதிக்கவில்லை. ஏனெனில் நம் நாடு ஓர் இறையாண்மைமிக்க நாடு. அதேபோல் நேபாளமும் ஓர் இறையாண்மைமிக்க நாடு. அந்த நாட்டின் விவகாரங்களுக்குள் நீங்கள் எப்படித் தலையிட முடியும்? இது வேறு பல பிரச்சனைகளை உருவாக்குகிறது.

அவர்கள் பிரச்சனையை அவர்கள் தங்களுக்குள்ளேயே பேசித் தீர்வு காண வேண்டும். நேபாளத்தில் பிரச்சனை எனில், நேபாள மக்கள் அதனைத் தீர்த்துக் கொள்வதற்கான வல்லமை பொருந்தியவர்கள்தான். எனவே, அதில் தலையிடவோ, அம்மக்களில் ஒரு பிரிவினரைத் தூண்டிவிடுவதோ நம் வேலை இல்லை.

நேபாளத்தில் சில மாதேசிக் குழுக்கள் அரசமைப்புச் சட்டத்திற்கு எதிர்ப்பு தெரிவித்திருப்பதும், அதனை இந்தியாவில் உள்ள இந்துத்துவா அமைப்புகள் ஆதரித்து இருப்பதும்தான் நேபாளத்தில் சில பகுதிகளில் வன்முறைக் கிளர்ச்சிகளுக்கு இட்டுச் சென்றுள்ளன. இப்பிரச்சனைகள் குறித்து ஆர்.எஸ்.எஸ். மற்றும் அதன் பரிவாரங்கள் தங்கள் அணுகுமுறையை மீண்டும் பரிசீலனை செய்ய வேண்டும் என்று கேட்டுக் கொள்கிறேன்.

கடந்த இரண்டு மாதங்களாக, இந்தியாவிலிருந்து நேபாளம் செல்லும் அனைத்துப் பாதைகளும் அடைத்து வைக்கப்பட்டிருக்கின்றன. நேபாளத்தின் நலனில் இந்தியாவிற்கு ஆர்வம் இருக்குமெனில், நேபாளத்திற்குத் தேவையான பொருள்களை அனுப்ப எவ்வளவோ வழிகள் இருக்கின்றன, அவற்றின் மூலம் அவற்றை அது அனுப்பி வைத்திட முடியும். ஆனால், எல்லைப் பகுதிகளில் வாகனங்களை இயக்குவது உத்தரவாதப்படுத்தப்பட அனைத்து நடவடிக்கைகளையும் இந்திய அரசு மேற்கொள்ளும் என்கிற முறையில் எந்தவொரு அறிக்கையும் அரசின் சார்பில் வெளியிடப்படவில்லை. இது ஏன் என்று எனக்குத் தெரியவில்லை.

மாதேசிக் குழுக்கள் நரேந்திர மோடி அரசாங்கத்திடமிருந்து ஆதரவினை வெளிப்படையாகவே கோரி வருகின்றன. இது உண்மை.

எங்கள் கட்சி நேபாள மக்களுடன் நல்ல உறவினைக் கொண்டிருக்கிறது. எங்கள் கட்சித் தலைவர் சீத்தாராம் யெச்சூரி நேபாள அரசியல்கட்சித் தலைவர்களுடன் மிகவும் நெருக்கமாக இருக்கிறார். மாதேசிக் குழுக்களின் தலைவர்கள் குழு ஒன்று

அக்டோபர் கடைசி வாரத்தில் தில்லிக்கு வந்து, நம் அரசுடன் பேச்சுவார்த்தைகள் நடத்தி இருக்கிறது. இது, நேபாள நாட்டின் இறையாண்மையுடன் அந்நாட்டின் உள்விவகாரங்களுடன் தலையிடுவது ஆகாதா? ஓர் இறையாண்மை நாட்டுடன் எப்படி நீங்கள் நடந்து கொள்வீர்கள்? இதன் காரணமாக அங்கே நடைபெற்ற மோதலில் காவல்துறையினர் துப்பாக்கிச் சூடு நடைபெற்று ஓர் இந்தியச் சிறுவன் இறந்திருக்கிறார். இந்தியப் பிரஜைகள் சிலரையும் அவர்கள் கைது செய்திருக்கிறார்கள்.

மோடி அரசாங்கத்தின் அகந்தை காரணமாக நேபாளம் தன் மற்றொரு அண்டை நாடான சீனாவை அணுகவேண்டிய கட்டாயத்திற்குத் தள்ளப்பட்டிருக்கிறது. ஏனெனில் அவர்கள் ஹெலிகாப்டர்களைப் பயன்படுத்த வேண்டி இருக்கிறது. அவர்களுக்கு எரிபொருள் தேவை. எனவே அவர்கள் சீனாவுடன் ஒப்பந்தம் செய்துகொண்டு எரிபொருளைப் பெற்றுள்ளார்கள். ஏன் இந்தியா, ஐ.நா. மனிதஉரிமைகள் கவுன்சிலுக்குச் சென்றிருக்கிறது என்று எனக்குத் தெரியவில்லை. அதனை நமது மாண்புமிகு அயல்விவகாரங்கள் துறை அமைச்சர் இந்த அவைக்கு விளக்கிட வேண்டும். இந்தியாவுக்கும் நேபாளத்திற்கும் இடையிலான பாதைகள் அடைத்து வைக்கப் பட்டிருப்பதால் நேபாள மக்கள் எதிர்கொள்ளும் பிரச்சனைகள் குறித்தும், இந்திய அரசின் நடத்தை குறித்தும் சார்க் நாடுகளைச் சேர்ந்த பல நாடுகள் தங்கள் கவலையை வெளிப்படுத்தி இருக்கின்றன.

தென்கிழக்கு ஆசியா தொடர்பாக மோடி அரசாங்கம் பின்பற்றும் அயல்துறைக் கொள்கை யாரால் வடிவமைக்கப்படுகிறது? அது, தேசியப் பாதுகாப்பு ஆலோசகரால் மேற்கொள்ளப்படுகிறது. இந்தியா தேசியப் பாதுகாப்பு நாடாக மாற வேண்டும் என்பது உங்கள் அணுகுமுறை. இதன் விளைவாக, ஏற்கனவே பாகிஸ்தானுடன் நம் உறவு மோசமாகிவிட்டது. இப்போது நேபாளத்துடனும் மோசம் அடைந்துகொண்டிருக்கிறது.

நேபாளம் ஓர் சுதந்திர நாடு என்பதையும், ஓர் இறையாண்மை நாடு என்பதையும் புரிந்துகொள்ள வேண்டியது தே.ஜ.கூ. அரசாங்கத்திற்குத் தேவை. அந்நாடு இன்னொரு நாட்டிடமிருந்து கட்டளைகளைப் பெற வேண்டும் என்று பார்க்கக் கூடாது. மாறாக, நீங்கள் என்ன செய்துகொண்டிருக்கிறீர்கள்? பிரச்சனையைத் தீர்த்திட ஓர் உயர்மட்ட அயல்விவகாரங்கள்துறை அலுவலரை அனுப்பினீர்கள். ஆனால் யாருடன் அனுப்பினீர்கள்?

நேபாள பிரதமருடனா?

நேபாள நாட்டுடனும் அதன் மக்களுடனும் நட்புடனான சகோதர உறவுகளைக் காட்டக்கூடிய விதத்தில் நேபாளத்திற்கு ஓர் அனைத்துக் கட்சியைச் சேர்ந்தவர்களின் தூதுக்குழுவை அனுப்பி வைத்திட வேண்டும் என்று மேலான இந்த அவைக்கு ஆலோசனை நல்க விரும்புகிறேன். அக்குழு இப்பிரச்சனையைப் புரிந்து கொள்ள வேண்டும். நீண்ட எல்லைகளுடன் மிகவும் நெருங்கிய அண்டை நாடாக விளங்கும் இறையாண்மையுடன் கூட ஒரு நாட்டிற்கு இந்தியா உதவிட வேண்டும். இந்தியா அதன் அண்டை நாட்டின் விவகாரங்களில் தலையிடக் கூடாது என்று மீண்டும் வலியுறுத்திக் கூறிக் கொள்கிறேன்.

இவை அனைத்தையும் கணக்கில் எடுத்துக்கொண்டு அயல் விவகாரங்கள்துறை அமைச்சர் பதில் அளிப்பார் என நம்புகிறேன்.''

07.12.2015

46

இலங்கையில் வாழும் தமிழர்கள் சித்திரவதைக்கு உள்ளாக்கப்படுவது தொடர்பாக...

மாண்புமிகு துணைத் தலைவர் அவர்களே,

கிரேட் பிரிட்டனை அடிப்படையாகக் கொண்டு செயல்பட்டுவரும் மனித உரிமைகள் அமைப்பு ஒன்று, வெளியிட்டுள்ள அறிக்கை ஒன்றை இந்த அவைக்கும், அரசின் கவனத்திற்கும் கொண்டுவர விரும்புகிறேன்.

அந்த அறிக்கையில், இலங்கையில் வாழும் தமிழர்கள் இலங்கை அரசாங்கத்தால் எல்.டி.டி.டி.இ.-இனருடன் தொடர்புகளைத் தொடர்ந்து வைத்திருக்கிறார்களோ எனச் சந்தேகித்துக் கொடுமைகளுக்கு ஆளாக்கப்பட்டு வருகிறார்கள் என்றும், 2009 மே மாதத்தில் உள்நாட்டு யுத்தம் முடிவடைந்து வெகு ஆண்டுகள் கழிந்தபின்னரும் இந்தக் கொடுமைகள் தொடர்வதாகவும் அதில் கூறப்பட்டிருக்கிறது.

"சித்திரவதைகளிலிருந்து விடுதலை" என்ற பெயரில் கிரேட் பிரிட்டனில் இருந்து செயல்படும் அரசுசாரா அமைப்பு வெளியிட்டுள்ள அந்த அறிக்கை "கறைபடிந்த அமைதி" என்று தலைப்பிட்டு சித்திரவதைக்கு உள்ளாக்கப்பட்ட 148 பேரைக் காட்டி, அவர்கள் எப்படியெல்லாம் சித்திரவதைக்கு உள்ளாக்கப்பட்டார்கள் என்றும் விவரித்திருக்கிறது. இத்தகைய சித்திரவதைகளில் கொடூரமான முறையில் அவர்கள் அடிக்கப்படுவது, எரிக்கப்படுவது, தனிக்கொட்டடியில் அடைக்கப்பட்டிருப்பது, மூச்சுவிட முடியாத விதத்தில் திணறடித்தல் ஆகியவையும் அடங்கும். 148 பேரில் 139 பேர் தமிழர்கள்.

மத்திய அரசாங்கம் இதனை ஆழமான விஷயமாகக் கவனத்தில் எடுத்துக்கொண்டு, இப்போதைய இலங்கை அரசின் கவனத்திற்கு எடுத்துச் சென்று, எதிர்காலத்தில் இத்தகைய சித்திரவதைக் கொடுமைகளைத் தடுத்திடக்கூடிய விதத்தில் உருப்படியான திட்டம் தீட்ட வேண்டும் என்று கேட்டுக் கொள்கிறேன்.

15.12.2015

47

வறட்சி மற்றும் வெள்ளம் காரணமாக ஏற்பட்டுள்ள நிலைமைகள்

மாண்புமிகு துணைத்தலைவர் அவர்களே,

நாம் மிகவும் முக்கியமான பிரச்சனை குறித்து, அதாவது நாட்டில் வெள்ளம் மற்றும் வறட்சியால் ஏற்பட்டுள்ள நிலைமைகள் குறித்து விவாதித்துக் கொண்டிருக்கிறோம். இன்றைய தினம், இங்கே இதுகுறித்து நாம் விவாதித்துக்கொண்டிருக்கும்போது, ஒன்பது மாநிலங்கள் வறட்சி எதிர்நோக்கிக் கொண்டிருக்கின்றன. இவ்வாறு வறட்சியால் பாதிக்கப்பட்டுள்ள மாநிலங்கள், கர்நாடகம், சட்டீஸ்கர், மத்தியப் பிரதேசம், மகாராஷ்ட்ரம், ஒடிசா, உத்தரப்பிரதேசம், தெலுங்கானா, ஆந்திரப்பிரதேசம் மற்றும் மேற்கு வங்கம் ஆகியவைகளாகும்.

வறட்சி நம் விவசாயிகளுக்குத் துயரத்தை ஏற்படுத்தி இருக்கிறது. தற்கொலை விகிதம் நாளுக்கு நாள் அதிகரித்துக் கொண்டிருக்கிறது. மத்திய அரசாங்கம் இதற்கு நிரந்தரத் தீர்வு காண வேண்டும்.

இதற்கு ஆறுகள் இணைக்கப்பட வேண்டியது ஒன்றாகும். வடக்கேயிருக்கும் கங்கை, யமுனை, ஒடிசா மற்றும் ஆந்திராவில் பாயும் ஆறுகள் முதல் காவேரி வரையிலும் இணைக்கப்பட வேண்டும். இவ்வாறு நதிகளை இணைக்காவிட்டால், இந்தப் பிரச்சனைக்கு நிரந்தரமாகத் தீர்வு காண முடியாது.

அடுத்து, நான் சென்னையில் உள்ள பிரச்சனைக்கு வருகிறேன். சமீபத்தில் சென்னை மற்றும் அதன் சுற்றுப்புறப் பகுதிகள் பெருத்த அளவில் வெள்ளத்தால் சூழப்பட்டன. இதுபோன்று 100 ஆண்டுகளுக்குப் பின் நடந்துள்ளதாக வல்லுநர்கள் கூறுகிறார்கள்.

முன்பு வெள்ளப்பெருக்கு ஏற்பட்டபோது மக்கள் தொகை எவ்வளவு, எத்தனை பேர் பாதிக்கப்பட்டார்கள் என்கிற விவரங்கள் நமக்குத் தெரியாது. ஆனால், இன்று, மழை

வெள்ளத்தால் சென்னை, காஞ்சிபுரம், திருவள்ளூர், கடலூர், புதுச்சேரி, தூத்துக்குடி ஆகியவை பாதிக்கப்பட்டிருக்கின்றன. இதுபோன்ற பேரிடரை என் வாழ்நாளில் நான் பார்த்ததில்லை. இதுவரை தமிழ்நாடு சந்தித்த வெள்ளப் பெருக்கில் இவ்வளவு மோசமான அளவிற்கு பாதிப்புகள் இதற்குமுன் ஏற்பட்டதில்லை. பிரதமர் வந்து பார்த்தார், உண்மைதான். முதல்வர், ஹெலிகாப்டரில் வெள்ளப்பகுதிகளைச் சுற்றிப்பார்த்துவிட்டு வந்தார். நேற்றையதினம் நம் நிதி அமைச்சரும் அங்கே இருந்தார். நம் சிறிய, நடுத்தர மற்றும் கனரகத் தொழில் அமைச்சரும் அங்கே வந்து பார்த்தார். அவர்கள் அரசாங்கத்திற்கு என்ன அறிக்கை கொடுக்கப் போகிறார்கள் என்று எனக்குத் தெரியவில்லை.

மத்திய அரசு அதிகாரிகளால் ஓர் ஆய்வு மேற்கொள்ளப்பட்டிருக்கிறது. மத்திய அமைச்சர் அந்த அறிக்கையை தாக்கல் செய்ய வேண்டும் என்று கேட்டுக்கொள்கிறேன். வெள்ளம் ஏற்படும்போது, ராணுவம் அங்கே செல்கின்றன. எனினும் ராணுவத்தினருக்கும் மாநில அரசு அதிகாரிகளுக்கும் இடையே ஒருங்கிணைப்பு இல்லை என்று செய்தியேடுகளில் வெளியாகியுள்ள செய்திகளிலிருந்து தெரியவருகிறது. இத்தகைய நிலைமையில், வெள்ளத்தால் பாதிக்கப்பட்டவர்களுக்கு நிவாரணப் பொருள்கள் முறையாகப் போய்ச் சேரும் என்று எப்படி எதிர்பார்க்க முடியும்? ஒருங்கிணைப்பு இல்லை. இது என் கருத்து அல்ல. அனைத்து முன்னணிச் செய்தியேடுகளும் இதனைத் தெரிவித்திருக்கின்றன. ஏன் ஒருங்கிணைப்பு இல்லை. மத்திய அரசுக்கும் மாநில அரசுக்கும் இடையே என்ன ஏற்பாடு இருக்கிறது? இவ்வளவுக்கும் அது உங்கள் நட்பு அரசாங்கம். மக்கள் அவதிப்பட்டுக் கொண்டிருக்கிறார்கள். அவர்கள் இந்தியாவின் ஓர் அங்கம்தான். ஆயிரக்கணக்கான ஏக்கர் நிலங்கள் வெள்ளத்தில் மூழ்கி இருக்கின்றன. அவற்றைப் புனர்நிர்மாணம் செய்வது மிகவும் சிரமம்.

2013இல் கூட, கடலூர், புதுச்சேரி ஆகியவை பாதிக்கப்பட்டன. ஒவ்வொரு ஐந்தாண்டுகளுக்கு ஒருமுறையும், கடலூர் வெள்ளத்தால் பாதிப்புக்கு உள்ளாகிறது. அரசாங்கம் தடுப்பணை கட்டுவதற்குத் தயாராயில்லை. அது தி.மு.க. அரசாங்கமாக இருந்தாலும் சரி, அல்லது இப்போதுள்ள அ.இ.அ.தி.மு.க. அரசாங்கமாக இருந்தாலும் சரி. தொடர்ந்து வந்த அரசாங்கங்கள் வெள்ளம் ஏற்படும்போது எப்படி மாநிலத்தைப் பாதுகாப்பது என்பது குறித்து திட்டமிட்டு அவற்றைத் தடுத்திடுவதற்குத் தயாராயில்லை.

இதனால் உண்மையில் பாதிக்கப்பட்டிருப்பது மக்களேயாகும். எத்தனை பேர் இறந்தார்கள் என்று நமக்குத் தெரியவில்லை. 300 பேர் இறந்திருப்பதாகச் சிலர் கூறுகிறார்கள். சிலர் அது 500 ஆக இருக்கும் என்று சொல்கிறார்கள். மருத்துவமனைகளில் போதுமான அளவிற்கு ஆக்சிஜன் இல்லாமல் நோயாளிகள் இறந்திருக்கிறார்கள்.

மாநில அரசாங்கம், தேர்தல் ஆணையத்திற்கு அறிவுரை வழங்கி, இந்த மாவட்டங்களில் அனைத்து வீடுகளுக்கும் சென்று கணக்கெடுப்பு எடுக்கச் சொல்ல வேண்டும் என்று பரிந்துரைக்கிறேன். முன்பு வாக்காளர் பட்டியலில் உள்ளவர்கள் இப்போதும் இருக்கிறார்களா என்று சரிசெய்து பார்க்க வேண்டும்.

எவரேனும் இல்லாமலிருந்தால், அவர்கள் இறந்துவிட்டார்களா அல்லது வேறிடங்களுக்குச் சென்றிருக்கிறார்களா என்று கண்டுபிடிக்க வேண்டும். சென்னையில் உள்ள அநேகமாக அனைத்து ஆலைகளும், கிண்டி, அம்பத்தூர், தகவல் தொழில்நுட்பத் தொழில் பிரிவுகள், ஆட்டோமோபைல் தொழில்பிரிவுகள் முதலான சிறிய அளவிலான தொழிற்சாலைகளும் பாதிப்புக்கு உள்ளாகி இருக்கின்றன.

ஒரு மாத காலமாக குழந்தைகள் பள்ளிகளுக்குச் செல்லவில்லை. இதுபோன்ற துயரார்ந்த நிலையை இதற்குமுன்னெப்போதும் எதிர்கொண்டதில்லை.

நிவாரணங்கள் பல பகுதிகளிலிருந்தும் வந்திருக்கின்றன. எவ்வளவு நிவாரணத்தை மாநில அரசு அளிக்க முடியும்? அ.இ.அ.தி.மு.க. உறுப்பினர் நிவாரணம் பற்றி தெரிவித்திருக்கிறார். எங்கள் கட்சி, திமுக, மற்றும் அனைத்துக் கட்சிகளும் தொழிலாளர்களிடமிருந்து வசூலிக்கப்பட்ட தொகைகளை அளித்துக் கொண்டிருக்கின்றன. எல்லாவற்றிற்கும் மேலாக, எங்கள் கட்சியின் சார்பில் கேரளாவிலிருந்து 2 கோடி ரூபாய் வசூலிக்கப்பட்டிருக்கிறது. வங்கம், ஒடிசா, ஆந்திரப் பிரதேசம் ஆகிய மாநிலங்களிலிருந்தும் எங்கள் கட்சியின் சார்பில் நிதி வசூலிக்கப்பட்டு அனுப்பிவைத்திருக்கிறார்கள். இது மிகவும் பெரிய விஷயமாகும். இந்திய மக்கள், சாமானிய மக்கள், மற்றும் அமெரிக்கா, கிரேட் பிரிட்டன் ஆகிய இடங்களிலிருந்தும் அங்கேயுள்ள அரசுசாரா நிறுவனங்கள் மூலமாக உதவிகளை அளித்துக் கொண்டிருக்கிறார்கள்.

ஆயினும் இவை அனைத்தும் போதுமானதல்ல. என்ன நடந்தது என்பது குறித்து நீதி விசாரணை மேற்கொள்ளப்பட வேண்டும்.

உதாரணத்திற்கு ஒன்றைக் குறிப்பிட விரும்புகிறேன். செம்பரம்பாக்கம் ஏரிதான் பெரிய வில்லனாக இருந்திருக்கிறது. ஒரு செவ்வாய்க்கிழமையன்று, மழை கொட்டித்தீர்த்துள்ளது. அதிகாரிகள் எரியிலிருந்து விநாடிக்கு 20 ஆயிரம் கன அடி தண்ணீர் திறந்துவிட நிர்ப்பந்திக்கப்பட்டார்கள். இது அனைத்தையும் பாதித்தது. பிபிசி செய்தி நிறுவனம் ஏற்கனவே மழை பெய்யும், வெள்ளம் வரப்போகிறது என்று தெரிவித்திருந்தது. இது அனைவருக்கும் தெரியும். என் கேள்வி என்னவென்றால், இதற்கு எதிராக மேற்கொள்ள வேண்டிய முன்னெச்சரிக்கை நடவடிக்கைகளை மாநில அரசு எடுக்கத் தயாராயில்லாமல் இருந்தது. இதன்மீது விசாரணை நடத்தப்பட வேண்டும் என்று கோருகிறேன். இன்றைய தினம் ஒரு அமைச்சர் ஒரு கேள்விக்குப் பதில் அளித்திருக்கிறார். அவர் ஐயாயிரம் கோடி ரூபாய் மத்திய அரசிடம் கேட்டிருக்கிறார். அது 50 கோடி ரூபாயாக இருந்தாலும் அதனை மத்திய அரசு தமிழ்நாட்டுக்கு விடுவித்திட வேண்டும் என்று நான் கேட்டுக்கொள்ள விரும்புகிறேன்.

சென்னையில் இதுபோன்ற பிரச்சனை திரும்பத் திரும்ப வந்துகொண்டிருக்கிறது. காரணம், அங்கே தொடர்ந்து வந்த அரசாங்கங்கள் இதற்காக முறையாகத் திட்டமிடவில்லை. 1968இல் கூவத்தைச் சரிசெய்வதற்காக 1.9 கோடி ரூபாய் செலவு செய்யப்பட்டது என்பதை இந்த அவை தெரிந்துகொள்ள வேண்டும். 1987இல் 194 கோடி ரூபாய் கொடுக்கப்பட்டது. இதுவரை கூவம் மற்றும் பக்கிங்காம் அடையார் ஆகியவற்றைச் சரிசெய்வதற்காக, 20 ஆயிரம் கோடி ரூபாய்க்கும் மேல் செலவு செய்யப்பட்டிருக்கின்றன. சிங்கப்பூரிலிருந்து வல்லுநர்கள் வந்தார்கள். ஆனால், மழையோ, வெள்ளமோ வந்தால், சென்னை மூழ்கிவிடுகிறது.

கடைசியாக, இதையெல்லாம் நான் ஏன் கூறுகிறேன். இன்றைய தினம் மாண்புமிகு அமைச்சர் பிரகாஷ் ஜவடேகர், "சில அறிக்கைகளின்படி, மழை மற்றும் அதீத அளவில் தண்ணீர் செம்பரம்பாக்கம் ஏரியிலிருந்து திறந்துவிடப்பட்டதால் அடையாறில் வெள்ளம் ஏற்பட்டது," என்று கூறியிருக்கிறார். ஆகையால்தான் இது தொடர்பாக விசாரணை வேண்டும் என்று கோருகிறேன்.

21.12.2015

○

48

சீத்தாராம் யெச்சூரி, து.ராஜா ஆகியோர் மீது தேசத் துரோக வழக்கு – கண்டனம்

[மாநிலங்களவையில் அவசரப் பொது முக்கியத்துவம் வாய்ந்த பிரச்சனைகளை எழுப்பும் நேரத்தில், பேசியதாவது:]

மார்க்சிஸ்ட் கம்யூனிஸ்ட் கட்சியின் பொதுச்செயலாளர் சீத்தாராம் யெச்சூரி, மாண்புமிகு மாநிலங்களவை உறுப்பினர்கள் து.ராஜா, கே.சி. தியாகி முதலானவர்கள் மீது தேசத் துரோக வழக்குகள் பதிவு செய்யப்பட்டிருக்கின்றன. மேலும், பல எதிர்க்கட்சித் தலைவர்கள் மீதும் இதேபோன்று வழக்குகள் பதிவு செய்யப்பட்டிருக்கின்றன.

நாங்கள், இந்தியக் கம்யூனிஸ்ட் கட்சியின் சார்பில் நாட்டின் விடுதலைக்காகப் போராடியவர்கள். அரசியல் ரீதியாக நாட்டுப்பற்றை நாங்கள் கொண்டிருக்கிறோம். எங்கள் வரலாறு இதனைக் கூறும். இந்த அவையில் மாண்புமிகு அமைச்சர்கள் சிலர் எங்களுக்கு எதிராக உண்மைக்குப் புறம்பாக, எந்த ஆதாரமுமின்றித் தவறான தகவல்களை அளித்திருக்கிறார்கள். அவைக்கு வெளியே உள்ள சிலரால் இத்தகைய தவறான கருத்துகள் தூண்டிவிடப்பட்டிருக்கின்றன. இவை ஜனநாயக விரோதமானவைகளாகும்.

சீத்தாராம் யெச்சூரியின் உயிருக்கு அச்சுறுத்தல் ஏற்பட்டிருக்கிறது. அவருக்கு எதிராக வழக்குப் பதிவு செய்யப்பட்டிருக்கிறது. இவை அனைத்தும் மக்களின் கவனத்தைத் திசைதிருப்புவதற்காக மேற்கொள்ளப் பட்டிருக்கின்றன.

நாங்கள் நாதுராம் கோட்சேயைப் பின்பற்றுபவர்கள் அல்ல. நாங்கள் கோயபல்சைப் பின்பற்றுபவர்கள் அல்ல. இத்தகைய பாசிஸ்ட் தாக்குதல்களை நாங்கள் கண்டிக்கிறோம்.

சீத்தாராம் யெச்சூரியைக் கைது செய்வது தொடர்பாக அறிவிக்கை ஏதேனும் அவைத் தலைவருக்கு வந்திருக்கிறதா என்று நாங்கள் அறிந்துகொள்ள விரும்புகிறோம்.''

01.03.16

49

சிவகாசி பட்டாசு உற்பத்தித் தொழிற்சாலைகளில் விபத்துகளைத் தடுப்பது தொடர்பாக...

[அவசரப் பொது முக்கியத்துவம் வாய்ந்த பிரச்சனைகளை எழுப்பும் சமயத்தில் பேசியதாவது:]

மாண்புமிகு துணைத் தலைவர் அவர்களே,

2016 பிப்ரவரி 25 அன்று தமிழ்நாட்டில் விருதுநகர் மாவட்டத்தில் நாரணபுரம் என்னும் ஊரில் ஏற்பட்ட தீ விபத்து குறித்து தங்கள் கவனத்திற்குக் கொண்டுவர விரும்புகிறேன். அதிர்ஷ்டவசமாக, அந்தத் தீ விபத்தின் காரணமாக உயிரிழப்பு ஏதும் இல்லை. அங்கே பணியாற்றி வந்த 60 தொழிலாளர்களும் பாதுகாப்பான இடத்திற்கு ஓடிவிட்டார்கள். விருதுநகர் மாவட்டத்தில் உள்ள சிவகாசி, பட்டாசுகள் உற்பத்தி செய்திடும் மையமாகும். அங்கே மிகவும் ஆபத்தான நிலையில் பட்டாசு உற்பத்தித் தொழில்பிரிவுகளின் பணியாற்றும் தொழிலாளர்களின் பரிதாபகரமான நிலைமைகள் குறித்து மத்திய அரசும் கவலைப்படவில்லை, மாநில அரசும் கவலைப்படவில்லை.

இப்போது ஏற்பட்ட விபத்து உட்பட கடந்த பத்தாண்டுகளில், அங்கேயுள்ள பட்டாசுத் தொழில்பிரிவுகளில் 40 விபத்துகள் நடந்திருக்கின்றன. இவற்றின் விளைவாக 150க்கும் மேற்பட்டோர் தங்கள் உயிர்களை இழந்திருக்கிறார்கள், 180க்கும் மேற்பட்டோர் காயங்கள் அடைந்திருக்கிறார்கள். ஒருசிலவற்றைத்தவிர மற்ற அனைத்தும் விருதுநகர் மாவட்டத்திற்குள்ளும் அதனைச் சுற்றியுள்ள பகுதிகளிலும் நடந்திருக்கின்றன.

இந்திய வெடிபொருள் சட்டம் அல்லது விதிகளில் கூறப்பட்டுள்ள ஷரத்துக்கள் எதுவும் அங்கே அமல்படுத்தப்படுவதில்லை என்பதை வருத்தத்துடன் சுட்டிக்காட்ட விரும்புகிறேன். குறிப்பாக, தீபாவளியையொட்டி உற்பத்திகள் தொடங்கும் சமயத்தில், சந்தைகளை விரைவில் பிடிக்க வேண்டும் என்பதற்காக அவர்கள்

அனைத்து விதிமுறைகளையும் மீறிச் செயல்படுகிறார்கள். மேலும் அரசாங்கத்திடம் உரிமங்கள் வாங்கிக்கொண்டு செயல்படும் தொழில்பிரிவுகள் மட்டுமல்லாது, உரிமங்கள் எதுவும் பெறாமல் ஏராளமான தொழில்பிரிவுகளும் பட்டாசுகள் உற்பத்திச் செய்வதாகக் கூறப்படுகிறது. இவ்வாறு உரிமங்கள் பெற்ற தொழில்பிரிவுகளும், உரிமங்கள் பெறாத தொழில்பிரிவுகளும் பட்டாசுகளை உற்பத்தி செய்கின்றன.

சிவகாசியில் நடைபெற்றுக் கொண்டிருக்கும் இத்தகைய முறைகேடுகள் அனைத்தையும் சோதனை செய்வதற்கு உடனடியாக முயற்சிகள் மேற்கொள்ள வேண்டும் என்று அரசாங்கத்தைக் கேட்டுக்கொள்கிறேன். இதுபோன்று தீ விபத்துகள் எதிர்காலத்தில் தவிர்க்கும் விதத்தில் இந்திய எரிபொருள் சட்டத்தில் கூறப்பட்டுள்ள முன்னெச்சரிக்கை நடவடிக்கைகளைக் கறாராக அமல்படுத்திடவும் முன்வர வேண்டும் என்றும் கேட்டுக் கொள்கிறேன்.

02.03.2016

50

மாணவர்கள் கல்விக் கடன் பெறுவதில் உள்ள பிரச்சனைகள்

மாண்புமிகு துணைத் தலைவர் அவர்களே,

கல்விக் கடன்கள் பெறுவது சம்பந்தமாக இருக்கின்ற பிரச்சனைகளை இந்த அவையின் கவனத்திற்குக் கொண்டுவர விரும்புகிறேன். இதில் இரு அம்சங்கள் இருக்கின்றன. ஒன்று, கடன் வழங்குவது சம்பந்தமானது. மற்றொன்று, அந்தக் கடனை வசூலிப்பது தொடர்பானது.

கல்விக் கடனை, மற்ற கடன்களுடன் ஒப்பிட்டுப் பார்க்கக் கூடாது. இது நாட்டில் உள்ள இளைஞர்கள் மீது முதலீடு செய்வதாகும். நாட்டில் உள்ள எந்த வங்கிகளும், அவை வீட்டுக் கடன்கள், கார் கடன்களுக்கு அளிக்கக்கூடிய ஆர்வத்தை, கல்விக் கடன்கள் அளிப்பதற்குக் காட்டுவதில்லை. கல்விக் கடன் கோரி தங்களை நாடி வரும் மாணவர்களிடம் வங்கி மேலாளர்கள் இரக்கம் காட்டுவதில்லை. கடன் பெறத் தகுதியுடைய மாணவர்களுக்கு அரசாங்கம் 100 சதவீதம் வட்டி மான்யம் அறிவித்திருக்கிறது. ஆனால், நடைமுறையில், மத்திய மனிதவள வளர்ச்சித்துறை அமைச்சகம் 20 சதவீதம் வட்டி மான்யம் அளித்திருக்கிறது. மீதம் உள்ள 80 சதவீத மான்யத்தை கடன் வாங்குபவர்கள் தலையில் கட்டியிருக்கிறது. அரசாங்கம் அந்த வட்டி மான்யத்தைக் கொடுப்பதில்லை. கடன், செயல்படா சொத்தாகவே கருதப்படுகிறது. மான்யத்தைக் கையாளும் விதம் மொத்தத்தில் மாணவர்களுக்கு ஏராளமான அளவில் அசௌகரியத்தை அளித்திருக்கிறது.

அடுத்து, கடன்களை வசூல் செய்வதைப்பொறுத்தவரையில், சில வெட்கித்தலைகுனிய வேண்டிய விஷயங்கள் நடந்துகொண்டிருக்கின்றன. இப்போது, பாரத ஸ்டேட் வங்கி,

தங்கள் கல்விக் கடன்களை வசூலிக்கும் பொறுப்பை, சொத்து மறுகட்டுமான நிறுவனங்கள் (Asset Reconstruction Companies) என்னும் தனியாரிடம் ஒப்படைத்திருக்கின்றன. அதன் விளைவாக, அந்த நிறுவனங்கள் கடன் வாங்கியவர்களிடம், வெனிஸ் வர்த்தகன் ஷைலாக் போன்று அணுகி, அவர்களை அச்சுறுத்திக் கொண்டிருக்கின்றன. தமிழ்நாட்டில், இவர்களின் கொடுமையைத் தாங்க முடியாமல், ஒருவர் தற்கொலை செய்துகொண்டிருக்கிறார்.

கல்விக் கடன்களின் முக்கியத்துவம் கருதப்படவேண்டும். இது ஒன்றுதான் பிற்படுத்தப்பட்டவர்கள், தலித்துகள், பழங்குடியினத்தவர்கள் உயர்கல்வி கற்பதற்கு உதவ முடியும். எனவே, அரசாங்கம், அனைத்து வங்கிகளுக்கும் இதுபோன்று கல்விக் கடன்கள் வசூலிக்கும் பணியை சொத்து மறுகட்டுமான நிறுவனங்களிடம் ஒப்படைக்கக்கூடாது என்று வங்கிகளுக்கு ஆணை பிறப்பித்திட வேண்டும் என்று கேட்டுக்கொள்கிறேன்.

இதற்காக சிறப்பு ரொக்க உத்தரவாத நிதியம் (Special Credit Guarantee Fund), வங்கிகள் தங்கள் கடன்களை வசூலிப்பதற்காகத் தனியாக உருவாக்கப்பட வேண்டும்.

மூன்றாவதாக, அரசாங்கம் உறுதியளித்தபடி 100 சதவீதம் வட்டி மான்யம் வங்கிகளுக்கு அளிக்கப்பட வேண்டும். இதில் எவ்விதமான குறைவும் இருக்கக்கூடாது.

நான்காவதாக, கல்விக் கடன் கணக்கு, வசூலிக்கப்படாவிட்டால், அதனை செயல்படா சொத்தின் கீழ் கொண்டுவரக் கூடாது,.

26.07.2016

51

லோக்பால் சட்டமுன்வடிவு மீது நடந்த விவாதத்தில் ...

இந்தச் சட்டமுன்வடிவு நாடாளுமன்றத்திற்கு வெளியே பெரிய அளவில் இயக்கம் நடந்த பிறகு நிறைவேற்றப்பட்டிருக்கிறது. பெரிய அளவில் அண்ணா ஹசாரே இயக்கம் நடந்தது. இந்தியா முழுவதும் அது நடந்தது. இந்தச் சட்டமுன்வடிவு 2013 டிசம்பர் நள்ளிரவு நிறைவேற்றப்பட்டது. சென்ற தேர்தலின்போதுகூட, பிரதான நிகழ்ச்சி நிரலாக வளர்ச்சி மற்றும் ஊழல் இருந்தது. மக்கள் முன் ஊழல் முன்வைக்கப்பட்டது. மக்கள் புதிய அரசாங்கத்தைத் தேர்ந்தெடுத்தார்கள். உண்மையில், நேரடியாக விஷயத்திற்கு வருகிறேன். மாண்புமிகு பிரதமருடன் நடந்த கூட்டத்தின்போது, நானும், து.ராஜாவும், சி.பி. நாராயணனும் அங்கே சென்றோம். எங்களுக்கு நிகழ்ச்சிநிரல் என்னவென்று தெரியாது. உண்மையில், நிகழ்ச்சிநிரல் இதர இரு உறுப்பினர்களால் நிகழ்ச்சி நிரல் முன்மொழியப்பட்டபோது, நான் தலையிட்டு, லோக்பால் மேலும் கடுமையானதாக மாற்றப்பட்ட வேண்டும் என்று கூறினேன்.

லஞ்சம் கொடுப்பவர் இன்றைக்கும் தப்பித்துக்கொண்டிருக்கிறார். இப்போது, கடந்த இரண்டு மூன்று ஆண்டுகளாக அனைவருமே இது குறித்துப் பேசாமல் அமைதியாக இருக்கிறார்கள். இப்போது, கடைசி நேரத்தில், அவர்கள் இதனை நிலைக்குழுவிற்கு அனுப்ப வேண்டும் என்று விரும்புகிறார்கள். இது சரியல்ல என்று தெரிவிக்க விரும்புகிறேன். வழக்கமாக, லஞ்சப் பேர்வழிகள் தாங்கள் பெறும் லஞ்சத்தொகைகளை அவர்களுடைய மனைவி மற்றும் அவர்களுடைய குழந்தைகளின் கணக்குகளில் போட்டுவிடுவார்கள். அவர்களுக்க இரண்டு, மூன்று மனைவிகள் வைத்திருப்பார்கள். இந்த லஞ்சப் பேர்வழிகளை நாம் ஆதரிக்க முடியாது. எனவே, இது மிகவும் ஆழமான விஷயமாகும். மார்க்சிஸ்ட் கம்யூனிஸ்ட் கட்சியும் இடதுசாரிக் கட்சிகளும் இதுபோன்ற திருத்தங்களை ஆதரிக்க வில்லை. அனைவரும் தங்கள் தொடர்பான விவரங்களை ஜூலை 31க்கு முன் தாக்கல் செய்திட வேண்டும். அவர்கள் தப்பித்துவிட்டால், அரசாங்கம் கெட்ட பெயர் சம்பாதித்திடும். ஆகையால், நான் இந்தச் சட்டமுன்வடிவை ஆதரிக்கவில்லை.

28.07.2016

52

காணாமல் போன விமானத்தைத் தேடுவது தொடர்பாக...

மாண்புமிகு துணைத் தலைவர் அவர்களே, நான், மாண்புமிகு உறுப்பினர் திருச்சி சிவா கூறிய கருத்துகளுடன் முழுமையாக உடன்படுகிறேன். நமக்கு இவ்வாறு தேடுதல் பணியில் உதவுவதற்காக அந்நிய நிறுவனம் எதையாவது வரவழைப்பதற்கு அரசாங்கம் சிந்தித்துக்கொண்டிருக்கிறதா என தெரிந்து கொள்ள விரும்புகிறேன். அப்படியெனில், எந்த நாட்டை அழைக்க இருக்கிறீர்கள்? அது பயன் அளிக்கக்கூடியதாக இருக்குமா? அவர், பிரெஞ்சு நிறுவனம் ஒன்றைப் பரிந்துரைத்தார். நம் கடல், அட்லாண்டிக் பெருங்கடல் அளவிற்கு ஆழமானதில்லை. நம் கடன் ஆழத்திற்கு எளிதாகப் போய்விட முடியும் என்றே நான் நினைக்கிறேன். இருப்பினும், உங்களால் அதனைக் கண்டுபிடிக்க முடியவில்லை? என்னுடைய இரண்டாவது கேள்வி, காணாமல் போன விமானம் உருவாக்கப்பட்ட ஆண்டு எது? அது மிகவும் பழைமையானதா? அது மிகவும் பழைமையானதாக இருந்தால், பாதுகாப்பு அமைச்சகம் அதனை மாற்றுவதற்கு ஏன் நடவடிக்கை எடுக்கவில்லை. இவ்வாறு பழைய விமானங்களை வைத்துக்கொண்டு இன்னும் எத்தனை காலத்திற்கு இருக்கப் போகிறீர்கள்? இந்த விமானம் காலாவதியான ஒன்று என்றும், அதன் ஆயுள்காலத்தைவிட அதிகமாகவே அது உழைத்துவிட்டது என்றும் கூறப்படுகிறது. எனவே, நம் பாதுகாப்பு அமைச்சகம் நவீனமான புதிய விமானங்களை வாங்குவதற்கு ஏன் முன்வரவில்லை? சில அமெரிக்க விமானங்கள் நம்மால் வாங்கப்பட இருப்பதாகவும், அவை இதுபோன்ற பணிகளுக்கு அவற்றைப் பயன்படுத்த இருப்பதாகவும் எனக்குச் சொல்லப்பட்டது. அது சரிதானா? இந்த விஷயங்கள் தொடர்பாக அரசாங்கத்தின் நிலை என்ன?

29.07.2016

53

மரண தண்டனை குறித்து

(மரண தண்டனையை ரத்து செய்தது தொடர்பான விவாதத்தில் கலந்துகொண்டு பேசியது)

மாண்புமிகு துணைத் தலைவர் அவர்களே,

மரண தண்டனையை ஒழிப்பது தொடர்பாக, மாண்புமிகு உறுப்பினர் து.ராஜா முன்வைத்துள்ள தீர்மானத்தை நான் முழுமையாக ஆதரிக்கிறேன். எங்கள் கட்சியான மார்க்சிஸ்ட் கம்யூனிஸ்ட் கட்சி, மரண தண்டனை ஒழிக்கப்பட வேண்டும் என்பதை முழுமையாக ஆதரிக்கிறது. உண்மையில், இது தொடர்பாக நாங்கள் விவாதித்து, தீர்மானம் நிறைவேற்றி இருக்கிறோம். மரண தண்டனை என்பது, வன்முறைக் கலாச்சாரத்தின் அடையாளமாக இருக்கிறதேயொழிய, அது ஒரு தீர்வாக இல்லை.

இந்த விஷயம் குறித்து மற்ற உறுப்பினர்களும் மிகவும் நன்றாகப் பேசினார்கள். இது தொடர்பாக டாக்டர் அப்துல் கலாம் கூறியவற்றை மேற்கோள்காட்ட விரும்புகிறேன். அவர் மிகவும் பிரபலமானவர். நீதிபதிகள்கூட அதன்மீது விமர்சனம் செய்திருக்கிறார்கள். 'கண்ணுக்குக் கண் என்பது சரியல்ல,' என்று மகாத்மா காந்தி கூட சொல்லி இருக்கிறார். உண்மையில், பகத்சிங் போன்றவர்கள் தூக்கிலிடப்பட்டபோது, அவர் அவர்களைப் பாதுகாத்திடவில்லை. ஆனாலும், பின்னர் அவர் அதனை உணர்ந்துவிட்டார். அவரும்கூட ஓர் இந்து பயங்கரவாதியின் துப்பாக்கிச் சூட்டுக்குப் பலியாகிவிட்டார். அவர் நாதுராம் விநாயக் கோட்சே என்பவனால் சுட்டுக்கொல்லப்பட்டார். ஆனாலும், இப்போது எங்கள் நிலை என்னவென்றால், மரண தண்டனை என்பது இந்தியாவில் மட்டுமல்ல, மற்ற இடங்களிலும்கூட ஓர் ஆழமான பிரச்சனையாக மாறி இருக்கிறது. நாம் 21ஆம் நூற்றாண்டில் வாழ்கிறோம். இது ஒரு நவீன உலகம்.

ஆகையால், நாம் மக்களைச் சரிசெய்ய வேண்டியிருக்கிறது. அவர்களுக்கு மரண தண்டனை அளிக்கக் கூடாது. உலகில் 140க்கும் மேற்பட்ட நாடுகள் இதுவரை மரண தண்டனையை ஒழித்துக்கட்டிவிட்டன. அது சரிதான். நம் வங்கத் தோழர், சுகேந்து சேகர் ராய் கூறியதுபோன்று இதனை சட்ட ஆணையத்திற்கு அனுப்ப வேண்டும் என்கிற ஆலோசனையை நானும் ஆதரிக்க விரும்புகிறேன். இது தொடர்பாக முழுமையாக ஆய்வு செய்யப்பட வேண்டும். ஆனால், குறைந்தபட்சம், நாடாளுமன்றம் இதனை நிறைவேற்ற வேண்டும். மரண தண்டனையை ஒழிப்பது மக்களால் வரவேற்கப்படும். நன்றி.

29.07.2016

54

சவுதி அரேபியாவிலிருந்து திரும்பி வந்துள்ளவர்கள் பிரச்சனை குறித்து...

மாண்புமிகு துணைத் தலைவர் அவர்களே,

சவுதி அரேபியாவிலும் மற்றும் பல நாடுகளிலும் தவித்த இந்தியத் தொழிலாளர்களை மீட்டுக் கொண்டுவருவதற்காக மத்திய அரசும், சவுதி அரேபிய அரசும் நம் அயல்துறை அமைச்சரும், அவருடைய துறையும் மேறகொண்ட நடவடிக்கைகளுக்கு நன்றி தெரிவித்துக்கொள்ள விரும்புகிறேன், இதுதொடர்பாக சில விளக்கங்களைக் கோர விரும்புகிறேன்.

அங்கிருந்து திரும்பி வந்தவர்களுக்கு, அவர்களின் இருப்பிடத்தில் உள்ள மாநில அரசாங்கம், ஏதேனும் வேலை வழுங்குவதற்கு, மத்திய அரசாங்கம் கேட்க முடியுமா என்று தெரிந்துகொள்ள விரும்புகிறேன்.

04.08.2016

55

உத்தர்காண்ட், அருணாசலப் பிரதேசம் ஆகிய மாநிலங்களில் 35வது பிரிவு பிரயோகம்

மாண்புமிகு துணைத் தலைவர் அவர்களே,

இன்றையதினம் நாம், அரசமைப்புச் சட்டத்தின் 356ஆவது பிரிவு எவ்வளவு முக்கியமானது என்பதையும், அது அருணாசலப்பிரதேசம், உத்தர்காண்ட் ஆகிய மாநிலங்களில் ஆளுநர்கள் மூலமாக எப்படி பிரயோகிக்கப்பட்டது என்பது குறித்தும் விவாதித்துக் கொண்டிருக்கிறோம். அரசியல் நிர்ணயசபையில்கூட, டாக்டர் அம்பேத்கர் அவர்கள் 356ஆவது பிரிவைப்பற்றி அதிகம் பேசியிருக்கிறார்.

356ஆவது பிரிவு ஒரு 'இறந்த கடிதம்' ('dead letter') என்பதுபோல் நீங்கள் சரியாகவே சுட்டிக்காட்டி இருக்கிறீர்கள். ஆனால் அது சாகவில்லை. அது எப்போதும் சாகாது. அது ஆரம்பத்திலிருந்தே உயிருடன்தான் இருந்துகொண்டிருக்கிறது. அது எப்போதும் சுறுசுறுப்பாக இருக்கும்.

முதலாவதாக அது 1953இல் கேரளா அரசாங்கத்திற்கு எதிராகப் பயன்படுத்தப்படவில்லை. அது 1953இல் பாட்டியாலா கிழக்கு பஞ்சாப் அரசாங்கத்திற்கு எதிராகப் பயன்படுத்தப்பட்டு அந்த அரசாங்கம் டிஸ்மிஸ் செய்யப்பட்டது. இரண்டாவதாகத்தான் மிகவும் வாதிக்கப்பட்ட இ.எம்.எஸ். நம்பூதிரிபாத் அவர்களால் தலைமை தாங்கப்பட்ட முதல் கம்யூனிஸ்ட் அரசாங்கத்திற்கு எதிராகப் பிரயோகிக்கப்பட்டு அது 1959இல் டிஸ்மிஸ் செய்யப்பட்டது. உலகிலேயே மக்களால் தேர்ந்தெடுக்கப்பட்ட முதல் கம்யூனிஸ்ட் அரசாங்கம் அதுதான். மாண்புமிகு உறுப்பினர் திரு. கபில் சிபல் சரியாகக் கூறியதுபோல, பிரதமருக்கு அது

தெரியும். அந்த நாட்களில் இந்தியப் பிரதமராக இருந்தவர் அப்போதைய காங்கிரஸ் கட்சியின் தலைவர். மற்றும் செய்தித்தாள்களில் வந்த தகவல்களின் அடிப்படையில், அமெரிக்க உளவு நிறுவனமான சிஐஏ, அந்த அரசாங்கத்தைக் கவிழ்ப்பதில் மிகவும் ஆர்வம் காட்டியது.

இப்போது, அதுதொடர்பான பட்டியலுக்கு வருகிறேன். மறைந்த திருமதி இந்திரா காந்தி அரசாங்கம் 50 அரசாங்கங்களை டிஸ்மிஸ் செய்தது. மறைந்த மொரார்ஜி தேசாய் 16 தடவை அதனைச் செய்தார். டாக்டர் மன்மோகன் சிங் 12 தடவைகள் செய்தார். பி.வி. நரசிம்மராவ் 11 தடவைகள் செய்தார். மறைந்த ஜவஹர்லால் நேரு 6 தடவைகள் செய்தார். வாஜ்பாயி மற்றும் சந்திரசேகர் தலா ஐந்து தடவைகள் செய்தார்கள். நரேந்திர மோடி இரண்டு ஆண்டுகளில் மூன்று தடவைகள் செய்தார். இதுதான் இது தொடர்பான பட்டியல்.

எவரொருவருமே அரசமைப்புச்சட்டத்தின் 356ஆவது பிரிவு என்ன சொல்கிறது என்று புரிந்துகொள்ள விரும்பவில்லை. அது முற்றிலுமாகத் துஷ்பிரயோகம் செய்யப்பட்டது. நாம் அம்பேத்கர் ஜெயந்தியைக் கொண்டாடுகிறோம். இந்த நாடாளுமன்றம் அதைப்பற்றி விவாதித்திருக்கிறது. ஆனாலும், நடைமுறையில், எல்லா அரசாங்கங்களும் அதனைத் துஷ்பிரயோகம் செய்திருக்கின்றன. இப்போது, அவர்கள் கூட்டுறவு கூட்டாட்சி (cooperative federalism) வேண்டும் என்கிறார்கள்.

கூட்டுறவு கூட்டாட்சி என்றால் என்ன? கடவுளுக்கே வெளிச்சம். ஒரு விஷயத்தைச் சுட்டிக்காட்ட விரும்புகிறேன். 1954க்குப்பின், அநேகமாக எதிர்க்கட்சிகளின் கீழ் ஆட்சியில் இருந்த அனைத்து அரசாங்கங்களும் டிஸ்மிஸ் செய்யப்பட்டிருக்கின்றன.

சர்க்காரியா கமிஷன் அறிக்கை விரிவான அளவில் விவாதிக்கப்பட்டது. மாண்புமிகு உறுப்பினர் வெங்கய்யா அவர்களே அதிலிருந்து இங்கொன்றும் அங்கொன்றுமாக மேற்கோள்காட்டியதை நான் ஆட்சேபிக்கிறேன். ஏன் அவ்வாறு துண்டு துண்டாக எடுத்து மேற்கோள்காட்டுகிறீர்கள் என்று அவரைக் கேட்கிறேன். சர்க்காரியா கமிஷன் ஆய்வு செய்வதற்கு எண்ணற்ற வழிகளை அளித்திருக்கிறது.

உச்சநீதிமன்றத்தின் ஒன்பது நீதிபதிகள் கொண்ட அமர்வாயம் பொம்மை வழக்கில் இதுதொடர்பாக ஆழமாகக் கூறியிருக்கிறது.

சட்டமன்றத்தில் பெரும்பான்மை சோதித்துப் பார்க்கப்பட வேண்டும் என்று அது கூறியிருப்பது அனைவருக்கும் தெரியும். மத்திய அரசு எந்த ஒரு மாநிலத்திலாவது அரசமைப்புச்சட்டத்திற்குப் புறம்பாக செயல்கள் நடப்பதாகக் கருதினால், முதலில் அந்த அரசை நீங்கள் எச்சரிக்க வேண்டும். பின்னர் பெரும்பான்மையை நிரூபிப்பதற்கு ஒருவார காலம் அவகாசம் அளித்திட வேண்டும். இவை அனைத்தும் பொம்மை வழக்கின் தீர்ப்பில் கூறப்பட்டிருக்கிறது. சர்க்காரியா கமிஷனிலும் கூறப்பட்டிருக்கிறது.

இப்போது, நான் ஒரு முக்கியமான விஷயத்திற்கு வருகிறேன். பொம்மை தீர்ப்புக்குப்பின்னர், சில ஆளுநர்கள் தங்கள் அரசாங்கங்களை டிஸ்மிஸ் செய்ய விரும்பினார்கள். இதுதொடர்பாகப் பெரிய அளவில் தாக்கம், பொம்மை தீர்ப்புக்குப்பின்னர், 1997இல் உணரப்பட்டது. ஐ.மு.கூ. அரசாங்கம், உத்தரப்பிரதேச மாநில அரசாங்கத்தை டிஸ்மிஸ் செய்துவிட்டு குடியரசுத் தலைவர் ஆட்சியைக் கொண்டுவர வேண்டும் என்று குடியரசுத் தலைவருக்குப் பரிந்துரைத்தபோது, குடியரசுத் தலைவராக இருந்த கே.ஆர். நாராயணன் அதனைத் திருப்பி அனுப்பினார். அதேபோன்று, ஓராண்டு கழித்து, பீகார் அரசை டிஸ்மிஸ் செய்ய வேண்டும் என்றும் அங்கே குடியரசுத்தலைவர் ஆட்சியைக் கொண்டுவர வேண்டும் என்றும் பிரதமர் அடல் பிகாரி வாஜ்பாய் பரிந்துரைத்தபோது, அந்தப் பரிந்துரையையும் திருப்பி அனுப்பினார். கே.ஆர். நாராயணன் அவ்வாறு மத்திய அரசு கேட்ட அடுத்த நிமிடமே அதனைத் திருப்பி அனுப்பினார். இவை பதிவு செய்யப்பட்டிருக்கின்றன.

அரசமைப்புச்சட்டத்தின் 356ஆவது பிரிவு பிரயோகிக்கப்பட வேண்டுமானால் முதலாவதாக அந்த மாநிலத்தில் அரசமைப்புச்சட்ட எந்திரம் தோல்வியடைந்திருக்க வேண்டும். அவ்வாறு தோல்வியடைந்ததாக ஆளுநர் எதுவும் போதுமான அளவிற்குக் கூறவில்லை. இரண்டாவதாக, பொம்மை வழக்கில் கூறப்பட்டள்ளதுபோன்று முன்னெச்சரிக்கை நடவடிக்கைகள், எதுவும் மத்திய அரசால் எடுக்கப்படவில்லை. மூன்றாவதாக, பொம்மை வழக்கின் தீர்ப்பு மற்றும் சர்க்காரியா கமிஷன் பரிந்துரைகளின்படி பீகாரில் ராப்ரி தேவி தலைமையிலான அரசாங்கம் பெரும்பான்மை ஆதரவுடன் இருப்பதை மனதில் கொள்ள வேண்டும்.

இவை எதுவும் இப்போதைய அரசாங்கத்தால் பின்பற்றப்படவில்லை. உங்களுக்கு இந்த நாட்டில் காங்கிரஸ் கட்சி இருக்கக் கூடாது. உங்கள் புகழ்பெற்ற முழக்கம், ‘காங்கிரஸ் இல்லா பாரதம்’ என்பதாகும். இதுதான் உங்கள் நிகழ்ச்சிநிரல். அதனால்தான் நீங்கள் ஆர்.எஸ்.எஸ். பேர்வழிகளை அனுப்பி இருக்கிறீர்கள். உங்களுக்கு ஒரேயொரு நிகழ்ச்சிநிரல்தான். அது ஒரே கட்சி, அது பா.ஜ.க. என்பதேயாகும். எந்த எதிர்க்கட்சியும் இருக்கக்கூடாது. தமிழ்நாடு அரசாங்கம் மூன்று முறை பாதிக்கப்பட்டது. 356ஆவது பிரிவு பயன்படுத்தப்படாத மாநிலம் என்று ஏதாவது உண்டா என்று எனக்குக் கூறுங்கள்.

இதில் மிகவும் மோசமான உதாரணம் இப்போது அருணாசலப்பிரதேச மாநிலத்தில் 356ஆவது பிரிவு துஷ்பிரயோகம் செய்யப்பட்டிருப்பதாகும். இது கூட்டாட்சித் தத்துவத்தின் மீதான தாக்குதலாகும். ஆளுநர் அனைத்து நெறிமுறைகளையும் மீறி செயல்பட்டிருக்கிறார். ஆனாலும், இப்போதும் அவர்கள் கூட்டுறவு கூட்டாட்சி என்று பேசிக்கொண்டிருக்கிறார்கள். தயவுசெய்து இந்தியாவை ஓர் உண்மையான கூட்டாட்சி அமைப்பாக இருக்க விடுங்கள். ஜனநாயகம் தழைத்தோங்க வேண்டுமானால், இவ்வாறு அரசமைப்புச்சட்ட விதிகள் துஷ்பிரயோகம் செய்யப்படுவது நிறுத்தப்பட வேண்டும். இந்த விவாதத்திலிருந்து அரசாங்கம் ஒரு சரியான படிப்பினையைப் பெறும் என்று நம்புகிறேன்.

4.8.2016

○

56

கொல்கத்தா விமானநிலையத்தில் முதல்வர் மம்தா பானர்ஜி பயணம் செய்த விமானம் தரையிறங்குவதில் தாமதமானது குறித்து..

மாண்புமிகு துணைத் தலைவர் அவர்களே,

இது ஒரு மிகவும் சீரியஸ் பிரச்சனை என்று நான் கருதுகிறேன். பயணம் செய்தவர், வி.ஐ.பி. நபரா அல்லது வி.ஐ.பி. நபர் இல்லையா என்பதல்ல பிரச்சனை. நூறு பயணிகள் பயணம் செய்திடும் ஒரு விமானத்தை, அதன் பைலட் உடனடியாகத் தரையிறக்க வேண்டும் என்று சொல்கிற சமயத்தில், விமானநிலைய அதிகாரிகள் அல்லது விமான நிலையத்திற்குப் பொறுப்பானவர்கள் அதற்கு இணங்க மறுத்தால், அது நம் அரசாங்கம் மற்றும் குறிப்பிட்ட அந்தத் துறையின் திறமையின்மையையே மெய்ப்பிக்கிறது. இது தொடர்பாக முழுமையான விசாரணை நடத்தப்பட வேண்டும். இதுபோல் எந்த விமான நிலையத்திற்கும் ஏற்படலாம்.

1.12.2016

57

பயிர் காப்பீடு மற்றும் சேலம் ஸ்டீல் தொழிற்சாலை

மாண்புமிகு துணைத் தலைவர் அவர்களே,

பயிர் காப்பீடு பிரச்சனை குறித்து மாண்புமிகு உறுப்பினர் நவநீதகிருஷ்ணன் ஏற்கனவே குறிப்பிட்டிருக்கிறார். இதுதொடர்பாக நான் ஏற்கனவே நிதியமைச்சரிடம் பேசியிருக்கிறேன். அரசாங்கத்திடமிருந்து ஆக்கபூர்வமான அறிவிப்பு வந்திட வேண்டும். அறிவிப்பு வரும் என்று நம்புகிறேன்.

சேலம் இரும்பு எஃகுத் தொழிற்சாலையைப் பொறுத்தவரை, இந்தப்பிரச்சனையை நாங்கள் ஏற்கனவே எழுப்பி இருக்கிறோம். அங்கே தொழிலாளர்கள் கிளர்ச்சிப் போராட்டத்தில் ஈடுபட்டுக் கொண்டிருக்கிறார்கள். மத்திய அரசாங்கம் சேலம் இரும்பு எஃகுத் தொழிற்சாலையைத் தனியாருக்குத் தரக்கூடாது.

2.12.16

○

58

சென்னையில் வார்தா புயல்

மாண்புமிகு துணைத் தலைவர் அவர்களே,

சமீபத்தில் வீசிய வார்தா புயல் சென்னை, காஞ்சிபுரம், திருவள்ளூர் ஆகிய மூன்று மாவட்டங்களைத் தாக்கி இருக்கிறது. குடிசைகள் அடியோடு அடித்துச் செல்லப்பட்டுள்ளன. 13 ஆயிரத்திற்கும் மேற்பட்ட மக்கள் தங்கள் வாழ்விடங்களை இழந்துள்ளனர். இப்போது அரசாங்கம்தான் அவர்களுக்கு உணவு அளித்து வருகிறது. அவர்கள் தங்கள் வீடுகளை இழந்துள்ளார்கள். மின்சாரம், தொலைபேசி, அனைத்தும் துண்டிக்கப்பட்டிருக்கின்றன. சாலைகள் சேதம் அடைந்திருக்கின்றன. 15 ஆயிரத்திற்கும் மேற்பட்ட மரங்கள் சாய்ந்து வீதிகளில் கிடக்கின்றன. ஆகையால் போக்குவரத்து அமைப்பும் பாதிக்கப்பட்டிருக்கிறது. அசோசெம் அமைப்பின் கூற்றின்படி 900 கோடி ரூபாய் உற்பத்தி இழப்பு ஏற்பட்டிருக்கிறது. சிறிய மற்றும் நடுத்தரத் தொழில் பிரிவுகள் முழுமையாகப் பாதிக்கப்பட்டிருக்கின்றன. வேலையில்லை. இன்றையதினம் பால் லிட்டர் 200 ரூபாய்க்கு விற்கிறது. மத்திய அரசாங்கம் உடனடியாக ஒரு குழுவை அங்கே அனுப்பி தேவையான உதவிகளை விரைந்து செய்திட வேண்டும் என்று கேட்டுக்கொள்கிறேன்.

14.12.16

59

தமிழ்நாட்டில் வரலாறு காணாத வறட்சி– மத்திய அரசு போதிய நிவாரண நிதி அளித்திட வேண்டும்

(நாடாளுமன்ற பட்ஜெட் கூட்டத்தொடரின்போது, 2017 பிப்ரவரி 2 அன்று மாநிலங்களவையில் அவசரப் பொது முக்கியத்துவம் வாய்ந்த பிரச்சனைகளை எழுப்பும் நேரத்தில் பேசியதாவது:)

தமிழ்நாட்டில் விவசாயம் பொய்த்துப் போயிருப்பதற்குக் காரணமான கடும் வறட்சி நிலைமை குறித்து இந்த அவையின் கவனத்திற்குக் கொண்டுவர விரும்புகிறேன்.. இதன் விளைவாக சுமார் 200 விவசாயிகள் தற்கொலை செய்துகொண்டதன்மூலமாகவும், அதிர்ச்சி காரணமாக மாரடைப்பு ஏற்பட்டதன் காரணமாகவும் இறந்திருக்கிறார்கள்.

மாநிலத்தில் சராசரியாக 59 சதவீதம் அளவிற்குத்தான் மழை பெய்திருக்கிறது. 41 சதவீதம் பற்றாக்குறை ஏற்பட்டிருக்கிறது. இது கடந்த 140 ஆண்டுகளில் இல்லாத அளவிற்கு மிகவும் குறைந்த நிலையாகும். தமிழ்நாட்டின் நெற்களஞ்சியம் என்று வர்ணிக்கப்பட்ட தஞ்சாவூர், திருவாரூர், நாகப்பட்டினம் மாவட்டங்களில் இந்த ஆண்டு 20 சதவீதம்தான் மழை பெய்திருக்கிறது. இங்கே மழை இல்லை. காவிரியில் தண்ணீர் இல்லை, நிலத்தடி நீரும் இல்லை. சம்பா, குறுவை ஆகிய இரு பயிர்களுமே பொய்த்துப்போனதால், விவசாயிகள் முன்னெப்போதும் இல்லாத அளவிற்குப் பாதிப்புக்கு உள்ளாகி இருக்கிறார்கள். கடந்த 65 ஆண்டுகளில் இவ்வளவு மோசமான நிலையை அவர்கள் எதிர்கொண்டதில்லை.

காவிரியில் சிறிது நீர் வந்ததைத்தொடர்ந்து ஏதோ ஒரு நப்பாசையின் காரணமாக விவசாயிகள் கந்துவட்டிக்குக் கடன்

வாங்கியும், வீட்டில் இருந்த நகைகளையெல்லாம் அடகு வைத்தும் விவசாயத்தை மேற்கொண்டார்கள். கிணறுகளையும் ஆழப்படுத்தினார்கள். எப்படியோ உரங்கள் கூட வாங்கினார்கள். ஆயினும் அனைத்து முதலீடுகளும் வீணாகிவிட்டன. வெந்த புண்ணில் வேலை பாய்ச்சுவதைப்போல, ரூபாய் நோட்டுகள் செல்லாது என்ற அறிவிப்பு. இதன் காரணமாக விவசாயத் தொழிலாளர்களுக்கு தாங்கள் செய்திட்ட வேலைகளுக்குக் கூலி கிடைக்கவில்லை.

தமிழ்நாடு அரசாங்கம் மாநிலத்தின் 32 மாவட்டங்களையும் வறட்சிப் பாதிப்புக்கு உள்ளான மாவட்டங்கள் என்று அறிவித்துள்ள அதே சமயத்தில், அவர்களால் அறிவிக்கப்பட்டுள்ள இழப்பீடு போதுமானதல்ல. இத்தகைய கவலையளிக்கக்கூடிய சூழ்நிலையில், மத்திய அரசு சிறப்பு நிதி திட்டங்கள் (special financial package) மூலம் போதிய இழப்பீடு அளித்து உதவிட முன்வரவேண்டும். எனவே, தமிழ்நாடு அரசுக்கு கணிசமான தொகையை உடனடியாக விடுவித்திட மத்திய அரசு முன்வர வேண்டும் என்று கேட்டுக்கொள்கிறேன். அப்போதுதான், பாதிக்கப்பட்ட குடும்பத்தினருக்கு தமிழக அரசு உரிய இழப்பீட்டை அளித்திட முடியும்.

02.02.2017

○

60

கீழடியில் அகழ்வாராய்ச்சிப் பணிகளை மீண்டும் தொடங்குக!

(நாடாளுமன்ற பட்ஜெட் கூட்டத்தொடரின்போது மாநிலங்களவையில் 2.2.2017 அன்று அவசரப் பொது முக்கியத்துவம் வாய்ந்த பிரச்சனைகளை எழுப்பும் நேரத்தில் பேசியது.)

தமிழ்நாட்டில் மதுரை அருகே சிவகங்கை மாவட்டத்தில ஒரு சிறிய கிராமமான கீழடியில் மேற்கொள்ளப்பட்ட அகழ்வாராய்ச்சிப் பணிகளிலிருந்து, அங்கே நகர்ப்புறக் குடியேற்ற நாகரிகம் செழித்து வளர்ந்திருந்தது தெரிய வந்திருக்கிறது. இவ்வாறு நாகரிகம், அந்தப் பகுதியில் கி.மு. 3ஆம் நூற்றாண்டிலிருந்து, கி.பி. 3ஆம் நூற்றாண்டுவரை இருந்திருக்கிறது. 2015 மற்றும் 2016 ஆகிய ஆண்டுகளில் அங்கே நடைபெற்ற அகழ்வாராய்ச்சிப் பணிகள், முதலாம் ஆண்டில் 1800 தொல்பொருட்களையும், இரண்டாம் ஆண்டில் 4000 தொல்பொருட்களையும் வெளிக்கொண்டு வந்திருக்கிறார்கள்.

விரிவான அளவில் செங்கல் கட்டமைப்புகள், செங்கல் வடிகால்கள், கூரை ஓடுகளுடனான செங்கல் தளங்கள், மெருகூட்டப்படாத கருமட்பாண்டங்களால் (terracotta) அமைக்கப்பட்ட வளைவுடனான கிணறுகள் மற்றும் உலைகள் வெளிக்கொண்டுவரப்பட்டிருக்கின்றன.

மேலும் புதையலில் விலை உயர்ந்த கற்கள், இரும்பால் செய்யப்பட்ட கருவிகள், தந்தத்தாலான தட்டுகள், கறுப்பு, சிவப்பு மற்றும் பழுப்பு நிறப் பொருட்கள் வெளிக்கொணரப்பட்டிருக்கின்றன. 70க்கும் மேற்பட்ட தமிழ்-பிராமி எழுத்துக்கள் பொறிக்கப்பட்ட துண்டுகள் அகழ்வாராய்ச்சியின்போது கண்டுபிடிக்கப் பட்டிருக்கின்றன.

வைகை ஆற்றை ஒட்டி கல்வெட்டு எடுக்கும் பணிகள், கீழடியில் கண்டுபிடிக்கப்பட்டுள்ள அகழ்வாராய்ச்சி இடத்திற்கு மிகவும் அச்சுறுத்தலாக விளங்குகிறது என்று சுட்டிக்காட்டப்பட்டிருக்கிறது. மேலும் இந்த அகழ்வாராய்ச்சிப் பணியைத் தொடர்ந்து மேற்கொள்வதற்குப் போதிய நிதி ஒதுக்காததும், அகழ்வாராய்ச்சிப் பணிகளைத் தொடர்ந்து மேற்கொள்ளாமல் காலதாமதம் செய்வதும் வரலாற்றை வெளிக்கொணர்வதற்கான ஒரு பொன்னான சந்தர்ப்பத்தை இழந்துவிடவே இட்டுச் செல்லலாம்.

எனவே, கீழடியில் அகழ்வாராய்ச்சிப் பணிகளை மீண்டும் தொடங்கிட இந்திய *அகழ்வாராய்ச்சி தொல்பொருள் துறையினருக்கு* உடனடியாக அனுமதி அளித்திட இந்திய அகழ்வாராய்ச்சியின் மத்திய ஆலோசனை வாரியத்திற்கு அறிவுறுத்த வேண்டும் என்றும் அதன்மூலம் விரும்பத்தக்க பலன் ஏற்படக்கூடிய விதத்தில் தேவையான நிதி உதவி அளித்திட வேண்டும் என்றும் இதில் மத்திய கலாச்சார மற்றும் சுற்றுலாத்துறை இணை அமைச்சர் தலையிட வேண்டும் என்று கோருகிறேன். மேலும் தென்னிந்தியாவில் மிகவும் புராதனக் காலத்தில் நகர நாகரிகம் செழித்தோங்கியிருந்தது என்பதை மக்களுக்குக் காட்டும் விதத்தில், கடந்தசில மாதங்களாக அகழ்வாராய்ச்சியின் மூலம் வெளிக்கொணரப்பட்ட பொருட்களை பார்வைக்கு வைத்து, அங்கே ஓர் அருங்காட்சியகத்தை நிறுவிட வேண்டும் என்றும் கேட்டுக்கொள்கிறேன்.

2.2.2017

61

சம்பளப் பட்டுவாடா சட்ட முன் வடிவின் மீது நடைபெற்ற விவாதம்

மாண்புமிகு துணைத் தலைவர் அவர்களே, இந்தச் சட்டமுன்வடிவின் மீது பேச வாய்ப்பளித்தமைக்கு முதற்கண் நன்றி தெரிவித்துக் கொள்கிறேன். இந்தச் சட்டமுன்வடிவானது, குளிர்காலக் கூட்டத்தொடரின் கடைசி நாளன்று அறிமுகப்படுத்தப்பட்டது. அதன்பின்னர் இது தொடர்பாக ஓர் அவசரச்சட்டம் பிறப்பிக்கப்பட்டது. இந்தப் பிரச்சனைமீது அவசரச்சட்டம் அமல்படுத்த வேண்டிய தேவை என்ன? இதுவே என்னுடைய முதல் கேள்வி.

இது தொடர்பாக அனைத்தும் செய்துமுடிக்கப்பட்டதையே இந்த அவசரச்சட்டம் நமக்குக் காட்டுகிறது. பணமதிப்பிழப்பு போன்ற தவறான நடவடிக்கைகளுக்கு ஒரு மாற்று நடவடிக்கையாகவே, பெரும் கார்ப்பரேட்டுகளுக்கும் பன்னாட்டு நிதி நிறுவனங்களுக்கும் கிரெடிட் கார்ட் சேவை போன்ற அனைத்தையும் ரொக்கப் பரிவர்த்தனையில் இல்லாமல் சேவைக் கட்டணம் உட்பட அனைத்தையும் டிஜிடல் சேவைகள் மூலம் செய்வதற்கான ஒன்றாகவே இது தோன்றுகிறது. இந்தச் சட்டமுன்வடிவு அவசரச்சட்டத்தின் மூலமாகக் கொண்டுவரப்பட்டிருப்பதன் பின்னணியில், கார்ப்பரேட் நலன் காக்கும் அரசாங்கத்தின் குறிக்கோள்தான் இருக்கிறதேயொழிய, இது தொழிலாளர் நலன் சார்ந்து கொண்டுவரப்படவில்லை.

இந்தப் பிரச்சனைமீது இந்த அவசரச் சட்டம் கொண்டுவரப்பட்டிக்கும் முறையே, இது எந்த அளவிற்கு எதேச்சாதிகாரப் போக்குடன் கொண்டுவரப்பட்டிருக்கிறது என்பதைக் காட்டுகிறது. அவசரச் சட்டத்தில் காணப்படும் வாசகங்கள் இதனை நன்கு பிரதிபலிக்கின்றன. முன்பிருந்த

சட்டத்தில் தொழிலாளி தன் சம்பளத்தை எவ்விதம் பெற வேண்டும் என்கிற உரிமையைப் பெற்றிருந்தார். சம்பளம் என்பது என் உரிமை. சம்பளம் என்பது என் சொத்து. அதனை எப்படிச் பெறுவது என்பதையும், அதனை எப்படி செலவழிப்பது என்பதையும் நான்தான் தீர்மானிக்க வேண்டும். சொத்துரிமை, அரசமைப்புச்சட்ட உரிமை. இப்போதுள்ள அரசாங்கம், இந்த அரசமைப்புச்சட்டத்தின்கீழ்தான் உறுதிமொழி எடுத்துக் கொண்டிருக்கிறது. அவ்வாறு உறுதிமொழி எடுத்துக்கொண்டுவிட்டு, அதுவே அரசமைப்புச்சட்டத்தை மீறலாமா? அது சரியா? தயவுசெய்து மாண்புமிகு அமைச்சர் அவர்கள் இதனை ஆய்வுசெய்ய வேண்டும் என்று கேட்டுக்கொள்கிறேன்.

இப்போது இந்தச் சட்டத்தில் கொண்டுவரப்பட்டிருக்கும் திருத்தத்தின் மூலம் தொழிலாளர்களிடம் விருப்பத்தைக் கோரும் உரிமை பறிக்கப்பட்டிருக்கிறது. இதனை மாண்புமிகு தொழிலாளர் நல அமைச்சர் மறுக்க முடியுமா? தொழிலாளர்கள் ஊதியம் பெறுவதற்காக இருந்துவரும் உரிமையைப் பறிக்கும் அதே சமயத்தில், நிர்வாகத்திற்கு ஊதியத்தை எப்படி அளிப்பது என்று முடிவு செய்திடும் அதிகாரத்தை – அதாவது காசோலை மூலம் அளிப்பதா அல்லது வங்கி மாற்று (bank transfer) மூலம் அளிப்பதா என்கிற அதிகாரத்தை – அளித்திருக்கிறது.

இன்றையதினம், நாட்டில் நிரந்தர தொழிலாளர்கள் என்பவர்கள் 7 சதவீதம் ஆகும். மீதம் உள்ள 93 சதவீதத்தினர் அவ்வாறு திரட்டப்படாத முறைசாராத் தொழிலாளர்கள். வங்கித் துறையிலிருந்து எனக்குக் கிடைத்த தகவல்களின்படி, முறைசாராத் தொழிலாளர்களில் 89 லட்சம் பேர் மட்டுமே வங்கிக் கணக்கு வைத்திருக்கிறார்கள். கோடிக்கணக்கான மக்களுக்கு எந்த வங்கியிலும் எந்தக் கணக்கும் கிடையாது. அவர்கள் தங்கள் ஊதியத்தை ரொக்கமாகத்தான் பெறுகிறார்கள். கேரளா குறித்து மாண்புமிகு அமைச்சர் கூறினார். கேரளாவில் அரசு ஊழியர்கள் மட்டும்தான் தங்கள் ஊதியத்தை காசோலை அல்லது வங்கிக் கணக்கு மூலம் பெறுகிறார்கள். முறைசாராத் தொழிலாளர்களோ அல்லது சாதாரணமான ஊழியர்களோ அவ்வாறு பெறவில்லை. அவ்வாறு கேரளாவில் இல்லை. இதனை நீங்கள் சரிசெய்து கொள்ள வேண்டியிருக்கும் என்று நினைக்கிறேன்.

இந்தப் பிரச்சனை நிறுவனமுறையிலான துறைகளுக்கு இருக்க வாய்ப்பில்லை. ஏனெனில், அவற்றில் பல தங்கள் ஊதியங்களை

வங்கிகள் மூலமாகத்தான் அளிக்கின்றன. அவ்வாறான துறைகளில் பெரும்பாலானவை நகரப்பகுதிகளில் அல்லது அரை நகரப் பகுதிகளில்தான இருக்கின்றன. அங்கேயெல்லாம் வங்கிச் சேவை உண்டு. எங்கேயெல்லாம் அரசு அலுவலகம் இருக்கிறதோ, அல்லது எங்கேயெல்லாம் பொதுத்துறை நிறுவனம் செயல்படுகிறதோ, அங்கேயெல்லாம் வங்கி சேவையும் இருக்கும்.

ஆனால், முறைசாராத் தொழில்களைப் பொறுத்தவரை, அதிலும் குறிப்பாக வங்கிகள் இல்லாத கிராமப்புறங்களில், ஊதியங்கள் அளிப்பதை காசோலைகள் மூலமாகவோ அல்லது வங்கிக் கணக்குப் பரிவர்த்தனை மூலமாகவோ அளிப்பது என்பது தொழிலாளர்களுக்கு ஆழமான முறையில் பிரச்சனைகளை உருவாக்கும். அவர்களை, தங்களுக்கு வரவேண்டிய நியாயமான ஊதியத்தைப் பெறுவது என்பதில்கூட வேலையளிப்பவரின் கருணையை எதிர்நோக்க வேண்டியிருக்கும்.

இதுதொடர்பாக தொழிலாளர்நல அமைச்சகம் என்ன நினைத்தது என்று எனக்குத் தெரியாது. இத்தகைய சூழ்நிலையில் தொழிலாளர்களைப் பாதுகாப்பதற்கு ஏதேனும் திருத்தப்பட்ட சட்டத்தில் இருக்கிறதா என்று எனக்குத் தெரியவில்லை. தொழிலாளர்களின் இத்தகைய உரிமை உத்தரவாதப்படுத்தப்படாவிட்டால், இந்தச் சட்டமுன்வடிவு அதன் நோக்கத்தையோ குறிக்கோளையோ எய்திட முடியாது. இந்தச் சட்டமுன்வடிவில், தொழிலாளி தான் பெறும் ஊதியத்தை எவ்வகையில் பெற வேண்டும் என்று கூறுகிற உரிமையையும் சேர்த்திட வேண்டும். இல்லையேல், நீங்கள் என்னுடைய அரசமைப்புச்சட்ட உரிமையைப் பறிக்கிறீர்கள் என்றாகிவிடும். என் உரிமையைப் பறிப்பதற்கு உங்களுக்கு உரிமை இல்லை. இந்த உரிமையை அரசமைப்புச்சட்டம் எனக்கு அளித்திருக்கிறது. எனவே, இதனைப் பரிசீலிக்க வேண்டும் என்று மாண்புமிகு அமைச்சர் அவர்களைக் கேட்டுக்கொள்கிறேன். இதுதொடர்பாக தேவையான திருத்தங்களைச் செய்ய வேண்டும் என்றும் கேட்டுக்கொள்கிறேன். நன்றி.

08.02.2017

○

62

கொப்பரைத் தேங்காய்க்குக் குறைந்தபட்ச ஆதார விலை நிர்ணயிக்கக் கோரி...

மாண்புமிகு துணைத் தலைவர் அவர்களே,

நாட்டில், அதிலும் குறிப்பாக தென் மாநிலங்களான கேரளம், கர்நாடகம், தமிழ்நாடு மற்றும் ஆந்திரப் பிரதேசம் ஆகிய மாநிலங்களில் தென்னை பயிரிடும் விவசாயிகளின் அவலநிலை குறித்து இந்த அவையின் கவனத்திற்குக் கொண்டு வர விரும்புகிறேன். இவர்கள் நாட்டின் ஒட்டுமொத்த தேங்காய் உற்பத்தியில் 88 சதவீத அளவிற்குப் பங்களிப்பினைச் செலுத்துகிறார்கள். இதில் தமிழ்நாடு 34 சதவீதம் பங்களிப்பினைச் செலுத்தி நாட்டில் உச்சநிலையில் இருக்கிறது. தேங்காய் உற்பத்தியும் மற்றும் தென்னை சார்ந்த உப தொழில்களும் சேர்ந்து நாட்டில் சுமார் 1கோடியே 50 லட்சம் மக்களுக்கு வேலைவாய்ப்பினை அளித்து வருகிறது. 2015-16ஆம் ஆண்டில் எண்ணெய் மற்றும் கயிறு உற்பத்தி ஏற்றுமதி நமக்கு அந்நியச் செலாவணியை சுமார் 3,352 கோடி ரூபாய் அளவிற்கு ஈட்டித்தந்திருக்கிறது.

தென்னை விவசாயிகள் மிகவும் பரிதாபமான நிலையில் வாழ்ந்து வருகின்றனர். கொப்பரைத் தேங்காய்க்குக் குறைந்தபட்ச ஆதார விலை வெறும் 4 சதவீதம் மட்டுமே உயர்த்தப்பட்டிருக்கிறது. இது உற்பத்திச் செலவினத்துடன் ஒப்பிடும்போது மிகவும் குறைவு. தென்னை விவசாயிகள் தங்கள் அவலநிலையைப் போக்குவதற்காக, ஒரு நியாயமான குறைந்தபட்ச ஆதார விலையாக கொப்பரைத் தேங்காய்க்கு ஒரு கிலோவிற்கு 120 ரூபாய் கோரிக்கொண்டிருக்கிறார்கள். அரசாங்கம் இந்தப் பிரச்சனையை கனிவுடன் பரிசீலித்திட வேண்டும் என்று கேட்டுக்கொள்கிறேன். கொச்சியில் இருக்கின்ற

தென்னை வளர்ச்சி வாரியம் தென்னை விவசாயிகளின் நலன் காத்திட தன்னை முழுமையாக ஈடுபடுத்திக் கொள்ள வேண்டும். மாநில வர்த்தகக் கார்ப்பரேஷன், தேங்காய்களை ஏற்றுமதி செய்திட தன்னை ஈடுபடுத்திக்கொள்ளலாம்.

குறைந்தபட்ச ஆதார விலை நிர்ணயிக்கும் குழு, தில்லியில் மட்டும் கூட்டங்கள் நடத்தி, விலை நிர்ணயம் செய்வதற்குப் பதிலாக, தென் மாநிலங்களிலும், தமிழ்நாட்டிலும் கூட்டங்களை நடத்தி, விலையை நிர்ணயம் செய்திடலாம்.

தென்னை வளர்ச்சி வாரியம், தேங்காய் உற்பத்தியில் தமிழ்நாடு உச்சத்தில் உள்ளதைக் கவனத்தில் கொண்டு, தமிழ்நாட்டில் அதிக நிதி ஒதுக்கிட வேண்டும். இது தொடர்பாக, தென்னை விவசாயிகள் சென்னை உயர்நீதிமன்றத்திலிருந்து ரிட் மனு 21958/2016இன் கீழ் ஓர் ஆணையைப் பெற்றிருக்கிறார்கள். அதில் 2016 டிசம்பருக்கு முன் அரசாங்கம் குறைந்தபட்ச ஆதார விலையை அறிவித்திட வேண்டும் என்று கட்டளை பிறப்பிக்கப்பட்டிருக்கிறது. இவை அனைத்தையும் அரசாங்கம் பரிசீலனை செய்திட வேண்டும் என்று கேட்டுக்கொள்கிறேன். இந்தப் பிரச்சனையை இந்த அவையும் ஆதரிக்க வேண்டும் என்று கேட்டுக்கொள்கிறேன்.

23.03.2017

○

63

ரயில்வே சட்டமுன்வடிவின் மீதான விவாதத்தில்

மாண்புமிகு துணைத் தலைவர் அவர்கள்,

மாண்புமிகு ரயில்வே அமைச்சர் அவர்களுக்கு முதற்கண் நன்றி தெரிவித்துக்கொள்ள விரும்புகிறேன். ஏனெனில், கடந்த இரண்டு ஆண்டுகளில் தமிழ்நாட்டுக்கு அவர் மூன்று தடவைகள் வந்திருந்து, மக்களுடன் கலந்து பேசி, சில புதிய திட்டங்களையும் தொடங்கி வைத்திருக்கிறார். இதனைக் கூறும்போது, நம் நாட்டில் ரயில்வேக்கு என்று தனி பட்ஜெட், 1924இல் மிகவும் புகழ்பெற்ற ரயில்வே பொருளாதார நிபுணர் அக்வொர்த் அவர்களின் தலைமையில் ஒரு குழு அமைக்கப்பட்டபின்னர், ரயில்வே உள்கட்டமைப்புவசதிகள் குறித்து கவனம் செலுத்துவதற்கு, தனி பட்ஜெட் அவசியம் என்று கூறி, அதுதான் ரயில்வேக்கு என்று தனி பட்ஜெட் கொண்டுவந்தது.

ஆனால் இப்போது ஒரு பத்து பக்க குறிப்பு விவேக் தேவராய் அவர்களால் ரயில்வே பட்ஜெட்டை, புதிய ரயில்பாதைகள், புதிய ரயில்களுக்காக, உள்கட்டமைப்பு வசதிகளை வளர்ப்பதில் கவனம் செலுத்தாமல், பொது பட்ஜெட்டுடன் இணைப்பதற்காக அனுப்பப்பட்டிருக்கிறது. மேலே கூறியதிலிருந்து தனியே பிரித்ததற்கும், இப்போது பொது பட்ஜெட்டுடன் சேர்ப்பதற்கும் கூறப்படும் காரணம் ஒன்றேதான். வித்தியாசமே இல்லை.

உண்மையில், இவ்வாறு இணைக்கப்படுவதன் மூலம் ரயில்வே தன் சுயாட்சித்தன்மையை இழந்துவிடுகிறது. அதன் செயல்பாட்டில் வெளிப்படைத்தன்மை இருக்காது. இந்திய ரயில்வேக்கு என்று தனியே நிதி நிவாரணம் இருக்காது. இணைப்பின் மூலமாக, ரயில்வே நிதியைப் பொறுத்த அளவில் பெரிய அளவிற்கு நிவாரணம் பெறப்போவதில்லை.

மத்திய அரசாங்கத்தால் அதன் ஊழியர்களுக்கு ஊதியம், ஓய்வூதியம் போன்றவை வழங்கப்படுவதுபோல் அல்லாமல், ரயில்வே ஊழியர்களுக்கு சுமார் 35 ஆயிரம் கோடி ரூபாய் அளவிற்குத் தனியே ஊதியம், ஓய்வூதியம் மற்றும் சமூகப் பாதுகாப்புத் திட்டங்களுக்கு நிதி அளிக்கப்பட்டு வந்தது. அவையெல்லாம் இனி காணாமல் போகும். இதன்மூலம் ரயில்வேக்கு ஏற்படும் ஒரேயொரு நிவாரணம், இனி அது தனியே ஐயாயிரம் கோடி ரூபாய் டிவிடெண்ட்டாக கொடுக்க வேண்டியதில்லை.

ரயில்வேயின் செலவினம், சமூகநலத் திட்டங்கள் மற்றும் போட்டி ஆகியவற்றின் அடிப்படையில், ரயில்வே கட்டணம் நிச்சயிக்கப்பட்டதாக ரயில்வே பட்ஜெட் கூறுகிறது. இப்போது, ஒரு பயணி, செலவினத்தில் 57 சதவீதம் மட்டும் செலுத்துகிறார். இப்போது இவ்வாறு மாற்றுவதன்மூலம், இனி எதிர்காலத்தில் ரயில் கட்டணம் உயரும் என்பதற்கான தெளிவான அறிகுறியாகும்.

மக்களால் அளிக்கமுடியும் என்றால் ரயில் கட்டணத்தை உயர்த்துவதில் எனக்கு ஆட்சேபனை இல்லை. நாம் நம் நாட்டில் ஆஸ்திரேலியாவில் உள்ள மக்கள் தொகையைவிட அதிகமான அளவில் நாள்தோறும் பயணிகளைச் சுமந்து சென்று கொண்டிருக்கிறோம். இவர்களில் 50-60 சதவிதத்திற்கும் அதிகமானவர்கள் முறைசாராத் தொழிலாளர்களும், விவசாயிகளுமாவார்கள். அவர்களால் அதிகக் கட்டணங்கள் செலுத்த முடியாது. இந்திய ரயில்வே நிதிக் கார்ப்பரேஷன் - ஐ.ஆர்.சி.டி.சி. - டிக்கெட்டுகள் வழங்குதல், உணவு அளித்தல், சுற்றுலா மற்றும் பாட்டில்களில் தண்ணீர் விற்பனை போன்ற செயல்களில் ஈடுபட்டிருக்கிறது. இந்திய ரயில்வேயின்

இந்திய ரயில்வே கட்டுமான அமைப்பு (IRCON-Indian Railways Construction Organisation), என்பது இந்திய ரயில்வேயின் துணை நிறுவனமாகும். மிகப்பெரிய அளவில் லாபத்தை ஈட்டித்தந்துகொண்டிருக்கும் நிறுவனமாகும். இதைத் தனியாரிடம் தாரை வார்த்திட பட்டியலிடப்பட்டிருக்கிறது. லாபம் ஈட்டும் நிறுவனத்தை ஏன் தனியாரிடம் தாரை வார்க்கிறீர்கள்? இது நேர்மையானதும் அல்ல, நல்லதும் அல்ல. இதனை மறுபரிசீலனை செய்திட வேண்டும் என்று ரயில்வே அமைச்சரைக் கேட்டுக் கொள்கிறேன். பட்ஜெட்டிற்கு ஒரு நாள் முன்னதாக, நிதி அமைச்சர் அவர்கள், விருந்தோம்பல் வர்த்தகம் அவுட்சோர்சிங்கிற்கு

விடப்படும் என்று அறிவித்தார். அன்றைய தினமே வாரியத்தின் சார்பில் கல்கா-சிம்லா, சிலிகுரி-டார்ஜிலிங், நீலகிரி மலைப்பாதை ரயில்கள் தனியாரிடம் ஒப்படைக்கப்படும் என்று அறிவித்தது. இதனையும் மறுபரிசீலனை செய்திட வேண்டும் என்று ரயில்வே அமைச்சரை மீண்டும் கேட்டுக்கொள்கிறேன்.

சென்ற பட்ஜெட்டில், ரயில்வே அமைச்சர், ரயில்வேயை நவீனப்படுத்துவதற்கு 8.5 லட்சம் கோடி ரூபாய் தேவை என்று கூறினார். உங்களால் எல்ஐசியிடமிருந்து 1.5 கோடி ரூபாயை மட்டுமே திரட்ட முடிந்தது. இந்த பட்ஜெட்டில் கூடுதல் நிதி தொடர்பாக மவுனம் கடைப்பிடிக்கப்பட்டு உள்ளது. பாதுகாப்பு நிதி குறித்து 1 லட்சம் கோடி ரூபாய் அறிவிக்கப்பட்டிருந்தபோதிலும், அதற்கான ஆரம்ப அளவாக கொஞ்சம் பணம் மட்டுமே அரசாங்கத்தால் கொடுக்கப்பட்டிருக்கிறது. மீதமுள்ள பணம் உள்ளார்ந்தரீதியில் திரட்டிக்கொள்ளப்பட வேண்டும். அகல ரயில்பாதையில் உள்ள அனைத்து கேட்டுகளும் ஒழித்துக்கட்டப்படும் என்று பட்ஜெட்டில் கூறப்பட்டிருந்தது. ஆனால், அதற்காக போதுமான அளவிற்கு நிதி ஒதுக்கப்படவில்லை.

இந்த பட்ஜெட் ஒரு தொழிலாளர் விரோத பட்ஜெட் ஆகும். தொழிலாளர் நலச்சட்டங்களில் சீர்திருத்தங்கள் கொண்டுவரப்படும் என்று அரசாங்கம் அறிவித்திருந்தது.

எனவே, நாம் இப்போது தடம்புரளும் வழக்குகளை எடுத்துக்கொள்வோம். சமீபகாலங்களில் ஏராளமான ரயில்கள் தடம் புரண்டிருக்கின்றன. சென்ற ஆண்டு 65 ஆக இருந்தது, இந்த ஆண்டு இதுவரை 74 ஆக மாறியிருக்கிறது. இவற்றின்மூலம் மதிப்பிடற்கரிய மனித உயிர்கள் பலியாகி இருக்கின்றன. இதற்குப் பிரதான காரணம், ரயில் பாதைகளைப் புதிப்பிக்காததுதான். ஒவ்வோராண்டும் 4,500 கிலோ மீட்டர் ரயில் பாதைகள் புதுப்பிக்கப்படுவதாக இந்திய ரயில்வே கூறுகிறது. 12ஆவது திட்டக் காலத்தில், 2012 முதல் 2017 வரையிலும், 27 ஆயிரம் கிலோ மீட்டர் அளவிற்கு புதிப்பிக்கப்பட்டிருக்க வேண்டும். ஆனால், நாடாளுமன்ற நிலைக்குழுவிற்குத் தரப்பட்டிருக்கிற தகவல்களின்படி, இந்தக் காலகட்டத்தில் நாம் 14,300 கிலோ மீட்டர் பாதையைத்தான் புதுப்பித்திருக்கிறோம். அந்த அளவிற்குத்தான் பட்ஜெட்டில் நிதி ஒதுக்கப்பட்டு, புதுப்பிக்கப்பட்டிருக்கிறது. இன்றைய தேதியில் 12,700 கிலோ மீட்டர் பாதை மட்டுமே இன்னும் புதுப்பிக்கப்பட வேண்டியிருக்கிறது.

அடுத்த ஐந்தாண்டுகளுக்கு, அடுத்து 22,500 கிலோ மீட்டர் பாதை புதுப்பிக்கப்படுவதற்கான தேக்கம் ஏற்பட்டுவிடும். இவ்வாறு மொத்தத்தில் 25,200 கிலோ மீட்டர் பாதை 'பாதுகாப்பு நிதி'யிலிருந்து இந்தக்காலத்தில் புதுப்பிக்கப்பட வேண்டும்.

ரயில் பாதைகளைப் புதுப்பிப்பதற்கான தற்போதைய செலவினம் 1500 கிலோ மீட்டருக்கு 4,000 கோடி ரூபாயாகும். இது 2016-17 பட்ஜெட் மதிப்பீடாகும். இதன்படி ஐந்தாண்டுகளுக்கு 52 ஆயிரம் கோடி ரூபாய், அதாவது ஆண்டிற்கு 10 ஆயிரம் கோடி ரூபாய் தேவைப்படுகிறது. ரயில்வே நிலைக்குழுவின் அறிக்கையின்படி, அனைத்து சாலைப் பாதுகாப்பு பணிகளுக்கும், மொத்தம் 31 ஆயிரத்து 900 கோடி ரூபாய் தேவைப்படும். இதில், அனைத்து ஆட்கள் இருக்கின்ற மற்றும் ஆட்கள் இல்லாத ரயில்வே கேட்டுகளும் அடங்கும்.

நவீன கோச்சுகளைத் தயாரிப்பதற்காக, அனில் ககோட்கர் குழு அறிக்கையின்படி, 10 ஆயிரம் கோடி ரூபாய் தேவை. சமிக்ஞைகளை (signaling) நவீனப்படுத்தவதற்கு மேலும் 20 ஆயிரம் கோடி ரூபாய் தேவை. இவை அனைத்தும் 2012இல் அனில் ககோட்கர் குழு அளித்த மதிப்பீடுகள். இன்றைய செலவினம் இதைப்போல் இரு மடங்காகும். 2017-18க்கான ரயில்வே பட்ஜெட் வெறும் ஆயிரம் கோடி ரூபாய்தான் இவற்றுக்காக ஒதுக்கி இருக்கிறது. எனவே, மேலே கூறியவற்றையெல்லாம் எப்படி நிறைவேற்றப் போகிறீர்கள் என்பது கேள்விக்குறியாகும். எனவே, இதேமாதிரி சென்றால் மேலும் பல ரயில்கள் தடம் புரளும். மேலும் பல விபத்துக்கள் ஏற்படும்; இது நிச்சயம். மதிப்பிடற்கரிய மனித உயிர்கள் பலியாவது தொடரும்.

நிறைவாக, நாம் சென்னை ரயில் பெட்டித் தொழிற்சாலை குறித்து பெருமிதம் கொள்ள வேண்டும். இந்தத் தொழிற்சாலையின் உற்பத்தித் திறன் தொடர்ந்து உயர்ந்து கொண்டிருக்கிறது. 2014-15இல் இவர்கள் 1700 கோச்சுகள் உற்பத்தி செய்திருக்கிறார்கள், 2015-16இல் 2000 கோச்சுகள், 2016-17இல் 2,300 கோச்சுகள் உற்பத்தி செய்திருக்கிறார்கள். எனவே, இது இப்போதுள்ள ஊழியர்களின் வல்லமை காரணமாக நடந்திருக்கிறது. கடந்த மூன்றாண்டுகளில் கூடுதல் ஊழியர் நியமனங்கள் நடைபெறவில்லை. இருக்கும் ஊழியர்களின் வல்லமையைக் கொண்டே உற்பத்தித் திறனை அதிகரித்திருக்கிறார்கள். ஐசிஎப் ஊழியர்களின் திறமையை நீங்கள் பார்க்க வேண்டும்.

இரண்டு நவீன ரயில் பெட்டிகள் ஐசிஎப்-இடம் தரப்பட்டது. அது நல்லது. இதற்காக ரயில்வே அமைச்சகத்திற்கு நன்றி தெரிவித்துக்கொள்கிறேன். உங்களுக்கும் நன்றி தெரிவித்துக் கொள்கிறேன். அது, நூற்றுக்கு நூறு இந்தியர்களாக இருக்க வேண்டும். சில தொழில்நுட்ப உதவிகள் அயல்நாட்டு நண்பர்களிடமிருந்து பெறலாம். இவ்வாறான நவீன ரயில் செட்டுகள் அனைத்தையும் சென்னை, ஐ.சி.எப். வசம் ஒப்படைக்க வேண்டும் என்று கேட்டுக்கொள்கிறேன். ஆனால், அரசாங்கம் வெளிநாட்டு நிறுவனம் ஒன்றிடம் ஒப்படைக்கத் திட்டமிட்டுக் கொண்டிருக்கிறது. அவற்றை ஐ.சி.எப்.-இடம் கொடுக்க வேண்டும் என்று கேட்டுக்கொள்கிறேன். ஐ.சி.எப். அதனை செய்ய முடியும். இவ்வாறான நவீன ரயில் பெட்டிகளை உருவாக்கிட, நமக்கு வெளிநாட்டினர் உதவி தேவை இல்லை. இந்தியாவிலேயே ஐ.சி. எப். மூலமாக இவற்றைச் செய்திட தயவுசெய்து பரிசீலனை செய்திடுங்கள். நன்றி.

29.3.2017

○

64

தமிழ்நாட்டு விவசாயிகளுக்கு உதவிடுக

மாண்புமிகு துணைத் தலைவர் அவர்களே,

தமிழ்நாட்டு விவசாயிகள் மிகவும் மோசமான நிலைமையை எதிர்கொண்டிருக்கிறார்கள். இதேபோன்ற நிலைமை இதற்கு முன், 140 ஆண்டுகளுக்கு முன்புதான் இருந்தது. இன்றையதினம் தமிழ்நாட்டு விவசாயிகள் தில்லியில் 15 நாட்களாக கிளர்ச்சியில் ஈடுபட்டுக் கொண்டிருக்கிறார்கள். சில குருத்வாக்கள் அவர்களுக்கு உதவிக் கொண்டிருக்கின்றன. தில்லி மக்கள் தமிழ் மக்களுக்கு உதவிக்கொண்டிருக்கிறார்கள்.

ஆனாலும், துரதிர்ஷ்டவசமாக, மத்திய உள்துறை அமைச்சகமும், காவல்துறையினரும் அவர்களை மிரட்டிக்கொண்டிருக்கின்றன. அவர்கள் தாங்கள் போராடும் இடத்தைக் காலி செய்ய வேண்டும் என்று மிரட்டிக்கொண்டிருக்கின்றன. இதனைச் செய்யக்கூடாது என்று உள்துறை அமைச்சகத்தைக் கேட்டுக்கொள்கிறேன். இவர்களின் போராட்டம் மிகவும் நியாயமான போராட்டம். தங்களுக்கு நிவாரணம் வேண்டும் என்பதற்காக இங்கே வந்திருக்கிறார்கள். ஏன் இதில் காவல்துறை தலையிட வேண்டும்? இதனைச் செய்யக்கூடாது என்று மத்திய உள்துறை அமைச்சரைக் கேட்டுக்கொள்கிறேன். ஏனெனில், அந்தப் பகுதி, நாடாளுமன்றத்தால் பேரணி-போராட்டங்கள் நடத்துவதற்கென்றே ஒதுக்கப்பட்ட இடமாகும். அவர்களின் கோரிக்கை மிகவும் நியாயமானவை. அதனை பி.பி.சி. செய்தி நிறுவனம் ஒலிபரப்பியிருக்கிறது. அதனை பல லட்சக்கணக்கான மக்கள் பார்த்திருக்கிறார்கள். தமிழ்நாட்டில் குடிக்கத் தண்ணீர் இல்லை. கால்நடைகளுக்குத் தீவனம் இல்லை. இந்த நிலைமை தொடரக் கூடாது. நாங்கள் நிதி அமைச்சரைச் சந்தித்தோம். நானும் தோழர் சீத்தாராம் யெச்சூரியும் விவசாயிகளின் பிரதிநிதிகளில் சிலரும்

அவரைச் சந்தித்தோம். ஆனாலும் விளைவு எதுவும் ஏற்படவில்லை. ஏதேனும் செய்தாக வேண்டும். இல்லையேல், ஒட்டுமொத்த தமிழ்நாடும் மத்திய அரசுக்கு எதிராகக் கிளர்ந்தெழுந்து போராடும். மத்திய அரசு, தமிழ்நாட்டுக்கு உதவ வேண்டும். இதுவே தருணம். தயவு செய்து உதவிடுங்கள். கடன் தள்ளுபடி அவசியம். குடிநீர் விநியோகம் அவசியம். இவற்றை மத்திய அரசு போர்க்கால அடிப்படையில் நிறைவேற்றிட வேண்டும். இல்லையேல், நிலைமைகள் மோசமான நிலைமைகளிலிருந்து மிகவும் மோசமான நிலைமைகளுக்குச் சென்றுவிடும்.

29.3.2017

❍

65

தகவல் அறியும் உரிமைச் சட்டத்தைத் திருத்தக்கூடாது

(நாடாளுமன்ற மாநிலங்களவையில் அவசரப் பொது முக்கியத்துவம் வாய்ந்த பிரச்சனைகளை எழுப்பும்நேரத்தில் 7-4-2017 அன்று பேசியது:)

மத்திய அரசு தகவல் அறியும் உரிமைச் சட்டத்தின் விதிகளில் மிகவும் பிற்போக்குத்தனமான முறையில் திருத்தங்களைச் செய்து 2017 மார்ச் 31 அன்று சுற்றறிக்கை ஒன்றை மத்திய பணியாளர் பயிற்சித்துறையின் கீழ்வெளியிட்டிருக்கிறது. இதனை நான் கடுமையாக எதிர்க்கிறேன்.

தகவல் அறியும் சட்டம் சாதாரணமான ஒரு சட்டம் அல்ல. நாடு தழுவிய அளவில் மக்கள் பெரும் திரளாகப் பங்கேற்ற இயக்கத்தின் பின்னணியில் நாடாளுமன்றத்தில் நிறைவேற்றப்பட்ட சட்டமாகும். ஊழலுக்கு எதிராகவும், ஜனநாயகத்தைப் பாதுகாப்பதற்காகவும் போராடும் மக்களின் கைகளில் இச்சட்டம் ஒரு வலுவான கருவியாக இருந்து வருகிறது. மேலும், ஒரு ஜனநாயக அமைப்பில் தேவையற்ற முறையில் ஆதிக்கம் செலுத்திவந்த அதிகார வர்க்கத்தைக் கடிவாளமிடும் முறையிலும் இச்சட்டம் இயங்கி வந்தது. ஆனால், இவற்றைப் பலவீனமாக்கிடும் விதத்தில் தற்சமயம் மத்திய அரசு இதன் விதிகளில் திருத்தங்களைக் கொண்டு வந்திருக்கிறது. மத்தியஅரசு சட்டத்தின் 12(2)ஆவது பிரிவின் கீழ் முன் மொழிந்துள்ள திருத்தமானது "ஆணையத்தின்முன் எவரேனும் புகார் தாக்கல் செய்திருந்து அது நிலுவையிலிருந்தால் அந்த நபர் இறந்துவிட்டால் அந்தப் புகார் மீதான வழக்கு அற்றுப்போய்விடும்," என்று கூறுகிறது.

இதன்மூலம் தகவல் அறியும் உரிமைச்சட்டத்தின்கீழ் புகார் அளிப்பவர்களைக் கொல்ல வேண்டும் என்று நினைக்கிற கயவர்களுக்கு ஊக்கம் அளிக்கக்கூடிய விதத்தில் இத்திருத்தம் அமைந்திருக்கிறது. தகவல் அறியும் உரிமைச்சட்டத்தின் கீழ் செயல்படுபவர்கள்மீது ஏற்கனவே தாக்குதல்கள் அதிகரித்துள்ளன. மத்திய அரசின் இந்தத் திருத்தத்தின்மூலம் அது மேலும் அதிகமாகும். 2017இல் மட்டும் இதுவரை 375 தாக்குதல்களுக்கும் மேல் நடைபெற்றுள்ளன.

இவற்றில் 56 கொலைகள் ஆகும். 157 நேரடியான தாக்குதல்களாகும். 160க்கும் மேற்பட்டவை துன்புறுத்தல்கள் மற்றும் அச்சுறுத்தல்களாகும். இவ்வாறு அச்சுறுத்தல்களுக்கு ஆளானவர்களில் சிலர் தற்கொலை செய்துகொண்டுள்ளனர். இத்தகைய பயங்கரமான பின்னணியில் வழக்கு தொடுத்தவர் இறந்துவிட்டார் என்றால் அந்த வழக்கு அற்றுப் போகும் என்று திருத்தம் கொண்டுவந்தால், கிரிமினல்களுக்கு மிகுந்த ஊக்கம் அளித்ததாக ஆகிவிடும். தகவல் அறியும் உரிமைச் சட்டத்தின்கீழ் செயல்படுபவர்களை கிரிமினல்களும், அதிகாரபீடத்தில் உள்ளவர்களும் சேர்ந்தே கொன்றுவிட ஊக்கம் அளித்திடும். இத்தகைய மோசமான ஒரு திருத்தத்தை அரசாங்கமே செய்யலாமா?

07.04.2017

66

தொழிற்சாலைகள் சட்டங்களில் திருத்தம் கொண்டுவருவதன் மீது

மாண்புமிகு துணைத் தலைவர் அவர்களே,

அவையில் இந்தப் பக்கத்தில் இருக்கும் உறுப்பினர்கள் அனைவரும் முழுமையாக இந்தச் சட்டமுன்வடிவை எதிர்க்கிறார்கள். நானும் எதிர்க்கிறேன். மாண்புமிகு தொழிலாளர் நல அமைச்சர் அவர்களை நான் மதிக்கிறேன். அவர் ஒரு நல்ல மனிதர். ஆனாலும், துரதிர்ஷ்டவசமாக, அவர் இந்தத் தொழிலாளர் விரோத சட்டமுன்வடிவுகளைக் கொண்டுவந்திருக்கிறார். இது மிகவும் துரதிர்ஷ்டவசமானது. அவரின் பதவிக்காலத்திற்கு பின்பு நிச்சயமாக அதனை அவர் உணர்வார். நான் கூறுவது அனைத்தும், அவருக்கு அடுத்த தலைமுறையினரிடம் பிரதிபலிக்கலாம். அடுத்த தலைமுறை மீது எனக்கு நம்பிக்கை இல்லை. ஆனால் அவர் நம்புகிறார்.

மாண்புமிகு உறுப்பினர்கள், இந்தியத் தொழிற்சங்க இயக்கத்தின் வரலாற்றைப் படிக்க வேண்டும் என்று கேட்டுக்கொள்கிறேன். தொழிலாளர்கள் பெற்றிருக்கிற உரிமைகள் எதுவாக இருந்தாலும் அவை, இந்த அரசாங்கத்தாலோ அல்லது முந்தைய அரசாங்கத்தாலோ அளிக்கப்பட்ட கருணையினால் அல்ல. பம்பாய் தொழிற்சங்க வரலாற்றைப் பாருங்கள், கோயம்புத்தூர் தொழிற்சங்க வரலாற்றைப் பாருங்கள். எப்படியெல்லாம் தொழிலாளர்கள் போராடினார்கள், எத்தனைத் தொழிலாளர்கள் சுட்டுக் கொல்லப்பட்டார்கள்? கோயம்புத்தூரில் நான்கு தொழிலாளர்கள் தூக்கிலிடப்பட்டார்கள். பொன்மலை ரயில்வே தொழிலாளர் போராட்டத்தில் ஐந்து தொழிலாளர்கள் சுட்டுக்கொல்லப்பட்டார்கள். அதன்பின்னர்தான் முதல் ஊதியக் குழு வந்தது. எனவே, ஒவ்வொரு அங்குலமாக, தொழிலாளர்கள் போராடி இப்போது பெற்றுள்ள அனைத்து

உரிமைகளையும் வென்றெடுத்துள்ளார்கள். என் 19 வயதிலிருந்தே நான் ஒரு தொழிற்சங்கத்தின் ஊழியனாக இருந்து வருகிறேன். சர்க்கரைத் தொழிற்சாலையில், சிமென்ட் தொழிற்சாலையில், ஜவுளித் தொழிற்சாலையில், பி.எச்.இ.எல். தொழிற்சாலையில், ரயில்வேயில், துப்பாக்கித் தொழிற்சாலையில் பணிபுரியும் தொழிலாளர்களின் நிலைமைகள் குறித்து எனக்குத் தெரியும். நான் அவர்களுடன் இணைந்து வேலை செய்திருக்கிறேன். அவர்களுக்காக நான் பேச்சுவார்த்தைகள் நடத்தி இருக்கிறேன். தொழிலாளர்கள் ஒரு ரூபாய் கூடுதல் ஊதியம் பெறுவதுகூட அவ்வளவு எளிமையான ஒன்று அல்ல. நாங்கள் போராட வேண்டி இருந்தது. நாங்கள் எங்கள் வேலையை இழக்க வேண்டி இருந்தது. இங்கேயிருக்கிற ஜென்டில்மென் எல்லாம் எங்களைத் தவறான முறையில் கூறுவதே வழக்கமாகியிருக்கிறது. "இந்தத் தொழிற்சங்கத் தலைவர்கள் தொல்லைகளை உருவாக்கிக் கொண்டிருக்கிறார்கள்," என்று எங்களைப் பார்த்துக் கூறுகிறார்கள். தொழிலாளர்கள் இதுநாள்வரையிலும் போராடிப் பெற்ற உரிமைகள் அனைத்தையும் ஒவ்வொன்றாக நீங்கள் பறித்துக் கொண்டிருக்கிறீர்கள்.

இன்றையதினம், புதிய பகுதிகளில் ஏற்பட்டுள்ள தொழில்சார் ஆபத்துகள் குறித்து ஆய்வு செய்யப்படவில்லை. எந்தவொரு தொழில்நிறுவனமும் தொழில்சார் நோய் குறித்தோ அல்லது தொழில்சார் ஆபத்து குறித்தோ ஆய்வினை மேற்கொள்ளவில்லை. ஆனால் தொழிலாளர்களின் வேலைநேரத்தை அதிகப்படுத்தி இருக்கிறீர்கள் என்றால் என்ன அர்த்தம்? நீங்கள் தொழிலாளர்களின் உழைப்பை உறிஞ்சிக் கொண்டிருக்கிறீர்கள் என்று அர்த்தம். இது யார் பயனடைவதற்காக? தொழிலாளர் இயக்கம் நாளுக்கு நாள் கீழே போய்க்கொண்டிருக்கிறது என்று மக்கள் கூறத் தொடங்கிவிட்டார்கள்.

நான் இந்த அரசாங்கத்திற்கு ஓர் எச்சரிக்கையை விடுக்க விரும்புகிறேன். வெகு விரைவில் இந்தியத் தொழிலாளர்கள் நம்பிக்கையுடன் மீண்டும் எழுவார்கள். அவர்கள் அனைத்துத் தொழிலாளர் விரோதச் சட்டங்களையும் வங்காள விரிகுடாவில் தூக்கி எறிவார்கள். ஆகையால் இன்றைய தினம், இத்தகைய சட்டமுன்வடிவுகளைக் கொண்டுவர விரும்புகிறவர்களுக்கு, பழைய சட்டங்கள் அனைத்தையும் ஒழித்துக்கட்ட நினைப்பவர்களுக்கு சவால் விடுகிறேன். மக்கள், சர்வதேச

தொழிலாளர் அமைப்பு குறித்துப் பேசத் தொடங்கிவிட்டார்கள். நீங்கள், சர்வதேசத் தொழிலாளர் அமைப்பின் அனைத்து தீர்மானங்களையும் சரி என்று ஏற்றுக் கொண்டிருக்கிறீர்களா? இல்லை.

ஆனால், நீங்கள் சர்வதேச தொழிலாளர் அமைப்பின் 125 மணி நேர மிகை நேர (overtime) தீர்மானத்தைக் கொண்டுவருகிறீர்கள். ஒரு ஜெர்மன் தொழிலாளர், ஓர் இந்தியத் தொழிலாளியைவிட வித்தியாசமானவர். ஒரு பிரிட்டிஷ் தொழிலாளி, ஓர் இந்தியத் தொழிலாளியைவிட வித்தியாசமானவர். இந்த அணுகுமுறை நம் தொழிலாளர் வர்க்கத்திற்கு, நம் சாமானிய மக்களுக்கு, அவர்களின் குடும்பங்களுக்கு, அவர்களின் எதிர்காலத்திற்கு ஊறு விளைவித்திடும்.

எனவே, நான் இந்தச் சட்டமுன்வடிவை எதிர்க்கிறேன். இந்தச் சட்டமுன்வடிவைத் திரும்பப் பெற வேண்டும் என்று மாண்புமிகு அமைச்சரைக் கேட்டுக்கொள்கிறேன். அது தொழிலாளர் வர்க்கத்திற்குப் பெரிய அளவில் சேவை செய்ததாக இருக்கும். சுதந்திரத்திற்கு முன்பும் பின்பும் பல்வேறு போராட்டங்கள் மூலமாக அவர்கள் பெற்ற உரிமைகளுக்கு ஊறுவிளைவிக்காதீர்கள்.

11.04.2017

67

நீட் தேர்விலிருந்து முற்றிலுமாக விலக்களித்திட வேண்டும்

நீட் தேர்விலிருந்து தமிழ்நாடு மாணவர்களுக்கு முற்றிலுமாக விலக்களித்திட வேண்டும் என்று தமிழ்நாடு மாநிலங்களவை உறுப்பினர்கள் அனைவரும் கட்சி பேதமின்றி மாநிலங்களவையில் குரல் எழுப்பினார்கள்.

நாடாளுமன்ற மழைக்காலக் கூட்டத்தொடர் நடைபெற்று வருகிறது. புதனன்று அவசரப் பொது முக்கியத்துவம் வாய்ந்த பிரச்சனைகளை எழுப்பும் நேரத்தில் தமிழக எம்.பி.க்கள் அனைவரும் கட்சி பேதமின்றி ஒன்றுபட்டு மருத்துவப் படிப்புக்கான 'நீட்' தேர்வுக்கு முற்றிலுமாக விலக்கு கோரி முழக்கமிட்டார்கள்.

இப்பிரச்சனையை அ.இ.அ.தி.மு.க.வைச் சேர்ந்த ஏ.கே. செல்வராஜ் எழுப்பினார். நீட் தேர்வு சி.பி.எஸ்.இ. பாடத்திட்டத்தை அடிப்படையாகக் கொண்டு தயாரிக்கப்பட்டது என்பதையும் தமிழ்நாட்டில் படிக்கும் மாணவர்களில் 90 சதவீதத்தினர் மாநில பாடத்திட்டத்தை அடிப்படையாகக் கொண்டு படித்தவர்கள் என்பதையும் சுட்டிக்காட்டினார்.

இதனை ஆதரித்துப் பேசிய திமுக உறுப்பினரான கனிமொழியும், தமிழ்நாட்டிற்கு முழுமையாக விலக்கு அளிக்க வேண்டும் என்று வலியுறுத்தினார். இதுதொடர்பாக தமிழக சட்டமன்றத்தில் சட்டம் நிறை வேற்றப்பட்ட குடியரசுத்தலைவர் ஒப்புதலுக்காக அனுப்பி வைக்கப்பட்டிருக்கிறது என்றும் கூறினார். அஇஅதிமுக உறுப்பினர் ஏ.நவநீதகிருஷ்ணன் பேசுகையில் இப்பிரச்சனை காரணமாக மருத்துவ மாணவர்கள் தற்கொலை செய்துகொள்ளும் நிலைக்குத் தள்ளப்பட்டிருக்கிறார்கள் என்றார். மேலும் வடமாநில

மாணவர்களுக்கு எளிதான கேள்விகளும், தென்னிந்திய மாணவர்களுக்குக் கடினமான கேள்விகளும் கேட்கப்பட்டதாகவும் குற்றம் சாட்டினார்.

மார்க்சிஸ்ட் கம்யூனிஸ்ட் கட்சி உறுப்பினர் டி.கே.ரெங்கராஜன் பேசுகையில் தமிழக சட்டமன்றம் நிறைவேற்றிய தீர்மானத்தை மத்திய அரசாங்கம் ஏன் ஏற்கவில்லை என்று கேள்வி எழுப்பினார்.

காங்கிரஸ் கட்சி உறுப்பினரான ஆனந்த் சர்மா இப்பிரச்சனை குறித்து அரசாங்கம் தன் நிலையை தெளிவுபடுத்திட வேண்டும் என்றார்.

இந்தியக் கம்யூனிஸ்ட் கட்சி உறுப்பினர் து.ராஜாவும் இக்கோரிக்கையுடன் தன்னை இணைத்துக் கொண்டார்.

அரசின் சார்பில் பதிலளித்த அமைச்சர் பிரகாஷ் ஜவடேகர், 'இப்பிரச்சனை நீதிமன்றத்தில் நிலுவையிலிருக்கிறது என்றும். இது தொடர்பாக ஒவ்வொருவரையும் நாங்கள் சந்தித்து வருகிறோம்' என்றும் கூறினார்.

அமைச்சரின் பதிலால் திருப்தியுறாத உறுப்பினர்கள், அவையில் தலைவரின் இருக்கை அருகே சென்று "தமிழ்நாட்டு மாணவர்களுக்கு நீட் தேர்விலிருந்து விலக்களிக்க வேண்டும்" என்று முழக்கமிட்டார்கள்.

19.7.2017

○

68

சமூக மற்றும் பொருளாதார ரீதியாக பிற்படுத்தப்பட்டவர்களுக்கு இந்த அரசு எதுவுமே செய்ததில்லை

(மாநிலங்களவையில் 2017ஆம் ஆண்டு பிற்படுத்தப்பட்ட வகுப்பினருக்கான தேசிய ஆணையம் (ரத்து) சட்டமுன்வடிவின்மீது பேசியது)

மாண்புமிகு துணைத்தலைவர் அவர்களே, இதன்மீது பேச வாய்ப்பளித்தமைக்கு முதற்கண் நன்றி தெரிவித்துக் கொள்கிறேன்.

இந்தச் சட்டமுன்வடிவை உருவாக்கிய தெரிவுக்குழுவின் தலைவர் பூபேந்தர் யாதவ்விற்கு என் நன்றியைத் தெரிவித்துக் கொள்கிறேன். இந்தச் சட்டமுன்வடிவின்மீது அபரிமிதமான அறிவுடன் திகழும் அமைச்சர் ஜெஹ்லாத்திற்கும் நன்றி தெரிவித்துக் கொள்கிறேன். இதன்மீது பல விஷயங்களை ஒப்புக்கொள்ள மறுப்பதில் நாம் ஒத்துப்போனபோதிலும், தெரிவுக்குழுவில் இதன் நடவடிக்கைகளை மிகவும் அருமையாக அவர் நடத்தினார். அறிவிற்சிறந்த பெருமக்கள் தெரிவுக்குழு முன் ஆஜராகி தங்கள் கருத்துக்களைப் பதிவு செய்திருக்கிறார்கள். அவை அனைத்தும் ஏற்கனவே அவையின்முன் வைக்கப்பட்டுவிட்டன. இதற்காக அவைக்கு நாம் ஒவ்வொருவரும் நன்றி சொல்லக் கடமைப்பட்டிருக்கிறோம். முக்கியமாக மண்டல் கமிஷன் அறிக்கையைத் தயார் செய்த, ஓய்வுபெற்ற ஐ.ஏ.எஸ். அதிகாரி பி.எஸ். கிருஷ்ணன், இந்தக் குழுவின்முன் ஆஜரானார். திராவிட கழகத்தின் தலைவர் கி.வீரமணியும் இந்தக் குழுவின் முன் ஆஜரானார். அவர் இக்குழுவின் முன் சாட்சியம் அளித்தார்.

தெற்கு, வடக்கிலிருந்து வேறுபட்டது என்பதை இங்கே உள்ள அனைவரும் புரிந்துகொள்ள வேண்டும் என்று கேட்டுக்கொள்கிறேன்.

மாண்புமிகு அமைச்சர் இதனைக் குறித்துக்கொள்ள வேண்டும் என்று கேட்டுக்கொள்கிறேன்.

1920-களில் நடந்தவைகளை நாம் திரும்பிப் பார்த்தோமானால், மைசூர் மகாராஜா பிற்படுத்தப்பட்டவர்கள் மீது இரக்கம் காட்டத் தொடங்கினார், அவர்களுக்குக் கல்வி அளித்தார், அவர்களுக்கு வேலைவாய்ப்பினை அளித்தார். பின்னர், நாம் தமிழ்நாட்டைத் திரும்பிப் பார்த்தோமானால், மாண்புமிகு உறுப்பினர்கள் முத்துக்கருப்பன் மற்றும் டி.கே.எஸ். இளங்கோவன் மிகச்சரியாகச் சுட்டிக்காட்டியதுபோல - அது ஓர் அற்புதமான மாநிலமாகும் - கடந்த 80 முதல் 90 ஆண்டு காலமாக அது பிற்படுத்தப்பட்டவர்களுக்காகப் போராடி வந்தது. இந்த அவை திராவிட கழகத் தலைவர் தந்தை பெரியாருக்கு மரியாதை செலுத்திட வேண்டும். அவர், பிற்படுத்தப்பட்டவர்களுக்காகவும், இதர பிற்படுத்தப்பட்டவர்களுக்காகவும் அல்லும்பகலும் அயராது பாடுபட்டு வந்தார். அவர் அதில் சமரசமே செய்து கொள்ளவில்லை. அதுதான் தந்தை பெரியார்.

தந்தை பெரியார் மிகவும் சரியானமுறையில் போராட்டம் நடத்தி, வகுப்புவாத அரசாணையைப் பெற்றுத் தந்தார். வகுப்புவாத முதல் அரசாணை திராவிடர் கழகத்தாலும் தந்தை பெரியாராலும் பெறப்பட்டது.

கேரளாவிற்குச் சென்றோமானால், அங்கே நாராயணகுரு அவர்கள் அனைத்துப் பிற்படுத்தப்பட்டவர்களின் மேம்பாட்டிற்காகவும் வாழ்ந்து வந்தார். அவர்களின் மேம்பாட்டிற்காகப் போராடி, அவற்றைப் பெற்றார். கேரளாவில் கல்வியின் அளவு என்னவென்பதை இப்போது நீங்கள் பார்த்துக் கொண்டிருக்கிறீர்கள். இன்றையதினம் இவ்வாறு கேரளாவும், தமிழகமும் எப்படி முதல் மாநிலங்களாகத் திகழ்கின்றன என்றால், நாராயண குருவும், தந்தை பெரியாரும், தொடர்ந்து வந்த தமிழக அரசாங்கங்களும் மேற்கொண்ட நடவடிக்கைகள்தான் அவற்றிற்குக் காரணங்களாகும். தி.மு.க. அரசாங்கம், அ.இ.அ.தி.மு.க. அரசாங்கம் ஆகிய இரண்டுமே இதர பிற்படுத்தப்பட்ட வகுப்பினர்களுக்காக எண்ணற்ற பணிகளைச் செய்திருக்கின்றன.

ஜெய்ராம் ரமேஷ்: காமராஜரும்தான்.

டி.கே.ரெங்கராஜன்: காமராஜர் மதிய உணவுத் திட்டத்தைக் கொண்டுவந்தார். அதன்காரணமாக தமிழ்நாட்டில் குழந்தைத் தொழிலாளர்கள் எண்ணிக்கை குறைந்தது.

ஜெய்ராம் ரமேஷ்: இதனை காமராஜர், தி.மு.க., அ.இ.அ.தி. மு.க. அரசாங்கங்கள் வருவதற்குமுன்பே செய்தார்.

டி.கே.ரெங்கராஜன்: நான் என்னுடைய நண்பர் ஜெய்ராம் ரமேஷின் கூற்றை ஒப்புக்கொள்கிறேன். ஆனால் வட இந்தியாவின் நிலை என்ன? இப்போதும்கூட 27 சதவீத இட ஒதுக்கீடு முழுமையாக அமல்படுத்தப்படவில்லை. இது நமக்கு அவமானம் இல்லையா? எனவேதான் இந்த அவையின்முன்பு மிகச் சரியானமுறையில் எங்கள் கருத்துகளைப் பதிவு செய்துகொண்டிருக்கிறோம்.

சமூகரீதியாகவும், பொருளாதார ரீதியாகவும் பிற்படுத்தப்பட்ட வகுப்பினரை அடையாளம் காண்பதற்கு மாநில அரசாங்கங்களுக்கு அதிகாரங்கள் வேண்டும். தில்லியிலிருந்துகொண்டு எல்லாவற்றையும் நீங்கள் அடையாளம் கண்டுபிடித்திட முடியாது. அல்லது, இங்கேயுள்ள அதிகார வர்க்கம் எல்லாவற்றையும் அடையாளம் கண்டிட முடியாது.

உச்சநீதிமன்றம், 1992 நவம்பர் 16 அன்று மண்டல் வழக்கில் அளித்துள்ள முத்திரை பதித்த தீர்ப்பில், 1990ஆம் ஆண்டின் ஆணையின் செல்லுபடித் தன்மையை உறுதிசெய்தது. அதன்பின்னர் உச்சநீதிமன்றம் முன் நிபந்தனைகளாகப் பிறப்பித்த இரு கட்டளைகளும் நிறைவேற்றப் பட்டிருக்கின்றன. இவை அனைத்தையும் இந்தச் சட்டமுன் வடிவிற்குள் நீங்கள் கொண்டுவந்து இணைக்காவிட்டால், அவ்வாறு இதனை நீங்கள் சட்டமாக்காவிட்டால், பின்னர் எவராவது உச்சநீதிமன்றத்திற்குச் செல்வார்கள், இதற்கு எதிராக வழக்குத் தொடுப்பார்கள். அது மற்றுமொரு குறுக்கீட்டிற்கு வழி வகுத்திடும்.

இந்தச் சட்டமுன் வடிவு, சமூகரீதியாகவும், கல்விரீதியாகவும் பிற்படுத்தப்பட்டிருக்கும் வகுப்பினர் வரவேற்கக்கூடிய நல்ல அம்சங்கள் பலவற்றைப் பெற்றிருக்கிறது. அதேபோன்று எதிர்காலத்தில் சில ஐயுறவுகளை உருவாக்கக்கூடிய அம்சங்களும், சில பகுதிகளில் பொருள் தெளிவின்மையும் காணப்படுகின்றன. இந்தச் சட்ட முன்வடிவைக் கண்ணை மூடிக்கொண்டு விமர்சிப்பது, சமூகரீதியாகவும், கல்விரீதியாகவும் பிற்படுத்தப்பட்ட வகுப்பினருக்குப் பயன் தராது என்பதே என் கருத்தாகும். அதே சமயத்தில், இதர பிற்படுத்தப்பட்ட வகுப்பினர்களின் நலன்களைப் பாதுகாப்பதற்காக, ஐயுறவுகளை ஏற்படுத்தக்கூடிய அம்சங்களைச்

சரிப்படுத்திட வேண்டியதும், தெளிவற்றிருக்கக் கூடியவற்றை தெளிவுபடுத்திட வேண்டியதும் அவசியமாகும்.

நான் அரசமைப்புச் சட்டத்தில் மிகவும் முக்கியமான அம்சமாக விளங்கும் 338B (5), (a), (b), (c), (d) மற்றும் (e) ஆகிய பிரிவிற்கு நேரடியாகவே வருகிறேன். இது, இதர பிற்படுத்தப்பட்ட வகுப்பினர்களின் நீண்ட கால விருப்பமாகும். பிற்படுத்தப்பட்ட வகுப்பினர்களுக்கான தேசிய ஆணையம், சமூக ரீதியாகவும், பொருளாதார ரீதியாகவும் பிற்படுத்தப்பட்டவர்களுக்கான நாடாளுமன்ற உறுப்பினர்களின் அமைப்பு, தலித்துகள்/ பழங்குடியினர்களுக்கான நலன்கள் குறித்து துறைசார்ந்த நாடாளுமன்ற நிலைக்குழு ஆகியவை இந்தப் பிரிவை வலுப்படுத்த வேண்டும் என்று கோரி வருகின்றன. நேரமின்மை காரணமாக, இதன்மீது ஒவ்வொரு பத்தியாக எடுத்துக்கொண்டு பேச நான் விரும்பவில்லை.

இதில் மூன்று அல்லது நான்கு ஆக்கபூர்வமான அம்சங்கள் இருக்கின்றன. நேரமின்மை காரணத்தால் நான் அதற்குள் பத்தி, பத்தியாக செல்ல விரும்பவில்லை. ஆணையம்/நடுவர் மன்றங்களின் அறிவுரை சாதாரணமாக மத்திய அரசைக் கட்டுப்படுத்தும் என்கிற உச்சநீதிமன்றத்தின் கட்டளை பிற்படுத்தப்பட்ட வகுப்பினரின் தேசிய ஆணையச் சட்டத்தில் மீண்டும் எடுத்துப் பதிவுசெய்யப்பட்டிருக்கிறது. அது, இப்போது கொண்டுவரப்படக்கூடிய சட்டமுன்வடிவிலும் இடம் பெற வேண்டும். இது தொடர்பாக உச்சநீதிமன்றம் பிறப்பித்த கட்டளை தொடர வேண்டும். அது இந்த சட்டமுன்வடிவில் இல்லாதது மிகவும் ஆழமான இடைவெளியாகும். இது சரி செய்யப்பட வேண்டும்.

மற்றுமொரு மிக முக்கியமான ஒன்று; இந்த ஆணையத்தின் வல்லுநர் குழு சம்பந்தப்பட்டதாகும். இந்த வல்லுநர் குழு உச்சநீதிமன்றத்தின் கட்டளைகளைப் பூர்த்திசெய்யக்கூடிய விதத்தில் அமைந்திருக்க வேண்டும். மண்டல் கமிஷன் தீர்ப்பில் உச்சநீதிமன்றம், தற்போது பிற்படுத்தப்பட்ட வகுப்பாக இல்லாதவற்றை நீக்கிடவும், புதிதாக சிலவற்றை சேர்த்திடவும் கட்டளையிட்டிருந்தது. அவற்றை பத்தாண்டுகளுக்கு ஒருமுறை மறு ஆய்வு செய்திட வேண்டும் என்றும், உடனடியாக அல்ல என்றும் கூறியிருந்தது. மத்திய அரசாங்கம், பத்தாண்டுகள் கழித்து, பட்டியல்களில் திருத்தங்களை செய்வது தொடர்பாக,

நடவடிக்கைகள் எடுத்து அவ்வாறு திருத்திய பட்டியலை நாடாளுமன்றத்தின் ஒப்புதலுக்குக் கொண்டுவர வேண்டும் என்றும் கூறியிருந்தது. அரசமைப்புச் சட்டத்தின் 342 A சமூக ரீதியாக, பொருளாதார ரீதியாக மற்றும் கல்விரீதியாக உள்ள பிற்படுத்தப்பட்ட வகுப்பினர்களின் பட்டியல் சம்பந்தமான குடியரசுத் தலைவரின் அறிவிக்கை மற்றும் அதனைத் தொடர்ந்து நாடாளுமன்றத்தால் சேர்க்கப்பட்ட அல்லது விடுவிக்கப்பட்டவற்றை தொடர்பாக மாநில அரசுகளுக்கு உள்ள உரிமைகளை திரும்பப் பெறுகிறது. அரசாங்கம் இதனை மறுத்திருக்கிறது. மாநில அரசுகளின் உரிமைகள் இந்தச் சட்டமுன்வடிவால் பாதிக்கப்பட வில்லை என்கிறது.

அரசாங்கத்தின் இந்தக் கருத்துக்களை இந்தச் சட்டமுன்வடிவின் பிரிவுகளை ஆய்வுசெய்வதன் மூலம் நியாயப்படுத்தப்பட வேண்டியது தேவை. 342A பிரிவைப் படித்தோமானால், சமூகரீதியாக, பொருளாதார ரீதியாக மற்றும் கல்வி ரீதியாக பிற்படுத்தப்பட்டவர்கள் பட்டியலை அறிவிக்கும் அதிகாரம் குடியரசுத் தலைவரையே சாரும். அதாவது, மத்திய அரசும் அதன் அமைச்சரவையையுமே சாரும். அமைச்சரவையின் அறிவுரையின்படிதான் குடியரசுத்தலைவர் செயல்பட முடியும். அதனைத் தொடர்ந்து பட்டியலில் ஏதேனும் மாற்றம் கொண்டுவர விரும்பினால் அதனை நாடாளுமன்றத்தின் மூலம் கொண்டுவர முடியும். இது தற்போது மாநில அரசாங்கங்களுக்கு மாநில அரசாங்கங்களின் வேலைகளுக்கு இடஒதுக்கீடு செய்வதற்கு உள்ள உரிமைகளை நீக்கிவிடுகிறது. இது ஒருபக்கத்தில், சமூகரீதியாகவும், பொருளாதார ரீதியாகவும், கல்விரீதியாகவும் பிற்படுத்தப்பட்டுள்ள வகுப்பினரின் பிரச்சனையாகும், மறுபக்கத்தில் மாநில அரசுகளுக்கும் மத்திய அரசுக்கும் இடையேயுள்ள பிரச்சனையாகும்.

அநேகமாக அனைத்து மாநிலங்களிலும் மத்திய அரசின் பட்டியலும், மாநில அரசின் பட்டியலும் ஒத்துப்போகும். பல மாநிலங்களில் வித்தியாசம் கிடையாது. ஒருசில மாநிலங்களில் ஆதிக்க சாதியினரின் நிர்ப்பந்தங்களின் காரணமாக ஆட்சியாளர்கள் சில மாற்றங்களைக் கொண்டு வந்திருக்கிறார்கள். அவை, உச்சநீதிமன்ற மற்றும் உயர்நீதிமன்ற நீதிபதிகள் மற்றும் புகழ்பெற்ற மேதைகளால் பரிந்துரைக்கப்பட்டவைகளைக் கூட நிராகரித்திருக்கின்றன. ஆதிக்க சாதியினரின் நிர்ப்பந்தங்களுக்குக்

கட்டுப்பட்டு மாற்றங்களைச் செய்த மாநில அரசாங்கங்களை நான் பட்டியலிட முடியும்.

இந்தக் குழுவில் ஒரு பெண் உறுப்பினர் இருக்க வேண்டும், ஒரு பிற்படுத்தப்பட்டவர் இருக்க வேண்டும். சிறுபான்மையினத்தவர் ஒருவர் இருக்க வேண்டும். இந்தக் குழு சமூகரீதியாக, பொருளாதார ரீதியாக பிற்படுத்தப்பட்டவர்களின் பிரச்சனைகளைப் பார்க்க வேண்டும்.

ஏற்கனவே முற்படுத்தப்பட்ட இனத்தவரிடமிருந்து நிர்ப்பந்தம் இந்த அரசுக்கு இருக்கிறது. வாக்கு வங்கி அரசியல் இங்கே செயல்பட்டுக்கொண்டிருக்கிறது. வாக்குகளைப் பெறுவதற்காக சில மாநில அரசுகள் மத்திய அரசாங்கத்தில் செல்வாக்கு பெற்றிட முயற்சிக்கலாம். இதற்கு மத்திய அரசு இடம்கொடுக்கக்கூடாது. ஆணையம் இருக்க வேண்டும்.

நான் இந்த விவாதத்தை முடிக்கும் தருவாயில், பூபேந்திர யாதவுக்கு ஒன்றைச் சொல்லிக்கொள்ள விரும்புகிறேன். நான் ஆளும் கட்சியினரைப் பார்த்து ஒன்று கேட்க விரும்புகிறேன். அரசாங்கத்தில் ஜனசங்கம் இருந்தபோது அவர்கள் என்ன செய்தார்கள்? பீகாரிலும், உத்தரப்பிரதேசத்திலும் இதர பிற்படுத்தப்பட்ட வகுப்பினருக்காக ஏதாவது செய்திருக்கிறீர்களா? அவர் எதையும் பரிசீலிக்கவில்லை. (குறுக்கீடு). நீங்கள் சுய விமர்சனத்தை ஏற்றுக்கொள்ள வேண்டும். இன்றைய பிரதமர் குறித்து நிறையவே பேசுகிறீர்கள். வாஜ்பாயி இருந்தபோது என்ன செய்தீர்கள்? மண்டல் கமிஷன் அறிவிக்கப்பட்டபோது உங்கள் நடவடிக்கை எவ்வாறிருந்தது? நீங்கள் ரத யாத்திரையைத் தொடங்கினீர்கள். (குறுக்கீடு). நீங்கள் சமூகரீதியாக, பொருளாதார ரீதியாக பிற்படுத்தப்பட்ட வகுப்பினருக்கு எதுவுமே செய்ததில்லை. (குறுக்கீடு). அந்தப் பாதையில் போகாதீர்கள். பாதையை மாற்றிக் கொள்ளுங்கள். இந்தச் சட்டமுன் வடிவிற்கு, நான் ஒரு திருத்தம் கொடுத்திருக்கிறேன். இதனை அமைச்சர் பரிசீலிக்க வேண்டும் என்று விரும்புகிறேன். மிகவும் நன்றி.

31,07.2017

○

69

கவுரி லங்கேஷ் போன்ற பத்திரிகையாளர்களைக் கொல்வதை மத்திய மாநில அரசுகள் தடுத்திட வேண்டும்

கர்நாடகத்தில் பத்திரிகையாளர்கள் கொல்லப்படுவது இது மூன்றாவது நிகழ்வாகும். இது பத்திரிகையின் உரிமையை ஜனநாயக உரிமையைப் பறிப்பது மட்டுமல்ல, பேச்சுரிமை, எழுத்துரிமையையும் பறிப்பதாகும்.

இந்திராகாந்தி காலத்தில் கொண்டுவரப்பட்டது அறிவிக்கப்பட்ட எமர்ஜன்சி. ஆனால் தற்போது ஒரு புதுவிதமான எமர்ஜன்சி எனும் கருப்பு ஆட்சியைப் பார்த்துக் கொண்டிருக்கிறோம். அதாவது, என்ன சாப்பிடுவது, என்ன சாப்பிடக்கூடாது என தீர்மானிப்பது எல்லாம் அதிலிருந்து வருவதுதான். அதை ஒட்டியே பத்திரிகையாளர் கவுரி லங்கேஷின் படுகொலையும் அமைந்துள்ளது. அவர் சமூக கட்டுமானத்திற்கும், அதிகார வர்க்கத்திற்கும் எதிராக தனது கருத்துகளைக் கூறுவதில் சமரசம் செய்து கொள்ளாதவர். நேர்மையான பத்திரிகையாளர். அவரது கருத்துக்கு எதிராக இருப்பவர்கள், அதைப் பத்திரிகையின் மூலம் வெளிப்படுத்தும் சுதந்திரம் உள்ளது.

அதேபோன்று கருத்தை வெளிப்படுத்தாமல் கொலை செய்வது என்பது பத்திரிகைத் தொழிலுக்கு வருவோரை ஊக்கமிழக்கச் செய்வதாக அமைந்துவிடும். எனவே இவற்றைத் தடுக்கும் பொறுப்பு மத்திய, மாநில அரசுகளுக்கு உண்டு.

07.09.2017

○

70

மாநில அரசுகளுக்கு முழு அதிகாரங்களை வழங்கிடவேண்டும்

(தில்லி மாநில அரசின் சட்டங்கள் (சிறப்பு பிரிவுகள்) திருத்தச் சட்டமுன்வடிவின் மீது நடைபெற்ற விவாதத்தில் பங்கேற்று பேசியதாவது)

மாநில அரசுகளுக்கான உரிமைகள் மறு ஒதுக்கீடு செய்யப்பட வேண்டும். இது தொடர்பாக உச்சநீதிமன்றத்தின் தீர்ப்பு கூட இருக்கிறது. மாநில அரசுகளுக்கு அதிகாரங்களை முழுமையாக வழங்கிட வேண்டும் என்பதை நான் அழுத்தந்திருத்தமாக வலியுறுத்த விரும்புகிறேன். தில்லி மாநில அரசுக்கு அவ்வாறு அதிகாரங்கள் வழங்கப்படவில்லை. புதுச்சேரி மாநில அரசின் நிலைமையும் இதுதான். ஆளுநர்கள் மாநில அரசுகளுக்கு முழு அதிகாரங்களையும் தந்திட வேண்டும். மாநில அரசுகளைக் குறை கூறுவது சரியல்ல என்று தெரிவித்துக் கொள்கிறேன். மத்திய அமைச்சர், மாநில அரசைக் குறை கூறிக்கொண்டிருக்கிறார். மாநில அரசுக்கு அதிகாரங்கள் முழுமையாக வழங்கப்படவில்லை. நகரில் வாழும் மக்களுக்குப் புனர்வாழ்வு அளிப்பதற்குத் தேவையான நிதியை மத்திய அரசு, மாநில அரசுக்கு வழங்கிடவில்லை. எதார்த்தத்தில் என்ன நடந்து கொண்டிருக்கிறது. பிழைப்பு தேடி தில்லியை நோக்கி வருகிறவர்கள் எவரும் வெளிநாட்டினர் அல்ல. அவர்கள் அனைவரும் நம் மக்கள். தில்லியைச் சுற்றியுள்ள நகரங்களிலிருந்தும் கிராமங்களிலிருந்தும் மட்டுமல்ல, தமிழ்நாட்டிலிருந்தும் கேரளாவிலிருந்தும்கூட இங்கே வந்து வேலை செய்துகொண்டிருக்கிறார்கள். அவர்கள் தங்குவதற்கான வசதிகளைச் செய்து தர வேண்டும். அவர்கள் பணிசெய்யும் இடத்தினருகேயே அவர்கள் தங்குவதற்கும் ஏற்பாடுகள் செய்திட வேண்டும். நாம் தில்லியை உலகின் மிகச்சிறந்த தலைநகராக மாற்ற வேண்டும் என்று விரும்புகிறபோது, அங்குள்ள மக்களின்

வாழ்வாதாரங்களையும் கணக்கில் எடுத்துக்கொள்ள வேண்டும்.

இந்தப்பிரச்சனை தில்லியில் மட்டுமல்ல, தமிழ்நாட்டிலும் இருக்கிறது. தமிழ்நாட்டில் நீதிமன்றம் ஓர் உத்தரவினைப் பிறப்பிக்கிறபோது, மக்கள் தாங்கள் வாழ்ந்த இடங்களிலிருந்து வெகுதூரத்திற்குத் தூக்கி எறியப்படுகிறார்கள். இது ஏழை மக்களுக்கு மிகுந்த துன்பத்தைக் கொடுத்திடும். இவற்றை மனதில் கொள்ள வேண்டும் என்று கேட்டுக்கொள்கிறேன். சாமானிய மக்களைத் தொந்தரவு செய்யாதீர்கள். சுற்றுச்சூழல் பாதிப்பு என்பது மக்களால் மட்டும் வருவதில்லை. வேறு பல அம்சங்களும் இருக்கின்றன. மக்களைப் பாதுகாத்திடுங்கள். தமிழ்நாட்டு மக்களையும் பாதுகாத்திடுங்கள். ஒவ்வொரு தலைநகரிலும் வாழும் மக்களையும் பாதுகாத்திடுங்கள்.

இது மாநிலப் பிரச்சனை என்று கூறாதீர்கள். இது மாநிலப் பிரச்சனை அல்ல. தில்லி உங்கள் பிரச்சனைதான். அரசமைப்புச் சட்டத்தின்படி தில்லி பிரச்சனை மத்திய அரசின் பிரச்னைதான். இவ்வாறு சாமானிய மக்கள், ஏழை மக்கள் நாடு முழுதும் அவதிப்பட்டுக்கொண்டிருக்கிறார்கள். விவசாயம் பொய்த்துப்போய், விவசாயிகள் வேலை தேடி நகரங்களை நோக்கி வரும்போது, அவர்கள் வசிப்பதற்கு இடம் இல்லை. அவர்களைப் பாதுகாக்க வேண்டிய பொறுப்பை அரசாங்கங்கள் எடுத்துக்கொள்ள வேண்டும். அரசாங்கம் என்பது பணக்காரர்களுக்கு மட்டுமானது அல்ல. அது அடித்தட்டு ஏழை மக்களுக்குமானதாகும். இந்த அம்சங்கள் அனைத்தையும் அரசு கவனத்தில் கொண்டு பரிசீலித்திட வேண்டும்.

28.12.2017

71

மோடி அரசின் கொள்கைகளால் ஆதாயம் அடைந்தவர்கள் கார்ப்பரேட்டுகள் மட்டுமே

(நாட்டின் பொருளாதாரம், முதலீட்டுக்கான சூழல், வேலைவாய்ப்பு உருவாக்கம் மற்றும் அதிகரித்துவரும் வேலையின்மைச் சவாலை எதிர்கொள்வதன் அவசியம் குறித்து குறுகிய கால விவாதத்தில் பங்கேற்று பேசியதாவது)

இது ஒரு மிகவும் முக்கியமான விவாதப்பொருளாகும். ஐ.மு.கூ. அரசாங்கம் கொள்கைப் பக்கவாதத்தால் பீடிக்கப்பட்டிருந்தது என்று மாண்புமிகு உறுப்பினர் பூபேந்தர் யாதவ் மிகச்சரியாகவே குறிப்பிட்டார். நாங்களும் ஐ.மு.கூ. அரசாங்கத்தின் கொள்கையை விமர்சித்திருக்கிறோம். கொள்கைப் பக்கவாதத்தால் பீடிக்கப்பட்டிருந்த ஐ.மு.கூ. அரசாங்கத்தின் நவீன தாராளமயக் கொள்கைகளை நாங்கள் எப்போதுமே ஏற்றுக் கொண்டதில்லை. ஆனால், இன்றைய தேசிய ஜனநாயகக் கூட்டணி அரசாங்கத்தின் நிலை என்ன? இந்த அரசாங்கம் அவசர சிகிச்சைப் பிரிவில் (Intensive Care Unit-இல்) இருக்கிறது. அதிலிருந்து இது வெளியே வரும் என்று நான் நினைக்கவில்லை. அப்படி வெளியே வரும்போது அதன் ஆயுட்காலம் முடிந்திருக்கும். அரசாங்கத்தின் காலம் 2019இல் முடிந்துவிடும்.

இப்போது என்ன நடந்துகொண்டிருக்கிறது? பொருளாதாரம் முற்றிலுமாகச் சிதிலமடைந்து கிடக்கிறது. இந்தியா வர்த்தகம் செய்வதற்கான தரவரிசையில் உயர்ந்திருப்பதாகக் கூறுகிறார்கள். ஆனால், யாருக்கான வர்த்தகம்? உண்மையில் இந்தியா உலகப் பட்டினித் தரவரிசையில் அதளபாதாளத்திற்குச் சென்று கொண்டிருக்கிறது. இதனை நீங்கள் நினைவில் நிறுத்திக்கொள்ள வேண்டும்.

அரசாங்கம், இந்தியாவில் வர்த்தகம் செய்வது எளிமைப்படுத்தப்பட்டிருக்கிறது என்று கூறுகிறது. ஆனால்

அதனால் வேலை வாய்ப்பினை அளிக்க முடியவில்லை. உலகப் பட்டினி அட்டவணை (Global Hunger Index)யில் இந்தியாவின் தரம் கீழே சென்று கொண்டிருப்பதாக கூறுகிறது. உங்கள் ஆட்சியில் பட்டினிக் கொடுமைக்கு பலர் ஆளாக்கப்பட்டிருக்கிறார்கள். ஒரு நாட்டின் முன்னேற்றம், முதலீட்டின் காரணமாக வந்திருக்கிற ஆதாயம் மற்றும் நாட்டின் வளம் ஆகியவற்றை வெறுமனே கூச்சலிடுவதால் அளந்திட முடியாது.

மாறாக உற்பத்தித்திறனையும், வேலைவாய்ப்பை உருவாக்குவதன் மூலமாகவே அளவிட முடியும். நான் உங்களுக்கு ஓர் எடுத்துக்காட்டைக் கொடுக்க முடியும். நம் நிதியமைச்சர், சென்ற பட்ஜெட் உரையின்போது, மகாத்மா காந்தி கிராமப்புற வேலைவாய்ப்பு உறுதித்திட்டத்திற்கு (MNREGA) நிறைய பணம் ஒதுக்கீடு செய்திருப்பதாகக் கூறினார். ஆனால் மொத்த வேலைநாட்கள் 23,515க்கு வந்திருக்கிறது. தமிழ்நாட்டில் மட்டும், வேலை நாட்கள் சதவீதம் என்பது 2015-16இல் 44 நாட்கள், 2016-17இல் 46 நாட்கள் மற்றும் 2017-18இல் வெறும் 7 நாட்கள் மட்டுமேயாகும். இது தமிழ்நாட்டின் நிலை. அஇஅதிமுக உறுப்பினர்கள் இங்கே இருக்கிறார்கள். அவர்களுக்கு இது தெரியும்.

2014-15இல் 1.15 லட்சம் வேலைகளை உருவாக்கி இருக்கிறீர்கள். இது என்னுடைய விவரம் கிடையாது. நீங்கள் அளித்துள்ள விவரம். 2015-16இல் நீங்கள் 2.3 லட்சம் வேலைகளை உருவாக்கி இருக்கிறீர்கள். 2016-17இல் மேலும் சற்றுக் கூடுதலாகி இருக்கிறது. நான் ஒப்புக்கொள்கிறேன். இந்த விவரங்களையெல்லாம் வேலையிழப்பு மற்றும் வேலையின்மை ஆகிய விவரங்களுடனும் ஒப்பிட்டுப் பார்க்க வேண்டும். பல்லாயிரக்கணக்கான வேலைவாய்ப்புகள் முற்றிலுமாகத் துடைத்தெறியப் பட்டிருக்கின்றன.

பிரதமர் மோடி ஒவ்வோராண்டும் இரண்டு கோடி பேர்களுக்கு வேலைவாய்ப்பு உருவாக்கப்படும் என்று கூறியிருந்தார். ஆளும்கட்சியின் தலைவர், அமித் ஷா, இங்கே அமர்ந்திருக்கிறார். கடந்த மூன்றாண்டுகளிலும் நீங்கள் அளித்திட்ட வேலை வாய்ப்புகளைக் கூட்டிப் பார்த்தோமானால்கூட அது 50 லட்சத்தைக்கூட தாண்டவில்லை. அது எதிர்மறையாக இருக்கிறது.

அதேபோன்று விவசாய நெருக்கடி மிகவும் மோசமாகி இருக்கிறது. இப்போதும் நாம் அவதிப்பட்டுக்கொண்டிருக்கிறோம்.

மத்திய அரசிடமிருந்து எவ்விதமான உதவியும் கிடையாது. விவசாயப் பிரச்சனை மாநில அரசுப் பிரச்சனை என்று நீங்கள் கூறுகிறீர்கள். வேளாண் விஞ்ஞானி எம்.எஸ். சுவாமிநாதன் ஆணையத்தின் அறிக்கையை அமல்படுத்த நீங்கள் தயாராயில்லை. இதனை அமல்படுத்துவோம் என்று நீங்கள் உங்கள் தேர்தல் அறிக்கையில் உறுதி கூறியிருந்தீர்கள். இத்தகைய உங்கள் கொள்கைகள் அனைத்தும் சாமானிய மக்களின் வாழ்வாதாரங்களைக் கடுமையாகப் பாதித்திருக்கின்றன.

இந்த ஆட்சியால் ஆதாயம் அடைந்தவர்கள் என்றால் அது கார்ப்பரேட்டுகள் மட்டுமே. "ரூபாய் நோட்டுகள் செல்லாது மற்றும் ஜிஎஸ்டி வரி" போன்றவற்றை விமர்சிக்காதவர்கள் இந்தக் கார்ப்பரேட்டுகள் மட்டுமே. மற்ற அனைத்துப்பகுதி மக்களும் முன்னெப்போதும் இல்லாத அளவிற்கு அவதிக்குள்ளாகி இருக்கிறார்கள். நாட்டின் செல்வ வளத்தில் 65 சதவீதம், நாட்டு மக்களில் 1 சதவீதமாக உள்ளவர்களிடம் போய்ச் சேர்ந்திருக்கிறது. அதாவது நாட்டின் 65 சதவீத செல்வாதாரத்தை, நாட்டில் 1 சதவீதமாக உள்ளவர்கள் தங்கள் கட்டுப்பாட்டில் வைத்திருக்கிறார்கள். உண்மையில், நாட்டுமக்களில் பெரும்பான்மையானவர்களைச் சூறையாடி, நாட்டு மக்களில் விரல்விட்டு எண்ணக்கூடிய ஒருசிலரிடம் ஒப்படைப்பது என்பது தினசரி வழக்கமாக மாறி இருக்கிறது. உங்கள் நவீன தாராளமயக் கொள்கையின் மூலமாக இதனைத்தான் மேம்படுத்தி இருக்கிறீர்கள்.

இந்த ஆட்சியில் லஞ்சம் என்பது கழுத்தளவுக்கு வந்துவிட்டது. அவர்களால் தங்கள் அரசாங்கம் ஊழலற்ற அரசாங்கம் எனக் கூற முடியாது. எங்கே நீங்கள் சென்றாலும் இதனைப் பார்க்கலாம். இந்த அரசாங்கத்தின் கொள்கை பொருளாதாரத்தைக் கடுமையாகப் பாதித்திருக்கிறது. உண்மையில் இந்த அரசாங்கத்தின் கொள்கை என்பது ஊழல் கொள்கையே. ஊழலுக்கு எதிராக யுத்தம் நடத்துகிறோம் என்று சொல்லிக்கொண்டே ஊழலில் ஈடுபட்டுக்கொண்டிருக்கிறார்கள். இவர்களின் ஒட்டுமொத்தக் கொள்கையும் நாட்டைக் காப்பாற்றக் கூடிய விதத்தில், நாட்டு மக்களைக் காப்பாற்றக்கூடிய விதத்தில், லட்சக்கணக்கான படித்த மற்றும் கிராமப்புற மக்களுக்கு வேலைவாய்ப்பை அளிக்கக்கூடிய விதத்தில் மாற்றியமைக்கப்பட வேண்டும்.

04.01.2018

72

மகாராஷ்ட்ராவில் தலித்துகள் மீதான தாக்குதல்

மாண்புமிகு துணைத் தலைவர் அவர்களே,

இப்போது தலித்துகள் மீது மட்டுமல்ல, சிறுபான்மையினர் மற்றும் பெண்கள்மீதும் நாடுமுழுதும் தாக்குதல்கள் குறிவைக்கப்பட்டிருக்கின்றன. இப்போது நாம் மகாராஷ்ட்ராவில் நடைபெற்ற துயரார்ந்த சம்பவங்கள் குறித்து விவாதித்துக் கொண்டிருக்கிறோம்.

இதற்கு நடைமுறையில் நிர்வாகம், காவல்துறை மற்றும் ஆளும் கட்சியினரின் ஆதரவு இருந்து வருகிறது. எனவே, பணியில் இருக்கின்ற உச்சநீதிமன்ற நீதிபதியின் தலைமையில் ஒரு நீதித்துறை விசாரணை நடத்தப்பட வேண்டும் என்று கோருகிறேன். அப்போதுதான் கயவர்களைக் குற்றவாளிக் கூண்டில் நிறுத்த முடியும். ஏதாவது நடவடிக்கைகள் எடுக்கப்பட வேண்டும். இதுபோல் எந்த மாநிலத்திலும் நடக்கக் கூடாது.

என்னுடைய மாநிலத்தில் தலித்துகள் தாக்கப்படுகிறார்கள், முஸ்லீம்கள் தாக்கப்படுகிறார்கள், இதேபோன்ற சித்திரத்தை நீங்கள் எல்லா மாநிலத்திலும் பார்க்கலாம்.

எனவே, மகாராஷ்ட்ரா சம்பவம் குறித்து ஒரு நீதித்துறை விசாரணை தேவை. அனைத்துக் கயவர்களும் குற்றவாளிக் கூண்டில் நிறுத்தப்பட்டாக வேண்டும்.

04.01.2018

73

தமிழ்நாட்டில் வரலாறு காணாத வறட்சி- மத்திய அரசு போதிய நிவாரண நிதி அளித்திட வேண்டும்

(அவசரப் பொது முக்கியத்துவம் வாய்ந்த பிரச்சனைகளை எழுப்பும் நேரத்தில் பேசியதாவது)

தமிழ்நாட்டில் விவசாயம் பொய்த்துப் போயிருப்பதற்குக் காரணமான கடும் வறட்சி நிலைமை குறித்து இந்த அவையின் கவனத்திற்குக் கொண்டுவர விரும்புகிறேன்.. இதன் விளைவாக சுமார் 200 விவசாயிகள் தற்கொலை செய்துகொண்டதன் மூலமாகவும், அதிர்ச்சி காரணமாக மாரடைப்பு ஏற்பட்டதன் காரணமாகவும் இறந்திருக்கிறார்கள். மாநிலத்தில் சராசரியாக 59 சதவீதம் அளவிற்குத்தான் மழை பெய்திருக்கிறது. 41 சதவீதம் பற்றாக்குறை ஏற்பட்டிருக்கிறது. இது கடந்த 140 ஆண்டுகளில் இல்லாத அளவிற்கு மிகவும் குறைந்த நிலையாகும்.

தமிழ்நாட்டின் நெற்களஞ்சியம் என்று வர்ணிக்கப்பட்ட தஞ்சாவூர், திருவாரூர், நாகப்பட்டினம் மாவட்டங்களில் இந்த ஆண்டு 20 சதவீதம்தான் மழை பெய்திருக்கிறது. இங்கே மழை இல்லை. காவிரியில் தண்ணீர் இல்லை, நிலத்தடி நீரும் இல்லை. சம்பா, குறுவை ஆகிய இரு பயிர்களுமே பொய்த்துப்போனதால், விவசாயிகள் முன்னெப்போதும் இல்லாத அளவிற்குப் பாதிப்புக்கு உள்ளாகி இருக்கிறார்கள். கடந்த 65 ஆண்டுகளில் இவ்வளவு மோசமான நிலையை அவர்கள் எதிர்கொண்டதில்லை.

காவிரியில் சிறிது நீர் வந்ததைத்தொடர்ந்து ஏதோ ஒரு நப்பாசையின் காரணமாக விவசாயிகள் கந்து வட்டிக்குக் கடன் வாங்கியும், வீட்டில் இருந்த நகைகளையெல்லாம் அடகு வைத்தும் விவசாயத்தை மேற்கொண்டார்கள். கிணறுகளையும்

ஆழப்படுத்தினார்கள். எப்படியோ உரங்கள் கூட வாங்கினார்கள். ஆயினும் அனைத்து முதலீடுகளும் வீணாகிவிட்டன. வெந்த புண்ணில் வேலைப் பாய்ச்சுவதைப்போல, ரூபாய் நோட்டுகள் செல்லாது என்ற அறிவிப்பு. இதன்காரணமாக விவசாயத் தொழிலாளர்களுக்கு தாங்கள் செய்திட்ட வேலைகளுக்குக் கூலி கிடைக்கவில்லை.

தமிழ்நாடு அரசாங்கம் மாநிலத்தின் 32 மாவட்டங்களையும் வறட்சிப் பாதிப்புக்கு உள்ளான மாவட்டங்கள் என்று அறிவித்துள்ள அதே சமயத்தில், அவர்களால் அறிவிக்கப்பட்டுள்ள இழப்பீடு போதுமானதல்ல. இத்தகைய கவலையளிக்கக்கூடிய சூழ்நிலையில், மத்திய அரசு சிறப்பு நிதித் திட்டங்கள் (special financial package) மூலம் போதிய இழப்பீடு அளித்து உதவிட முன்வரவேண்டும். எனவே, தமிழ்நாடு அரசுக்கு கணிசமான தொகையை உடனடியாக விடுவித்திட மத்திய அரசு முன்வர வேண்டும் என்று கேட்டுக்கொள்கிறேன். அப்போதுதான், பாதிக்கப்பட்ட குடும்பத்தினருக்கு தமிழக அரசு உரிய இழப்பீட்டை அளித்திட முடியும்.

01.02.2018

74

காவிரி மேலாண்மை வாரியம் அமைத்திட முன்வருக

(குடியரசுத் தலைவர் உரைக்கு நன்றி தெரிவிக்கும் தீர்மானத்தின் மீதான விவாதத்தில் பேசியதாவது)

நாடாளுமன்ற இரு அவைகளின் கூட்டுக் கூட்டத்தில் உரையாற்றிய குடியரசுத் தலைவர் அவர்களுக்கு முதற்கண் நன்றி தெரிவித்துக் கொள்கிறேன். குடியரசுத் தலைவர் உரையில் சில கருத்து வேறுபாடுகள் உண்டு. அவை குறித்து சில திருத்தங்களை நான் கொடுத்திருக்கிறேன். அவை குறித்து பின்னர் விளக்குகிறேன்.

நம் குடியரசுத்தலைவர் உரையானது, இந்த அரசாங்கத்தின் செயல்பாடுகள் குறித்து, ஏராளமான புள்ளிவிவரங்களை உள்ளடக்கி இருக்கிறது. தி எகனாமிக் டைம்ஸ் நாளேடு, தன்னுடைய தலையங்கத்தின் தலைப்பில், “குடியரசுத் தலைவர் கோவிந்த் அல்லது எகனாமிக் சர்வே” என்று குறிப்பிட்டிருக்கிறது. “இந்த அரசாங்கம், புள்ளிவிவரங்களைத் தயாரிப்பதற்கு ஆணை பிறப்பித்திருக்கிறது,” என்று முன்னாள் பா.ஜ.க. நிதியமைச்சர் யஷ்வந்த் சின்கா இதுகுறித்துக் குறிப்பிட்டிருக்கிறார். இது எதார்த்தத்தைப் பிரதிபலிக்கவில்லை. இவ்வாறு நான் கூறவில்லை. யஷ்வந்த் சின்கா கூறுகிறார்.

என்னுடைய நண்பர் ஏ.நவநீதகிருஷ்ணன் பேசுகையில், “நீட்” தேர்வு குறித்துக் குறிப்பிட்டு, தமிழ்நாடு சட்டமன்றம் ஒருமனதாக நிறைவேற்றி அனுப்பிவைத்த தீர்மானம் எப்படிக் கிடப்பில் போடப்பட்டிருக்கிறது என்று விளக்கினார். அது குடியரசுத் தலைவருக்கு அனுப்பப்பட்டிருக்கிறது. மத்திய அமைச்சர் ஒருவர் சென்னை வந்திருந்தபோது, "நீட்" தேர்விற்கு ஓராண்டு காலத்திற்கு விலக்கு அளிக்க முயற்சிப்போம் என்று உறுதியளித்தார்.

அதன்பின்னர்தான் அந்தச் சட்டமுன்வடிவு சட்டமன்றத்தில் நிறைவேற்றப்பட்டது. அவ்வாறு நிறைவேற்றப்பட்டபின் அது குடியரசுத் தலைவருக்குச் சென்றுவிடும் என்று நாங்கள் நினைத்தோம். பின்னர் நான் ஒரு கடிதம் குடியரசுத் தலைவருக்கு எழுதினேன். குடியரசுத் தலைவர் அதற்கு எனக்குப் பதிலளித்திருக்கிறார். "உள்துறை அமைச்சகம் அந்தச் சட்டமுன்வடிவை எனக்கு அனுப்பவில்லை," என்று அதில் அவர் குறிப்பிட்டிருக்கிறார்.

தமிழ்நாடு என்றில்லை, நாட்டின் எந்தப் பகுதியாக இருந்தாலும் கிராமப்புற மாணவர்கள் "நீட்" தேர்வை எழுத முடியாது. அவர்கள் வங்கத்தைச் சேர்ந்தவர்களாக இருந்தாலும் சரி; குஜராத்தைச் சேர்ந்தவர்களாக இருந்தாலும்சரி; அல்லது உத்தரப்பிரதேசத்தைச் சேர்ந்தவர்களாக இருந்தாலும் சரி; அல்லது தமிழ்நாட்டைச் சேர்ந்தவர்களாக இருந்தாலும் சரி; இம்மாநிலங்களில் வாழும் கிராமப்புற மாணவர்களால் இந்தத் தேர்வினை எழுத முடியாது.

எனினும் இதற்கு எதிராக தமிழ்நாடு தன் உணர்வுகளை வெளிப்படுத்தி இருக்கிறது. இதேபோன்றுதான் ஜல்லிக்கட்டு பிரச்சனையிலும் வெளிப்படுத்தியது. நீங்கள் தமிழ்நாட்டை எப்போதுமே வித்தியாசமாகத்தான் கருதுகிறீர்கள். மீண்டும் ஜல்லிக்கட்டு ஒரு பிரச்சனையானது. ஓர் அமைச்சர் மதுரை வந்திருந்தபோது, ஜல்லிக்கட்டு அனுமதிக்கப்படும் என்று உறுதி அளித்தார். பின்னர் அவர்கள் "உங்களுக்கு அனுமதி அளிக்கமாட்டோம்," என்று கூறினார்கள்.

பா.ஜ.க.வுடன் நாங்கள் என்றில்லை, உங்கள் தேசிய ஜனநாயகக் கூட்டணியில் அங்கம் வகிக்கிற கட்சிகளே மகிழ்ச்சியற்று இருக்கின்றன. சிவசேனை, தெலுங்கு தேசம் கட்சிகள் தங்கள் மகிழ்ச்சியின்மையை வெளிப்படுத்தி இருக்கின்றன.

குடியரசுத் தலைவர் தன் உரையில் '2022க்குள் விவசாயிகளின் வருமானத்தை இரட்டிப்பாக்குவது' குறித்துப் பேசியிருக்கிறார். அமித்ஷா கூட இங்கே உரையாற்றும்போது, விவசாயிகள் பற்றிக் கவலைப்பட்டார். இவ்வாறு விவசாயிகள் குறித்து இந்த அரசாங்கம் மட்டுமா கவலைப்பட்டது? இல்லை. இதற்கு முன்பு, லால் பகதூர் சாஸ்திரியும் கவலைப்பட்டார். "ஜெய் ஜவான், ஜெய் கிசான்" என்று கோஷம்கூட அவர் உருவாக்கி இருந்தார். அவருக்குப்பின் வந்த அரசாங்கங்கள் அனைத்துமே விவசாயிகள்

பற்றி கவலைகளைத் தெரிவித்திருக்கின்றன. ஆனால் எதுவுமே அமல்படுத்தப்பட்டதில்லை. விவசாயிகள் தற்கொலை செய்து கொள்வது என்பது ஒவ்வோராண்டும் அதிகரித்துக் கொண்டே இருக்கிறது. இப்போது குடியரசுத் தலைவர் அவர்கள், 'மேலும் நான்கு ஆண்டுகளுக்குக் காத்துக் கொண்டிருங்கள்' என்று கூறியிருக்கிறார். அதற்குள் விவசாயிகள் தற்கொலைகள் செய்து கொள்வது என்பது பல்கிப் பெருகி இருக்கும். எப்படி இந்தப் பிரச்சனைக்குத் தீர்வு காணப் போகிறோம்?

காவிரிப் பிரச்சனை

தமிழ்நாட்டில் தண்ணீர்ப் பற்றாக்குறை மற்றும் பாசனம் தொடர்பான பிரச்சனைகளை பலமுறை இந்த அரசாங்கத்தின் கவனத்திற்குக் கொண்டு வந்திருக்கிறோம். தமிழ்நாட்டிற்கு, காவிரி ஆற்றிலிருந்து தண்ணீர் தேவை. தொடர்ந்து இருந்து வரும் அரசாங்கங்கள் காவிரி ஆற்று நீரில் சட்டபூர்வமாக அளிக்க வேண்டிய உரிய பங்கைத் தமிழ்நாட்டிற்கு அளிப்பதற்கு இன்றுவரை தவறிவிட்டன. மத்திய அரசாங்கம், காவேரி மேலாண்மை வாரியத்தை இதுவரையிலும் அமைத்திடவில்லை. இவ்வாறு வாரியத்தை அமைத்திடுக என்று உச்சநீதிமன்றம் அறிவுறுத்தியுள்ள போதிலும்கூட, இவ்வாறு செய்ய மத்திய அரசு முன்வரவில்லை. தமிழ்நாட்டிற்கு தண்ணீர் தர மாட்டோம் என்று ஒரு மத்திய அமைச்சரே, (ஆனந்த்குமார்) பேசுகிறார். அவர் ஒன்றும் கர்நாடக மாநிலக் குடிமகன் அல்ல. அவர் ஓர் மத்திய அமைச்சர். தமிழ்நாட்டில் பத்து லட்சம் ஏக்கர் நிலங்களுக்குத் தண்ணீர் தேவை. இவ்வாறு பத்து லட்சம் ஏக்கரில் பாசனம் செய்வதற்குத் 15 டி.எம்.சி. தண்ணீர் தேவைப்படும். கர்நாடகா ஏற்கனவே 80 டி.எம்.சி. தண்ணீர் கொடுத்திருக்க வேண்டும். ஆட்சியாளர்கள் நாட்டின் பொருளாதார அவசியத்தைப் பரிசீலிப்பதில்லை. மாறாக, ஒவ்வொரு மாநிலத்திலும் நிலவும் அரசியல் நிர்ப்பந்தங்கள் (political compulsions) பரிசீலிக்கின்றன. இவ்வாறு அரசியல் நிர்ப்பந்தங்கள் காவேரிப் பிரச்சனையின் தலைவிதியைத் தீர்மானித்துக் கொண்டிருக்கிறது.

நேற்று (ஞாயிற்றுக் கிழமை), பிரதமர் மோடி கர்நாடகாவில் ஒரு பேரணிப் பொதுக்கூட்டத்தில் பேசியிருக்கிறார். 'தமிழ்நாட்டு மக்கள் நம் சகோதரர்கள்தான், அவர்களுக்கு தண்ணீர் அளித்திடுங்கள்' என்று அறிவுரை கூறியிருக்க வேண்டும். இதுதொடர்பாக கர்நாடக

மக்களுக்கு அவர் அறிவுரை கூறியிருக்க முடியும். ஆனால், அவ்வாறு அவர் செய்திடவில்லை. இவ்வாறு அரசியல் நிர்ப்பந்தங்கள் அவர்களை ஆட்டிப்படைக்கின்றன. விரைவில் அங்கே தேர்தல் வர இருக்கிறது. எனவே மத்திய அரசும், கர்நாடக மாநில அரசும் "தமிழ்நாட்டிற்குத் தண்ணீர் இல்லை" என்று கூறுகின்றன.

மத்தியஅரசு, தமிழ்நாட்டை, இந்தியாவின் ஓர் அங்கம் என்று கருதுகிறதா, இல்லையா என்று நான் தெரிந்துகொள்ள விரும்புகிறேன். இதனால் மிகவும் பாதிப்புக்கு உள்ளாகி இருப்பது, தமிழ்நாட்டில் உள்ள காவேரிப் பாசனப் பகுதி விவசாயிகளாகும். தமிழ்நாட்டில் விவசாயிகள் உற்பத்தி செய்கிற அனைத்துப் பொருள்களுமே நம் நாட்டிற்காகத்தான். ஆனால் அவர்களுக்கு உரிய பங்கை அளித்திட நீங்கள் மறுக்கிறீர்கள். வேளாண் உற்பத்தித்திறன் மீது பருவநிலை செலுத்திடும் தாக்கம் குறித்து பொருளாதார ஆய்வறிக்கை அதிகமாகவே கூறியிருக்கிறது. இத்தகைய சூழ்நிலையில், எப்படி விவசாயிகளின் வருமானம் 2022இல் இரட்டிப்பாகும்? நிச்சயமாக இது ஒரு மடத்தனமான கூற்றாகும். மக்களை ஏமாற்றுவதற்காக இவ்வாறு சொல்லப்படுகிறதே தவிர, வேறல்ல.

வேலைவாய்ப்பு

அடுத்ததாக, வேலைவாய்ப்பு குறித்தும் ஏராளமாகக் கூறியிருக்கிறீர்கள். 2015-16 வேலையின்மை ஆய்வறிக்கையின்படி, நாட்டில் உள்ள தொழிலாளர்களில் கிட்டத்தட்ட சரிபாதிப்பேர் – அதாவது 46.6 சதவீதத்தினர் - சுய வேலை பார்ப்பவர்கள். சுய வேலைபார்ப்பது என்பது மோசமான ஒன்று என்று நான் பார்க்கவில்லை. ஆனால் அவர்களை "பக்கோடா விற்பவர்கள்" என்று சொல்ல மாட்டேன். சுய வேலை பார்ப்பவர்களின் சராசரி ஆண்டு வருமானம் 60 ஆயிரம் ரூபாயாகும். இதன்பொருள் மாதத்திற்கு 6 ஆயிரம் ரூபாய். ஒரு நாளைக்கு 200 ரூபாய்க்கும் குறைவு. அவர்களால் உயிர்பிழைத்திட முடியுமா? ஒரு கணவன், ஒரு மனைவி, இரண்டு அல்லது மூன்று குழந்தைகள் உள்ள குடும்பம் எப்படி ஜீவித்திருக்கும்?

முறையான வேலைவாய்ப்பு கிடைக்காததால் மக்கள் சுய வேலை செய்பவர்களாக மாறுகிறார்கள். இன்றைய தினம், ஆட்டோ ரிக்சா ஓட்டுநர்களில் பி.ஏ., எம்.ஏ., படித்தவர்கள்

பலரை நீங்கள் பார்க்க முடியும். நவீன தாராளமயக் கொள்கைகளின் விளைவால் வேலைவாய்ப்பை உருவாக்காத ஒருவிதமான பொருளாதார வளர்ச்சி ஏற்பட்டிருக்கிறது. குறைந்த ஊதியத்திலான முறைசாரா தொழிலாளர்களையும், முறைசார்ந்த தொழில்களில் ஒப்பந்த ஊழியர்களையும்தான் இது உருவாக்கி இருக்கிறது. பள்ளிக்கூட ஆசிரியர்கள்கூட இப்போது ஒப்பந்த அடிப்படையில்தான். பொருளாதார மந்தமும், ரூபாய் நோட்டுகள் செல்லாது என்ற அறிவிப்பும் வேலை வாய்ப்புகளையே அழித்து ஒழித்துவிட்டது. கிராமப்புற வேலைவாய்ப்புகள் சுருங்கி இருப்பதும் நிலைமையை மோசமாக்கி இருக்கின்றன. இத்தகு பின்னணியில், வேலைவாய்ப்பு தொடர்பாக அரசு அளித்துள்ள விவரங்களுக்கும் உண்மை நிலைக்கும் வெகுதூரமாகும்.

குடியரசுத் தலைவர், தன்னுடைய உரையைத்தொடங்கும்போது, "வசுதேவ குடும்பம்" என்று குறிப்பிட்டிருக்கிறார். இது வேறொன்றுமில்லை. நாம் கூறும்,"யாதும் ஊரே, யாவரும் கேளிர்" என்பதுதான். ஆனால் பர்மாவிலிருந்து அகதிகளாக வரும் ரோஹிங்கி முஸ்லீம்களை திருப்பித் துரத்தி அனுப்புகிறது. ஆசியாவிலேயே மிகப்பெரிய ஜனநாயக நாடாக விளங்கும் நாம் ரோஹிங்கி பிரச்சனையைத் தீர்ப்பதில் ஒரு பங்களிப்பினைச் செய்திருக்க வேண்டும். ஆனால் அப்பிரச்சனையில் மவுனம் சாதிக்கிறது. பிரச்சனையை எதிர்கொள்ள மறுத்து, திரும்பிக்கொள்கிறது. ஏன்? போப், தர்க்காவிற்குப் போகிறார். அமெரிக்கா தன் அமைச்சர் ஒருவரை அனுப்பி வைக்கிறது. கிரேட் பிரிட்டன், கனடா அமைச்சர்களும்கூட அங்கே போகிறார்கள். ஆசிய நாடுகள் போகின்றன. ஆனால் இந்தியா போக மறுக்கிறது. இந்தியா தலையிட மறுக்கிறது. ஏன்? இந்த நிலைமையைப் பயன்படுத்திக்கொள்வதற்கு சீனா முயற்சிக்கிறது. அவர்கள் சமாதானக் காவலர்களாக வெளிப்பட்டிருக்கிறார்கள். ஆனால் இந்தியாவின் நிலைப்பாடு எதிர்மறையாக இருக்கிறது. ஏன் அவ்வாறு இருக்கிறது? அவர்கள் பின்பற்றுகிற வகுப்புவாத சித்தாந்தத்தின் நிர்ப்பந்தம்தான் இவ்வாறு அவர்களை ஆட்டுவிக்கிறது. ரோஹிங்கியாக்கள் அனைவரும் முஸ்லீம்கள். அதுதான் காரணம்.

சீனா ஒரு மத்தியஸ்தர் பங்களிப்பினை மிகச்சிறப்பாகச் செய்துகொண்டிருக்கிறது. சீன அயல்துறை அமைச்சர் அங்கே சென்று அனைத்துக் கட்சிகளுடனும் பேசியிருக்கிறார்.

அடுத்து, குடியரசுத்தலைவர் உரையில் ஏழைகளிலும் ஏழைகளாக உள்ளவர்களின் வளர்ச்சிகுறித்து குறிப்பிடப்பட்டிருக்கிறது. ஆனால், 2017இல் இந்திய மக்கள் தொகையில் 1 சதவீதமாக இருப்பவர்கள் 73 சதவீத செல்வத்தையும், 99 சதவீதமாக இருப்பவர்கள் மீதம் உள்ள 47 சதவீதத்தைப் பங்கு போட்டுக்கொள்ள வேண்டிய நிலையிலும் இருக்கிறார்கள். உலகில் பட்டினி கிடப்போர் அட்டவணையில் இந்தியா மிகவும் மோசமான நிலைக்குச் சென்றிருக்கிறது. ஆனால் இது குறித்து குடியரசுத் தலைவர் உரை மவுனம் கடைப்பிடிக்கிறது. அதேபோன்று ஊட்டச்சத்துக் குறைவும் மிக மோசமான அளவில் இருக்கிறது. நாட்டில் 14.6 சதவீதக் குழந்தைகள் ஊட்டச்சத்துக் குறைவின் காரணமாக நோய்க்கொடுமைகளுக்கு ஆளாகி இருப்பதாக பொருளாதார ஆய்வறிக்கை குறிப்பிட்டிருக்கிறது.

கீழடி

நான் தமிழ்நாட்டிலிருந்து வந்திருப்பதால் தமிழ்நாடு தொடர்பாக ஒருசிலவற்றைக் குறிப்பிட வேண்டிய நிலையில் இருக்கிறேன். மதுரை அருகே கீழடியில் 110 ஏக்கர் நிலத்தில் அகழ்வாராய்ச்சி மேற்கொள்ளப்பட்டது. ஆயினும் தொடர்ந்து ஒரு சதவீத வேலைகூட செய்யப்படவில்லை. அங்கே தொடர்ந்து 2018இல் அகழ்வாராய்ச்சிப்பணியைத் தொடர மத்திய அரசால் அனுமதிக்கப்படவில்லை. அதனைத் தொடர்வதற்கு மத்திய அரசு அனுமதியை அளித்திட வேண்டும் என்று கேட்டுக்கொள்கிறேன். இதனை நான் பொதுமுக்கியத்துவம் வாய்ந்த பிரச்சனைகளை எழுப்பும்நேரத்தில் இந்த அவையில் எழுப்பியபோது துணைத்தலைவர் உட்பட அனைத்துக் கட்சியைச் சார்ந்த உறுப்பினர்களும் என்னுடன் இணைந்துகொண்டார்கள். மாநில அரசாங்கம், அந்த இடத்தில் கீழடியில் அகழ்வாராய்ச்சியின்போது எடுக்கப்பட்ட 5000க்கும் மேற்பட்ட கலைப்பொருட்களை, கைத்திறன் பொருட்களை அருங்காட்சியகம் ஒன்றை நிறுவி அதில் வைப்பதற்காக இரண்டு ஏக்கர் நிலம் ஒதுக்கியிருக்கிறது. ஆனால், மத்திய அரசு இதுநாள்வரை அந்த இடத்தை எடுத்துக்கொள்ளவில்லை. அருங்காட்சியகம் அமைப்பதற்கான ஆரம்பவேலைகளைக்கூட மத்திய அரசு இன்னமும் துவங்கவில்லை. கீழடியில் கண்டுள்ள விவரங்கள் மனிதகுல நாகரிக வரலாற்றில் புதிய வெளிச்சத்தைப் பாய்ச்சும். எனவே, இந்த அரசாங்கம் மதிப்பிடற்கரிய அகழ்வாராய்ச்சிப்பணிகளைத் தொடர

இதுதொடர்பாக உரிய ஆணைகளை வழங்கிட வேண்டும் என்று கேட்டுக்கொள்கிறேன்.

பட்டாசுத் தொழிலில் ஈடுபட்டுள்ள தொழிலாளர்கள்

பட்டாசுத் தயாரிப்புக்குத் தடை விதிப்பதற்காக உச்சநீதிமன்றத்தில் வழக்கு இருப்பதால், தமிழ்நாட்டில் சிவகாசி, விருதுநகர் போன்ற இடங்களில் தீப்பெட்டி மற்றும் பட்டாசு தயாரிப்புப் பணிகளில் ஈடுபட்டுள்ள எட்டு லட்சம் தொழிலாளர் குடும்பங்களின் வாழ்வாதாரங்கள் கேள்விக்குறியாகி இருக்கின்றன. அங்கே சுற்றுச்சூழல் பாதுகாக்கப்பட வேண்டிய அதே சமயத்தில் எட்டு லட்சம் தொழிலாளர்களின் வாழ்க்கையையும் நாம் உதாசீனம் செய்துவிட முடியாது. பண்டிகைக் காலங்களில், 1986 சுற்றுச்சூழல் பாதுகாப்புச் சட்டத்திலிருந்து விலக்கு அளித்திட முன்வர வேண்டும் என்று அரசைக் கேட்டுக் கொள்கிறேன்.

திருவள்ளுவர் சிலை

இறுதியாக, ஆனால் மிக முக்கியமான ஒன்று. நாம் நம் நாட்டில் தேசியப் பறவை, தேசிய மலர் என்று அறிவித்திருப்பதுபோல மதிப்பிடற்கரிய கருத்துக் கருவூலங்களையும் மனிதகுல முன்னேற்றத்திற்கு வழிகாட்டும் முறையிலும் அமைந்துள்ள தமிழர்களின் பெருமை மிகு நூலான திருக்குறளை, தேசியப் புத்தகமாக அறிவிக்க இந்த அரசாங்கம் முன்வர வேண்டும் என்று கேட்டுக்கொள்கிறேன். திருவள்ளுவரின் சிலையை நாடாளுமன்றத்தின் வளாகத்தில் நிறுவிடவும் இந்த அரசு முன்வர வேண்டும் என்றும் கேட்டுக் கொள்கிறேன,

05.02.2018

75

பெண்கள் முன்னேற்றம் குறித்த பெரியாரின் படைப்புகள், பேச்சுகள் அனைத்து மொழிகளிலும் மொழிபெயர்க்கப்பட வேண்டும்

(மாநிலங்களவையின் சார்பில் சர்வதேச மகளிர் தினம் அனுசரிக்கப்பட்டது. அதனைத் தொடர்ந்து உறுப்பினர்கள் தங்கள் கருத்துக்களை முன்வைத்தார்கள். அப்போது பேசியதாவது)

சர்வ தேச மகளிர் தினம் என்பது ஒரு சடங்கு போன்று இருந்திடக்கூடாது. கடந்த 60-70 ஆண்டுகளில் பெண்களின் வாழ்க்கையில் சற்றே முன்னேற்றம் ஏற்பட்டிருக்கிறது என்றுதான் கூற வேண்டும். மிகவும் அற்ப அளவில்தான் – அதாவது 0.001 சதவீதம் அளவிற்குத்தான்-முன்னேற்றம் ஏற்பட்டிருக்கிறது. அதேசமயத்தில் பணியிடங்களில் பெண்கள் துன்புறுத்தப்படுவது என்பது குறையவில்லை. சொல்லப்போனால் முன்பைவிட மிகவும் மோசமானமுறையில் இருக்கிறது.

பெண்களின் பாதுகாப்பிற்காக நாம் சட்டங்களைப் பெற்றிருக்கிறோம். எனினும், சட்டத்தை அமல்படுத்த வேண்டிய அமைப்புகள் மிகவும் பலவீனமாக இருக்கின்றன. பெண்களின் வழக்குகளில் நீதிமன்றங்கள் நீதியை வழங்குவது இல்லை.

நவீன தாராளமயக் கொள்கைகளின் காரணமாக தலித்துகளும், பழங்குடியினரும் மிகவும் மோசமான அளவில் பாதிக்கப்பட்டிருக்கிறார்கள். அவற்றைக் கணக்கில் எடுத்துக் கொள்ள வேண்டும்.

பெண்களின் முன்னேற்றம் குறித்து தந்தை பெரியார் எழுதியவை, பேசியவை அனைத்தும் இந்தியாவில் உள்ள அனைத்து

மொழிகளிலும் மொழிபெயர்க்கப்பட வேண்டும். அப்போதுதான் பெண்களின் முன்னேற்றத்திற்காக தந்தை பெரியார் எப்படிப் பாடுபட்டார் என்பதை மக்கள் புரிந்துகொள்வார்கள்.

இறுதியாக, பெண்களின் முன்னேற்றத்திற்காக தொலைக்காட்சி ஊடகங்களையும், பத்திரிகை ஊடகங்களையும் நாம் பயன்படுத்திக் கொள்ள வேண்டும். பெண்களின் முன்னேற்றத்திற்காக ஒவ்வொரு நாளும் ஐந்து நிமிடங்கள் அல்லது பத்து நிமிடங்கள் தொலைக்காட்சிகள் ஒதுக்கிட வேண்டும்.

08.03.2018

76

ஸ்வாமி அக்னிவேஷைத் தாக்கிய குண்டர்களை சிறையில் அடைத்திட வேண்டும்

(மாநிலங்களவையில் அவசரப் பொது முக்கியத்துவம் வாய்ந்த பிரச்சனைகளை எழுப்பும் நேரத்தில் பேசியதாவது)

இந்த அவை, ஸ்வாமி அக்னிவேஷ் மீது குண்டர்கள் தாக்குதல் நடத்தியதைக் கண்டித்திட முன்வர வேண்டும் என்று கேட்டுக்கொள்கிறேன். ஜார்கண்ட் மாநிலத்தில் பாகூர் மாவட்டத்தில் சமூக ஆர்வலர் ஸ்வாமி அக்னிவேஷ் பா.ஜ.க.வின் யுவ மோர்ச்சா என்னும் இளைஞர் அமைப்பைச் சேர்ந்தவர்களாலும், பஜ்ரங்தளத்தைச் சேர்ந்தவர்களாலும், ஏ.பி.வி.பி. அமைப்பைச் சேர்ந்தவர்களாலும் கடுமையாகத் தாக்கப்பட்டிருக்கிறார். அவருக்கு எதிராக கறுப்புக்கொடிகள் காட்டி, முழக்கங்கள் எழுப்பி இருக்கின்றனர். அங்கிருந்து பொதுமக்கள் அவரைப் பாதுகாத்து, சிகிச்சைக்காக மருத்துவமனையில் சேர்த்திருக்கிறார்கள். அவர்களின் தாக்குதல்களிலிருந்து தன்னைப் பாதுகாத்திட மாவட்ட நிர்வாகத்தினரையும், காவல்துறையினரையும் அவர் அழைத்திருக்கிறார். ஆயினும் எவரும் அவருக்கு உதவிட முன்வரவில்லை.

இவ்வாறு ஸ்வாமி அக்னிவேஷ் தாக்கப்பட்டதை இந்த அவை கண்டித்திட முன்வர வேண்டும். உச்சநீதிமன்றம் இதுபோன்று குண்டர்கள், பசுப் பாதுகாப்பு என்ற பெயராலும், ஜிகாத் காதல் என்ற பெயராலும், அறநெறிக் காவல்துறை (Moral Police) என்ற பெயராலும், சட்டத்தைத் தங்கள் கைகளில் எடுத்துக்கொண்டு வன்முறை வெறியாட்டங்களில் ஈடுபடுவதையும், கொலை செய்வதையும் கண்டித்திருக்கிறது. இவ்வாறு வன்முறை வெறியாட்டங்களும், கொலைகளும் புரிவது நாள்தோறும் நடைபெறும் நிகழ்வுகளாக மாறிவிட்டன.

இவற்றை இந்த அவை கண்டித்திட முன்வர வேண்டும் என்று கேட்டுக்கொள்கிறேன். அக்னிவேஷ் அவர்களைத் தாக்கிய பா.ஜ.க. யுவமோர்ச்சா அமைப்பினர், பஜ்ரங் தளத்தைச் சேர்ந்தவர்கள், ஏ.பி.வி.பி. அமைப்பைச் சேர்ந்தவர்கள் கைது செய்யப்பட்டுத் தண்டிக்கப்பட வேண்டும் என்று கேட்டுக்கொள்கிறேன்.

19.07.2018

77

மோட்டார் வாகனங்கள் திருத்தச் சட்ட முன்வடிவின் மீதான விவாதம்

மாண்புமிகு துணைத் தலைவர் அவர்களே,

2017ஆம் ஆண்டு மோட்டார் வாகனங்கள் திருத்தச் சட்டமுன்வடிவை நான் எதிர்க்கிறேன். இதற்கு முதல் காரணம், சாலை விபத்துகளுக்கு வாகன ஓட்டுநர்களையும், நடத்துநர்களையும் மட்டும் பொறுப்பாக்க முடியாது. சாலை நிலைமைகள், போக்குவரத்து விதிகளைக் கடைப்பிடிக்காமை, அதிக நெரிசல், அதிக அளவில் வாகனங்கள் செல்லுதல் போன்று பல காரணங்கள் அதற்கு உண்டு. இந்தச் சட்டமுன்வடிவில் அவை எது குறித்தும் எதுவும் கூறப்படவில்லை. இதுபோன்ற முக்கியமான அம்சங்கள் குறித்து இந்தச் சட்டமுன்வடிவு பயங்கரமாக மவுனம் சாதிக்கிறது.

நாம் ஏன் ரயில் விபத்துகளைத் தடுக்க முடியவில்லை? ரயில் விபத்துகளும் நடந்து கொண்டிருக்கின்றன. உங்களால் ரயில் விபத்துகளைத் தடுக்க முடியவில்லை. ஆனால், சாலை விபத்துகளைத் தடுக்கப் போவதாகக் கூறிக்கொண்டிருக்கிறீர்கள். இது உண்மையில் ஒரு நகைச்சுவையேயாகும். இந்தச் சட்டமுன்வடிவு கொண்டு வந்திருப்பதற்கான காரணம், மத்திய அரசாங்கத்தின் நேரடிக் கட்டுப்பாட்டின்கீழ், போக்குவரத்து தொடர்பாக, வாகனங்களைப் பதிவு செய்தல், ஆய்வு செய்தல், ஆகிய அனைத்தையும் எளிதாக்குகிறோம், ஒரே சன்னல் அமைப்புமுறையில் (single window system) கொண்டுவருகிறோம், எளிமைப்படுத்துகிறோம் அதன்மூலம் போட்டியை ஏற்படுத்தப்போகிறோம் என்ற பெயரில் தனியாரிடம் ஒப்படைப்பதற்கான நடவடிக்கையேயாகும்.

இந்தச் சட்டமுன்வடிவானது முழுமையாக மத்திய அரசாங்கத்தால் வடிவமைக்கப்பட்டிருக்கிறது. மாநில அரசாங்கங்களுக்கு இருந்துவந்த அதிகாரங்கள் இதன்மூலம் பறிக்கப்பட்டிருக்கிறது. மாநில அரசாங்கங்களின் அதிகாரங்கள், கிராமப் பஞ்சாயத்துக்களின் அதிகாரங்கள் போல மாற்றப்பட்டிருக்கிறது. கிராமப் பஞ்சாயத்துத் தலைவருக்கு என்ன அதிகாரம் இருக்குமோ அதுதான் இனி இதனைப் பொருத்தவரைக்கும் மாநில அரசுக்கும் இருக்கும். அநேகமாக அமைச்சர்களுக்கு வேண்டுமானால் சில போலீசார் பாதுகாப்புக்காக இருக்கலாம், அவ்வளவுதான்.

இந்தச் சட்டமுன்வடிவில் உள்ள மற்றுமொரு முக்கிய பகுதி, மாநிலங்களில் செயல்படும் மாநில அரசுகளுக்குச் சொந்தமான பயணிகள் போக்குவரத்துக் கழகங்கள் குறித்ததாகும். எங்கெல்லாம் மாநில அரசுப் போக்குவரத்துக் கழகங்கள் இயங்கிக் கொண்டிருக்கின்றனவோ அங்கெல்லாம் அவர்களுக்கு இதுவரையிலும் சாலை மார்க்கங்களில் இருந்துவரும் அனைத்துப் பாதுகாப்பு விதிகளும் நீக்கப்பட்டுவிடுகின்றன. இதன்மூலம் அவை சாமானிய மக்களுக்கு மலிவாகவும், கட்டுப்படியாகக்கூடிய விதத்திலும் கட்டணம் நிர்ணயித்து போக்குவரத்து சேவை செய்துவந்தது பறிக்கப்பட்டிருக்கிறது. இந்தச் சட்டமுன்வடிவானது, மாநில அரசுகளின் பயணிகள் போக்குவரத்துக் கழகங்களை முற்றிலுமாக வல்லமையற்றவைகளாக மாற்றுகிறது. இதன்மூலம் அது முற்றிலுமாக நிலைகுலைந்துவிடும்.

நான் ஒரு விஷயத்தை உங்கள் கவனத்திற்குக் கொண்டுவர விரும்புகிறேன். தமிழ்நாட்டிலும், கேரளாவிலும் மாணவர்களுக்கும், மூத்த குடிமக்களுக்கும் இலவச பாஸ்கள் கொடுத்திருக்கிறோம். தமிழ்நாட்டில் தி.மு.க.-வின் தலைவர் கலைஞர் கருணாநிதி முதல்வராக இருந்தபோது இது தொடங்கப்பட்டது. இதன்மூலம் தொலைதூரக் கிராமங்களும், நகரங்களுடன் இணைக்கப்பட்டன. தமிழ்நாட்டிலும், கேரளாவிலும் பொருளாதாரம் செழித்து வளர்ந்தது. காரணம், அங்கே சாலைப் போக்குவரத்து கிராமங்கள் வரைக்கும் நீட்டிக்கப்பட்டிருக்கிறது. இதுவே தனியார் போக்குவரத்து என்றால் அவர்கள் அங்கேயெல்லாம் போக மாட்டார்கள். எங்கே லாபம் கிடைக்குமோ அந்த மார்க்கங்களில் மட்டும்தான் பேருந்துகளை இயக்குவார்கள்.

மாநிலப் போக்குவரத்துக் கழகங்கள் நஷ்டத்தில் இயங்குகின்றன என்று சிலர் வாதிடுகிறார்கள். உண்மைதான். அவை நஷ்டத்தில்தான் இயங்குகின்றன. அது ஒரு சேவைத் துறையாகும். அரசாங்க மருத்துவமனைகள் நஷ்டத்தில்தான் இயங்குகின்றன, காவல் நிலையங்கள் நஷ்டத்தில்தான் இயங்குகின்றன, நீதிமன்றங்கள் நஷ்டத்தில்தான் இயங்குகின்றன, எனவே இவை எல்லாவற்றையும் நீங்கள் தனியாரிடம் தாரைவார்த்துவிடுவீர்களா? எனவே, இவ்வாறு கூறுவது மிகவும் கேலிக்கூத்தாகும்.

இந்தச் சட்டமுன்வடிவை நாங்கள் ஆதரிக்க முடியாது. ஏனெனில், இந்தச் சட்டமுன்வடிவானது, மாநில அரசுகளின் போக்குவரத்துக் கழகங்களை நிர்மூலமாக்கிடும் என்பது மட்டுமல்ல, சிறிய அளவில் 4, 5 பேருந்துகள் என்று வைத்துக்கொண்டு இயங்குகின்ற தனியார் போக்குவரத்து நிறுவனங்களையும் ஒழித்துக் கட்டிவிடும். இந்தச் சட்டமுன்வடிவு நிறைவேற்றப்பட்டபின் உருவாக்கப்படுகிற மாநில அளவில் மாநில அரசின் மான்யத்தோடு உருவாகவிருக்கும் தனியார் போக்குவரத்து நிறுவனங்களோடு அவர்களால் போட்டிபோட முடியாது.

இந்தச் சட்டமுன்வடிவானது மாநில அரசாங்கங்கள் போக்குவரத்துக் கட்டணங்கள் மற்றும் வரிகள் நிர்ணயிப்பதையும் தடை செய்கிறது. அதன் காரணமாக மாநில அரசாங்கங்களின் வருவாய் கடுமையாகப் பாதிப்புக்கு உள்ளாகும். இந்தச் சட்டமுன்வடிவானது போக்குவரத்து விதிகள் உருவாக்குவதற்கு மாநில அரசாங்கங்களுக்கு இருந்துவரும் அதிகாரத்தையும் பறித்துவிடுகிறது.

இந்தச் சட்டமுன்வடிவானது, வாகனங்களைப் பதிவு செய்யும் பொறுப்பையும் மாநிலஅரசாங்கங்களிடமிருந்து பறித்து, தனியார் வாகன நிறுவனங்களிடம் ஒப்படைக்கிறது. இதன் மூலம் ஊழல்தான் பெருகும். இதன்மூலமும் மாநில அரசுகளின் வருவாய் பறிபோகும்.

எனவே, இந்தச் சட்ட முன்வடிவை அனைத்து உறுப்பினர்களும் எதிர்க்க வேண்டும் என்று கேட்டுக் கொள்கிறேன்.

ஆகஸ்ட் 7ஆம் தேதி அன்று இதற்கு எதிராகப் போக்குவரத்து ஊழியர்கள் வேலைநிறுத்தத்தில் ஈடுபடுகிறார்கள். நாம் வேலைநிறுத்தத்தை எதிர்கொள்ள வேண்டியிருக்கிறது. நீங்கள்

இந்தச்சட்டமுன்வடிவை நிறைவேற்றவில்லை என்றால் எந்த இடையூறும் இருக்காது. எனவே, தயவுசெய்து இடையூறு எதுவும் செய்யாதீர்கள். இந்தச் சட்டமுன்வடிவை நிறைவேற்றுவதன் மூலம் நீங்கள் மக்களை ஆதரவற்றவர்களாக்குகிறீர்கள். ஓட்டுநர்கள் ஆதரவற்றவர்களாகிறார்கள், சிறிய போக்குவரத்து நிறுவனத் தனியார் முதலாளிகளும்கூட ஆதரவற்றவர்களாகிறார்கள். இவ்வாறு இந்த அரசாங்கம் புதிய ஆதரவற்றவர்களை உருவாக்கிக் கொண்டிருக்கிறது. மாநில அரசுகளையும் கிராமப் பஞ்சாயத்துக்களாக ஆக்கிக் கொண்டிருக்கிறது.

23.07.2018

○

78

ஆந்திராவுக்கு அளித்த வாக்குறுதிகளை நிறைவேற்றுங்கள் - ஆந்திர மக்களை ஏமாற்றாதீர்கள்

(மாநிலங்களவையில் ஆந்திரப்பிரதேச மறுசீரமைப்புச் சட்டம் தொடர்பாக குறுகியகால விவாதம் நடைபெற்றது. அதில் பங்கேற்றுப் பேசியதாவது)

இந்தப் பிரச்சனை மிகவும் முக்கியமான ஒன்று. இது ஒரு மாநிலம் சம்பந்தப்பட்ட பிரச்சனை மட்டுமல்ல. இந்தப் பிரச்சனை காரணமாக சென்ற கூட்டத்தொடரையே நாம் இழந்திருக்கிறோம். தெலுங்கு தேசம் கட்சி இதனை எழுப்பியது. அப்போது அக்கட்சி, தேசிய ஜனநாயகக் கூட்டணியின் ஓர் அங்கமாக இருந்தது.

ஆந்திரப் பிரதேசம் மறுசீரமைப்புச் சட்டம் முழுமையாக அமல்படுத்தப்பட வேண்டும் என்று கேட்டுக்கொள்கிறேன். இப்பிரச்சனைக்காக பொட்டி ஸ்ரீராமுலு உண்ணாவிரதம் இருந்து இறந்துள்ளார். கம்யூனிஸ்ட் கட்சி ஒன்றாய் இருந்த காலத்தில், எங்கள் மாபெரும் தலைவரான பி.சுந்தரய்யா தலைமையின்கீழ் "விசாலா ஆந்திரா" என்னும் முழக்கத்தை முன்வைத்து இயக்கம் நடந்தது. இந்த முழக்கத்தை கம்யூனிஸ்ட்கள் மட்டுமே எழுப்பினார்கள். பின்னர் பண்டிட் ஜவஹர்லால் நேரு அதனை 1956இல் அமல்படுத்தினார். இது வரலாறு. நீங்கள் வரலாற்றைத் துடைத்து அழித்துவிட முடியாது.

இன்றைய தினம் தேசிய ஜனநாயகக் கூட்டணி கிடையாது. அது இன்றையதினம் பா.ஜ.க. மட்டும்தான். சிவசேனைக் கட்சி அதிலிருந்து விலகிவிட்டது. தெலுங்கு தேசம் விலகிவிட்டது.

இப்போது ஐக்கிய ஜனதா தளமும் அரசாங்கத்தைக் கண்டனம் செய்திருக்கிறது. (குறுக்கீடுகள்)

இந்தச் சட்டத்தை அமல்படுத்த வேண்டியது இப்போது பா.ஜ.க.வின் பொறுப்பாகும். எனக்கு தெலுங்கின் அருமை பெருமைகள் தெரியும். மகாகவி பாரதியார், ‘சுந்தரத் தெலுங்கு’ என்று குறிப்பிட்டிருக்கிறார். இன்றையதினம், அவர்கள் நம்மின் ஒரு பகுதியாக இருக்கிறார்கள். இன்றைக்கும் 25 சதவீதத்திற்கும் மேற்பட்ட தெலுங்கு பேசும் மக்கள் சென்னையில் வசித்துக் கொண்டிருக்கிறார்கள் என்று உங்களுக்குத் தெரிவித்துக் கொள்வேன். நம்முடைய மாநிலங்களவைத் தலைவர் சென்னை வரும்போது, போட் கிளப்பில்தான் நடைபயிற்சி மேற்கொள்கிறார்., நான் அவரை அங்கே சந்திப்பது வழக்கம். அவரும் தமிழகத்தின் ஒரு பகுதிதான்.

தே.ஜ.கூட்டணி, தெலுங்கு தேசக் கட்சியைப் பயன்படுத்திக்கொள்ள விரும்பியது. அவ்வாறே நான்கு ஆண்டு காலம் பயன்படுத்திக்கொண்டது. இப்போது அவர்களைச் சாக்கடையில் தூக்கிப் போட்டுவிட்டீர்கள். (குறுக்கீடுகள்). இதுதான் நிலைமை. உங்களை எவரும் இன்றையதினம் பின்பற்றவில்லை. நம் பிரதமர் திருப்பதி, நெல்லூர், அமராவதி ஆகிய இடங்களில் என்ன பேசினார் என்று பேராசிரியர் ராம் கோபால் யாதவ் ஏற்கனவே கூறிவிட்டார். அதனை நான் திரும்பவும் கூற விரும்பவில்லை. ஆனால், பிரதமருக்கு ஒன்றை நான் சொல்ல விரும்புகிறேன்.

அவர் கடவுள் நம்பிக்கையாளர். நான் ஒரு மார்க்சிஸ்ட். திருப்பதியில் வெங்கடாசலபதி இருக்கிறார், பத்மாவதி அம்மாள் இருக்கிறார். அந்தக் கோவிலின்முன்பாக அவர் உறுதி அளித்திருக்கிறார். நீங்கள் நம்பும் கடவுள் முன்பு அளித்திட்ட உறுதிமொழியை நீங்கள் அமல்படுத்தாவிட்டால், பின் நாட்டு மக்கள் உங்களை எப்படி நம்புவார்கள்? ஏன் உறுதிமொழிகளை அளிக்கிறீர்கள்? ஆந்திர மக்களுக்கு அளித்திட்ட உறுதிமொழிகளை ஏன் அமல்படுத்தவில்லை? ஐந்து கோடி ஆந்திரர்கள் இருக்கிறார்கள். இது ஒன்றும் எளிதான விஷயம் அல்ல. நீங்கள் இப்போது ஐந்து கோடி மக்களை ஏமாற்றுவீர்களேயானால், பின்னர் 125 கோடி மக்களையும் ஏமாற்றுவீர்கள். நாம் தேர்தலைச் சந்திக்க இருக்கிறோம்..

இது ஆந்திராவின் அரசியல் அல்ல. இது இந்தியாவின் அரசியல். எனவேதான், அனைத்து நண்பர்களுமே இப்பிரச்சனை காரணமாக, தாங்களும் எப்படி பாதிக்கப்பட்டிருக்கிறோம் என்று பேசினார்கள். நாங்களும் பாதிக்கப்பட்டிருக்கிறோம். தமிழ்நாட்டிலுள்ள நாங்களும் இதனை மிகவும் ஆழமாக உணர்கிறோம்.

ஜல்லிக்கட்டு பிரச்சனை வந்தபோது நீங்கள் எங்களை உதாசீனம் செய்தீர்கள். காவேரி பிரச்சனை வந்தபோது, நீங்கள் எங்களை பல ஆண்டுகாலமாகவே உதாசீனம் செய்தீர்கள். இப்போது கடந்த நான்கு ஆண்டு காலமாகவும் உதாசீனம் செய்தீர்கள். இப்போது "நீட்" பிரச்சனை. உங்களின் சி.பி.எஸ்.இ. தவறு செய்திருக்கிறது. 24 ஆயிரம் தமிழர்களுக்கு இது தெரியும். நீங்கள் எங்களுக்கு உதவ வில்லை. நாங்கள் ஏமாற்றப்பட்டோம். தமிழ்மக்கள் ஏமாற்றப்பட்டார்கள். இப்போது பழியை மற்றவர்கள்மீது போடுகிறீர்கள். "தமிழ்நாட்டிற்கு மொழிபெயர்ப்பு வசதியைக் கொடுத்திருக்கிறோம்," என்கிறீர்கள். இவ்வாறு பிறர் மீது பழியைத் தூக்கிப்போட்டுவிட்டு தப்பித்துக்கொள்ளாதீர்கள். பொறுப்பை ஏற்றுக்கொள்ளுங்கள்.

அடுத்து, ஜி.எஸ்.டி. வரி தொடர்பாக கேரள நிதியமைச்சரும், பஞ்சாப் நிதியமைச்சரும், ஜி.எஸ்.டி. அமலாக்கம் திருப்திகரமாக இல்லை என்று அரசாங்கத்திற்குக் கடிதம் எழுதியிருக்கிறார்கள். உள்துறை அமைச்சர் இங்கே இருக்கிறார். அவர் இதனைக் கேட்க வேண்டும் என்று நாங்கள் விரும்புகிறோம். தயவுசெய்து ஆந்திர மக்களை ஏமாற்றாதீர்கள். இதுவே என் வேண்டுகோள்.

24.7.2018

79

அஸ்ஸாம் தேசியக் குடிமக்கள் பிரச்சனை

(அஸ்ஸாம் தேசியக் குடிமக்கள் பிரச்சனை இறுதி வரைவின் மீதான விவாதத்தில் பேசியதாவது)

மாண்புமிகுத் துணைத் தலைவர் அவர்களே,

எதிர்க்கட்சித் தலைவர் கூறியதுபோல, இது ஒரு தேசியப் பிரச்சனையாகும். இது ஒன்றும் ஒரு மாநிலத்தின் பிரச்சனையல்ல. குடிமக்கள் தேசியப் பதிவேட்டின் அடிப்படையில் இந்த அரசாங்கம் செயல்படக்கூடாது என்று நான் வலியுறுத்திக் கூற விரும்புகிறேன். நான் படித்திருக்கிறேன். சுமார் இருநூறு ஆண்டுகளுக்கு முன்பு, தென்னிந்தியர்கள், அஸ்ஸாமுக்கும் மற்ற பகுதிகளுக்கும் சென்றார்கள். இது வரலாறு. இது மிகச் சரியாக அ.இ.அ.தி.மு.க. நண்பரால் சுட்டிக்காட்டப்பட்டிருக்கிறது.

எனவே, வரலாற்றுரீதியாக, மக்கள் இங்கும் அங்கும் போய்க்கொண்டும் வந்து கொண்டும் இருக்கிறார்கள். இப்போது, மக்கள் தெற்கு நோக்கி வந்துகொண்டிருக்கிறார்கள். கேரளாவில் நீங்கள் நேப்பாளியர்களையும், ஒடிசா மாநிலத்திலிருந்து வந்திருப்பவர்களையும் பார்க்கமுடியும். தமிழ்நாட்டில், அதிகமான அளவில் வங்காளியர்களும், நேப்பாளியர்களும் வேலை செய்துகொண்டிருப்பதைப் பார்க்க முடியும். நாளை, எவரொருவரும் இவர்கள் இந்தியப் பிரஜை இல்லை என்று கூற முடியும். எனவே, இது ஓர் ஆபத்தான பிரச்சனை. மார்க்சிஸ்ட் கம்யூனிஸ்ட் கட்சி இதுகுறித்து கவலை கொள்கிறது. மத்திய அரசு இதுகுறித்து முறையான பதிலைக் கூற வேண்டும். நாற்பது லட்சம் குடும்பங்கள் என்றால் இரண்டு கோடி மக்கள் என்று பொருள். அவர்கள் மனது என்ன பாடுபடும்? இந்த அறிக்கை சட்டவிரோதமானது என்று இந்த அவை ஒருமனதாகக் கூறியது. அவர்கள் அனைவரும் நம் குடிமக்கள்.

40

அஸ்ஸாம் குடிமக்கள் பதிவேட்டுப் பிரச்னை மீது தொடர்ச்சி...

(அஸ்ஸாம் குடிமக்கள் பதிவேட்டுப் பிரச்சனை மீது மத்திய உள்துறை அமைச்சர் பதிலளித்தபின் பேசியதாவது.)

மாண்புமிகு துணைத் தலைவர் அவர்களே,

முதற்கண், இப்பிரச்சனைமீது மத்திய உள்துறை அமைச்சர் பதிலளித்திருப்பதற்கு நன்றி தெரிவித்துக்கொள்கிறேன். என் கேள்வி என்னவெனில், மக்கள்தொகைக் கணக்கெடுக்கப்படும்போது, எவரொருவரின் சாதியும், எவரொருவரின் மதமும் கணக்கில் எடுத்துக்கொள்ளப்படாது என்று கூறியிருக்கும்போது, யாரும் தண்டிக்கப்பட மாட்டார்கள்.

நான் மத்திய அமைச்சரிடம் கேட்டுக்கொள்வது என்னவெனில், மாநிலத்தில் நடைபெறும் அனைத்துக் கட்சிக் கூட்டத்திலும், அகில இந்திய அளவில் நடைபெறும் கூட்டத்திலும்கூட, இதனை நீங்கள் முடிப்பதற்கு முன்பு, அவர்களுக்குப் போதிய வாய்ப்புகள் கொடுத்து, காலத்தை நீட்டிக்கொடுங்கள் என்பதாகும்.

31.07.2018

○

81

தலித்/பழங்குடியினர் மற்றும் இதர பிற்படுத்தப்பட்ட வகுப்பினருக்கு உரிய வாய்ப்பு கொடுங்கள்

(மாநிலங்களவையில் அரசமைப்புச் சட்டத்தின் 123ஆவது திருத்தச் சட்டமுன்வடிவின்மீது பேசியது)

மாண்புமிகு துணைத் தலைவர் அவர்களே, அரசமைப்புச்சட்டத்தின் 123ஆவது திருத்தச் சட்டமுன்வடிவின்மீது, எண்ணற்ற திருத்தங்களைக் கொண்டு வந்திருப்பதற்காக, முதற்கண் நன்றியைத் தெரிவித்துக்கொள்கிறேன். நான் பேசத் துவங்குவதற்கு முன்பு, தென்னிந்தியாவில், அது கேரளாவாக இருந்தாலும் சரி, அல்லது கர்நாடகாவாக இருந்தாலும், முக்கியமாக தமிழ்நாடு நீதிக்கட்சி மற்றும் தந்தை பெரியார் ஆகியவர்களின் பங்களிப்புகளை நினைவுகூர்ந்திட வேண்டும்.

சென்ற நூற்றாண்டில் 1920களிலிருந்து அவர்கள் ஆற்றிய பங்களிப்புகள், நல்ல விளைவுகளை ஏற்படுத்தின.

இப்போது, தமிழ்நாட்டில் 69 சதவீத இட ஒதுக்கீட்டைப் பெற்றிருக்கிறோம். இதன் பொருள், தந்தை பெரியார் மற்றும் நீதிக்கட்சி ஆகியவை போராடிப் பெற்ற உரிமைகள் ஆகும். நான் இவற்றை நினைவுகூர்கிறேன். இவர்களுக்கு இப்போது வணக்கம் தெரிவித்துக் கொள்கிறேன்.

அரசின் அதிகாரம்குறித்து, நான் ஏற்கனவே குறிப்பிட்டதைப்போன்று, சட்டத்தின் ஷரத்துக்களுக்கு உட்பட்டு, பெண்கள் குறித்து நீங்கள் ஏற்கனவே குறிப்பிட்டீர்கள். அதேபோன்று, சிறுபான்மையினர் குறித்தும் பரிசீலனை செய்ய வேண்டும் என்று கேட்டுக்கொள்கிறேன். மாண்புமிகு உறுப்பினர் ஹரிபிரசாத் குறிப்பிட்டதைப்போல, முஸ்லீம்களை அல்ல,

பயப்படாதீர்கள். முஸ்லீம் அல்லது கிறித்தவர், சீக்கியர் அல்லது ஜைனர் அல்லது வேறெந்த சிறுபான்மையினராக இருந்தாலும் பரிசீலனை செய்ய வேண்டும்.

இரண்டாவது பிரச்சனை, சமூக ரீதியாகவும், கல்வி ரீதியாகவும் பாதிக்கப்பட்டுள்ள பிற்படுத்தப்பட்ட வகுப்பினர் குறித்த பெரிய கொள்கை விஷயங்களின் மீது பிற்படுத்தப்பட்டோருக்கான தேசிய கமிஷனுடன் கலந்தாலோசனை செய்திட வேண்டும். மாநிலங்களில் ஏதேனும் குறிப்பிட்ட பிரச்சனைகளுக்கு அதன் ஒப்புதலைப் பெற வேண்டும். மாநிலத்தின் விருப்பங்களுக்கு எதிராக கமிஷன் தன்னிச்சையாக முடிவு எதனையும் எடுக்கக்கூடாது என்பதே என் கருத்தாகும். மாநில அரசாங்கத்தால்தான் சமூக ரீதியாகவும், கல்விரீதியாகவும் பிற்படுத்தப்பட்டவர்கள் குறித்து அடையாளம் காண முடியும்.

அடுத்து நான் குறிப்பிட விரும்பும் விஷயம், குடியரசுத் தலைவர், மாநில அரசாங்கங்களுடன் கலந்து பேசி, மாநில அரசாங்கமாக இருந்தால் ஆளுநர் கலந்து பேசி, பொது அறிவிக்கையின் மூலம் சமூகரீதியாகவும் கல்விரீதியாகவும் பிற்படுத்தப்பட்ட வகுப்பினர் குறித்து, குறிப்பிட வேண்டும்.

இதுதொடர்பாக சமீபத்திய அலகாபாத் உயர்நீதிமன்றத் தீர்ப்பினை மேற்கோள் காட்ட விரும்புகிறேன். 2017 ஏப்ரலில் அலகாபாத் உயர்நீதிமன்றத் தீர்ப்புக்குப் பதிலளித்து, பல்கலைக் கழக மான்யக்குழுவால் அறிவிக்கை வெளியிடப்பட்டிருக்கிறது.

இதனை அமைச்சர் அவர்கள் குறித்துக்கொள்ள வேண்டும் என்று விரும்புகிறேன். அந்தத் தீர்ப்பு அமல்படுத்தப்படுவது மட்டுமல்ல, அனைத்துக் கல்லூரிகளும், பல்கலைக் கழகங்களும் பிற்படுத்தப்பட்ட வகுப்பினருக்கு வேலைவாய்ப்பிலும் வாய்ப்பு அளிப்பதற்கு கடும் எதிர்ப்பைத் தெரிவித்திருக்கிறது.

நீங்கள் இங்கே எந்தவிதமாக சட்டத்தை நிறைவேற்றினாலும், அதனை அமல்படுத்த எவரும் தயாராக இல்லை என்றால், பின் இவ்வாறு நிறைவேற்றி என்ன பயன்? இது குறித்து இங்கே நாம் விவாதித்து என்ன பயன்?

நாம் அனைவரும் சட்டத்தை உருவாக்குபவர்கள். நான் உங்களுக்கு மற்றொன்றையும் மேற்கோள் காட்ட முடியும். தி பைனான்சியல் எக்ஸ்பிரஸ், "தலித்/பழங்குடியினர் மற்றும் இதர

பிற்படுத்தப்பட்ட வகுப்பினரில் தற்போது பணியிலிருக்கும் ஆசிரியர்களின் எண்ணிக்கை திருப்தியளிக்கக்கூடிய நிலைக்கு, மிகவும் கீழாக இருக்கிறது.

இந்தியன் எக்ஸ்பிரஸ் நாளேடு அளித்துள்ள தரவின்படி, நூறு மத்தியப் பல்கலைக் கழக ஆசிரியர்களில் ஏழு பேர் மட்டுமே மேலே கூறிய இனத்தினராக, அதாவது தலித்/பழங்குடியினர் மற்றும் இதர பிற்படுத்தப்பட்ட வகுப்பினரில் இருக்கிறார்கள். இந்த நிலைமை தொடரக் கூடாது. சிறுபான்மையினருக்கு வாய்ப்பு கொடுக்க அமைச்சர் முன்வர வேண்டும் என்று கேட்டுக் கொள்கிறேன். மாநில அரசாங்கங்கள்தான் இதில் உண்மையான விதத்தில் முடிவு எடுக்க முடியும். மாநில அரசாங்கங்களை மீறாதீர்கள். இதுவே என் வேண்டுகோள்.

06.08.2018

ஆவடி டேங்க் தொழிற்சாலையில் பாதுகாப்புத் துறையின் நிலை ஆணை குழுவின் சார்பில் ஆய்வு செய்த போது

82

துணைத் தலைவருக்கு வாழ்த்து

(மாநிலங்களவைத் துணைத்தலைவராகத் தேர்ந்தெடுக்கப்பட்ட ஹரிவன்ஸ் அவர்களுக்கு வாழ்த்து)

மாண்புமிகு துணைத் தலைவர் அவர்களே, நான், மாண்புமிகு உறுப்பினர் திரு. ஹர்வன்ஸ் அவர்களை வாழ்த்துகிறேன், பாராட்டுகிறேன். உண்மையில் இந்த அவைக்கு ஒரு பெரிய நாளாகும். நாங்கள் இந்தத் தேர்தலில் பங்கெடுத்துக்கொள்வதற்காக தலைவர் கலைஞரின் இறுதி நிகழ்ச்சிகளில் பங்கெடுத்துவிட்டு, சென்னையிலிருந்து இதற்காக இங்கே விரைந்து வந்தோம்.

ஹரிபிரசாத் அவர்கள் சோர்வு அடைந்துவிடக் கூடாது. இது நம் வாழ்க்கையின் ஓர் அங்கம். இந்த அவையில் ஒவ்வொருவரும் நம் நண்பர், ஹர்வன்ஸ் துணைத் தலைவராகத் தேர்ந்தெடுக்கப்பட்டதற்காக அவரைப் பாராட்டுகிறார்கள். அவர் கடமைகளை முறையாகவும், விரிவாகவும் நம் பிரதமரால் விளக்கப்பட்டிருக்கின்றன. இந்தத் துறையில் போதுமான அளவிற்கு விஷய ஞானம் உள்ள அவர், நம் பிரச்சனைகளையும் புரிந்துகொள்ள முடியும் என்று நான் நினைக்கிறேன். பல உறுப்பினர்களால் சரியாகச் சுட்டிக்காட்டப்பட்டதுபோல, இயல்பாக தலைவரோ அல்லது துணைத் தலைவரோ இந்தப் பக்கமும் அந்தப் பக்கமும் பார்ப்பார்கள், நாங்கள் இடையில் இருப்பதைக் கண்டுகொள்ள மாட்டார்கள்.

நாங்கள் இங்கே மக்கள் பிரச்சனைகளை எழுப்ப எப்போதும் முயற்சிக்கிறோம். இந்த விவாதங்களில் பங்கேற்க வேண்டும் என்றுதான் நாங்கள் இங்கே வருகிறோம். ஆகவே, இங்கே எளிய பிரிவினருக்கும் முறையான வாய்ப்பு கொடுங்கள்.

நான், மீண்டும் நம் துணைத் தலைவர் அவர்களை, எங்கள் கட்சியின் சார்பில் பாராட்டி வாழ்த்துகிறேன். மிகவும் நன்றி.

09.08.2018

83

காஷ்மீர் கலைக்கப்பட்டது தொடர்பாக

(2019 ஜனவரி 3 அன்று காஷ்மீர் சட்டமன்றத்தைக் கலைத்தது தொடர்பான விவாதத்தில் பேசியது)

மாண்புமிகு துணைத் தலைவர் அவர்களே,

காஷ்மீர் சட்டமன்றம் மத்திய அரசால் ஏற்கனவே கலைக்கப்பட்டுவிட்டது. இதன்மூலம் இந்தத் தீர்மானம் ஏற்கனவே நடந்துமுடிந்த விஷயம் குறித்து *(fait accompli)* கொண்டுவரப்பட்டிருக்கிறது.

மத்திய அரசின் கட்டளைக்கிணங்க, ஆளுநர் ஜம்மு-காஷ்மீர் மாநில சட்டமன்றத்தைக் கலைத்திருப்பது என்னைப் பொறுத்தவரையில் சட்டவிரோதமான மற்றும் அரசமைப்புச் சட்டத்திற்கு விரோதமான நடவடிக்கையாகும்.

தங்களுக்கு எதிரான சித்தாந்தங்களைக் கொண்ட கட்சிகளால் அங்கே ஒரு பொருத்தமான அரசாங்கத்தை அமைக்க முடியாது என்று தீர்மானிப்பதற்கு ஆளுநருக்கு எந்தப் பொறுப்பும் கிடையாது. அவர்களுடைய கருத்தோட்டத்தின்படி பார்த்தாலும் பி.டி.பி.-பா.ஜ.க. கூட்டணி என்பது வித்தியாசமான சித்தாந்தங்களைக் கொண்ட கட்சிகளேயாகும். இவர்களின் கூற்றுப்படி இவ்விரு கட்சிகளின் கூட்டணி, ஆட்சி அமைத்திட அனுமதிக்கப்பட்டிருக்கக் கூடாது. ஆனாலும், எப்படியோ, பா.ஜ.க. ஆட்சியைக் கைப்பற்ற விரும்பியது. நீங்கள் அனைத்திலும் ஊடுருவ விரும்புகிறீர்கள். நீங்கள் அங்கேயிருந்த நிலைமையைப் பயன்படுத்திக் கொண்டீர்கள். என்ன நடந்தது?

ஆளுநர் செய்ய வேண்டியது என்ன? அந்த மாநிலத்தில் அறுதிப்பெரும்பான்மை பெற்ற கட்சியின் சட்டமன்றத் தலைவரை அழைத்து, சட்டமன்றத்தில் பெரும்பான்மையை நிரூபிக்கக் கோர வேண்டும். தயவுசெய்து உச்சநீதிமன்றத்தின் தீர்ப்புகளை மதியுங்கள். இந்த வேலையை எப்படிச் செய்ய வேண்டும் என்று பொம்மை தீர்ப்பு ஏற்கனவே உபநிதி மன்றம் வழிகாட்டுதல்களை

உங்களுக்குத் தந்திருக்கிறது. நீங்கள் சட்டமன்றத்தை மதிக்க வேண்டும்.

மோடி அரசாங்கம் இவ்வாறு நடவடிக்கை எடுத்ததன் மூலமாக அம்மாநிலத்திலிருந்த நிலைமைகளை மேலும் சிக்கலாக்கியும் மோசமாக்கியுமிருக்கிறது. இதில் இந்தப் பக்கத்தையோ அல்லது அந்தப் பக்கத்தையோ குறைகூறுவதில் அர்த்தமில்லை. இதில் உண்மையாகப் பாதிக்கப்பட்டிருப்பவர்கள், காஷ்மீர் மக்கள். கடந்த மூன்று ஆண்டுகளில் 300-க்கும் மேற்பட்ட அப்பாவி மக்கள் இறந்திருக்கிறார்கள். துரதிர்ஷ்டவசமாக இந்த மரணங்கள் குறித்து எவ்விதமான விசாரணையும் மேற்கொள்ளப்படவில்லை, இதற்காக யாரும் பொறுப்பாக்கப்படவில்லை. இந்த நிலைமை காஷ்மீர் மக்களை மேலும் நம்மிடமிருந்து அந்நியப்படுத்தவே இட்டுச் சென்றிருக்கிறது.

வரவிருக்கும் பொதுத் தேர்தலையொட்டி, அங்கே பெரிய அளவிலான தங்கள் மதவெறி நிகழ்ச்சிநிரலை (communal polarization) விசிறிவிடுவதற்காக இந்த நிலைமை தொடர்வதில் ஆர்வத்தைக் காட்டிக் கொண்டிருக்கிறது. அங்கே தேர்தல் எப்போது நடத்த இருக்கிறீர்கள் என்று மாண்புமிகு உள்துறை அமைச்சர் தெரிவிக்க வேண்டும் என்று கேட்டுக்கொள்கிறேன். நாடாளுமன்ற மக்களவைத் தேர்தலுடன் நடத்த இருக்கிறீர்களா, அல்லது அதற்கு முன்பே நடத்த இருக்கிறீர்களா? தயவுசெய்து தேதியைக் கூறுங்கள். கடந்த மூன்றாண்டுகளில் கொல்லப்பட்ட அப்பாவி மக்கள் தொடர்பாக விசாணை நடத்த இருக்கிறீர்களா என்பது குறித்தும் தயவுசெய்து கூறுங்கள். பணியில் உள்ள உச்சநீதிமன்ற நீதிபதியைக் கொண்டு விசாரணை நடத்த இருக்கிறீர்களா என்று அறிந்துகொள்ள விரும்புகிறேன். தயவுசெய்து உண்மையைச் சொல்லுங்கள்.

பா.ஜ.க. அங்கே உருவாக்கியுள்ள குழப்பங்களுக்கு அரசியல் பொறுப்பேற்றுக்கொள்ளத் தயாராக இல்லை. காஷ்மீர் பிரச்சனைகளைத் தவறாகக் கையாண்டிருப்பது இந்தியாவை ஊறுபடுத்தி இருக்கிறது. காஷ்மீர் பிரச்சனையை நீங்கள் கையாண்டிருக்கும் விதத்திற்கு எங்கள் கட்சி கண்டனம் தெரிவித்துக் கொள்கிறது.

அங்கேயுள்ள நிலைமை குறித்து ஒரு விசாரணை நடத்துங்கள். தேர்தலை எப்போது நடத்தப் போகிறீர்கள் என்றும் சொல்லுங்கள்.

03.01.2019

84

மென்மையான இந்துத்துவாவைக் காங்கிரஸ் கடைப்பிடித்ததே தேர்தல் தோல்விக்குக் காரணமாகும்

(மாநிலங்களவையில் 25.6.2019 மாலை குடியரசுத் தலைவர் உரைக்கு நன்றி தெரிவிக்கும் விவாதத்தில் பங்கேற்றுப்பேசியதாவது)

நாடாளுமன்றத்தின் இரு அவைகளையும் இணைத்து உரைநிகழ்த்திய குடியரசுத் தலைவர் அவர்களுக்கு முதற்கண் நன்றியைத் தெரிவித்துக் கொள்கிறேன்.

சற்றுமுன் இந்தவுரையைக் கடுமையாகத் தாக்கிய உறுப்பினர் நட்டா அவர்களின் பேச்சையும், எதிர்க்கட்சித் தலைவர் பேச்சையும் கேட்டேன். அவற்றை நான் மிகவும் கவனமாகக் கேட்டேன்.

தேர்தல் முடிவுகள் ஒரு மிகப்பெரிய பெரும்பான்மையை, எவரும் நம்பமுடியாத அளவிற்குப் பெரும்பான்மையை, தேசிய ஜனநாயகக் கூட்டணிக்கும், பா.ஜ.க.விற்கும் அளித்திருக்கிறது. தமிழ்நாட்டில் இரண்டு ஆண்டுகளுக்கு முன்பு எதிர்க்கட்சிகள் மத்தியில் ஒரு வலுவான ஒற்றுமை அமைந்தது. மத்திய மாநில அரசுகளின் மக்கள் விரோதக் கொள்கைகளுக்கு எதிராக ஒரு வலுவான கூட்டணியை எங்களால் அங்கே அமைக்க முடிந்தது. அதன்மூலமாக வாக்காளர்களையும் ஒன்றுபடுத்த எங்களால் முடிந்தது. அதுபோன்று ஒட்டுமொத்த இந்தியாவிலும் நடந்திருக்க வேண்டும்.

துரதிர்ஷ்டவசமாக, எதிர்க்கட்சித் தலைவரின் கட்சி (காங்கிரஸ் கட்சி), மென்மையான இந்துத்துவா கொள்கையைப் பின்பற்றுகிறது. அவர்கள் (பா.ஜ.க.-வினர்) கடுமையான இந்துத்துவா (hard hindutva)வைப் பின்பற்றுகிறார்கள் என்றால் இவர்கள் மென்மையான இந்துத்துவா (soft hindutva)- வைப் பின்பற்றுகிறார்கள். இவ்வாறு

மென்மையான இந்துத்துவாவுக்கும், கடுமையான இந்துத்துவாவுக்கும் இடையேதான் போட்டி. இது இதர கட்சிகள் அனைத்தையும் பாதித்தது. நான் மிகவும் வருந்துகிறேன். இதனை நாங்கள் எதிர்பார்க்கவில்லை.

எங்கள் கட்சியின் நிலை ஓரிலக்க நிலைக்குக் குறைந்திருக்கிறது. எப்படியிருப்பினும் நாங்கள் திருப்பித் தாக்குவோம். மார்க்சியம் மரிக்காது. மார்க்சியம் ஓர் உயிரோட்டமுள்ள தத்துவமாகும்.

2014இல் தேசிய ஜனநாயகக் கூட்டணி என்ன செய்தது? பா.ஜ.க. அரசாங்கம் என்ன செய்தது? மோடி அரசாங்கம் என்ன செய்தது? பணமதிப்பிழப்பைக் கொண்டுவந்தது. பின்னர் ஜி.எஸ்.டி.-யைக் கொண்டு வந்தது. விவசாயிகள் தற்கொலைகள் அதிகரித் திருக்கின்றன. சிறிய மற்றும் நடுத்தரத் தொழில்கள் அழிந்துவிட்டன. கடந்த 45 ஆண்டுகளில் இல்லாத அளவிற்கு வேலையில்லாத் திண்டாட்டம் அதிகரித்திருப்பதை நாம் பார்த்துக் கொண்டிருக்கிறோம். பெண்களுக்கு எதிரான வன்கொடுமைகள் அதிகரித்திருக்கின்றன. தலித்துகளுக்கு எதிரான தாக்குதல்கள் அதிகரித்திருக்கின்றன. சிறுபான்மையினருக்கு எதிரான தாக்குதல்கள் அதிகரித்திருக்கின்றன. இவை அனைத்தும் இருந்தும்கூட அவர்களால் (பா.ஜ.க.-வினரால்) வெற்றி பெற முடிந்திருக்கிறது.

இது எப்படி? இதன் மந்திரம் என்ன? ஒரே மந்திரம், புல்வாமா மற்றும் பயங்கரவாதிகள் தாக்குதல்.

திருவாளர் மோடி பணமதிப்பிழப்பை அறிவித்த போது அது பயங்கரவாதத்தை ஒழித்திடும் என்று நமக்கு உறுதிமொழி அளித்தார். ஆனால், இப்போதும் பயங்கரவாதம் ஜீவித்துக்கொண்டுதான் இருக்கிறது. நேற்றையதினம் கூட ஒரு சம்பவம் நடந்திருக்கிறது. நம் எதிர்க்கட்சித் தலைவர் அவர்கள் அதனை மிகவும் சரியாக எடுத்துக்காட்டி இருக்கிறார்.

நாம் பயங்கரவாதத்திற்கு நம் வலிமையால் தக்க பதிலடி கொடுத்துவந்தோம். இயல்பாக இது நடக்கிறது. 1965இல் பாகிஸ்தான் யுத்தத்திற்குப் பின், காங்கிரஸ் வென்றது. 1971க்குப்பின் வங்க தேச யுத்தத்திற்குப் பின், காங்கிரஸ் வென்றது. ஆனால், நான், ஆளும் கட்சியினருக்கும் நாடாளுமன்றத்தில் ஆளும் கட்சியினர் அமர்ந்திருக்கும் வரிசையில் உள்ள உறுப்பினர்களுக்கும் ஒன்றைத் தெரிவித்துக் கொள்ள விரும்புகிறேன். நாடாளுமன்றத்தில் பெரும்பான்மை பெறுவது மட்டும் மக்களுக்கு அமைதியைத் தந்துவிடாது. இது வரலாறு.

1971இல் காங்கிரஸ் மிகப் பெரிய பெரும்பான்மையைப் பெற்றது. ஆனால், 1974இல் அது ஒரு மாபெரும் ரயில்வே வேலைநிறுத்தத்தை எதிர்கொண்டது. 1975இல் அவசரநிலை பிறப்பிக்கப்படாமல் நாட்டை அதனால் ஆட்சி செய்ய முடியவில்லை. 1977இல் அது தோற்கடிக்கப்பட்டது. இது வரலாறு. அதே வரலாறு இப்போது வேறுவழியில் திரும்பியிருக்கிறது.

2014க்கும் 2018க்கும் இவர்களால் ஊட்டி வளர்க்கப்பட்டுள்ள கூட்டுக் களவாணி முதலாளித்துவம் இவர்களுக்கு உதவியிருக்கிறது என்பதை இந்த அவையின் கவனத்திற்குக் கொண்டுவர விரும்புகிறேன். ஒட்டுமொத்த முதலாளித்துவ வர்க்கமும் ஒன்றிணைந்து ஆட்சியாளர்களுக்கு உதவி இருக்கிறது. இரு உதாரணங்களை என்னால் கூற முடியும். அம்பானிக்குச் சொந்தமான ரிலையன்ஸ் நிறுவனத்திற்கு 2014இல் 23 பில்லியன் ரூபாய் அளவிற்கு சொத்து இருந்தது. 2018இல் அது 55 பில்லியன்களாக உயர்ந்திருக்கிறது. 2014இல் அதானியின் சொத்து மதிப்பு 2.6 பில்லியன். 2018இல் அது 11.9 பில்லியன். இதேபோன்றே நம் நாட்டிலுள்ள அனைத்து முதலாளிகளின் சொத்துகளின் மதிப்பும் உயர்ந்திருப்பதைப் பார்க்க முடியும். இந்த அரசாங்கம், முதலாளிகளுக்கு உதவி இருக்கிறது. அதற்குக் கைமாறு செய்யும் விதத்தில் அவர்கள் இந்த அரசுக்கு உதவி இருக்கிறார்கள். மிகப் பெரிய அளவிலான கார்ப்பரேட்டுகளின் பணம், கார்ப்பரேட்டுகளின் ஊடகம், காட்சி ஊடகம் மற்றும் அனைத்தும் இந்த அரசுக்கு ஆதரவாக இருந்திருக்கின்றன.

இந்தத் தேர்தலில் பா.ஜ.க. 27 ஆயிரம் கோடி ரூபாய் அளவிற்குச் செலவு செய்திருப்பதாக ஓர் ஆய்வு மதிப்பிட்டிருக்கிறது. ஊடக ஆய்வு மையம் (Centre of Media Studies) என்னும் அமைப்பு இதனைச் செய்திருக்கிறது. அதாவது மொத்தத் தேர்தல் செலவினத் தொகையில் 45 சதவீதம், பா.ஜ.க. செலவு செய்திருக்கிறது.

இப்போது அவர்கள், "ஒரே நாடு ஒரே தேர்தல்" பற்றிக் கவலைப்பட்டுக் கொண்டிருக்கிறார்கள். ஏனெனில் நாம் பணத்தை வீணாக்கியிருக்கிறோமாம். அவர்கள் இந்திய அரசமைப்புச் சட்டத்தை மாற்ற விரும்புகிறார்கள்.

துணைத் தலைவர்: இது ஒருவிதமான குற்றச்சாட்டாகும். இது தொடர்பான நடைமுறை என்ன என்பது உங்களுக்குத் தெரியும்.

டி.கே. ரெங்கராஜன்: நான் அவர்களுக்குக் கூறிக் கொண்டிருக்கிறேன். தயவுசெய்து என்னை அனுமதியுங்கள்.

துணைத் தலைவர்: ஆட்சியாளர்கள் மீது குற்றச்சாட்டு சுமத்துகிறீர்கள் என்றால், அவைத் தலைவரின் அனுமதி பெற வேண்டும். உங்களுக்கு இந்த அவையின் நடைமுறை விதிகள் நன்கு தெரியும்.

டி.கே.ரெங்கராஜன்: நான் குற்றச்சாட்டு எதுவும் கூறவில்லை.

தேர்தல்நிதிப் பத்திரங்கள்

தேர்தல் நிதிப் பத்திரங்கள் மூலமாக அரசியல் கட்சிகளுக்கு நிதி அளிப்பது என்பது, மிகவும் அதிர்ச்சியளிக்கக்கூடிய அளவிற்கு அதிகரித்திருக்கிறது. தேர்தல் நிதிப் பத்திரங்கள் மூலமாக பாஜக மட்டும் 4,794 கோடி ரூபாய் பெற்றிருக்கிறது. இந்த முறை ஒழிக்கப்பட வேண்டும் என்றும் அந்நிய நிறுவனங்கள் இந்தியாவில் இயங்கும் அரசியல் கட்சிகளுக்கு நிதி அளிப்பது தடை செய்யப்பட வேண்டும் என்றும் கேட்டுக் கொள்கிறேன்.

தேர்தல் நிதிப் பத்திரங்கள் தொடர்பாக 'தி டைம்ஸ் ஆப் இந்தியா நாளேடு' ஓர் அருமையான தலையங்கம் தீட்டியிருக்கிறது. எந்தவொரு நாடும், - ஐரோப்பா, பிரிட்டன் அல்லது அமெரிக்கா என எந்தவொரு நாடும்-தங்கள் நாட்டுத் தேர்தல்களில் செலவுசெய்வதற்காக அந்நிய நாட்டுப் பணத்தை அனுமதிப்பதில்லை. ஆனால் இங்கே, வேதாந்தா நிறுவனம் பணம் கொடுக்கிறது. வேதாந்தா தலைமையகம் லண்டன் இருக்கிறது. அவர்கள் மறுக்கட்டும். அதனை என்னால் மெய்ப்பிக்க முடியும்.

குடியரசுத் தலைவர் தன்னுடைய உரையில், "வளர்ச்சிக்கான பயணம் 2014இல் தொடங்கியது" என்று குறிப்பிட்டிருக்கிறார். இதனை ஏற்க முடியாது.

வளர்ச்சி தொடர்பாக நாடு ஒரு வரலாற்றைப் பெற்றிருக்கிறது. மொகலாயர்கள் காலத்தில் ஒரு வளர்ச்சி இருந்ததைப் பார்த்தோம். பிரிட்டிஷாரும் இந்தியாவை வளர்த்தெடுத்திருக்கிறார்கள். அது, அவர்களின் சொந்த நலனுக்கானது என்ற போதிலும்கூட, அவர்களும் வளர்ச்சியை ஏற்படுத்தி இருக்கிறார்கள்.

நாடு சுதந்திரம் பெற்றபின்னர், ஆட்சி புரிந்த பல அரசாங்கங்களும் நாட்டை வளர்த்திருக்கின்றன. ஆனால் இதையெல்லாம்

ஒதுக்கிவிட்டு இப்போது இவ்வாறு "குடியரசுத் தலைவர் உரை"யை எழுதித்தந்துள்ள ஆளும் கட்சியினர் கூறியிருப்பதன்மூலம், அவர்கள் வாஜ்பாய் அங்கம் வகித்த ஜனதா அரசாங்கத்தின் வளர்ச்சித் திட்டங்களின் சாதகமான அம்சங்களைக் கூட ஏற்றுக்கொள்ள மறுத்திருக்கிறார்கள்.

குடியரசுத் தலைவர் அவர்கள் நாராயணகுருவை மேற்கோள் காட்டியிருக்கிறார், ரவீந்திரநாத் தாகூரை மேற்கோள் காட்டியிருக்கிறார். மகாத்மா காந்தியை மேற்கோள் காட்டியிருக்கிறார். இதேபோல் அவர் வள்ளலாரையும், திருவள்ளுவரையும் மேற்கோள் காட்டியிருந்தாரானால் நான் மேலும் மகிழ்ச்சி அடைந்திருப்பேன். அவர் அவர்களைக் கூறாமல் விட்டுவிட்டார்.

தாகூர் 'தேசியம்' குறித்து என்ன சொல்லியிருக்கிறார்? "இந்தியாவின் வரலாறென்பது எந்தவொரு குறிப்பிட்ட இனத்திற்கும் சொந்தமானது அல்ல, பல்வேறு இனங்களின் சங்கமத்தால் உருவானது என்பதையும் உலகில் உள்ள பல்வேறுபட்ட இனத்தினர் இதற்குப் பங்களிப்பைச் செய்திருக்கிறார்கள் என்பதையும் நாம் அங்கீகரித்திட வேண்டும் என்று கூறியிருக்கிறார். திராவிடர்கள், அதாவது தென்னிந்தியாவில் வாழ்பவர்கள் இதற்குப் பங்களிப்பினைச் செய்திருக்கிறார்கள். தாகூர் இதனை அங்கீகரித்திருக்கிறார். திராவிடர்கள், ஆரியர்கள், புராதன கிரேக்கர்கள், பாரசீகர்கள், மேற்கிலிருந்தும் மத்திய ஆசியாவிலிருந்தும் வந்த முகமதியர்கள் பங்களிப்பினைச் செய்திருக்கிறார்கள். கடைசியாக வந்த ஆங்கிலேயர்களும் பங்களிப்பினைச் செய்திருக்கிறார்கள். இந்தியாவின் வரலாற்றைக் குறித்து எழுதும்போது இவர்களின் பங்களிப்புகளை மறைப்பதற்கு நமக்கு எவ்வித உரிமையும் கிடையாது, அதிகாரமும் கிடையாது." தாகூர் இவ்வாறுதான் கூறியிருக்கிறார். எனவே, ஒரு தேசம் என்று கூறுகிறபோது அது அங்கே வாழும் மனிதர்களுடன் சம்பந்தப்பட்டது. குறிப்பாக இந்தியாவில் வாழும் பல்வேறு இன மக்களுடனும் சம்பந்தப்பட்டது. ரவீந்திரநாத் தாகூர் கூறியிருப்பது இதுதான்.

விவசாயிகளை முன்னேற்ற என்ன செய்ய வேண்டும்?

குடியரசுத் தலைவர் தன் உரையில் விவசாயிகளின் வருமானம் இரட்டிப்பாக்குவதற்காக ஒரு திட்டம் பற்றிக் குறிப்பிட்டிருக்கிறார். இது தொடர்பாக, தங்கள் கவனத்திற்கு ஒன்றைக் கொண்டுவர விரும்புகிறேன். பா.ஜ.க.வின் சென்ற தேர்தல் அறிக்கையில்,

பா.ஜ.க., டாக்டர் எம்.எஸ். சுவாமிநாதன் ஆணையத்தின் பரிந்துரைகளை அமல்படுத்துவோம்" என்று உறுதிமொழி கூறியிருந்தது. இது தொடர்பாக உறுப்பினர் நட்டா கூறியது அனைத்தும் உண்மை. அவை அமல்படுத்தப்பட்டிருந்தால் விவசாயிகள் தற்கொலை செய்துகொள்வது தடுத்து நிறுத்தப்பட்டிருக்கும்.

குடிதண்ணீர் பற்றாக்குறை

நாட்டில் இன்றைய தினம் 40 சதவீத அளவிற்கு தண்ணீர் இல்லை, மழை இல்லை. கடந்த ஐந்தாண்டுகளில் எண்ணற்ற புயல்கள். இதைப்பற்றியெல்லாம் குடியரசுத் தலைவர் குறிப்பிடவே இல்லை.

கேரளம், ஒடிசா, தமிழ்நாடு மற்றும் பல மாநிலங்கள் பாதிக்கப்பட்டன. இப்பேரிடர்களிலிருந்து மீள்வதற்காக சம்பந்தப்பட்ட மாநில அரசுகள் மத்திய அரசை உதவிடக் கோரின. கேரளாவில் ஏற்பட்ட பாதிப்பு சுமார் 20 ஆயிரம் கோடி ரூபாய் அளவிற்கு இருக்கும். நிதிக் குழு உறுப்பினர்கள் என்ற முறையில் நாங்கள் அங்கே சென்றிருந்தோம். ஆனால், மத்திய அரசு ஒதுக்கிய தொகை மிகவும் அற்பம். மத்திய அரசு இழப்பினை மதிப்பீடு செய்திடவில்லை. இவ்வாறு மத்திய அரசு, கேரள அரசிடம் மாற்றாந்தாய் மனப்பான்மையுடன் நடந்துகொள்ளக் கூடாது.

அதேபோன்று, தமிழ்நாட்டில் தற்போது குடிதண்ணீர்ப் பற்றாக்குறையால் அவதிப்பட்டுக் கொண்டிருக்கிறோம். தமிழ்நாட்டுக்கு கேரள அரசு உதவ முன்வந்தது. ஆயினும் என்ன காரணத்தாலோ தமிழ்நாடு அரசு அதனை ஏற்க விரும்பவில்லை. தமிழ்நாட்டில் வேளாண் உற்பத்தி மிகவும் கடுமையாகப் பாதிப்புக்கு உள்ளாகி இருக்கிறது. தண்ணீர்ப் பற்றாக்குறையைச் சந்தித்திட ஆயிரம் கோடி ரூபாய் மத்திய அரசிடமிருந்து சிறப்புத் திட்டமாகத் தமிழ்நாடு அரசு கோரியிருக்கிறது. மேலும், கஜா புயல் நிவாரணத்திற்காக மேலும் ஆறாயிரம் கோடி ரூபாய் கேட்டிருக்கிறது. மேலும் அது, ஜி.எஸ்.டி. நிலுவைத்தொகையான 4,458 கோடி ரூபாயையும் கேட்டிருக்கிறது. தமிழ்நாட்டின் இத் தேவைகளை மத்திய அரசு உடனடியாக நிறைவேற்றித்தர வேண்டும் என்று கேட்டுக் கொள்கிறேன்.

தமிழ்நாட்டில் ஆள்பவர்கள், மத்தியில் ஆள்பவர்களுக்கு மிகவும் நட்புடனானவர்கள்தான். நீங்கள் இருவரும் இணைந்துதான் மக்களவைத் தேர்தலில் போட்டியிட்டீர்கள். நாள்தோறும் தமிழ்நாட்டிலிருந்து முதலமைச்சரோ அல்லது வேறு அமைச்சர்களோ தில்லிக்கு வந்து தங்களிடம் யாசித்துக் கொண்டிருக்கிறார்கள்.

பொருளாதார நிலைமை வளர்ந்திருக்கிறதா?

அடுத்து, நிதி மற்றும் வங்கித்துறையைப் பொறுத்தவரை சில வளர்ச்சிகள் ஏற்பட்டிருப்பதாகப் பட்டியலிடப்பட்டு, பொருளாதாரம் வளர்ந்திருப்பதாகப் பீற்றிக்கொள்ளப்பட்டிருக்கிறது. இந்தியாவில் வங்கி மோசடி, முன்னெப்போதும் இல்லாத அளவிற்கு 2018-19இல், 71,500 கோடி ரூபாயைத் தொட்டிருப்பதாக, இந்திய ரிசர்வ் வங்கியின் தரவுகள் காட்டுகின்றன. வங்கி மோசடி தொடர்பாக 6,500க்கும் மேற்பட்ட வழக்குகள் பதிவாகி இருக்கின்றன. பஞ்சாப் நேஷனல் வங்கியை நீரவ் மோடி சூறையாடியது வெளிச்சத்திற்கு வந்தது. இப்போது ஐஎல்&எப்எஸ் உள்கட்டமைப்பு மோசடி மற்றும் தேவன் ஹவுசிங் திவால் மோசடி என வரிசையாக வெளிவந்து கொண்டிருக்கின்றன. இவை அனைத்தும் நம் நிதி நிலைமையைக் கடுமையாகப் பாதிக்கும் அம்சங்களாகும். இவற்றிலிருந்து எப்படி மீளப் போகிறோம் என்பது குறித்து குடியரசுத் தலைவர் உரையில் எதுவுமே இல்லை. மாறாக, அரசாங்கம், “ஒரே நாடு, ஒரே தேர்தல், ஒரே மொழி, ஒரே கலாச்சாரம், ஒரே தலைவர்” என்று கூறுவதன் மூலம் கவனத்தைத் திசைதிருப்ப விரும்புகிறது.

எங்கள் கட்சியின் பொதுச் செயலாளர் சீத்தாராம் யெச்சூரி, அனைத்துக் கட்சிக் கூட்டத்தில், "ஒரே நாடு ஒரே தேர்தல்" என்பதை ஒப்புக்கொள்ள முடியாது என்று கூறியிருக்கிறார். நம் நாடு கூட்டாட்சி அமைப்பு முறையிலானது. (It is a federal system) இது தொடர்பாக நம் அரசமைப்புச் சட்டம் மிகவும் தெளிவாக இருக்கிறது. அதனை ஒரே இரவில் நாம் மாற்றிவிட முடியாது. 1959இல் அரசமைப்புச்சட்டத்தின் 356ஆவது பிரிவிற்கு முதலில் பலியானது நாங்கள்தான். மோடி சர்க்கார் கூட மாநில அரசை டிஸ்மிஸ் செய்திருக்கிறது. நீங்கள் ஏன் டிஸ்மிஸ் செய்தீர்கள்? நீங்கள் பின்பற்றுவது "ஒரே நாடு ஒரே தேர்தல்"

என்றால் பின் ஏன் வாஜ்பாய் அரசாங்கம், மாநில அரசை டிஸ்மிஸ் செய்தது? மோடி மாநில அரசை டிஸ்மிஸ் செய்தார்? இவ்வாறெல்லாம் செய்துவிட்டு இப்போது "ஒரே நாடு ஒரே தேர்தல்" என்று கூறுகிறீர்கள். எல்லோரையும் முட்டாளாக்காதீர்கள்.

மகாத்மா காந்தி 150ஆவது பிறந்த நாள் விழா

நாம் விரைவில் மகாத்மா காந்தியின் 150ஆவது பிறந்த நாள் விழாவைக் கொண்டாட இருக்கிறோம். நாங்களும் அதன் ஒரு பகுதியாக இருக்க விரும்புகிறோம். ஆனாலும், இந்த சமயத்தில் ஒரு விஷயத்தை அவையின் கவனத்திற்குக் கொண்டுவர விரும்புகிறேன். சமீபத்தில்தான் நாம் டாக்டர் பாபாசாகேப் அம்பேத்கரின் 125ஆவது பிறந்த நாளைக் கொண்டாடினோம். ஆயினும் அம்பேத்கர் கூறிய எதையாவாது சிறிதளவாவது நாம் பின்பற்றுகிறோமா? தலித்துகள் தொடர்ந்து தாக்கப்பட்டு வருகிறார்கள். தலித்துகள் பல்கலைக் கழகங்களில் ஆசிரியர்களாக நியமனங்கள் செய்யப்படுவதில்லை. அவர்களைத் தேர்வு செய்வதில்லை.

காந்திஜி கூறியதைப்போல, "இந்துஸ்தான் என்பது இங்கே பிறந்த அனைவருக்கும் சொந்தமானது. இந்துக்களைப் போலவே இங்கே பிறந்த பார்சிகள், பெனி இஸ்ரேலியர்கள், இந்தியக் கிறித்தவர்கள், முஸ்லீம்கள் மற்றும் இந்துக்கள் அல்லாத இதரர்கள் அனைவருக்கும் சொந்தமானது. சுதந்திர இந்தியா என்பது இந்து ராஜ்ஜியம் அல்ல. அது பெரும்பான்மை இனத்தினரை அல்லது மதத்தினரை அடிப்படையாகக் கொண்டதாக இல்லாத இந்தியர்களின் ராஜ்ஜியமாகும். மத வேறுபாடுகளுக்கு அப்பாற்பட்டு அனைத்து மக்களையும் பிரதிநிதித்துவப்படுத்தும் வகையில் அது இருந்திடும்."

காந்திஜி இதனை 1942 ஆகஸ்ட் 9 தேதியிட்ட தன் ஹரிஜன் இதழில் குறிப்பிட்டிருக்கிறார்.

கடைசியாக, காந்திஜி மீண்டும் 1946 செப்டம்பர் 22 தேதியிட்ட அதே ஹரிஜன் இதழில், "நான் என் மதத்தின் பெயரால் பிரமாணம் செய்துகொள்கிறேன். நான் அதற்காக உயிர்விடவும் தயார். அது என் சொந்த விவகாரம்," என்று கூறுகிறார்.

எனவே, அரசுக்கும் மதத்துக்கும் எவ்விதச் சம்பந்தமும் கிடையாது. அரசு என்பது நாட்டு மக்களின் நலன்கள், தகவல்

தொர்புகள், அயல்நாட்டு உறவுகள், கரன்சி முதலானவற்றில் அக்கறை செலுத்த வேண்டுமேயொழிய அவர்களின் மதத்தில் தலையிடக் கூடாது. அது அவர்களின் சொந்த விவகாரம். இந்த அடிப்படையில் இந்த அரசு மகாத்மா காந்தியின் 150ஆவது ஆண்டு தினத்தைக் கொண்டாடினால், அதில் நாங்கள் அனைவரும் பங்கேற்போம் என்று கூறி என் உரையை நிறைவு செய்கிறேன்.

25.06.2019

85

தமிழ்நாடு புயல் மற்றும் தண்ணீர் பற்றாக்குறையால் பாதிப்பு

இது மிகவும் முக்கியமான பிரச்சனையாகும். உங்கள் மூலமாக இதனை மாண்புமிகு அமைச்சர் அவர்களின் கவனத்திற்குக் கொண்டுவர விரும்புகிறேன். தமிழ்நாடு புயல் மற்றும் தண்ணீர்ப் பற்றாக்குறையால் பாதிக்கப்பட்டிருக்கிறது. காவிரிப் பாசனப் பகுதி முழுமையாக பாதிக்கப்பட்டிருக்கிறது. ஜூன் 12 அன்று, மேட்டூர் அணையை காவிரிப் பாசனப் பகுதி விவசாயத்திற்காகத் திறந்துவிட்டிருக்க வேண்டும். ஆனால், அதனைச் செய்ய முடியவில்லை. கடந்த மூன்று ஆண்டுகளாக இந்தப் பகுதியில் இயங்கிவந்த சர்க்கரை ஆலைகள் மூடப்பட்டிருக்கின்றன. ஏனெனில், கரும்பு விவசாயம் கடுமையாகப் பாதிக்கப்பட்டிருக்கிறது. இத்துடன், சென்னை, தற்போது வறட்சி காரணமாக, மத்திய தண்ணீர் ஆணையத்தை அணுகியிருக்கிறது. அநேகமாக தண்ணீர்ப் பற்றாக்குறையால் இவ்வாறு அணுகியிருக்கக்கூடிய முதல் மாநகரமாக அதுதான் இருக்கும் என்று கருதுகிறேன்.

இந்த ஆண்டு, ஜூன் 13 வரை, தமிழ்நாட்டில் 41 சதவீதம் வரை மழைநீர் பற்றாக்குறை இருப்பதாக கூறப்பட்டிருக்கிறது. குடி தண்ணீர் தேவையை எதிர்கொள்வதற்காக, சென்னை மக்களில் பெரும்பாலானவர்கள் மாநகராட்சியாலும், தனியார் லாரி உரிமையாளர்களாலும் அளிக்கப்படும் தண்ணீர் டாங்குகளையே சார்ந்திருக்கிறார்கள்.

தனியார் லாரி உரிமையாளர்கள் வழங்கும் தண்ணீரின் விலை ஒரு கிராம் தங்கத்தின் விலையை விட அதிகமாகும். இப்போது சென்னை மக்களுக்கு தண்ணீரை விட, தங்கத்தின் விலை மலிவாகிப் போனது. இது உண்மை.

இவ்வாறு மக்கள் தண்ணீர் டாங்குகள் மூலமாகப் பெற்றிடும் தண்ணீரை குடிநீராகவும், சமையல் வேலைகளுக்கும் மட்டுமே பயன்படுத்துகிறார்கள். தண்ணீர் சுத்தமாக இருப்பது மிகவும் அரிதாக இருக்கிறது. இன்றைய சென்னையில் சலவை செய்வது என்பதும், குளிப்பது என்பதும் சொகுசாகிப் போனது. பாட்டிலில் அடைக்கப்பட்ட தண்ணீரின் விலை நான்கு மடங்காகி இருக்கிறது. இதனை பணம் படைத்தவர்களும், மத்திய தர வகுப்பினரும் மட்டுமே வாங்க முடியும்.

இன்றைய தினம், தகவல் தொழில்நுட்ப நிறுவனங்கள் தங்கள் ஊழியர்களை அவர்களின் இல்லங்களிலிருந்தே வேலை செய்யுங்கள் என்று கேட்டுக்கொண்டிருக்கின்றன. பல உணவுவிடுதிகள் தங்கள் உணவுவிடுதிகளை மூடிவிட்டன. மாநகரம் முழுவதும், 'தண்ணீரை வீணாக்காதீர்கள்' என்ற பலகைகளுடனும், சுவரொட்டிகளுடனும், பதாகைகளுடனும் காணப்படுகிறது.

ஆனாலும், சென்னை எப்படி தண்ணீரை வீணாக்கியது. சென்னைக்குள் ஓடும் கூவம், அடையாறு மற்றும் கொசஸ்தலையாறு ஆகிய மூன்று ஆறுகளும் மாசடைந்துவிட்டன. வட சென்னை, தாமரைப்பாக்கம் நீர்த்தேக்கத்திலிருந்தும், மீஞ்சூர் உப்புநீக்கும் ஆலையிலிருந்தும் தண்ணீரைப் பெறுகிறது. தென் சென்னை வீராணம் ஏரியிலிருந்தும், நெம்மேலி கடல்நீர் உப்புநீக்கும் ஆலையிலிருந்தும் தண்ணீரைப் பெறுகிறது. வீராணம் தண்ணீர் மட்டும் வரவில்லை என்றால், சென்னையில் தண்ணீரே இருக்காது.

சுமார் இருபதாண்டுகளுக்கு முன்பு சென்னை மாநகரம் தண்ணீரை உபரியாகப் பெற்றிருந்த ஒரு மாநகரமாக இருந்தது. தமிழ்நாட்டின் நீர்ப்பாதுகாப்புப் பாரம்பர்யத்தின் காரணமாக, சென்னை கிட்டத்தட்ட இரண்டு டஜன் நீர்வரத்துக்கான அமைப்புகளைப் பெற்றிருந்தது. இத்துடன் பிரிட்டிஷ் காலத்தில் பக்கிங்காம் கால்வாய் மற்றும் மூன்று ஆறுகளையும் பெற்றிருந்தது. இன்றையதினம் இவை அரை டஜனாகக் குறைந்துவிட்டது. அண்ணா பல்கலைக் கழகம் மேற்கொண்ட ஓர் ஆய்வில் கடந்த பத்தாண்டுகளில் சென்னை 33 சதவீத அளவிற்கு தண்ணீர் தரும் நிலங்களை இழந்துவிட்டதாகக் கண்டிருக்கிறது. இதே காலகட்டத்தில் சென்னை, தன்னைச் சுற்றியுள்ள 24 தண்ணீர் தரும் நிலங்களை இழந்துவிட்டது. இதுதான் இன்றைய நிலைமை. எனவே, தமிழ்நாட்டுக்கும், சென்னைக்கும், அண்டை மாநிலங்கள்

தங்கள் உபரி நீரை அளித்து உதவிட வேண்டும். இது மிகவும் அவசியமாகும். சென்னை ஒரு பெருநகரமாகும். 40 சதவீதத்திலிருந்து 50 சதவீதம் வரையிலும் உள்ளவர்கள் ஆந்திராவிலிருந்தும், குஜராத்திலிருந்தும் வந்தவர்கள். கேரளாவிலிருந்து வந்தவர்களும் இருக்கிறார்கள். எனவே, சென்னையைக் காப்பாற்ற மற்ற மாநிலங்களுக்கும் பொறுப்பு உண்டு. நன்றி.

26.06.2019

இலங்கை தமிழர்கள் மற்றும் மலையகத் தமிழர்களின் உரிமைகளை பாதுகாக்கவும் தமிழக மீனவர்களின் நலனை வலியுறுத்தியும் இந்திய நாடாளுமன்ற உறுப்பினர்கள் குழு இலங்கை அதிபர் ராஜப்பக்சேவை சந்தித்த போது

86

ரயில்வே உற்பத்திப்பிரிவுகளை கார்ப்பரேட் மயமாக்காதே, ரயில்வே பிரிண்டிங் பிரஸ்ஸை மூடாதே

(மாநிலங்களவையில் 2.7.2019 அன்று பூஜ்யம் நேரத்தின்போது பேசியதாவது)

நாட்டில் இயங்கும் ரயில்வே உற்பத்திப் பிரிவுகள் நாட்டின் உள்கட்டமைப்பு வசதிகளை செம்மையாக செயல்படுத்தி வருவதுடன் நாட்டிற்குத் தேவையான ரயில் என்ஜின்கள், வேகன்கள், ரயில் பெட்டிகள் மற்றும் ரயில்வேக்குத் தேவையான பல்வகை கருவிகளையும் உற்பத்தி செய்து வருகின்றன. அவைகள் மிகவும் சிறப்பான சேவைகளைச் செய்து வருகின்றன. இவற்றை முதலில் கார்ப்பரேட்களிடம் ஒப்படைக்கவும் பின்னர் தனியாரிடமும், அந்நியக் கார்ப்பரேட்டுகளிடமும் தாரைவார்த்திடவும் முடிவு எடுத்திருக்கிறது. இவ்வாறு செய்வது என்பது அவற்றின் சேவைகளைக் கடுமையாகப் பாதிக்கும்.

அதேபோன்று ரயில்வே பிரிண்டிங் பிரஸையும் தனியாரிடம் ஒப்படைத்திட முடிவு செய்திருக்கிறார்கள். ரயில்வே மிகவும் பெரிய துறை. ரயில்வே பிரிண்டிங் பிரஸ், ரயில்வேக்குத் தேவையானவற்றை அச்சடித்துக் கொடுத்துக் கொண்டிருக்கிறது. இவற்றையெல்லாம் தனியாரிடம் தாரை வார்த்தால் இறுதியாக என்ன நடக்கும்? இதர பிற்படுத்தப்பட்ட வகுப்பினர், தலித்துகள், பழங்குடியினருக்கான இட ஒதுக்கீடுகள் இல்லாமல் மறைந்துவிடும். ஏனெனில் தனியார் யாரும் இடஒதுக்கீட்டை அமல்படுத்துவது இல்லை. எனவே இவ்வாறு நீங்கள் நாட்டில் இட ஒதுக்கீட்டையே ஒழித்துக்கட்ட முடிவு செய்திருக்கிறீர்கள். இட ஒதுக்கீடு ஒழிக்கப்படுமானால், பின் இதர பிற்படுத்தப்பட்ட வகுப்பினர்,

தலித்துகள், பழங்குடியினத்தைச் சேர்ந்த ஏழை மக்கள் கடுமையாகப் பாதிக்கப்படுவார்கள். எனவே, இவ்வாறு ரயில்வே துறையின் உற்பத்திப் பிரிவுகளையும், பிரிண்டிங் பிரஸையும் தனியாருக்குத் தாரை வார்க்காதீர்கள் என்று கேட்டுக் கொள்கிறேன்.

02.07.2019

மாநிலங்களவையில் ஜெய்ராம் ரமேஷ், மனோஜ்குமார் ஜா, திவாரி ஆகியோருடன்

87

விதிதாச்சாரப் பிரதிநிதித்துவத்தின் அடிப்படையில் தேர்தல் நடத்திட வேண்டும்

தேர்தல் சீர்திருத்தங்கள் குறித்து குறுகிய கால விவாதம் நடைபெற்றது. அதில் கலந்துகொண்டு பேசியதாவது

நம் நாட்டில் ஜனநாயகத்தை வலுப்படுத்திட முழுமையான அளவில் தேர்தல் சீர்திருத்தங்கள் மேற்கொள்ளப்பட வேண்டியது அவசியம் என்று எங்கள் கட்சியான மார்க்சிஸ்ட் கம்யூனிஸ்ட் கட்சி கருதுகிறது.

நாட்டில் தேர்தலை நேர்மையாகவும் நியாயமாகவும் நடத்த வேண்டிய பொறுப்பு தேர்தல் ஆணையத்திற்கு மட்டுமே நம் நாட்டின் அரசமைப்புச்சட்டத்தில் அளிக்கப்பட்டிருக்கிறது. ஆனால், 17ஆவது பொதுத் தேர்தல்கள் நடைபெற்ற சமயத்தில் நிலைமை எப்படி இருந்தது? நான் தேர்தல் ஆணையத்தின் மீதோ அல்லது அரசாங்கத்தின் மீதோ எவ்விதக் குற்றச்சாட்டும் சுமத்த விரும்பவில்லை. ஆனாலும், சீசரும், சீசரின் மனைவியும் சந்தேகத்திற்கு அப்பாற்பட்டவர்களாக இருக்க வேண்டும். அவர்கள் நடுநிலைமையுடன் நடந்துகொள்ள வேண்டும். நடுநிலைமை அங்கே இல்லை என்கிறபோது, சந்தேகம் வருகிறது. ஒருபால்கோடாமை (*neutrality*) அங்கே இருந்திட வேண்டும். அவ்வாறில்லையெனில் சந்தேகம் வருகிறது. தேர்தல் ஆணையத்தின் நியமனங்கள் கொலிஜியம் அடிப்படையில் மாற்றியமைக்கப்பட வேண்டும். குடியரசுத் தலைவரின் ஒப்புதலின்கீழ் கொலிஜியம் முறையில் நியமனங்கள் செய்யப்பட வேண்டும். இத்தகைய நடைமுறைதான் நாடாளுமன்றத்தால் லோக்பால் நியமனத்திற்குப் பின்பற்றப்பட்டு வருகிறது.

அடுத்ததாக, மின்னணு வாக்கு எந்திரங்கள் சம்பந்தமாக ஒருசிலவற்றைக் கூற விரும்புகிறேன். மின்னணு வாக்கு

எந்திரங்களால் எண்ணப்படும் வாக்குகளில் குறைந்தபட்சம் 50 சதவீத வாக்குகள், வாக்காளர் சரிபார்க்கும் காகித தணிக்கை (VVPAT-Voter Verifiable Paper Audit Trail)யால், சரிபார்க்கப் படுவதை உத்தரவாதப்படுத்திடக்கூடிய வகையில், நாடாளுமன்றத்தில் சட்டம் கொண்டுவர வேண்டும். மேலும், மனிதசக்தியைவிட வேகமான முறையில் வளர்ந்து வரும் தொழில்நுட்ப வளர்ச்சியால் எழுந்துள்ள ஆட்சேபணைகளை தெளிவுபடுத்திட வேண்டும். எனவே தற்போது பயன்படுத்தப்பட்டு வரும் மின்னணு வாக்கு எந்திரங்கள் குறித்த நம்பகத் தன்மையையும், வாக்காளர் சரிபார்க்கும் காகிதத் தணிக்கையால் மேற்கொள்ளப்படும் சரிபார்க்கும் தன்மையையும் மறு ஆய்வுக்கு உட்படுத்தவேண்டியது அவசியத் தேவையாகும்.

அடுத்ததாக, தேர்தலில் பணபலம் பயன்படுத்துவது குறித்தாகும். மாண்புமிகு உறுப்பினர் திரு. கபில்சிபல் இது குறித்த அனைத்தையும் முறையாக விளக்கி உரையாற்றினார். அவருடைய கருத்துக்களை ஆதரிக்கிறேன். நீங்கள் எப்போதும் சர்தார் வல்லபாய் பட்டேல் குறித்துக் குறிப்பிடுகிறீர்கள். அவர் உங்கள் கட்சியைச் சார்ந்தவர் அல்ல என்றாலும், அவர் ஆர்.எஸ்.எஸ். இயக்கத்தைச் சார்ந்தவர் அல்ல என்றாலும், எப்போதும் நீங்கள் அவரைக் குறிப்பிடுகிறீர்கள். ஆனால், சர்தார் வல்லபாய் பட்டேல் இன்று உயிருடன் இருப்பாரானால், நிச்சயமாக அவர் தேர்தல்களை நடத்துவதற்காக அந்நிய நாடுகளிடமிருந்தோ கார்ப்பரேட்டுகளிடமிருந்தோ பணம் வசூல் செய்திடும் வேலையில் ஈடுபட மாட்டார். எனவே, இந்த விஷயத்திலும் நீங்கள் அவரையே பின்பற்ற வேண்டும் என்று கேட்டுக்கொள்கிறேன். அதற்குப்பதிலாக இப்போது நடத்தியிருப்பதைப்போல தேர்தலை நடத்தினீர்கள் என்றால், பின்னர் நிச்சயமாக அனைத்துக் கட்சிகளுக்கிடையிலும் ஒரு சரிசமான போட்டி இருப்பதாகச் சொல்ல முடியாது. எங்கள் கட்சியைப் பொறுத்தவரையில், எந்தக் கார்ப்பரேட்டுகளிடமிருந்தும் எவ்விதமான பணமும் பெறுவது கிடையாது. இதனை நான் இந்த அவையில் பதிவு செய்திட முடியும்.

இவ்வாறில்லாமல் நீங்கள் அந்நிய நாடுகளிலிருந்தும், கார்ப்பரேட்டுகளிடமிருந்தும் பணத்தைப் பெறுகிறீர்கள் என்றால், பின் அனைத்துக்கட்சிகளுக்கும் இடையே சரிசமமான அளவில்

போட்டி என்பது இருக்காது. எனவே, தயவுசெய்து அனைத்துக் கட்சிகளுக்கும் இடையே சரிசமமான போட்டியை உருவாக்குங்கள். கார்ப்பரேட்டுகள் அரசியல் கட்சிகளுக்கு நிதி கொடுக்கும் முறை தடை செய்யப்பட வேண்டும். தேர்தல் செலவினங்களுக்காக அரசியல் கட்சிகளுக்கு அரசே பணம் கொடுக்கும் முறை கொண்டு வரப்பட வேண்டும். மாண்புமிகு உறுப்பினர் திரு அருண் ஜெட்லி, எதிர்க்கட்சி வரிசையில் இருந்த போது எங்களுடன் அவர் ஒத்துப்போனார். ஆனால், ஆளும்கட்சி வரிசைக்குச் சென்றபோது, அவரும் மாறிவிட்டார்.

அடுத்து, நம் நாட்டில் பகுதி, விகிதாசாரப் பிரதிநிதித்துவ முறை கொண்டுவரப்பட வேண்டும். தற்போதுள்ள நிலை என்ன? வெறும் 31 சதவீத வாக்குகளைப் பெற்றுள்ள பா.ஜ.க., மக்களவையில் 282 இடங்களைக் கைப்பற்றி இருக்கிறது. பா.ஜ.க., எந்தக் காலத்திலும் 50 சதவீத வாக்குகளைப் பெற்றதில்லை. தேசிய ஜனநாயகக் கூட்டணி மொத்த வாக்குகளில் 37.3 சதவீதத்தைப் பெற்றுள்ள அதே சமயத்தில், அவையில் 52 சதவீத இடங்களைப் பெற்றிருக்கிறது. தில்லியில் ஆம் ஆத்மி கட்சி 33 சதவீத வாக்குகளைப் பெற்றிருந்தபோதிலும் ஓரிடத்தைக்கூட வெல்ல முடியவில்லை. எனவே, விகிதாசாரப்பிரதிநிதித்துவ முறை அவசியம் கொண்டுவரப்பட வேண்டும்.

சட்ட ஆணையம் உலகில் உள்ள நாடாளுமன்றத் தேர்தல் அமைப்புமுறைகள் 212ஐயும் ஆய்வு செய்து, அவற்றில் நம் நாட்டிற்கு எது பொருத்தமாக இருக்கும் என்கிற அடிப்படையில் ஓர் அறிக்கையினை அளித்துள்ளது. அதன்படி, தற்போதுள்ள தேர்தல் முறையுடன் விகிதாசாரப்பிரதிநிதித்துவ அமைப்புமுறையையும் இணைத்து தேர்தலை நடத்துவது மிக அதிகமான அளவில் பிரதிநிதித்துவம் அளிப்பதாக அமைந்திடும் என்றும், அதற்காக நாடாளுமன்ற/சட்டமன்ற இடங்களை 25 சதவீதம் அதிகரித்திட வேண்டும் என்றும் பரிந்துரைத்திருக்கிறது. அதன்படி தேர்தலை நடத்த வேண்டும் என்று கேட்டுக் கொள்கிறேன்.

03.07.2019

○

௪௪

அஞ்சல் துறைத் தேர்வுகளை மாநில மொழியில் நடத்திட ஒப்புக்கொண்டது தொடர்பாக..

மாண்புமிகு துணைத் தலைவர் அவர்களே,

தங்கள் மூலமாக மாண்புமிகு அமைச்சர் அவர்களுக்கும் பிரதமருக்கும் நன்றி தெரிவித்துக் கொள்கிறேன். இப்போது, இன்றைய தினம், இது அஞ்சல் துறையில் நடந்துள்ளது. நாளை இது ரயில்வேயில் நடக்கலாம். மறுநாள் மற்றுமொரு துறையில் நடக்கலாம். அனைத்துத் துறைவாரியான தேர்வுகளுக்கும், அந்த மாநிலத்தில் உள்ள மொழியே பயன்படுத்தப்பட வேண்டும். மாநில மொழிகள் அனைத்தையும் கவுரவித்ததற்காக பிரதமர் உட்பட அனைவருக்கும் நன்றி தெரிவித்துக் கொள்கிறேன்.

தயவு செய்து எதையும் திணிக்காதீர்கள்.

16.07.2019

49

மாநிலங்களவை உறுப்பினர் பதவி நிறைவு பெறும் தமிழ்நாட்டு உறுப்பினர்களுக்குப் பாராட்டு

மாண்புமிகு தலைவர் அவர்களே, தமிழ்நாட்டிலிருந்து வந்துள்ள இந்த ஐந்து பேர்களும் ஓய்வு பெற்றுச் செல்கிற அனைவரையும் பாராட்டுவதற்கு தமிழில் பேசுவது உசிதமாக இருக்கும் என்று நான் நினைத்தேன். நான், அவர்கள் ஐந்து பேரையும் உளமாரப் பாராட்டுகிறேன்.

தோழர் து.ராஜா, தன்னுடைய பணியை விரிவுபடுத்திக்கொண்டிருக்கிறார். அதில் அவர் வெற்றி பெறுவார். நான் இந்த அவைக்கு வந்ததிலிருந்து கடந்த 11 வருடமாகப் பார்க்கிறேன். பழைய அவைத் தலைவராக இருந்தாலும் சரி, இப்போது இருக்கக்கூடிய அவைத் தலைவராக இருந்தாலும் சரி, துணைத் தலைவர்களாக இருந்தாலும் சரி, ராஜா பேசுகிறபோது மட்டும், அது 3 நிமிடமாக இருந்தாலும் சரி, 4 நிமிடமாக இருந்தாலும் சரி, அல்லது 7 நிமிடமாக இருந்தாலும் சரி, அதனை அனுமதித்தது என்பது நான் மிகவும் அதிசயப்பட்ட ஒன்று. நாங்கள் பேசுகிறபோதெல்லாம் உடனடியாக மணியடிக்கக்கூடியவர்கள், ராஜாவுக்கு கொடுத்த வாய்ப்பு ஒரு வியப்பான ஒன்று.

தோழர் ராஜா எல்லோருடனும் நன்றாகப் பழகக் கூடியவர். இப்போது இந்தியக் கம்யூனிஸ்ட் கட்சியின் பொதுச் செயலாளராகப் பதவி ஏற்றிருக்கிறார். அதில் வெற்றி பெற வேண்டும் என்று வாழ்த்துகிறேன்.

அடுத்து, டாக்டர் மைத்ரேயன் அவர்களைப் பொறுத்தவரை, எதிர்க்கட்சித் தலைவர் அவர்கள் கூறியது உண்மை. நானும்

அவரிடம் பலமுறை பேசியிருக்கிறேன். அவர், மருத்துவராக மருத்துவமனையில் இருக்கிறபோதே அவரை எனக்கு நன்கு தெரியும். அவர், பா.ஜ.க.-விலிருந்து அ.இ.அ.தி.மு.க.-விற்கு வந்தவர். மருத்துவத்தை விட்டு எதற்காக அரசியலுக்கு வந்தீர்கள் என்று அப்போதே அவரிடம் கேட்டிருக்கிறேன். அவர் ஒரு மிகச்சிறந்த புற்றுநோய் மருத்துவர். அதேபோன்று டாக்டர் லட்சுணன் அவர்களும் ஒரு நல்ல மருத்துவர்.

அடுத்து, மாண்புமிகு உறுப்பினர் கே.ஆர். அர்ஜுனன். அர்ஜுனன் குறித்து திருச்சி சிவா கூறியதுடன் முழுமையாக ஒத்துப்போகிறேன். அதை வழிமொழிகிறேன். உறுப்பினர் ரத்தினவேலு அவர்களை எனக்கு 1979இலிருந்தே தெரியும். திருச்சி சிவா கூறியதுபோன்று திருச்சியைச் சேர்ந்த அவரை எனக்கு நன்றாகத் தெரியும். நானும் திருச்சியைச் சேர்ந்தவன்தான். அவர் தன்னுடைய கட்சியான அஇஅதிமுகவிற்காகக் கடுமையாகப் பணியாற்றியவர். அவரையும் வாழ்த்துகிறேன்.

நிறைவு செய்கிறபோது, நாமக்கல் கவிஞர் கூறியதைப்போல, தமிழன் என்பவனுக்குத் தனியொரு குணம் உண்டு. அந்தக் குணத்தைப் பாதுகாக்க வேண்டிய பொறுப்பு கடந்த காலத்தைவிட இப்போது அதிகமாக இருக்கிறது. தமிழ்நாட்டின் குணம், தமிழ்நாட்டின் வரலாறு மற்றும் தமிழ்நாட்டின் உரிமைகள் பாதுகாப்பதற்கு, நாம் அனைவரும் ஒன்றுபட்டு செயல்படுவதற்கு, ஓய்வுபெறும் அத்தனை பேரும் முயற்சி செய்ய வேண்டும் என்று கேட்டுக்கொண்டு அனைவரையும் வாழ்த்துகிறேன்.

24.7.2019

90

தகவல் தொழில்நுட்ப ஊழியர்களுக்குத் தனிச் சட்டம் கொணர்க

(நாடாளுமன்ற பட்ஜெட் கூட்டத்தொடரின்போது மாநிலங்களவையில் 2019 ஆகஸ்ட் 5 அன்று சிறப்புப் பிரச்சனைகளை எழுப்பும் நேரத்தில் பேசியதாவது.)

பெங்களூரில் ரெட்சீர் கன்சல்டிங் என்ற பெயரில் இயங்கிடும் நிறுவனம் ஒன்று, பத்து தகவல் தொழில்நுட்ப நிறுவனங்களில் ஏற்படும் உற்பத்தி இழப்புக்குக் காரணம் என்ன என்று ஆய்வு செய்தது. அந்த ஆய்வின் முடிவில் இந்நிறுவனங்களின் வருவாயில் 3.5 பில்லியன் ரூபாய் இழப்பு ஏற்பட்டிருப்பதாகவும் இது அந்நிறுவனங்களின் மொத்த வருவாயில் 7 சதவீதம் என்றும் கூறியிருக்கிறது.

மேலும், இவ்வாறு உற்பத்தி இழப்பு ஏற்பட்டிருப்பதற்கு என்ன காரணம் என்றும் அது ஆய்வு செய்தது. அந்நிறுவனங்களில் பணியாற்றும் சுமார் 500 ஊழியர்கள் கடும் உடல்நலக் கேட்டிற்கு ஆளாகியிருப்பதையும் அது கண்டறிந்தது.

அந்நிறுவனங்களில் பணிபுரியும் 20 வயதுக்கும் 40 வயதுக்கும் இடைப்பட்ட வயதினர் உடல்நலக் கேட்டால் மிகவும் பாதிக்கப்பட்டிருப்பதாகவும் அதன் காரணமாகவே உற்பத்தி இழப்பு ஏற்பட்டிருப்பதாகவும் கூறியிருக்கிறது.

இந்நிறுவனங்களில் பணிபுரியும் ஊழியர்கள் மத்தியில் (1) போதிய அளவிற்கு உடலை இயக்குவது இல்லாமை (physical inactivity) (2) மிக மோசமான விதத்தில் உணர்ச்சி வசப்படுதல் மற்றும் மனநலம் பாதிக்கப்படுதல் (3) போதிய அளவிற்கு உடல் நலத்தைப் பேணத் தவறுதல் (4) மோசமான உணவு மற்றும் (5) மதுப் பழக்கத்திற்கு அடிமையாதல் ஆகியவை ஏற்பட்டிருப்பதாகவும் அந்நிறுவனம் கூறியிருக்கிறது.

இக்காரணங்களின் காரணமாக தகவல் தொழில்நுட்ப ஊழியர்கள் குடும்பங்களில் ஒற்றுமையின்மை, மணமுறிவு, மதுப்பழக்கத்திற்கு அடிமையாதல் ஆகிய அனைத்துக்கும் ஆளாகியிருக்கின்றன. இவற்றைப் பற்றி அரசாங்கம் கண்டுகொள்ளாமல் அமைதிப் பார்வையாளராக இருப்பது சரியல்ல.

தகவல் தொழில்நுட்ப ஊழியர்கள் மத்தியில் இத்தகைய மோசமான நிலைமைகள் ஏற்பட்டிருப்பதற்கான காரணங்களைக் கண்டறிந்து அவற்றைச் சரிசெய்வதற்குத் தேவையான நடவடிக்கைகளை எடுக்க வேண்டியது அவசியமாகும். இத்தகைய நிறுவனங்களில் பணியாற்றும் ஊழியர்களின் வேலைநேரங்களை முறைப்படுத்திடக்கூடிய விதத்தில் ஓர் ஒழுங்கமைப்பு விதிகளை உருவாக்கிடலாம். அவ்வாறு உருவாக்கப்படும்போது அவர்களின் பணி நேரங்கள், அவ்வூழியர்களுக்கு ஓய்வு நேர இன்பப் பொழுதுபோக்கிற்கும் (recreation) நேரம் ஒதுக்கும் விதத்தில் அமைந்திருக்க வேண்டும். இதற்காக ஒரு சட்டத்தை அரசு கொண்டு வர வேண்டும்.

05.08.2019

ஜனநாயகம் உரிமைகளைப் பாதுகாக்க திமுக,சிபிஐஎம், சிபிஐ, மதிமுக, விடுதலைச்சிறுத்தைகள் கட்சி எம்.பிக்கள் ஆர்ப்பாட்டம் நடத்தியபோது

91

ஜம்மு–காஷ்மீர் மாநிலம்–மறுசீரமைப்பு செய்தது தொடர்பாக

மாண்புமிகு துணைத் தலைவர் அவர்களே,

இன்றைய தினம் கறுப்பு தினமாகும். இந்தியாவின் அரசமைப்புச்சட்டம்... பாஜக- அரசாங்கத்தால் செய்யப்பட்டிருக்கிறது. (அவைக்குறிப்பிலிருந்து நீக்கப்பட்டது)

நீங்கள் ஜம்மு-காஷ்மீர் மற்றும் லடாக் ஆகியவை குறித்து அம்மாநில மக்களிடம் கலந்தாலோசிக்கவில்லை. நீங்கள் சட்டமன்றத்தைக் கலைத்திருக்கிறீர்கள். நீங்கள் அங்கே தேர்தல் நடத்த விரும்பவில்லை. அங்கே 35 ஆயிரம் ஆயுதப்படையினரை நிறுத்தி வைத்திருக்கிறீர்கள். நீங்கள் மற்றுமொரு பாலஸ்தீனத்தை உருவாக்கி இருக்கிறீர்கள். நாளை இதுபோல் எந்த மாநிலத்திலும் நீங்கள் எதையும் செய்ய முடியும். நாளை நீங்கள் எந்த மாநிலத்தையும் பிரிக்க முடியும். எந்த மாநிலத்தையும் டிஸ்மிஸ் செய்ய முடியும், சட்டமன்றத்தைக் கலைக்க முடியும். எதையும் நீங்கள் எடுத்துக்கொண்டு எந்தச் சட்டமுன்வடிவையும் கொண்டுவர முடியும். இவ்வாறு அரசமைப்புச்சட்டமே ஆபத்திற்கு உள்ளாகி இருக்கிறது. ஆர்.எஸ்.எஸ்./பா.ஜ.க. நம் இந்திய அரசமைப்புச்சட்டத்தை அழித்துவிடும் என்று எங்களது, மார்க்சிஸ்ட் கம்யூனிஸ்ட் கட்சி தேர்தலுக்குமுன் மக்களை எச்சரித்தது.

05.08.2019

92

இந்திய அரசியலில் மாநிலங்களவையின் பங்கு குறித்து

(இந்திய அரசியலில் மாநிலங்களவையின் பங்கு மற்றும் முன்னேறிச் செல்லும் வழி என்னும் தலைப்பில் '250ஆவது மாநிலங்களவையின் அமர்வில்' பேசியது.)

மாண்புமிகு தலைவர் அவர்களே, உண்மையின் இது ஒரு சிறந்த நாள். நான் இந்த அவையில் 2008ஆம் ஆண்டிலிருந்து இணைந்திருக்கிறேன். எனக்கு முன்னால் பேசிய உறுப்பினர் டாக்டர் அம்பேத்கர், டாக்டர் ராதாகிருஷ்ணன், பண்டிட் ஜவஹர்லால் நேரு முதலானவர்களைப் பற்றி பேசினார். அவை அனைத்தையும் நான் மீண்டும் திருப்பிக்கூற விரும்பவில்லை.

மக்களவை ஒரு தொகுதியைப் பிரதிநிதித்துவப்படுத்துகிறது. மாநிலங்களவை ஒரு மாநிலத்தைப் பிரதிநிதித்துவப்படுத்துகிறது. ஆகையால், நாங்கள் எங்கள் மாநில கலாச்சார நடவடிக்கைகள், மொழியியல் நடவடிக்கைகளைப் பிரதிநிதித்துவப்படுத்துகிறோம். இன்றையதினம் இந்த அரசாங்கம் நடந்துகொள்ளும் விதம், நீங்கள் எங்கள் மொழிசார்ந்த பகுதிகளை, கலாச்சாரம் சார்ந்த பகுதிகளை ஆக்கிரமித்துக் கொண்டிருக்கிறீர்கள். மக்களின் அச்சம், எங்களின் அச்சம், குறிப்பாக தமிழ்நாட்டு உறுப்பினர்களின் அச்சம், இந்த நாடு ஒரே மொழி, ஒரே கலாச்சாரம், அல்லது ஒரே உணவு என்பதை நோக்கிச் சென்றுகொண்டிருக்கிறதா என்பதாகும். இது மிகவும் ஆபத்தானது.

அடுத்து, அரசமைப்புச் சட்டத்திற்கும் ஆபத்து வந்திருக்கிறது. எங்களைப் பொறுத்தவரை, தமிழ் எங்களுக்கு மிகவும் முக்கியம். எங்கள் கலாச்சாரம் எங்களுக்கு மிகவும் முக்கியம். இது ஆயிரம் ஆண்டுகள் பழைமையானது. கேரள மக்களைப் போன்றே

அவர்கள் கலாச்சாரம் மிகவும் முக்கியமானது. வங்காளிகளுக்கு, அவர்கள் கலாச்சாரம் மிகவும் முக்கியமானது. ஆகவே, ஒவ்வொரு மாநிலமும் தங்கள் சொந்த வழியைப் பெற்றிருக்கின்றன. நம் நாட்டில் வளர்ச்சி குன்றிய மாநிலங்களும் உண்டு, வளர்ந்த மாநிலங்களும் உண்டு. எனவே எல்லாவற்றிற்கும் நீங்கள் ஒரேமாதிரியான அணுகுமுறையைப் பின்பற்ற முடியாது. இந்த அவை அதற்கேற்ற விதத்தில் பரிசீலனைகளை மேற்கொள்ள வேண்டும்.

பல உறுப்பினர்கள் இங்கே சிறிய மாநிலங்களைக் குறித்து குறிப்பிட்டார்கள். தங்கள் கட்சிகளுக்கு, தங்கள் மாநிலங்கள் குறித்துக் கூற நேரம் ஒதுக்க வேண்டும் என்று கோரினார்கள். அவர்கள் பிரச்சனைகளை முன்வைத்திட அவர்கள் அனுமதிக்கப்பட வேண்டும். நீங்கள் அனுமதிக்காவிட்டால், பின் அவர்கள் இங்கே எதற்காக வந்திருக்கிறார்கள்? எனவே, அவர்களைப் பற்றியும் பரிசீலிக்க வேண்டும் என்று தலைவர் அவர்களைக் கேட்டுக் கொள்கிறேன். அவர்களுக்கு அதிக நேரம் ஒதுக்குங்கள்.

அரசமைப்புச் சட்டத்தை உருவாக்கியவர்கள், இந்த அவையின் முக்கியத்துவத்தைக் குறித்துக் குறிப்பிடுகையில், மக்களவையில் அவசரகதியில் நிறைவேற்றப்படுபவைகூட இந்த அவையில் சரி செய்யப்படக்கூடிய இடமாகும் என்று குறிப்பிட்டிருக்கிறார்கள். அதற்காக நாம் நடவடிக்கைகளைத் தாமதித்திடலாம் என்றும் கூறியிருக்கிறார்கள்.

ஆனால், இங்கே, 'நிதிச்சட்டமுன்வடிவு' என்று கூறி நீங்கள் அனைத்தையும் உந்தித்தள்ளுகிறீர்கள்.

உண்மையில் நாம் அரசமைப்புச்சட்டத்திற்கு முறையான கவுரவத்தைக் கொடுக்கிறோமா? நாம் இந்த அவைக்கு கவுரவத்தைக் கொடுக்கிறோமா? பிரிட்டிஷ் நாடாளுமன்றத்திலிருந்து கற்றுக்கொள்ளுங்கள் என்று ஆளும் கட்சித்தரப்பினரைக் கேட்டுக்கொள்ள விரும்புகிறேன். சில சமயங்களில், பிரிட்டிஷ் நாடாளுமன்றம், ஆளும் கட்சித் தலைவர், எதிர்க்கட்சியுடன் இணைந்துகொண்டு, அரசாங்கத்திற்கு எதிராக வாக்கு அளிக்கிறார். அப்போதுதான் நீங்கள் இந்தக் கருவியைப் பாதுகாக்க முடியும்.

மாநிலங்களில் என்ன நடந்துகொண்டிருக்கிறது என்றே நமக்குத் தெரியவில்லை. மாண்புமிகு உறுப்பினர் திரு. நவநீதகிருஷ்ணன் சரியாகச் சுட்டிக்காட்டியதுபோல, தமிழ்நாடு சட்டமன்றம்,

இரண்டு தடவை 'நீட்' சட்டமுன்வடிவை நிறைவேற்றியிருக்கிறது. ஆனால், அவற்றை நீங்கள் அங்கீகரிக்கவில்லை. நீங்கள் முறையான பதில் கொடுக்க வேண்டும். நீங்கள் அவர்களை இணங்கச்செய்யவேண்டும். ஆனால், நீங்கள் உங்கள் சொந்த வழியில் சென்றுகொண்டிருக்கிறீர்கள். நீங்கள் ஐ.ஏ.எஸ்., ஐ.பி. எஸ். அதிகாரிகளுக்கு இங்கிருந்தே அறிவுரைகளை அளிக்கிறீர்கள். ஏனெனில், அவர்கள் மத்திய அரசாங்கத்தால் நியமிக்கப்பட்டவர்கள். அவர்கள் மாநில அரசாங்கத்தின் கட்டுப்பாட்டின்கீழ் இல்லை. இவை அனைத்தையும் உங்களின் கவனத்திற்குக் கொண்டுவர விரும்புகிறேன்.

மாநிலங்களின் அதிகாரங்களைப் பொறுத்தவரை, திடீரென்று நீங்கள் அனைத்தையும் நீக்குகிறீர்கள். அரசமைப்புச்சட்டத்தின் 370ஆவது பிரிவு நீக்கப்பட்டிருக்கிறது. இப்போது எல்லா மாநிலங்களும் பயந்திருக்கிறது. ஏனெனில், உங்களுக்குப் பெரும்பான்மை இருக்கிறது. நீங்கள் மாநிலத்தின் எந்த அதிகாரத்தையும் வெட்டிச்சுருக்க முடியும். ஏற்கனவே, மாநிலங்களின் அதிகாரங்கள் பஞ்சாயத்துக்களுடன் இணைக்கப்பட்டிருக்கின்றன. தயவுசெய்து நினைவில் வைத்துக்கொள்ளுங்கள். மாநில முதலமைச்சரோ அல்லது மாநில அமைச்சர்களோ அவர்கள் மட்டுமே போலீஸ் பாதுகாப்பு பெறுகிறார்கள். அவர்களுக்கு எந்த அதிகாரமும் கிடையாது. இதுபோன்று நிலைமை தொடர்ந்தால், பின் நீங்கள் ஓர் ஒற்றை ஆட்சி முறையை நோக்கி (unitary system) மாறிக்கொண்டிருக்கிறீர்கள். அவ்வாறு மாறுமானால், இந்த நாடு ஒன்றுபட்டு இருக்க முடியாது. நாடு சிதறுண்டு போகும். இந்த நாடு ஒற்றுமையாக இருக்க வேண்டும் என்று பார்ப்பது நம் கடமை, நம் பொறுப்பு என்று நான் நினைக்கிறேன்.

அடுத்து, மேலும் ஒரு விஷயம் குறித்து உங்களின் கவனத்தை ஈர்க்க விரும்புகிறேன். ஆகஸ்ட் 5 அன்று அரசமைப்புச்சட்டத்தின் 370ஆவது பிரிவை நீக்கியதும், அதுபோன்ற விஷயங்களும் மீண்டும் நடக்கக் கூடாது. அது ஏற்கனவே நடந்துவிட்டது. அதனால் ஏற்பட்ட காயங்கள் இன்னமும் ஆறவில்லை. அதனை நீங்கள் சரிசெய்ய வேண்டும். ஜம்மு மக்கள், காஷ்மீர் மக்கள் இன்னமும் அவதிப்பட்டுக்கொண்டிருக்கிறார்கள். அங்கேயிருந்து வந்துள்ள நம் உறுப்பினர்கள் இங்கே நம் அவைக்கோ அல்லது

மக்களவைக்கோ வரமுடியவில்லை. இது மிகவும் பரிதாபகரமான விஷயமாகும். நாம் '250ஆவது மாநிலங்களவையின் அமர்வு' குறித்து விவாதித்துக்கொண்டிருக்கிறோம். ஆனால் நாம் நம் அரசமைப்புச்சட்டத்திற்கு நீதி வழங்கிடவில்லை. ஆகையால், அதனையும் பரிசீலிக்க வேண்டும் என்று கேட்டுக்கொள்கிறேன். சிறிய கட்சிகளுக்கும் அதிக நேரம் ஒதுக்குங்கள். இது மிகவும் முக்கியமான விஷயம். நேரமும் முக்கியம். சிலசமயங்களில், பேசப்படும் பொருளின் அடிப்படையில், அதிக நேரம் ஒதுக்குங்கள். உறுப்பினர்களின் நேரத்தைச் சுருக்காதீர்கள். ஒரு சிறிய கட்சியின் கருத்துகூட உபயோகமாக இருக்கலாம். பெரிய கட்சியின் கருத்து உபயோகமற்றதாகக்கூட இருக்கலாம். பெரிய கட்சியின் கருத்து, 370ஆவது பிரிவை ரத்து செய்வதற்காக இருந்தது.

நாட்டை ஒற்றுமையாக வைத்திருக்க உதவுங்கள். நாட்டில் உள்ள அனைத்துக் கலாச்சாரங்களையும், அனைத்து மொழிகளையும் கணக்கில் எடுத்துக்கொள்ளுங்கள். இவை அனைத்தையும் பரிசீலனை செய்திடுங்கள்.

18.11.2019

93

குருதாஸ் தாஸ் குப்தா உட்பட மறைந்த உறுப்பினர்களுக்கு அஞ்சலி

மாண்புமிகு தலைவர் அவர்களே,

தோழர் குருதாஸ் தாஸ் குப்தா மறைவு காரணமாக, தொழிற்சங்க இயக்கமும், இடதுசாரி இயக்கமும் மாபெரும் தலைவர் ஒருவரை இழந்துவிட்டது. அதேபோன்று திரு. ராம் ஜேத்மலானி ஓர் அருமையான நபராவார். வயது வித்தியாசம் இருந்தபோதிலும் நான் அவரை அணுகும்போதெல்லாம், அவர் உரியமுறையில் என் ஐயங்களுக்குப் பதிலளிப்பார். திரு.அருண்ஜெட்லியைப் பொறுத்தவரை, அவர் மிக மிக அருமையான நபர். நான் அவர் அழைப்பின்பேரில் மூன்று முறை அவர் இல்லத்திற்குச் சென்றிருக்கிறேன். அவர் தேவைப்படும் முப்பது முதல் நாற்பது மாணவர்களுக்கு உதவி இருக்கிறார் என்பதை நான் அறிவேன். அவர்களில் சிலர் வெளிநாடுகளுக்கும் சென்றிருக்கிறார்கள்.

நாங்கள் அரசியல்ரீதியாகவும், சித்தாந்தரீதியாகவும் வேறுபட்டிருந்தபோதிலும், ஒருநாள் எங்கள் தமிழ் நாளிதழுக்கு விளம்பரத்திற்காக அவரை அணுகியபோது அவர் உடனடியாக உதவினார். அவர் தகவல் தொழில்நுட்ப அமைச்சராக இருந்தவரை எங்கள் நாளேடு விளம்பரங்களைப் பெற்றது. அவருக்குப்பின் வந்தவர் அவற்றை நிறுத்திவிட்டார். அது வேறு கதை. நான் நிச்சயமாக என் மரியாதைகளை இறந்த ஐவருக்கும் உரித்தாக்கிக் கொள்கிறேன்.

18.11.2019

94

கல்வியை மாநிலப் பட்டியலுக்குக் கொண்டுவர வேண்டும்

(மாண்புமிகு உறுப்பினர் திரு. வைகோ அவர்கள், நாட்டின் மாநில அரசுகளின் பட்டியலிலிருந்து பொதுப்பட்டியலுக்கு மாறிய துறைகளை மீண்டும் மாநிலப் பட்டியலுக்குக் கொண்டுவர வேண்டும் என்று வலியுறுத்தி தனிநபர் தீர்மானம் கொண்டுவந்தார். அதன்மீதான விவாதத்தில் பங்கேற்று பேசியதாவது)

நம்முடைய மூத்த உறுப்பினர் திரு.வைகோ மிகவும் முக்கியமான தீர்மானத்தை காலத்தே கொண்டு வந்திருக்கிறார். இதன்மீது சிலர் முழுமையாக ஒத்துப்போகலாம் அல்லது ஒத்துப்போகாமல் இருக்கலாம். அல்லது உறுப்பினர் திரு. ஜெய்ராம் ரமேஷ் போன்று 50:50 ஒத்துப்போகலாம். எனினும் இதன்மீது விவாதம் நடத்தப்பட்டு உருப்படியாக ஏதேனும் செய்தாக வேண்டும். இந்தத் தீர்மானம், அரசின் சார்பில் அதிகாரபூர்வமாகக் கொண்டுவரப்பட்டு நிறைவேற்றப்பட்டால் அது நாட்டிற்கு மிகவும் நலம் பயக்கும்.

இந்தியா பன்முகக் கலாச்சாரங்களுடன் விளங்கும் ஒரு நாடு என்பது இந்தத் தீர்மானத்தில் மிகவும் தெளிவாகக் குறிப்பிடப்பட்டிருக்கிறது. நம் சமூகம் பன்முகத் தன்மையுடன் விளங்குவதால், தேவைகளும் பல்வகைகளில் அமைந்துள்ளன. இந்தியா என்பது பல்வேறு கலாச்சாரங்களையும் பல்வேறு மொழிகளையும் உள்ளடக்கிய ஒரு நாடாகும். எனவே ஒவ்வொருவரும் கற்றிடும் கல்வி, நடத்தை (behavious) மற்றும் ஒவ்வொன்றுமே வித்தியாசமானவைகளாகும்.

ஒரு மதத்தால் நாட்டில் ஒற்றுமையைக் கொண்டு வர முடியாது. மதத்தால் நாட்டில் ஒற்றுமையைக் கொண்டுவர முடியும் என்றால், பின்னர் உலகில் உள்ள அனைத்துக் கிறித்துவ நாடுகளும் ஒரே தேசமாக இருந்திட வேண்டும். அதேபோன்று அனைத்து முஸ்லீம் நாடுகளும் ஒரே தேசமாக இருந்திட வேண்டும்.

நாம் ஒரே தேசத்தைச் சேர்ந்தவர்களாக இருக்கிறோம். ஏனெனில் நம் முன்னோர்கள் விடுதலைப் போராட்ட வீரர்களாக இருந்தது மட்டுமல்ல, அதற்கும் முன்பாக நாடு பல்வேறு பிரிவுகளுடன் இருந்த சமயத்திலேயே, மக்கள் ஒரு பக்கத்திலிருந்து மறு பக்கத்திற்குச் சென்று வந்தார்கள். இமாசலப் பிரதேசத்திலிருந்து, கன்னியாகுமரி வரை மக்கள் போய் வந்து கொண்டிருந்தார்கள்.

என்னுடைய முக்கிய கோரிக்கை, மாநிலங்களுக்கு அதிக அதிகாரங்கள் தேவை என்பதாகும். இது மிகவும் முக்கியமாகும். மாநிலங்களுக்கு அதிக அதிகாரங்கள் தேவை. இது தொடர்பாக நான் 42ஆவது திருத்தத்தைச் சுட்டிக்காட்ட விரும்புகிறேன்.

மாண்புமிகு உறுப்பினர் ஜெய்ராம் ரமேஷ் குறிப்பிட்டதைப் போல, வனங்கள், வன விலங்குகள் மற்றும் பறவைகள் பாதுகாப்பு, கல்வி, எடைகள் மற்றும் அளவைகள் முதலான துறைகள் மாநில அரசுகளின் பட்டியலிலிருந்து பொதுப் பட்டியலுக்கு எடுத்துச் செல்லப்பட்டுவிட்டன.

எடைகள் அளவைகளைக்கூட ஏன் மத்திய அரசு தன் கட்டுப்பாட்டில் எடுத்துக் கொள்ள வேண்டும். இவற்றின் மூலம் உங்களுக்கு அதிகப் பணம் கிடைக்கும். எடைகள் மற்றும் அளவைகள் தானாகவே மாறியிருக்கிறது. இவற்றையெல்லாம் மத்திய அரசு ஏன் தன் கட்டுப்பாட்டில் எடுத்துக்கொள்ள வேண்டும். எடை மிஷின்களை விற்பது தனியார் வேலை.

அடுத்து வனங்கள். மாநிலங்களுக்கு வனங்களின் மீது அக்கறை கிடையாதா? சென்னையிலிருந்த ஒரு ஐ.ஏ.எஸ். அதிகாரி, தில்லிக்கு மாற்றப்படுகிறார். அவர் தமிழ்நாட்டில் உள்ள வனங்களை இங்கிருந்துகொண்டே, தன் கட்டுப்பாட்டில் வைத்திருக்கிறார். இதுபோன்றவை உங்கள் மத்தியப் பட்டியலில் இருக்க வேண்டிய தேவை இல்லை. இவற்றை மாநிலப் பட்டியலுக்கு அனுப்ப முடியும்.

அடுத்து, நான் கல்வியைப் பற்றிப் பேச விரும்புகிறேன். நான், என் குழந்தைகளுக்கு, தமிழ்க் கலாச்சாரத்துடன் கல்வியைக் கற்பித்திட விரும்புகிறேன். எடுத்துக்காட்டாக, கேரள மக்கள் தங்கள் குழந்தைகளுக்கு ஓணம் குறித்துக் கூற விரும்புகிறார்கள். நான், எங்கள் குழந்தைகளுக்குப் பொங்கல் குறித்துக் கூற விரும்புகிறேன். ஆந்திர மக்கள் தங்கள் குழந்தைகளுக்கு,

சங்கராந்தி குறித்துக் கூற விரும்புகிறார்கள். நீங்கள் அறிவியல் மற்றும் கணிதம் குறித்து பாடத் திட்டங்களைத் தாருங்கள். மற்றவற்றை அம்மாநிலத்தில் உள்ளவர்கள் தீர்மானித்துக் கொள்ளட்டும். மற்ற பாடப் பிரிவுக்ளையும் நீங்கள் ஏன் வைத்துக் கொண்டிருக்கிறீர்கள்? இதைத்தான் நான் உங்களிடம் கேட்க விரும்புகிறேன்.

கல்வி மிகவும் முக்கியமான பிரச்சனையாகும். இது ஏராளமான பிரச்சனைகளை உருவாக்கிக் கொண்டிருக்கிறது. நிதி அயோக்கில் உட்கார்ந்துகொண்டு சிலர் எதையோ முன்மொழிந்து கொண்டிருக்கிறார்கள். அவற்றை என்னால் விழுங்கவே முடியவில்லை. உங்கள் நிலையே வேறு. நான் ஒரு சாமானிய, நடைபாதைவாசி. நீங்கள் எப்போதும் பறந்து கொண்டிருக்கிறீர்கள். அப்படியெல்லாம் என்னால் பறக்க முடியாது. எனவேதான் இதுபோன்ற விஷயங்களில் எல்லாம் மாநிலங்களிடமே அதிகாரங்களை வழங்கிட வேண்டும் என்று நாங்கள் விரும்புகிறோம்.

நாடாளுமன்றத்திற்கு பொதுப்பட்டியலிலிருந்து மாநிலப் பட்டியலுக்கும், மாநிலப் பட்டியலிலிருந்து மத்தியப் பட்டியல் அல்லது பொதுப் பட்டியலுக்கும் மாற்றுவதற்கான அதிகாரம் உண்டு. அதனைப் பயன்படுத்திக்கொண்டு மாநிலப் பட்டியலிலிருந்த துறைகளை மீண்டும் மாநிலப் பட்டியலுக்கு மாற்றிட வேண்டும் என்று கேட்டுக் கொள்கிறேன்.

அடுத்து, ஜி.எஸ்.டி. என்னும் பொருள்கள் மற்றும் சேவைகள் வரிச் சட்ட அமலாக்கம் குறித்து அவையின் கவனத்திற்குக் கொண்டு வரவிரும்புகிறேன். இச்சட்டம் கொண்டுவரப்பட்டபோது நாம் அனைவரும் ஆதரித்தோம். வர்த்தகம் பெருகும் என்றும், மூலதனம் வரும் என்றும், புதிய தொழில்கள் வரும் என்றும் அரசுத்தரப்பில் கூறப்பட்டது. ஆனால், என்ன வந்தது? வேலையில்லாத் திண்டாட்டம் மட்டுமே வந்திருக்கிறது. பொதுத்துறை நிறுவனங்கள் விற்கப்பட்டுக் கொண்டிருக்கின்றன. ஜி.எஸ்.டி. உருப்படியாக எந்தப் பலனையும் தந்திடவில்லை. மோடி, குஜராத் முதலமைச்சராக இருந்தபோது ஜி.எஸ்.டி.-யை எதிர்த்தார் என்று நினைக்கிறேன். அவர் சரியானமுறையில்தான் எதிர்த்திருக்கிறார் என்று நான் நினைக்கிறேன்.

அப்போது தமிழ்நாட்டில் முதலமைச்சராக இருந்த ஜெயலலிதா இதனை சரியானமுறையிலேயே எதிர்த்திட்டார். இன்றையதினம்

மாநிலங்கள் மட்டுமல்ல, மத்திய அரசும் கூட உரிய நிதி வருவாய் இல்லாமல் பட்டினி கிடக்கின்றன. நம்மால் போதுமான அளவிற்கு நிதி வருவாயைப் பெற முடியவில்லை. நேற்றையதினம், நான்கைந்து மாநிலங்கள், தங்களுக்கு நிதி தேவை என்று கோரி இருக்கின்றன. அவர்களுக்கு அனுப்ப வேண்டியநிதியை மத்திய அரசு இதுவரை அனுப்பிடவில்லை. ஏனெனில், ஜி.எஸ்.டி. மாநிலங்களுக்கு உடனடி நிவாரணத்தை அளித்திட வில்லை.

நான் அரசமைப்புச் சட்டத்தை மதிக்கிறேன். நம் நிதி ஆணையத்தையும் மதிக்கிறேன். 14ஆவது நிதி ஆணையத்தின் அறிக்கையானது, மாநிலங்களுக்கு நிதி சுயாட்சியை (fiscal autonomy) அதிகரிக்கக்கூடிய விதத்தில் மாற்றங்களைப் பரிந்துரைத்திருக்கிறது. மத்திய வரி வருவாயில் 32 சதவீதத்திலிருந்து 42 சதவீதம் வரையிலும் அளித்திட வேண்டும் என்று பரிந்துரைத்திருக்கிறது. இது வரவேற்கத் தக்கது.

ஆனால் நடந்தது என்ன? மத்திய அரசிடமிருந்து மாநிலங்களுக்கு அளிக்கப்பட்டு வந்த நிதி ஒதுக்கீடுகள் குறைந்திருக்கின்றன. மிகப்பெரிய அளவில் வீழ்ச்சி அடைந்திருக்கின்றன. மாநிலங்கள் நிறைவேற்ற வேண்டிய மத்திய அரசின் திட்டங்களுக்கான நிதி கூட ஒழுங்காக அனுப்பப்படவில்லை.

இவ்வாறு அனைத்து மாநிலங்களுமே அவதிக்குள்ளாகி இருக்கின்றன. அதே சமயத்தில் மத்திய அரசு செஸ் வரி மற்றும் சர்சார்ஜ் வரிகளை கணிசமான அளவிற்கு அதிகரித்துக்கொண்டிருக்கிறது. 13ஆவது நிதி ஆணையத்தின்கீழ் அளிக்கப்பட்ட தொகையைவிட 14ஆவது நிதி ஆணையத்தின்கீழ் அளிக்கப்பட்ட தொகையில் வீழ்ச்சி ஏற்பட்டிருக்கிறது.

இப்போது நாம் 15ஆவது நிதி ஆணையத்திற்காகக் காத்துக் கொண்டிருக்கிறோம். இது தொடர்பாக மத்திய அரசு என்ன செய்யப் போகிறது என்று எனக்குத் தெரியவில்லை. இந்த அரசானது, இந்த நாடு பல மொழிகள் கொண்ட, பல மதங்கள் கொண்ட, பல கலாச்சாரங்கள் கொண்ட நாடு என்பதை மதித்திட வேண்டும். தயவுசெய்து இவற்றை மதித்திடுங்கள். ஒற்றுமை மிகவும் முக்கியம். ஒன்றுபட்ட இந்தியாவுக்காகவே நாம் இருக்கிறோம். வலுவான மாநிலங்களுக்காக, வலுவான நகராட்சிகளுக்காக, வலுவான மாநகராட்சிகளுக்காக, வலுவான

ஊராட்சிகளுக்காக நாம் இருக்கிறோம். இதில் எவ்விதமான மாற்றுக் கருத்துக்கும் இடமில்லை.

தோழர் இ.எம்.எஸ். நம்பூதிரிபாட், கேரள முதலமைச்சராக இருந்தபோது, அவர் திட்டக் கமிஷனுக்கு மாற்று ஆவணம் ஒன்றைச் சமர்ப்பித்திருந்தார். அதனைப் பரிசீலித்திட வேண்டும் என்று கேட்டுக் கொள்கிறேன். மாண்புமிகு உறுப்பினர் திரு.வைகோ மிகச்சரியாகக் குறிப்பிட்டதைப்போல, மேற்கு வங்கத்தில் தோழர் ஜோதிபாசு முதலமைச்சராக இருந்த சமயத்தில் மாநிலங்களுக்கு அதிக அதிகாரங்கள் கோரி மாநிலங்களின் மாநாட்டை நடத்தினார். இவ்வாறு ஒரு மாற்று ஆவணத்தை நாங்கள் மத்திய அரசுக்கு அளித்திருக்கிறோம். இந்தியா ஒற்றுமையுடன் திகழ இடதுசாரிகளும் மிகவும் உண்மையாகவும் நேர்மையாகவும் செயல்பட்டுக்கொண்டிருக்கிறார்கள்.

29.11.2019

95

ஆயுதங்கள் கடத்தப்படுவதைத் தடுத்திடக்கூடிய விதத்தில் காவல்துறை பலப்படுத்தப்பட வேண்டும்

(2019ஆம் ஆண்டு ஆயுதங்கள் (திருத்தச்) சட்டமுன்வடிவின் மீதான விவாதத்தில் கலந்து கொண்டு பேசியதாவது)

சட்டவிரோதமாக ஆயுதங்கள் இந்தியாவிற்குள் கடத்தி வரப்பட்டு, அமோகமான முறையில் சந்தைப்படுத்தப்பட்டு வருவதாக ஊடகங்களில் செய்திகள் அவ்வப்போது வருவது மிகப்பெரிய பிரச்சனையாகும். எவ்வாறு இவர்கள் இந்தியாவிற்குள் ஆயுதங்களைக் கடத்தி வருகிறார்கள்? எப்படி நீங்கள் அதைக் கட்டுப்படுத்தப் போகிறீர்கள்? நாட்டின் எல்லை மாநிலங்களின் வழியாக சிறிய அளவிலான அதிநவீன ஆயுதங்கள் கடத்தி வரப்படுவதாக செய்திகள் வெளியாகிக் கொண்டிருக்கின்றன.

சில மாநிலங்களிலும் சட்டவிரோதமான முறையில் ஆயுதங்கள் உற்பத்தி செய்யப்படுவதாகவும் செய்திகள் வெளியாகி இருக்கின்றன. இவ்வாறு எந்தெந்த மாநிலங்களில் சட்டவிரோதமான முறையில் ஆயுதங்கள் உற்பத்தி செய்யப்படுகின்றன என்று அமைச்சர் அவர்கள் இந்த அவைக்குத் தெரிவிக்க முடியுமா? சட்டவிரோதமான முறையில் தயாரிக்கப்படும் துப்பாக்கிகளை வைத்திருப்பவர்களைவிட உரிமங்கள் பெற்று துப்பாக்கிகள் வைத்திருப்பவர்களின் எண்ணிக்கை சதவீதம் குறைவாகும். சில சட்டவிரோதத் தொழிற்சாலைகள் சிறிய ரக 10-2 துளை துப்பாக்கிகளையும் மற்றும் கைத்துப்பாக்கிகளையும் (rifles) தயாரிப்பதாகவும் கூறப்படுகிறது.

இத்தகைய சட்டவிரோத ஆயுதங்கள் கொள்ளைச் சம்பவங்கள், கடத்தல் சம்பவங்கள் மற்றும் வழிப்பறி சம்பவங்களில் பயன்படுத்தப்படுவதாகக் கூறப்படுகிறது. 4 கோடி பேர்

சொந்தமாகவே துப்பாக்கிகள் வைத்திருப்பதாகவும், இவர்களில் 85 சதவீதத்தினர் உரிமங்கள் பெறாது சட்டவிரோதமான முறையிலேயே ஆயுதங்கள் வைத்திருப்பதாகவும் கூறப்படுகிறது. இவை அனைத்தும் செய்தித்தாள்களில் வெளியானவைகளாகும். நாட்டில் நடைபெறும் கொலைச் சம்பவங்களில் 90 சதவீத சம்பவங்களில் இத்தகைய சட்டவிரோத ஆயுதங்கள்தான் பயன்படுத்தப்படுகின்றன.

அரசாங்கம் இப்போது கொண்டுவந்திருக்கும் திருத்தத்தின் மூலமாக இந்த சட்டவிரோத நடவடிக்கைகளையெல்லாம் எப்படி கட்டுப்படுத்தப்போகிறது?

மேலும், துப்பாக்கி சுடும் போட்டிகளில் கலந்துகொள்பவர்கள், துப்பாக்கிகள் வைத்திருப்பதாகவும், இவர்களைப் போல் பலர் போலிச் சான்றாவணங்களைக் கொண்டு, விளையாட்டுப் போட்டிகளில் பயன்படுத்தும் துப்பாக்கிகள் மட்டும் அல்லாது, சர்வதேச அளவில் விளையாட்டுப் போட்டிகளில் பயன்படுத்தப்படாத துப்பாக்கிகளையும் இறக்குமதி செய்வதாகவும் கூறப்படுகிறது. இத்தகைய சட்டவிரோத இறக்குமதிகளைத் தடை செய்திடவும் நாட்டில் சட்டவிரோதமாக உற்பத்தி செய்யப்படும் ஆயுதங்களையும் தடுத்திட இயலாத விதத்தில்தான் இந்த அரசு இருக்கிறதா என்று அமைச்சர் தெரிவிக்க வேண்டும் என்று கேட்டுக் கொள்கிறேன். இவற்றைத் தடுத்திட எவ்விதமான நடைமுறையை அரசு பின்பற்ற இருக்கிறது? எந்த மார்க்கங்களில் இந்த மாதிரியான சட்டவிரோத ஆயுதங்கள் இந்தியாவிற்குள் கடத்தி வரப்படுகின்றன? இவற்றிற்கு விடை தேவை.

இவ்வாறு சட்டவிரோதமான முறையில் ஆயுதங்கள் கடத்தி வரப்படுவதையும், உள்நாட்டிலேயே ஆயுதங்கள் உற்பத்தி செய்யப்படுவதையும் தடுக்கக்கூடிய விதத்தில் நம் காவல்துறை பலப்படுத்தப்பட வேண்டும். எல்லைக் காவல்படையும், கடலோர எல்லைக் காவல் படையும் பலப்படுத்தப்பட வேண்டும்.

10.12.2019

❍

96

பெண்களின் பாதுகாப்பு குறித்து சட்டங்கள் இயற்றினால் மட்டும் போதுமானதல்ல

(அவசரப் பொது முக்கியத்துவம் வாய்ந்த பிரச்சனைகளை எழுப்பும் நேரத்தில் பேசியதாவது)

பெண்களின் பாதுகாப்பு தொடர்பாக மாண்புமிகு எதிர்க்கட்சித் தலைவர் குலாம் நபி ஆசாத் மற்றும் தி.மு.க. உறுப்பினர் பி. வில்சன் முதலானவர்கள் கூறிய கருத்துகளுடன் ஒத்துப்போகிறேன். நாட்டில் வெளியாகும் அனைத்துப் பத்திரிகைகளும், குறிப்பாக மாநிலங்களில் வெளியாகும் மாநில மொழிப் பத்திரிகைகள், பெண்களுக்கு எதிரான அட்டூழியங்கள் குறித்து ஏராளமாகச் செய்திகளை வெளியிட்டு வருகின்றன. பெண்களைப் போற்றிப் பாதுகாத்திட வேண்டும் என்கிற முறையிலான அறநெறிக் கல்வி இன்றைய தினம் இல்லை.

அடுத்து, இது தொடர்பாக நாம் என்ன சட்டத்தை இயற்றினாலும் அவற்றை அமல்படுத்திட வேண்டிய புலனாய்வு அமைப்புகள் எதையும் முறையாக அமல்படுத்துவதில்லை. அதனால்தான் இதுபோன்ற அட்டூழியங்கள் நடந்து கொண்டிருக்கின்றன. இதுபோன்ற நிகழ்வுகள் நடைபெறும்போது காட்சி ஊடகங்களும், அச்சு ஊடகங்களும் இதனை மேற்கொண்ட கயவர்களுக்கு எதிராக மக்களின் கவனத்தை ஈர்க்கும் விதத்தில் செய்திகளை வெளியிட வேண்டும் என்று கேட்டுக்கொள்கிறேன். இந்த விஷயங்கள் குறித்து தலையங்கங்கள் தீட்ட வேண்டும் என்றும் கேட்டுக் கொள்கிறேன். மக்கள் மத்தியில் அறநெறி மாண்புகளை உயர்த்தக்கூடிய விதத்தில் அவை அமைந்திட வேண்டும். இவ்வாறு ஊடகங்கள் செயல்பட்டால் அது நலம் பயக்கும்.

03.12.2019

97

ஒப்பந்த ஊழியர்களின் ஊதியத்தை வாழ்க்கைச் செலவு குறியீட்டு எண் அடிப்படையில் இணைக்க வலியுறுத்தி!

மாண்புமிகு துணைத் தலைவர் அவர்களே,

(மாநிலங்களவையில் விலைவாசி உயர்வு காரணமாக குறைந்து வரும் உண்மையான கூலியால், அவதிப்படும் ஒப்பந்த ஊழியர்களின் பரிதாப நிலையை தங்கள் கவனத்திற்கு கொண்டு வர விரும்புகிறேன்.

நிரந்தர ஊழியர்களுக்கு சட்டப்படி தர வேண்டிய சலுகைகள் காரணமாக ஏற்படுகிற செலவை குறைக்கவே பொதுத்துறை மற்றும் தனியார்துறைகளில் அணி திரட்டப்படாத ஒப்பந்த ஊழியர்கள் பணிக்கு அமர்த்தப்படுகின்றனர்.

துரதிருஷ்டவசமாக, பெருவாரியான இந்த ஒப்பந்த ஊழியர்களின் கூலி என்பது விலைவாசி உயர்வால் பாதுகாக்கப்படாத நிலை உள்ளது. அணிதிரட்டப்பட்ட துறையில் உள்ள ஊழியர்களுக்கு வாழ்க்கைச் செலவுக்குறியீட்டு எண் ஊதியம் இணைக்கப்பட்டுள்ளது. நமது தேசத்தின் வளர்ச்சிக்கு கணிசமான பங்களிப்பை செய்து வரும் இந்த ஒப்பந்தத் தொழிலாளர்களின் உண்மை ஊதியம் விலைவாசி உயர்வால் குறையாமல் தடுக்கும் வகையில் நடவடிக்கை எடுக்க வேண்டுமென கேட்டுக் கொள்கிறேன்.

எனவே, இந்தப் பெருவாரியான தொழிலாளர்களை பாதுகாத்திட அவர்களது ஊதியத்தை விலைவாசிக் குறியீட்டு எண்ணுடன் இணைக்கத் தகுந்த புதிய சட்டத்தினை இயற்றுவது நாடாளுமன்றத்தின் உடனடிக் கடமை என நான் கருதுகிறேன்.

இந்தச் சட்டம், தொழிலாளர்களின் விலைவாசி உயர்வுக்கேற்ப தகுந்த ஊதிய உயர்வினை அவர்களது நிறுவனத்திடமிருந்து பெற அவர்களுக்கு அதிகாரம் அளிப்பதாக இருந்திடல் வேண்டும்.

ஊதியம் வழங்கும் சட்டத்திற்கு தகுந்த திருத்தங்கள் கொண்டு வந்து அணி திரட்டப்படாத ஒப்பந்த ஊழியர்கள் நிவாரணம் பெற வழிவகை செய்திட தாங்கள் தனிக்கவனம் செலுத்த வேண்டுமென நான் கேட்டுக் கொள்கிறேன்.

○

94

கூடங்குளம் அணு உலைகள் குறித்து விளக்கம் அளிக்க வேண்டும்.

மாண்புமிகு துணைத் தலைவர் அவர்களே,

பொதுவாக மாண்புமிகு பிரதமர் அவர்கள் சுற்றுப்பயணம் போய்விட்டு வந்து சுற்றுப்பயணத்தில் என்ன நடந்தது என்று ஓர் அறிக்கையை அளித்திடுவார். இது பண்டிட் ஜவஹர்லால் நேரு காலத்திலிருந்தே நடைமுறை. பண்டிட் ஜவஹர்லால் இரு அவைகளிலும் உரையாற்றுவது வழக்கம். ஆனால், நம் பிரதமர் இந்த அவையை ஏன் நிராகரிக்கிறார் என்று தெரியவில்லை. அயல்துறை அமைச்சர் விரிவான அறிக்கையை அளித்ததற்காக நன்றி தெரிவித்துக்கொள்கிறேன்.

என்னுடைய கேள்வி, இதனால் நமக்கு வந்த ஆதாயம் என்ன? நாம் எந்த அளவுக்கு முதலீடுகளைப் பெற்றோம்? அதனைத் தெரிந்துகொள்ள வேண்டியது நமக்கு அவசியம். இரண்டாவதாக, ஆசிய நாடுகளுடன் மண்டல ஒருங்கிணைப்பு பொருளாதாரக் கூட்டமைப்பு *(RECP-Regional)* பேச்சுவார்த்தைகளை தொடரப் போகிறீர்களா?

மூன்றாவதாக, கூடங்குளத்தில் மேலும் நான்கு அணு உலைகளை நிறுவ முடிவுசெய்திருக்கிறீர்கள். தமிழ்நாட்டு மக்கள் பயந்துகொண்டிருக்கிறார்கள். எனவே அந்த அணுஉலைகளின் பாதுகாப்பு குறித்து தாங்கள் விளக்கம் அளிக்க வேண்டும்.

28.11.2019

○

99

குடியுரிமைத் திருத்தச் சட்டம் அரசமைப்புச்சட்டத்திற்கு எதிரானது, சட்டவிரோதமானது, அறநெறி பிறழ்ந்தது

மாண்புமிகு தலைவர் அவர்களே, குடியுரிமைத் திருத்தச்சட்டமுன்வடிவானது அரசமைப்புச்சட்டத்தற்கு எதிரானது, சட்டவிரோதமானது, அறநெறிபிறழ்ந்ததாகும். மார்க்சிஸ்ட் கம்யூனிஸ்ட் கட்சியின் சார்பில் இதனை நான் முழுமையாக எதிர்க்கிறேன். இது, கூட்டு நாடாளுமன்றக் குழுவிற்கு அனுப்பப்பட்டிருந்தது. அங்கே இது மூன்றாண்டுகளாக இருந்துவந்தது. இது ஒரு கேலிக்கூத்தாகும். அந்தக்குழுவில் டெரிக் ஓபிரைன் *தொக் உறுப்பினராக* இருந்தார். அந்தக்குழு வங்கத்திற்கோ, திரிபுராவிற்கோ, ஜார்கண்டிற்கோ, ஒடிசாவிற்கோ அல்லது அந்தமானுக்கோ போகவில்லை. எங்கேயும் அக்குழு போகவில்லை.

குடியுரிமைத் திருத்தச் சட்டத்தின் குறிக்கோளாகக் கூறப்பட்டிருப்பது, துன்புறுத்தப்படும் சிறுபான்மையினருக்கு பாதுகாப்பும் அடைக்கலமும் அளிப்பதாகும் என்று கூறியிருப்பது பாராட்டத்தக்கது. ஆனாலும், இந்தச் சட்டமுன்வடிவின் வாசகம், அந்தக் குறிக்கோளை அரித்துவீழ்த்துவது மட்டுமல்ல, இந்திய அரசமைப்புச்சட்டத்தின் பன்முகத் தன்மையையே கிழித்தெறிகிறது. பாதுகாக்கப்படும் இனத்தினர் என்று மிகவும் எச்சரிக்கையுடன் பட்டியலிட்டிருப்பதில் முஸ்லீம்கள் வேண்டும் என்றே விடப்பட்டிருப்பது வெளிப்படையாகவே தெரிகிறது. இது கூறும் செய்தி என்னவென்றால், மதத்தின் அடிப்படையில் முஸ்லீம்களுக்குப் பாகுபாடு காட்ட வேண்டும், விலக்கி வைக்க வேண்டும் மற்றும் அவர்களை இரண்டாம்தர பிரஜைகளாக மாற்றவேண்டும் என்பதேயாகும்.

இதற்கு அரசுத்தரப்பில் கூறப்படும் நியாயம், பிழையானதாகும். பாகிஸ்தான், வங்கதேசம், ஆப்கானிஸ்தானம் ஆகியவை முஸ்லீம்கள் பெரும்பான்மையாக உள்ள நாடுகளாகும். எனவே, இவர்களது வரையறையின்படி அங்கே முஸ்லீம்கள் துன்புறுத்தப்பட முடியாது என்பதாகும். இது தவறு. இது தவறு என்பதை மத்திய உள்துறை அமைச்சர் புரிந்து கொள்ள வேண்டும். பாகிஸ்தானில் வாழும் அகமதியா இனத்தினர் தொடர்ந்து பாகுபாட்டுக்கு உள்ளாக்கப்பட்டும், வன்முறைக்கு ஆளாக்கப்பட்டும் வருகின்றனர். அவர்கள் இங்கே வந்திருக்கிறார்கள். இப்போது நீங்கள் அவர்களையும் விலக்கி வைத்திருக்கிறீர்கள்.

இந்தியாவைச் சுற்றி எண்ணற்ற நாடுகள் இருக்கின்றன. அவை சிறுபான்மையினர் மீது கொடூரமான முறையில் வன்முறையைக் கட்டவிழ்த்துவிட்டிருக்கின்றன. உதாரணமாக, ரோஹிங்கியா முஸ்லீம் சிறுபான்மையினருக்கு எதிராக, அவர்களை பூண்டோடு ஒழித்துக்கட்ட வேண்டும் என்ற விதத்தில் மியான்மரில் வன்முறை வெறியாட்டங்கள் நடந்துள்ளன.

இலங்கையிலும் அதேதான். அது ஒரு புத்தமதத்தின் அடிப்படையிலான நாடு. தயவுசெய்து நினைவு வைத்துக்கொள்ளுங்கள். இலங்கை அரசாங்கம், தமிழர்களை எப்படி நடத்துகிறது? புதிய ஜனாதிபதி அங்கே தேர்ந்தெடுக்கப்பட்டிருக்கும் நிலையில் தமிழர்கள் பிரச்சனை குறித்து விவாதிப்பதற்காக நம் பிரதமரோ அல்லது அயல்துறை அமைச்சரோ ஏன் போகக்கூடாது? அங்கேயுள்ள தமிழர்கள் ஏன் பயந்துகொண்டிருக்க வேண்டும்? தமிழ்நாட்டில் உள்ள 24 மாவட்டங்களில் இலங்கைத் தமிழர்களுக்காக இரண்டாயிரம் முகாம்கள் கடந்த 35 ஆண்டுகளாக இருந்துவருகின்றன. இதன்னியில் ஒடிசாவில் 3,4 முகாம்கள் இருக்கின்றன. அவர்களுக்குப் பேரக்குழந்தைகள் கூட பிறந்துவிட்டன. அங்கேயுள்ள நிலைமைகள் மிகவும் பரிதாபகரமானவை. இன்னமும் அவர்கள் முகாம்களிலேயே வைக்கப்பட்டிருக்கின்றனர். அனைவருக்கும் குடியுரிமை வழங்கப்பட வேண்டும் என்று நாங்கள் விரும்புகிறோம். மக்கள் அவதிப்பட்டுக்கொண்டிருக்கிறார்கள். அதனால்தான் இந்தச் சட்டமுன்வடிவில் என்னுடைய திருத்தமாக, அனைத்து அண்டை நாடுகளையும் சேர்க்க வேண்டும் என்றும், அதில் எந்த மதமும் குறிப்பிடப்படக்கூடாது என்றும் அளித்திருக்கிறேன்.

இந்தக் குடியுரிமைத் திருத்தச் சட்டமுன்வடிவு மதத்தின் அடிப்படையில் இருக்கிறது. இது தெளிவானமுறையில் அரசமைப்புச்சட்டத்திற்கு எதிரானதாகும். மதம் ஒரு நாட்டின் அரசின் அடிப்படையாக எந்த வடிவத்திலும் இருக்க முடியாது.

நீங்கள் வெளிநாடுகளுக்குப் போகும்போது 'யாதும் ஊரே யாவரும் கேளிர்' என்கிறீர்கள். ஆனால், இந்தியாவிற்குள் இருக்கும்போது உங்களை பெரும்பான்மை மதவாதியாகச் சுருக்கிகொள்கிறீர்கள். இது உங்கள் அடிப்படை அரசியல். அது நாட்டையும் நாட்டின் மதச்சார்பின்மை மாண்புகளையும் ஒழித்துக்கட்டிவிடும்.

எஸ்.ஆர்.பொம்மை வழக்கிற்கு உங்கள் கவனத்தைக் கொண்டுவர விரும்புகிறேன். மதச்சார்பின்மை என்பது அரசமைப்புச் சட்டத்தின் அடிப்படைக் கட்டமைப்பின் ஓர் அங்கம் என்று உச்சநீதிமன்றத்தின் அரசமைப்புச்சட்ட அமர்வாயம், எஸ்.ஆர். பொம்மை வழக்கில் தீர்ப்பினை அளித்திருக்கிறது என்பதை உங்கள் கவனத்திற்குக் கொண்டுவர விரும்புகிறேன். "மதச்சார்பின்மை நடவடிக்கைகளுக்குள் மதம் ஆக்கிரமிப்பது கறாராகத் தடை செய்யப்பட வேண்டும்," என்று நீதிமன்றம் தீர்ப்பினை அளித்திருக்கிறது. மேலும், நீதிமன்றம், மதச்சார்பின்மையை உத்தரவாதப்படுத்த வேண்டிய கடமை, சட்டப்படியும், நிர்வாக உத்தரவுப்படியும், அரசுக்கு உண்டு என்றும் அது கூறியிருக்கிறது. ஆட்சியில் ஓர் அங்கமாக மதத்தை அங்கீகரிப்பது தடைசெய்யப்பட வேண்டும் என்று அரசமைப்புச்சட்டம் தெளிவாகக் கூறியிருக்கிறது. இது உச்சநீதிமன்றத்தின் தீர்ப்பு. இந்தத் திருத்தத்தின் மூலம், அரசமைப்புச்சட்டம் தடை செய்துள்ள ஒன்றை செய்ய வேண்டும் என்று அரசு நாடாளுமன்றத்தைக் கட்டாயப்படுத்திக் கொண்டிருக்கிறது.

நிறைவாக, உங்களிடம் ஒரு விஷயத்தைக் கேட்க விரும்புகிறேன். இன்றையதினம், பாகிஸ்தானில், இந்துக்கள் 1.6 சதவீதத்தினர். அதாவது அவர்களின் மொத்த மக்கள்தொகையில் 36 லட்சம் பேர். வங்க தேசம், இந்துக்கள் அதிகமாகவுள்ள மூன்றாவது நாடாகும். இந்தியா, நேபாளத்திற்கு அடுத்து வங்க தேசத்தில் இந்துக்கள் அதிகம் என்பது உலகம் முழுவதும் தெரியும். அந்த நாட்டின் 2015 மக்கள்தொகைக் கணக்கெடுப்பின்படி, அங்கே 1 கோடியே 70 லட்சம் இந்துக்கள் இருக்கிறார்கள்.

இலங்கையில் 25,54,606 இந்துக்கள் இருக்கிறார்கள். இந்தத் திருத்தத்தை நிறைவேற்றியபின்பு, இதைச் சட்டமாக்கியபின்பு, இந்த நாடுகளில் உள்ள சிறுபான்மையினர் விளைவுகள் என்ன மாதிரியாக இருந்திடும்.? இதற்கு யார் பொறுப்பு? இதுவே உங்களிடம் என் கேள்வி. எனவே, இது ஒரு மிகவும் ஆழமான விஷயமாகும். அதனால்தான் மார்க்சிஸ்ட் கம்யூனிஸ்ட் கட்சி இதனை எதிர்க்கிறது.

எல்லோருமே உங்களை சாணக்யா என்று அழைக்கிறார்கள். இதற்கு எண்ணற்ற உதாரணங்கள் மகாபாரதத்திலும், ராமாயணத்திலும் இருக்கின்றன. அவற்றைக் காட்ட நான் விரும்பவில்லை. தமிழிலும் எண்ணற்ற கதைகள் உண்டு. ஆனாலும், முடிவாக, நான் கூறவிரும்புவது, “வினாசகாலே விபரீதி புத்தி” என்று கூறுவார்கள். எனவே, தயவுசெய்து நாட்டை பாழ்படுத்தாதீர்கள். அரசமைப்புச்சட்டத்தைப் பாழ் படுத்தாதீர்கள். இதுவே என் வேண்டுகோள்.

11.12.2019

100

தலித் / பழங்குடியினர் காலிப் பணியிடங்களை நிரப்பிடுக

மாண்புமிகு தலைவர் அவர்களே,

நாடாளுமன்றத்தில் சமர்ப்பிக்கப்பட்டுள்ள பத்து ஐஐடி-க்களின் ஆண்டு அறிக்கைகளிலிருந்து, 2013-14இலிருந்து 2017-18வரையிலுமான காலத்தில், ஆராய்ச்சிப் படிப்பு தொடர்பாக தலித்/பழங்குடியினர்களுக்கான இட ஒதுக்கீடு மிகவும் விரிவான அளவில் கண்டுகொள்ளப்படவில்லை என்று தெரியவருகிறது. இதர 13 ஐஐடி-கள் தங்கள் ஆண்டு அறிக்கைகளில் ஆராய்ச்சிப் படிப்பு குறித்து தனித்தனியே வகைப்படுத்தி தரவு அளித்திடவில்லை.

தலித்துகள் பிரதிநிதித்துவம் 7 முதல் 10 சதவீத அளவிலும், பழங்குடியினர் பிரதிநிதித்துவம் பூஜ்யம் முதல் 1 சதவீத அளவிலும் இருக்கிறது. இது 2006ஆம்ஆண்டு மத்திய கல்வி நிறுவனங்கள் (நுழைவுச்சேர்க்கையில் இடஒதுக்கீடு) சட்டத்திற்கு எதிரானதாகும். அந்தச் சட்டத்தின்படி தலித்துகள், பழங்குடியினர் மற்றும் இதர பிற்படுத்தப்பட்ட வகுப்பினருக்கு முறையே 15 சதவீதம், 7.5 சதவீதம் மற்றும் 27 சதவீதம் வழங்கப்பட வேண்டும். இந்த நிறுவனங்களில் இடஒதுக்கீடுகளை 2008 வாக்கில் அமல்படுத்தத்தொடங்கி, 2014இல் தங்கள் நிறுவனத்தின் குறியீட்டைப் பூர்த்தி செய்திருக்க வேண்டும் என்று இந்தச் சட்டம் கூறுகிறது. ஆயினும் 13 ஆண்டுகளுக்குப்பின்னரும், இந்தச் சட்டத்தின் ஷரத்துக்கள் அமல்படுத்தப்படவில்லை. இது மிகவும் பரிதாபகரமான நிலைமையாகும்.

சமீபத்தில், தேசிய ஜனநாயகக் கூட்டணி அரசாங்கம், தலித்துகள்/பழங்குடியினர்/இதர பிற்படுத்தப்பட்ட வகுப்பினர், மற்றும் பொருளாதார ரீதியில் பின்தங்கிய வகுப்பினர் நேரடியாகத்

தேர்வு செய்யப்படுவதற்காக, 2019, மத்தியக் கல்வி நிறுவனங்கள் (ஆசிரியர் பணி இடஒதுக்கீடு)சட்டம் ஒன்றைக் கொண்டுவந்து நிறைவேற்றி இருக்கிறது.

நாடாளுமன்றத்தில் தரப்பட்டுள்ள தகவல்களின்படி, சமீபத்தில் நாடு முழுதும் ஐஐடி-களில் 6,043 ஆசிரியர் பணியிடங்களில், தலித்துகளுக்கு 2.3 சதவீத அளவிலும், பழங்குடியினருக்கு 0.3 சதவீத அளவிலும் மட்டுமே பணியிடங்கள் நிரப்பப்பட்டிருக்கின்றன. இந்தச் சட்டத்தைக் கறாராக அமல்படுத்தாது, ஆசிரியர் பணியிடங்களுக்காக புதிய சட்டம் கொண்டுவருவதில் அர்த்தம் ஏதும் இல்லை. மத்திய மனிதவள வளர்ச்சித்துறை அமைச்சகம் உடனடியாகத் தலையிட்டு, 2006ஆம் ஆண்டு சட்டத்தைக் கறாராக அமல்படுத்த வேண்டும் என்று கேட்டுக்கொள்கிறேன்.

12.12.2019

101

வேலையில்லாதவர்களுக்கு ஊதியம் வழங்க வேண்டும்

(பட்ஜெட் மீதான விவாதத்தில் பேசியதாவது)

நிதியமைச்சரின் நீண்ட உரை சமூகத்தின் எந்தப் பிரிவினர் மத்தியிலும் நம்பிக்கையை உருவாக்கிடவில்லை. பட்ஜெட்டால் நான் மிகவும் விரக்தி அடைந்திருக்கிறேன். பட்ஜெட்டில் விவசாயம், வேலைவாய்ப்பின்மை, உற்பத்தித் தொழில்கள், கல்வி, சுகாதாரம் என எதன் மீதும் துல்லியமான நடவடிக்கைகள் எதுவும் இல்லை.

பொருளாதார மந்த நிலை நீடித்துக் கொண்டிருக்கிறது. என்ன காரணம்? இது தொடர்பாக ஓர் வெள்ளை அறிக்கை அரசாங்கம் சமர்ப்பித்திடுமா? இதுகுறித்து வெறுமனே பேசிக்கொண்டிருப்பதற்குப் பதிலாக பொருளாதார மந்தம் ஏன் என்பது குறித்து அரசாங்கம் வெள்ளை அறிக்கை ஒன்றை ஏன் சமர்ப்பித்திடக் கூடாது?

ஆட்சியாளர்களின் பணமதிப்பிழப்பு நடவடிக்கை பொருளாதாரத்தைச் சூறையாடிவிட்டது. இதை நீங்கள் ஒப்புக்கொள்கிறீர்களோ, இல்லையோ எனக்குத் தெரியாது. இது தொடர்பாக இந்த அரசாங்கம் தவறிழைத்துவிட்டது என்பதை வெளிப்படையாக ஒப்புக்கொள்ள வேண்டும். நுண்ணிய, சிறிய மற்றும் நடுத்தரத் தொழில்கள், ரியல் எஸ்டேட் வர்த்தகம் என அனைத்தும் அழிந்துவிட்டன. ஜிஎஸ்டி அமலபடுத்தும் விதமும் பொருளாதாரத்தின் மீது மேலும் தாக்குதலைத் தொடுத்துள்ளது.

வருமான வரி

வருமான வரி விதிப்பில் புதிய முறையை அறிமுகப்படுத்தி இருக்கிறீர்கள். புதிய முறையும், பழைய முறையும் தொடரும் என்றும் தெரிவித்திருக்கிறீர்கள். நான் அரசு ஊழியர்கள் பலரிடம் இதுகுறித்து விசாரித்தேன். யாருமே சந்தோஷமாக இல்லை. பழைய முறையே தேவலாம் என்கிறார்கள். புதிய முறையின் கீழ் அவர்களால் முதலீடு செய்ய முடியாது. மக்களின் சேமிப்பு உங்களுக்குத் தேவையில்லை. அவர்கள் பணத்தைச் செலவு செய்ய வேண்டும் என்று நீங்கள் விரும்புகிறீர்கள். ஆனால் மக்களின் மனநிலை, எதிர்காலத்திற்காகச் சேமிக்க வேண்டும் என்பதேயாகும். எனவே உங்கள் புதிய முறை வேலை செய்யப் போவதில்லை.

மகாத்மா காந்தி தேசிய கிராமப்புற வேலைவாய்ப்புச் சட்டம்

மகாத்மா காந்தி தேசிய கிராமப்புற வேலைவாய்ப்புச் சட்டத்திற்கு, திருத்திய மதிப்பீடுகளின்படி பட்ஜெட் ஒதுக்கீட்டை 7 ஆயிரம் கோடி ரூபாயிலிருந்து 6,500 கோடி ரூபாயாகக் குறைத்திருக்கிறீர்கள். எனவே, இது சாமானிய மக்களுக்கு, கிராமத்தினருக்கு, உதவப் போவதில்லை. “இந்த பட்ஜெட்டானது கிராமப்புற மக்களின் வருமானத்தைப் பெருக்கி, அவர்களின் வாங்கும் சக்தியை அதிகரித்திடும்,” என்று கூறியிருக்கிறீர்கள். எப்படி அவர்களின் வருமானத்தைப் பெருக்கப் போகிறீர்கள், என்று எனக்குத் தெரியவில்லை. உண்மையில் நீங்கள் கார்ப்பரேட் துறையினரின் வருமானத்தை மட்டுமே பெருக்கிக் கொண்டிருக்கிறீர்கள். சமூகத்தின் அனைத்துப் பிரிவினருமே, குறிப்பாக கிராமப்புற மக்கள், கடந்த 17 ஆண்டுகளாக முதலீட்டில் மிகவும் குறைவான வளர்ச்சி காரணமாக, அவதிக்கு உள்ளாகி இருக்கிறார்கள்.

மொத்த உள்நாட்டு உற்பத்தி நிதியாண்டின் ஒவ்வொரு காலாண்டிலும் சுருங்கி இருக்கிறது. நாம் 5 டிரில்லியன் டாலர் பொருளாதாரத்தை எட்ட வேண்டும் என்று விரும்பினால் அதற்கு அடுத்த ஐந்தாண்டுகளில் மொத்த உள்நாட்டு உற்பத்தியில் 14.4 சதவீதத்தை எட்ட வேண்டும் என்பது பொருளாகும். அவ்வாறு அதனை நாம் எய்திட முடியுமா என்பதை நிதி அமைச்சர் அவர்கள் பதில் அளிக்கும்போது, தெரிவித்திட வேண்டும்.

வேலையில்லாதவர்களுக்கு ஊதியம் வழங்கு

இந்தியப் பொருளாதாரத்தைக் கண்காணிப்பதற்கான மையம் *(CMIE-Centre for Monitoring Indian Economy)* வெளியிட்டுள்ள தரவின்படி, இந்தியாவில் 2019 அக்டோபரில் வேலையின்மை 8.3 சதவீதம் அதிகரித்திருக்கிறது. இது கடந்த 45 ஆண்டுகளில் உச்சமானதாகும். 2014இல் நீங்கள் ஆண்டுக்கு 2 கோடி பேருக்கு வேலைகளை உருவாக்குவோம் என்று உறுதிமொழி அளித்திருந்தீர்கள். இப்போது 2019இல் அதுபோன்று எதையும் நீங்கள் குறிப்பிடவில்லை. இப்போது உங்கள் நிகழ்ச்சிநிரலே வேறு. உங்களால் இரண்டு கோடி வேலைகளை உருவாக்க முடியாது. ஆனாலும், வேலையில்லாதோருக்கு வேலையில்லா ஊதியம் வழங்க வேண்டும் என்று நான் கேட்டுக்கொள்கிறேன். நாட்டில் 4 கோடி பேர், மொத்த மக்கள்தொகையில் 8.3 சதவீதத்தினர் வேலையின்றி இருக்கிறார்கள். அவர்களால் எப்படி வாழ முடியும்? அவர்களுக்கு ஏதாவது தேவை என்றால் அவர்கள் என்ன செய்வார்கள்? அவர்களில் பொறியாளர்கள் இருக்கிறார்கள், பட்டயப் பொறியாளர்கள் இருக்கிறார்கள், ஆராய்ச்சிப்படிப்பை முடித்தவர்கள் (பிஎச்டி) இருக்கிறார்கள். இவர்கள் மட்டுமல்லாது +2 மற்றும் பத்தாம் வகுப்பு தேர்ச்சி அடைந்தவர்கள் இருக்கிறார்கள். இவர்கள் அனைவருக்கும் வேலையில்லா கால ஊதியம் வழங்க வேண்டும் என்று கேட்டுக்கொள்கிறேன். இது உங்களுக்கு புதிதாக இருக்கலாம். ஆனால், இவ்வாறு வேலையில்லா பொறியாளர்கள், பட்டயப் பொறியாளர்கள், ஆசிரியர்கள் வேலையில்லாமல் அவதிப்பட்டுக் கொண்டிருக்கிறார்கள். எனவே, அவர்களுக்கு வேலைகிடைக்கும் வரை இவ்வாறு வேலையில்லா கால ஊதியம் வழங்க வேண்டும். வேலையில்லா கால ஊதியம் அவர்களுக்கு வேலையில்லா காலத்தில் சற்றே மூச்சுவிட அனுமதித்திடும். இதனை இந்த அவை ஆதரிக்கும் என நம்புகிறேன்.

நீங்கள் வேலைவாய்ப்பை உருவாக்காமல், தொழில்களின் மூடுவிழாக்களை உருவாக்கிக் கொண்டிருக்கிறீர்கள். புதிய வேலைகளே இல்லை. கிராமப்புறச் சந்தை சுருங்கியிருக்கிறது. நீங்கள் கடலை மிட்டாய்க்குக் கூட ஜி.எஸ்.டி.வரி விதித்திருக்கிறீர்கள்.

பொருளாதார வளர்ச்சி ஏற்படும் வரை வேலையில்லாதோர் காத்திருக்கட்டும் என்று நீங்கள் கூறலாம். என்னை மன்னிக்கவும்.

அவர்களால் அதுவரை காத்துக்கொண்டிருக்க முடியாது. அவர்கள் தற்கொலை செய்து கொள்வார்கள்.

வேளாண்மை

வேளாண்மை குறித்துக் கூறியிருக்கிறீர்கள். காவிரிப் பாசனப் பகுதி மாவட்டங்கள் குறித்து நாங்கள் மிகவும் சங்கடத்திற்கு ஆளாகி இருக்கிறோம். கர்நாடக அரசு, காவேரியின் குறுக்கே அணைகள் கட்டிக்கொண்டிருக்கிறது. எண்ணெய் தோண்டும் வேலைகளை விவசாயிகள் எதிர்த்துக்கொண்டிருக்கிறார்கள். மத்திய அரசு, மாநில அரசு மற்றும் விவசாய சங்கங்களுடன் 16 அம்சக் கோரிக்கைகள் குறித்து பேச்சுவார்த்தை நடத்தியதா என்று எனக்குத் தெரியவில்லை.

வங்கிசாரா நிதிநிறுவனங்கள் தாங்கள் அளித்திடும் கடன் தொகைகளுக்கு 22 சதவீதம் வட்டி வசூலிக்கின்றன. ஓர் ஏக்கர் நிலம் வைத்திருப்பவர்கள் விவசாயத்திற்கும், விவசாயத் தொழிலாளர்களுக்கும் செலவு செய்தபின்னர், கடன் பெற்ற நிறுவனங்களுக்கு 22 சதவீத வட்டியை அளிப்பது சாத்தியமில்லை. எனவே, அவர்கள் இதிலிருந்து நிவாரணம் வேண்டும் என்று கோருகிறார்கள்.

உணவு மானியங்களுக்கான செலவினத்தை 8.5 சதவீதம் வரை குறைத்திருக்கிறீர்கள்.

பி.பி.சி.எல் நிறுவனம் மற்றும் எல்.ஐ.சி.நிறுவனங்களை ஒழித்துக்கட்ட விரும்புகிறீர்கள். நாடாளுமன்றத்தில் எல்ஐசி சட்டம் கொண்டுவரப்பட்டு, இன்சூரன்ஸ் நிறுவனங்கள் தேசியமயமாக்கப்பட்டு, எல்.ஐ.சி., 1956இல் நிறுவப்பட்டது. அதன் மூலம் நாட்டில் இயங்கிக் கொண்டிருந்த 245 இன்சூரன்ஸ் நிறுவனங்கள் மற்றும் சேம நல நிதி சொசைட்டிகள் ஒருங்கிணைக்கப்பட்டு, அரசுக்குச் சொந்தமான ஆயுள் இன்சூரன்ஸ் கழகம் உருவானது. 2019இல், அதன் நிதியின் மொத்த மதிப்பு 28.3 டிரில்லியன் ஆகும். 2018-19ஆம் ஆண்டில் விற்றுள்ள பாலிசிகளின் மொத்த மதிப்பு 21.4 மில்லியன் ரூபாய் ஆகும். எல்ஐசி 2018-19இல் மட்டும் 26 மில்லியன் பாலிசிதாரர்களுக்கு பணம் கொடுத்துள்ளது. இதனிடம் 290 மில்லியன் பாலிசிதாரர்கள் இருக்கிறார்கள். இந்தப் பாலிசிதாரர்கள் அனைவரும்,

எல்.ஐ.சி.யைத் தனியாருக்குத் தாரை வார்த்திட நீங்கள் எடுத்திருக்கும் முடிவை ஏற்கவில்லை. எல்ஐசி ஊழியர்கள் ஏற்கனவே உங்களின் இந்த முடிவிற்கு எதிராக ஒருநாள் வேலைநிறுத்தத்தில் ஈடுபட்டிருக்கிறார்கள்.

எல்.ஐ.சி.யைத் தனியாருக்குத் தாரை வார்க்க ஏன் விரும்புகிறீர்கள்? அரசாங்கம் மேற்கொண்ட அனைத்து ஐந்தாண்டுத் திட்டங்களுக்கும் அவர்கள் நிதி அளித்திருக்கிறார்கள். இதுதொடர்பாக எண்ணற்ற தரவுகள் என்னிடம் இருக்கின்றன. 1992-97இல் அவர்கள் 56,097 கோடி ரூபாய் கொடுத்திருக்கிறார்கள். ஒவ்வொரு ஐந்தாண்டுத் திட்டத்திற்கும் எல்.ஐ.சி., அரசாங்கத்திற்கு இவ்வாறு வாரி வழங்கியிருக்கிறது. அப்படி இருந்தும் நீங்கள் ஏன் எல்ஐசி-யைத் தனியாருக்குத் தாரை வார்க்க விரும்புகிறீர்கள்?

இதேபோன்று பிபிசிஎல் நிறுவனத்தையும் விற்க விரும்புகிறீர்கள்.

பண்டிட் ஜவஹர்லால் நேருவை உங்களுக்குப் பிடிக்காதிருக்கலாம். அதனால்தான், அவர் உருவாக்கிய எல்ஐசி-யை, அல்லது பி.பி.சி.எல். நிறுவனத்தை ஒழித்துக்கட்ட விரும்புகிறீர்களோ என்று நான் புரிந்துகொள்கிறேன். உங்களின் முடிவினை எதிர்த்து, பி.பி.சி.எல். ஊழியர்கள் இரண்டு நாள் வேலைநிறுத்தத்தில் ஈடுபட்டார்கள். இவற்றையெல்லாம் நீங்கள் மறுபரிசீலனை செய்ய வேண்டும் என்று கேட்டுக்கொள்கிறேன். எல்.ஐ.சி.-யைத் தனியாரிடம் தராதீர்கள். பி.பி.சி.எல்-ஐப் பொறுத்தவரை அரசாங்கம், ஏற்கனவே ரஷ்யர்களுடன் பேச்சுவார்த்தை நடத்தி இருக்கிறது என்று செய்தித்தாள்களில் செய்திகள் வெளிவந்திருக்கின்றன.

அதேபோன்று கல்வி மற்றும் சுகாதாரத்திற்கும் போதுமான ஒதுக்கீடு இல்லை. தலித்துகளைப் பொறுத்தவரை, மொத்த மக்கள்தொகையில் அவர்களின் சதவீதம் 16.6 சதவீதமாகும். அவர்களின் மக்கள் தொகைக்கேற்ப பட்ஜெட் ஒதுக்கீடு செய்யப்பட்டிருக்க வேண்டும் என்றால் சுமார் 5.05 லட்சம் கோடி ரூபாய் ஒதுக்கீடு செய்திருக்க வேண்டும். ஆனால் வெறுமனே 83 ஆயிரம் கோடி ரூபாய்தான் ஒதுக்கீடு செய்யப்பட்டிருக்கிறது.

அதேபோன்று, பழங்குடியினர் மொத்த மக்கள்தொகையில் 8.6 சதவீதமாகும். ஆனால் அவர்களுக்கு பட்ஜெட்டில் 1.76 சதவீத

அளவிற்குத்தான் ஒதுக்கீடு செய்யப்பட்டிருக்கிறது. இந்த ஒதுக்கீடுகளை அதிகப்படுத்த வேண்டும் என்று கேட்டுக்கொள்கிறேன்.

தலித்துகள்/பழங்குடியினர்/இதர பிற்படுத்தப்பட்ட மக்கள் தொடர்பாக வெளிவந்துள்ள உச்சநீதிமன்றத்தின் தீர்ப்பு குறித்து அமைச்சர் தன் கருத்தைக் கூறியிருக்கிறார்.

அவர்கள் பாதுகாக்கப்பட வேண்டும். அவர்களுக்கு அரசாங்கத்துறைகளில் உரிய பிரதிநிதித்துவம் இல்லையென்றால், அவர்களின் வாழ்நிலையில் மாற்றங்கள் ஏற்படாது. பொதுத்துறை நிறுவனங்கள் எதிலும் தலித்/பழங்குடியினர்/இதர பிற்படுத்தப்பட்ட வகுப்பினரைச் சேர்ந்த ஒரு தலைவரைக் கூட பார்க்க முடியாது. இதர சாதிகளைச் சேர்ந்தவர்களால்தான் இப்பதவிகள் ஆக்கிரமிக்கப்பட்டிருக்கின்றன.

எனவே, வேலையில்லாதவர்களுக்கு ஊதியம் வழங்க வேண்டும், மகாத்மா காந்தி தேசிய கிராமப்புற வேலைவாய்ப்புத்திட்டத்தின் கீழ் நிதி ஒதுக்கீட்டை அதிகரித்திட வேண்டும், என்று நிதி அமைச்சர் அவர்களைக் கேட்டுக்கொள்கிறேன். இவற்றைச் செய்வதன் மூலம், ஓரளவுக்கு அவர்களுக்கு நிவாரணம் கிடைக்கும்.

10.02.2020

கடிதங்கள்

1

செங்கல்பட்டில் இயங்கிவரும் `ஹிந்துஸ்தான் பயோடெக்' நிறுவனத்தை பாதுகாத்திடுக

(செங்கல்பட்டில் இயங்கிவரும் `ஹிந்துஸ்தான் பயோடெக்' நிறுவனத்தை பாதுகாத்திடவேண்டுமென வலியுறுத்தி பிரதமர் நரேந்திர மோடி அவர்களையும், சுகாதாரத்துறை அமைச்சர் ஹர்ஷ்வர்த்தன் ஆகியோரை நேரில் சந்தித்து மனு அளித்து வலியுறுத்தியுள்ளார். அம்மனுவின் மொழியாக்கம் கீழே தரப்பட்டுள்ளது)

தமிழ்நாட்டில் செங்கல்பட்டில் செயல்பட்டு வரும் தடுப்பூசி மருந்துகளைத் தயாரிக்கும் அரசு பொதுத்துறை நிறுவனமான `ஹிந்துஸ்தான் பயோடெக் நிறுவனம் தற்போது மூடப்படும் நிலையில் உள்ளது. கடந்த பிப்ரவரி 27 அன்று நான் அந்த நிறுவனத்திற்கு நேரில் சென்று ஆய்வு மேற்கொண்டதோடு, இந்நிறுவனத்தின் தற்போதைய நிலை குறித்து தலைமைச் செயல் அதிகாரி உள்ளிட்ட நிர்வாகம் தொடர்பான உயரதிகாரிகளையும் மற்றும் தொழில்நுட்பம் சாந்த ஊழியர்களையும் சந்தித்து, அவர்கள் மூலம் பெறப்பட்ட விபரங்களை தங்களின் மேலான கவனத்திற்கு கொண்டு வர விரும்புகிறேன்.

தேசிய முக்கியத்துவம் வாய்ந்த திட்டங்களில் ஒன்றாக துவங்கப்பட்ட இந்நிறுவனத்தில் தடுப்பூசி மருந்துகள் உற்பத்தி என்பது தற்போது நிறுத்தப்பட்டுள்ளதோடு, நிறுவனத்தின் உற்பத்தி பிரிவுகள் மிகவும் பழுதடைந்த நிலையில் உள்ளது. இந்நிறுவனத்தைப் புனரமைத்து உற்பத்தியை துவங்கிட உடனடியாக தற்போது ரூ.565 கோடி நிதி தேவையாக உள்ளது. அதிலும் கூட ரூ.300 கோடி வங்கிகளில் இருந்து பெறப்பட்ட கடனுக்கான நிலுவையை கட்டுவதற்கான தேவை எனவும் மதிப்பிடப்பட்டுள்ளது. ஏற்கனவே ரூ.594 கோடி செலவில் சுமார் 100 ஏக்கர் பரப்பளவில் நன்கு திட்டமிடப்பட்டுள்ள கட்டிடங்களை கொண்டுள்ளதோடு, பல்வேறு தடுப்பூசி மருந்துகளின் உற்பத்திக்கு தேவையான நவீன உபகரணங்களும் வாங்கி நிர்மாணிக்கப்பட்டுள்ளன. உலகத்தரத்தில் உற்பத்தியை

மேற்கொள்ளவும், ஆராய்ச்சிகளை மேற்கொள்ளும் வகையிலுமானதொரு ஒருங்கிணைந்த தடுப்பூசி மருந்துகள் தயாரிப்பு வளாகமாகவும் இது உள்ளது..

இத்தகைய அம்சங்களோடு உருவாக்கப்பட்டுள்ள இந்நிறுவனம் தற்போது கடுமையான நிதி நெருக்கடியில் உள்ளது. கடந்த ஏழு மாதங்களாக ஊழியர்களுக்கு ஊதியம் வழங்க முடியாத நிலையிலும், மேலும் மின்கட்டணம், குடிநீர் கட்டணம் உள்ளிட்டவைகளை கூட செலுத்த முடியாத நிலையிலும் உள்ளது. உடனடியாக புனரமைப்புப் பணிகளை மேற்கொள்ளவும், ஊழியர்களுக்கு ஊதிய நிலுவை வழங்கவும் ரூபாய் 2 கோடி தேவை என அரசிடம் ஏற்கனவே கோரப்பட்டுள்ளதோடு நிதி ஆயோக் கவனத்திற்கும் கொண்டு செல்லப்பட்டிருக்கிறது. ஆனால், அரசு இந்நிறுவனத்தை புனரமைப்பதற்கான முயற்சிகளை மேற்கொள்வதற்கு பதிலாக ஏதேனும் ஒரு தனியார் நிறுவனத்திடம் ஒப்படைப்பதற்கான முயற்சிகள் நடப்பதாக சொல்லப்படுகிறது.

இன்று உலகம் முழுவதிலும் பல்வேறு நாடுகளில் தொற்று நோய் உள்ளிட்ட பல்வேறு பருவங்களில் வரும் நோய்களிலிருந்து மக்களைப் பாதுகாப்பதற்கான தடுப்பூசி மருந்துகளை அரசாங்கத்திற்கு சொந்தமான பொதுத்துறை நிறுவனங்கள்தான் தயாரித்து அளிக்கின்றன. மேலும், அரசாங்க நிறுவனங்கள் தான் மிகவும் குறைந்த விலையில் இத்தகைய மருந்துகளை அளிக்க முடியும். எனவே, அந்த வகையில் மக்களின் பொதுசுகாதாரத்தைப் பாதுகாப்பது என்பது நமது அரசின் சமூகக் கடமை என்பதாகத்தான் இப்பிரச்னையும் பார்க்கப்பட வேண்டும் எனவும் கேட்டுக் கொள்கிறேன்.

ஏழைகள் மற்றும் வறுமைக் கோட்டிற்குக் கீழே வாழும் கோடிக்கணக்கான மக்களை கொண்டுள்ள நமது நாட்டில் மக்களுக்கு தேவையான தடுப்பூசி மருந்துகளை மிகக்குறைந்த விலையில் அளித்தால் தான் மக்களுக்கு பயனளிக்கும். இத்தகைய அத்தியாவசிய தடுப்பூசி மருந்துகளின் உற்பத்தி தனியாரின் கைகளுக்கு சென்று விட்டால் ஏழை மக்களுக்கு அது எட்டாக்கனியாகிவிடும். எனவே தேசத்தின் சுகாதாரத்தையும், மக்களின் நல்வாழ்வையும் கணக்கில் கொண்டு செங்கல்பட்டில் இயங்கிவரும் 'ஹிந்துஸ்தான் பயோடெக் நிறுவனத்தை உடனடியாக புனரமைக்கவும், மருந்து உற்பத்தியை துவக்கவும் தேவையான நிதியை அளித்து உதவிட வேண்டுமென கேட்டுக் கொள்கிறேன்.

○

2

தமிழ்நாடு மருத்துவம் மற்றும் பல்மருத்துவக் கல்லூரிகளில் சேர்வதற்கான சட்டங்கள் குறித்து

(2017ஆம் ஆண்டு தமிழக சட்டமன்றத்தில் நிறை வேற்றப்பட்ட தமிழ்நாடு மருத்துவம் மற்றும் பல் மருத்துவக் கல்லூரிகளில் இளநிலை மற்றும் முதுநிலை வகுப்புகளில் சேர்வதற்கான சட்டங்களை உரிய பரிந்துரைகளுடன் குடியரசுத் தலைவருக்கு அனுப்பி வைத்திடுமாறு, பிரதமர் மோடிக்குக் கடிதம் எழுதியுள்ளார். அந்தக் கடிதத்தில் கோரியிருப்பதாவது:)

தமிழ்நாட்டில் மருத்துவக் கல்லூரிகளில் படிக்கும் மாணவர்களின் எதிர்காலம் பாதிக்கப்படக்கூடாது என்ற குறிக் கோளுடன் மருத்துவம் மற்றும் பல்மருத்துவம் இளநிலை மற்றும் முதுநிலை படிக்கும் மாணவர்களின் அனுமதியைத் தக்க வைக்கவேண்டும் என்பதற்காக தமிழ்நாடு அரசாங்கம் இரு சட்டமுன்வடிவுகளை நிறைவேற்றி இருக்கிறது. நீட் தேர்வின்கீழ் தேர்ந்தெடுக்கப்படும்போது, மாணவர்கள் பிளஸ்2 தேர்வில் – அது மாநில அரசின் பாடத்திட்டமாக இருந்தாலும் சரி அல்லது மத்திய அரசின் பாடத்திட்டமாக இருந்தாலும் சரி – எடுத்த மதிப்பெண்களை முழுமையாகக் கண்டுகொள்ளப்படவில்லை. நீட் தேர்வில் எடுத்த மதிப்பெண் மட்டுமே சேர்க் கைக்கு பரிசீலனைக்கு எடுத்துக் கொள்ளப்படுகிறது. இந்த நடைமுறை இரண்டு ஆண்டு காலம் மிகவும் நல்ல மதிப்பெண்கள் வாங்கவேண்டும் என்று மிகவும் கடுமையாக உழைத்திட்ட மாணவர்களுக்கு விரக்தியை ஏற்படுத்திடும். இளம் தலைமுறையினரின் மத்தியில் இந்த முறை கடும் பாதிப்புகளை ஏற்படுத்தும் என்பதால் இதில் தாங்கள் தலையிட வேண்டும் என்று கேட்டுக் கொள்கிறேன்.

எனினும், தமிழ்நாடு சட்டமன்றத்தில் நிறைவேற்றப்பட்ட இரு சட்டமுன்வடிவுகளும் மத்திய உள்துறை அமைச்சகத்தில் நிலுவையில் இருப்பதாகவும், அது இதுநாள்வரை உரிய

பரிந்துரையுடன் குடியரசுத் தலைவருக்கு ஏற்பளிப்புக்காக அனுப்பப்படவில்லை என்றும் என் கவனத்திற்குக் கொண்டுவரப்பட்டிருக்கிறது. குடியரசுத் தலைவரின் ஏற்பளிப்புக்காக சாதகமான பரிந்துரையுடன் மேற்படி இரு சட்டமுன்வடிவுகளையும் உள்துறை அமைச்சகம் அனுப்பிவைத்திட தாங்கள் வலியுறுத்தவேண்டும் என்று கேட்டுக் கொள்கிறேன்.

இந்த விவகாரத்தில் ஒரு சாதகமான முடிவினைத் தாங்கள் மேற்கொள்ள வேண்டும் என்பதற்காக, இது தொடர்பாகவுள்ள சில அரசமைப்புச் சட்ட தீர்வுகளையும், நீதிமன்றத்தின் தீர்ப்புகளையும், சமூக நீதியின் கொள்கைகளையும், தங்கள் கவனத்திற்கு கொண்டுவருகிறேன்.

1) 1951ஆம் ஆண்டு அரசமைப்புச் சட்ட (முதலாவது திருத்த) சட்டமுன்வடிவின்கீழ் உள்ள குறிக் கோள்களும், காரணங்களும் என்பதன் கீழ் பின்வருமாறு கூறப்பட்டிருக்கிறது.

"அரசமைப்புச் சட்டம் செயல்படுத்தப்பட்ட கடந்த பதினைந்து மாதங்களில், அடிப்படை உரிமைகள் தொடர்பாக வெளிவந்துள்ள நீதித்துறையின் முடிவுகள் சில சிரமங்களை வெளிச்சத்திற்குக் கொண்டு வந்திருக்கின்றன."

"அரசின் கொள்கையின் வழிகாட்டும் நெறிமுறையின்கீழ் உள்ள 46ஆவது பிரிவில், அரசு, சிறப்புக் கவனம் எடுத்து மக்களில் நலிவடைந்த பிரிவினரின் கல்வி மற்றும் பொருளாதார நலன்களை மேம்படுத்திட வேண்டும் என்றும், சமூக அநீதியிலிருந்து அவர்களைப் பாதுகாத்திட வேண்டும் என்றும் வரையறுத்திருக்கிறது. அதற்காக, அரசு ஏதேனும் பிற்படுத்தப்பட்ட நிலையிலுள்ள குடிமகன்களை மேம்படுத்துவதற்காக அவர்களின் கல்வி, பொருளாதாரம் அல்லது சமூக முன்னேற்றத்திற்காக சிறப்பு சட்ட விதிளைக் கொண்டுவந்தால் அது பாகுபாடாக இருப்பதாகக்கூறி எதிர்க்காமல் இருந்திடலாம். இதற்காக அரசமைப்புச் சட்டத்தின் 15(3)ஆவது பிரிவு உரியமுறையில் விரிவாக்கப்பட வேண்டும் என்று முன்மொழியப்படுகிறது."

2) மேலும், (2017 தமிழ்நாடு அரசாங்கத்தின் சட்டத்தின் மீது, மெட்ராஸ் உயர்நீதிமன்றத்தின் 2017 ஏப்ரல் 27ஆம் நாளிட்ட தீர்ப்புரையில் மேற்கோள் காட்டியிருக்கிற) மத்திய மனிதவள வளர்ச்சித்துறையின் அலுவலகக் குறிப்பாணை எண் 17-2/2007-T.S.I நாள்-15-2-2017இல் கீழ்க்கண்டவாறு குறிப்பிடப்பட்டிருக்கிறது.

"முன்மொழியப்பட்டுள்ள சட்டமுன்வடிவு அரசமைப்புச் சட்டத்தின்படி செல்லத்தக்கதேயாகும். ஏனெனில் இது பொதுப்பட்டியலின் 25ஆவது எண்ணின் கீழ் வருகிறது. மேலும் இப்போது முன்மொழியப்பட்டுள்ள சட்டமுன்வடிவு தொழில்கல்வி உட்பட உயர்கல்வியின் தரத்தை நீர்த்துப் போகவோ அல்லது குறைக்கவோ செய்யாது என்பதால், இது மத்திய அரசின் பட்டியல் 66ஆவது எண்ணுடன் மோதக்கூடிய ஒன்றும் அல்ல."

தீர்ப்புரையில், மத்திய சுகாதாரம் மற்றும் குடும்பநலத்துறையின் கடிதம், V11012/2/2006-M.5.P9!0 நாள்-25 ஜனவரி 2007 பதிவு செய்யப்பட்டிருக்கிறது. அந்தக்கடிதம் இந்தச் சட்டமுன்வடிவிற்கு எவ்வித ஆட்சேபணையையும் தெரிவித்திடவில்லை.

"இந்தச் சட்டமுன்வடிவு மத்திய சட்டத்திற்கோ அல்லது கொள்கைக்கோ எவ்விதத்திலும் இடையூறாக இல்லை. ஏனெனில் இது ஒரு குறிப்பிட்ட மாநிலத்திற்காக ஒரு சில காரணங்களுக்காக கொண்டுவரப்பட்டிருக்கிறது."

இவவாறு மத்திய அரசின் சார்பில் மேற்கொள்ளப்பட்டுள்ள தீர்முடிவுகளையும் தாங்கள் பரிசீலனைக்கு எடுத்துக் கொள்ளவேண்டியது அவசியமாகும்.

3) உச்சநீதிமன்றத்தின் தீர்ப்பைப் பொறுத்தவரை, வேலூர் கிறித்துவ மருத்துவக் கல்லூரி வழக்கில் 2013 ஜூலை 18 அன்று அது ஒரு பொதுவான ஆணையினை பிறப்பித்திருக்கிறது. அந்தத் தீர்ப்புரையில் உச்சநீதிமன்றம் 145ஆவது பத்தியில் கீழ்க்கண்டவாறு தீர்முடிவிற்கு வந்திருக்கிறது:

"பல்வேறு கல்வி மற்றும் மருத்துவ நிறுவனங்களில் மாணவர்களைச் சேர்த்திடும் உரிமை என்பது நிர்வாக உரிமையின் ஒரு பிரிக்கமுடியாத அங்கமாகும். சீர்கேடடைந்த நிர்வாகம் அல்லது வெளிப்படைத்தன்மை யின்மை என்ற காரணங்களைத்தவிர மற்ற சமயங்களில் அதில் தலையிட முடியாது."

4) இப்பிரச்சனையை சமூகக் கண்ணோட்டத்தில் பார்க்கும்போது, நீட் பயிற்சிக்கான வகுப்புகள் பள்ளிக் கல்வியையே மாற்றி அமைத்திருக்கிறது. பள்ளிக் கல்வியின் குறிக்கோளே மாணவர்களின் ஆய்வு செய்யும் திறமையை வளர்ப்பதற்கு உதவுவதேயாகும். நீட் பயிற்சி மையங்கள் மாணவர்களுக்கு விமர்சனரீதியான சிந்தனைக்கு இடம் கொடுக்காமல், திருப்பித்திருப்பி ஆய்வுகள் வைப்பதன்

மூலம் அவர்களை பாடத்திட்டங்களைக் கடுமையாகப் படிக்க வைத்திட நிர்ப்பந்திக்கின்றன. இது கல்வியில் மிகவும் பிற்போக்குத்தனமானதாகும். இதைத் தாங்கள் ஒப்புக் கொள்வீர்கள்.

இறுதியாக, தமிழ்நாடு அதிகமான அளவு அரசாங்க மருத்துவக் கல்லூரிகள் உள்ள ஒரு மாநிலமாகும். இங்கே 24 மருத்துவக் கல்லூரிகள் இருக்கின்றன. அவை மிகவும் குறைவான கட்டணமே நிர்ணயித்திருக்கின்றன. ஏழை மாணவர்கள்கூட எவ்விதமான பொருளாதாரச் சுமையுமின்றி மருத்துவக் கல்வியைத் தொடர முடியும்.

மேற்கண்ட காரணங்களால், தமிழ்நாடு சட்டமன்றம் இதுதொடர்பாக நிறைவேற்றிய இரு சட்டமுன்வடிவுகளையும் குடியரசுத் தலைவரின் ஏற்பளிப்புக்காக உள்துறை அமைச்சகத்தின் சாதகமான பரிந்துரைகளுடன் அனுப்பிவைத்திட ஆவன செய்திடுமாறு கேட்டுக் கொள்கிறேன்.

3

மாநில செய்திப் பிரிவுகளை மாநிலத் தலைநகரங்களுக்கு மாற்றுக

அகில இந்திய வானொலியின் மாநிலச் செய்திப்பிரிவுகளை மாநிலத்தலைநகரங்களுக்கு மாற்றுவது தொடர்பாக. மத்திய தகவல் மற்றும் ஒலிபரப்புத்துறை அமைச்சர், வெங்கய்யா நாயுடு அவர்களுக்கு டி.கே.ரெங்கராஜன் எழுதியுள்ள கடிதம் வருமாறு:

"அகில இந்திய வானொலியில் தமிழ், மலையாளம், அஸ்ஸாமிஸ் மற்றும் ஒரியா மாநிலப் பிரிவுகளை வரும் 2017 மார்ச் 1 முதல் அந்தந்த மாநிலத் தலைநகர்களுக்கே மாற்றுவது என்கிற நடவடிக்கையை தங்கள் கவனத்திற்குக் கொண்டுவர விரும்புகிறேன். இது செய்திகளைப் பகுத்தாய்ந்து வெளியிடுவதற்கு சிறப்பான முறையில் நாட்டிற்கு உதவிடாது என்பதை தெரிவித்துக் கொள்கிறேன். தில்லியிலிருந்து ஒலிபரப்பப்படும் மாநில செய்திகளை மக்கள் உன்னிப்பாக இன்றளவும் கேட்டுவருவதைவும், இந்தப் பழக்கமானது தொலைதூரக் கிராமங்களில் வசித்திடும் மக்கள் மத்தியிலும் தொடர்வதை நான் நன்கறிவேன். பல ஆண்டு காலமாக மாநில மொழிகளில் ஒலிபரப்பப்பட்டுவரும் இந்த செய்திக் குறிப்புகள் சாமானிய மக்களுக்கு தேசிய, சர்வதேசிய மற்றும் மாநில செய்திகளைத் தெரிந்து கொள்வதற்கான பிரதான அம்சமாக இன்றளவும் திகழ்ந்து வருகிறது. இதுதொடர்பாக பிரச்சார் பாரதி தொடர்பாக வல்லுநர் குழு அளித்திட்ட குறிப்பு ஒன்று மிகவும் பொருத்தமாக இருந்திடும். அது கணித்திருந்ததாவது:

"தனியார் தொலைக்காட்சிகள் ஏராளமாக வந்திருந்தபோதிலும், அவை பல்வேறு விதமான தகவல்களை நாட்டு மக்களுக்கு அளித்து வந்த போதிலும், ஒரு வலுவான மற்றும் சுயேச்சையான பொது ஒலிபரப்பு என்பது ஒரு முக்கியமான பங்கினை வகிக்கிறது. பொது நலன், பொதுக் கல்வி மற்றும் பொதுவான மக்கள் கருத்தை உருவாக்குவதில் முன்னணிப் பாத்திரத்தை இது வகிக்கிறது."

தில்லியிலிருந்து ஒலிபரப்பாகி வரும் மாநில செய்திப்பிரிவு மிகவும் நன்கு செய்திகளைத் தயாரித்து ஒலிபரப்பி வருவதன் மூலம் இந்தியாவிலும், வெளிநாடுகளிலும் அதனைக் கேட்டிடும் நேயர்களுக்கு மிகவும் சிறப்பான வகையில் சேவை செய்து வருகிறது. இதனை மாநிலத் தலைநகர்களுக்கு மாற்றுவது என்பது, செய்தி உள்ளடக்கம் மற்றும் அதன் மதிப்பை குறுக்கிடும் மற்றும் குறைத்திடும்.

இந்தியா, பல்வேறு கலாச்சாரங்கள் மற்றும் பல்வேறு மக்கள் தொகையுடன் வேற்றுமையில் ஒற்றுமையைக் கண்டிடும் மகத்தான நாடாகும். இப்போது தில்லியிலிருந்து மாநிலத் தலைநகர்களுக்கு செய்திகளைத் தயாரிக்கும் பணியை மாற்றுவது என்பது நம் அரசமைப்புச் சட்டம் நமக்கு ஏற்படுத்தித் தந்துள்ள கூட்டாட்சி அமைப்புமுறைக்கே ஆழமான முறையில் வேட்டு வைக்கும் நடவடிக்கையாகும். அரசமைப்புச் சட்டத்தில் எட்டாவது அட்டவணையில் கண்டுள்ள மொழிகளைத் தாழ்த்திடும் ஒரு முயற்சியுமாகும். இதுவரை அரசமைப்புச் சட்டத்தின் எட்டாவது அட்டவணையில் 22 மொழிகள் மாநில மொழிகளாக அங்கீகரிக்கப்பட்டிருக்கின்றன.

இதற்குமுன்பும் ஒருமுறை இதற்கான முயற்சிகள் மேற்கொள்ளப்பட்டு, அனைவராலும் இதற்கு கண்டனம் தெரிவிக்கப்பட்டதைத் தொடர்ந்து அப்போது இம்முடிவு கைவிடப்பட்டது. அப்போது மத்திய தகவல் ஒலிபரப்புத்துறை அமைச்சராக இருந்த திருமதி சுஷ்மா ஸ்வராஜ், மாநில செய்திப்பிரிவுகள் நாட்டின் தலைநகரிலேயே தொடர்ந்து செயல்படும் என்றும், மாநிலத் தலைநகர்களுக்கு மாற்றப்பட மாட்டாது என்றும் உறுதி அளித்திருந்தார். இந்த உறுதிமொழி இப்போது மீறப்பட்டிருப்பதைத் தெரிவிப்பதில் வருந்துகிறேன்.

பணம் கொடுப்பவர்களுக்குச் சாதகமாக செய்திகளை ஒளிபரப்பிடும் மற்றும் ஒலிபரப்பிடும் இன்றைய சூழலில் , மோசமான முறையில் செய்திகளை வெளியிட்டுவரும் தனியார் செய்தி நிறுவனங்களுக்கு தங்கள் சொந்த எலக்ட்ரானிக் மீடியா மானிடரிங் சர்வீஸ் எச்சரிக்கை விடுத்துக்கொண்டிருக்கும் இன்றைய சூழலில், மத்தியத்துவப்படுத்தப்பட்ட மாநில செய்திப்பிரிவு தில்லியிலிருந்து இயங்கிட வேண்டியதன் அவசியத்தையும், அதன் மூலம் துல்லியமான மற்றும் பாரபட்சமற்ற

செய்திப்பிரிவை நடத்த வேண்டிய அவசியத்தையும், தொடர வேண்டியதன் முக்கியத்துவத்தை தாங்களும் நன்கு உணர்ந்திருக்கலாம்.

எனவே, தமிழ், மலையாளம், அஸ்ஸாமிஸ் மற்றும் ஒரியா மாநில செய்திப்பிரிவுகளை தில்லியிலிருந்து, சம்பந்தப்பட்ட மாநிலங்களின் தலைநகர்களுக்கு மாற்றுவது தொடர்பாக வெளியிட்டுள்ள உத்தரவை மறுபரிசீலனை செய்திட வேண்டும் என்றும் இப்போது உள்ள நடைமுறையே தொடர வேண்டும் என்றும் மீண்டும் ஒருமுறை தங்களைக் கேட்டுக்கொள்கிறேன்.

"நம்மை அறிந்தால் நம் அரசியலை அறிந்தால்"

தமிழ்நாடு மின் ஊழியர் மத்திய அமைப்பின் 15வது மாநில மாநாடு 2016 ஆகஸ்ட் 14ல் திருவண்ணாமலையில் நடைபெற்ற கருத்தரங்கில் "நம்மை அறிந்தால் நம் அரசியலை அறிந்தால்" என்ற தலைப்பில் தோழர் டி.கே.ரங்கராஜன் ஆற்றிய உரை.

வரலாற்றுரீதியாக தமிழ்நாட்டில் செங்கொடிச் சங்கத்திற்கு மகுடம் சூட்டிய சங்கங்கள் தர வரிசையில் ரயில்வே, பஞ்சாலை, அரசுப் போக்குவரத்து, மின் அரங்கம் மற்றும் இதர தொழிற்சங்கங்களைக் குறிப்பிடலாம். பல அடக்குமுறைகள், பல போராட்டங்களைச் சந்தித்து மகுடம் சூட்டியுள்ளன, வரலாறு படைத்துள்ளன. குறிப்பாக அதில் மின் அரங்கம் 40 ஆண்டுகளுக்கு மேல் ஆற்றிய பணிகள் மகத்தானவை.

2011ஆம் ஆண்டு மக்கள் தொகை கணக்கெடுப்பின்படி, தமிழகத்தில், 95 லட்சத்து 63 ஆயிரத்து 899 கிராமப்புற இல்லங்களில் 86 லட்சத்து 83 ஆயிரத்து 426 இல்லங்களில் இன்று மின் இணைப்பு உள்ளது. அது 90. 79 சதவீதம் ஆகும். நகர்ப்புறங்களில் 89 லட்சத்து 29 ஆயிரத்து 104 இல்லங்களில் 85 லட்சத்து 81 ஆயிரத்து 633 இல்லங்களில் மின் இணைப்பு உள்ளது, இது 96.11 சதவீதம் ஆகும். இது தமிழசு மக்களின் வாழ்வில் மகத்தான மாற்றத்தை ஏற்படுத்தியுள்ளது என்பது மறுக்க முடியாத உண்மையாகும்.

இந்தப் பணி அரசின் திட்டம் மட்டுமல்ல; நம்முடைய உழைப்பாளி மக்களின் போராட்டங்கள், அவற்றின் தியாகங்கள் இல்லாமல் இது நிறைவு பெற்றிருக்காது.

இந்தப் பணிகளில் ஈடுபட்ட உழைப்பாளிகளைத் திரட்டி, அவர்களுக்காகப் பேரியக்கங்கள் நடத்தி, அவர்கள் வாழ்விலும் கணிசமான முன்னேற்றத்தையும், தொழிற்சங்கங்கள் ஆற்றியுள்ளன. தமிழ்நாடு மின் ஊழியர் மத்திய அமைப்பின் பணி முதன்மையானது. காடம்பாறை போராட்டம் போன்று பல போராட்டங்கள் இன்றும் மறக்க முடியாதவைகளாகும்.

மின் அரங்கம் மகத்தான தலைவர்களையும் உருவாக்கியது. அமைப்பையும் உருக்கு போன்றதாக மாற்றியது.

ஏராளமான ஆதரவு இயக்கங்கள். முறைசாராத் தொழிலாளர்களைத் திரட்டியது. குறிப்பாக கட்டிடப் பணிகளில் ஈடுபட்டுள்ள கட்டுமானத் தொழிலாளர்களைத் திரட்டுவதிலும் முதல் இடத்தை வகித்தது.

மின்வாரியத்தில் பணியில் உள்ள தொழிலாளர்கள் மட்டுமல்லாமல், ஓய்வு பெற்றோர்க்கான அமைப்பு, குடும்பநல பாதுகாப்புத் திட்டம், புரட்சிகரமான இயக்கங்களுக்கு உதவி போன்று பல்வேறு அம்சங்களிலும் ஓர் அட்சய பாத்திரமாக செயல்பட்டுக் கொண்டிருக்கிறது.

நம்முடைய தொடர்ச்சியான இயக்கங்கள், போராட்டங்கள் ஊழியர்கள் வாழ்வில் மாற்றம் கொண்டு வந்துள்ளது, உதாரணமாக, ஒரு மஸ்தூர் 1980இல் மாத சம்பளம் 750 ரூபாயாக இருந்தது. தற்போது அது 10 ஆயிரம் ரூபாயாக மாறி இருக்கிறது. இப்படி ஒவ்வொரு பிரிவிலும் பொருளாதார வாழ்வில் சுரண்டலைச் சமாளிக்க இந்த உயர்வு உதவியுள்ளது. ஓய்வு பெற்ற பின்பும், ஊழியர்கள் நலனில் நம்முடைய முயற்சி கணிசமாகத் தொடர்கிறது.

இந்தப் பணிகள் நம்மிடையே 2015ஆம் ஆண்டின் கணக்கின்படி, 19 ஆயிரத்து 557 நிரந்தர ஊழியர்களையும், 10 ஆயிரத்து 266 ஒப்பந்த ஊழியர்களையும் இணைப்பதற்கு உதவியுள்ளது.

மின்வாரியத்தில் இன்று ஐந்து அங்கீகரிக்கப்பட்ட சங்கங்கள், அதிகாரிகள் சங்கங்கள், கேட்டகிரி சங்கங்கள், சாதிவாரியான சங்கங்கள் என 16 சங்கங்கள் செயல்படுகின்றன.

ஒரு லட்சம் ஊழியர்களில் நாம் ஒரு பகுதியாகவே தொடர்கிறோம்.

மேலே குறிப்பிட்ட பல ஊதிய உயர்வு சலுகைகள் போன்றவற்றில், இதர அமைப்புகளும் சொந்தம் கொண்டாடுகின்றன. அது உண்மையும் கூட. இதை எப்படிப் புரிந்து கொள்வது?

நாம் நம்மை வேறுபடுத்திக் காட்டினோமா? இன்றுள்ள சமூக அமைப்பில் நம்முடைய பணி, உடைமை வர்க்கத்தின் நலனுடன் இணைந்துள்ளது. இன்று உள்ள சமூக அமைப்பைப் பாதுகாக்க, நம்முடைய பணி உரம் சேர்க்கிறது. மற்ற சீர்திருத்தவாத அமைப்புகளுக்கும், செங்கொடி அமைப்புக்கும் தெளிவான வித்தியாசம் இல்லை என்ற உண்மையை நாம் புரிந்து கொள்ள வேண்டும்.

அனைத்துத் தொழிலாளர்களையும் ஒன்றிணைப்பது, அவர்களின் பொருளாதார நலனுக்காகப் போராடி கோரிக்கைகளைப் பெறுவது என்பது தொழிற்சங்கத்தின் தலையாயப் பணி.

அதைமட்டும் மீண்டும், மீண்டும் செய்யும்போது, ஒரு மகத்தான உண்மையை நினைவில் கொள்வதில்லை. இந்தக் கால கட்டத்தில் ஏற்பட்டுள்ள முதலாளித்துவ வளர்ச்சி, தொழில், தொழில்நுட்ப மாற்றம் இவைகள் ஏற்படுத்திக் கொண்டிருக்கிற வர்க்க முரண்பாடுகள், அரசியலில் வரும் வேறுபாடுகள், இந்த முரண்பட்ட அமைப்பு தொடரும்போது, இருப்பதை எப்படிப் பாதுகாத்து முன்னேறுவது போன்ற எதையும் பற்றி நாம் கவலைப்படுவது இல்லை.

சுருக்கமாகக் கூறினால், நாம் ஒரு நடுநிலையாளராக இருந்து எல்லாவற்றையும் பார்க்கிறோம். பிளக்கனோவ் என்ற மேதை இதை தொழிற்சங்க நடுநிலைமை *(Trade Union Neutrality)* என்று கூறுகிறார்.

தொழிலாளி வர்க்கம் மூன்று கட்டமாக வளர்கிறது.

(1) மந்தமான, சுரண்டப்படும் மக்களாக *(passive, exploited)* இருப்பதிலிருந்து,

(2) தொழிலாளிவர்க்கம் பொருளாதார மற்றும் சமூகப் போராட்டங்களில் வளரும் ஒரு காரணியாகவும் *(the proletariat as a growing factor in economic and social struggle)*;

(3) தொழிலாளி வர்க்கம், ஓர் உணர்வுபெற்ற சமூக சக்தியாக, தொழிலாளி வர்க்கத்தின் முன்னணிப் படையாக, மற்றும் சுரண்டல், தேசிய அளவிலான சுரண்டல் மற்றும் சமூக ஒடுக்குமுறை ஆகியவற்றிலிருந்து மனிதகுலத்தை விடுதலை செய்யும் பொன்னான மார்க்கத்துக்காக ஒரு முன்னணிப் போராளியாகவும் வளர்கிறது. *(the working class as a conscious social force, the vanguard contingent of the working people and an active fighter for mankind's general emancipation from exploitation, national and social oppression).*

மேலே குறிப்பிட்டுள்ள மூன்று கட்டங்களில் இரண்டாவது கட்டத்திலிருந்து மூன்றாவது கட்டத்திற்கு இன்னும் நாம் முன்னேறவில்லை.

முதலாளித்துவ சுரண்டலை எதிர்த்துப் போராடுவது, தாக்குதலுக்கு உள்ளாவது, சில சலுகைகளை வென்றெடுப்பது, ஒப்பந்தம் செய்வது, வெற்றி விழா கொண்டாடுவது என்ற நிலையில்தான் இருக்கிறோம்.

இது தவறு என்று சொல்ல வில்லை. ஆனால், இதனை எப்படி ஒரு புரட்சிகரமான இயக்கம் பார்க்க வேண்டும்?

முதலாளித்துவச் சுரண்டலை எதிர்த்துப் போராடுவது, தாக்குதலுக்கு உள்ளாவது, சில சலுகைகளை வென்றெடுப்பது, ஒப்பந்தம் செய்வது, வெற்றி விழா கொண்டாடுவது. இவை தவறு என்று சொல்லவில்லை.

ஆனால், இவற்றை எப்படி ஒரு புரட்சிகரமான இயக்கம் பார்க்க வேண்டும்?

"முதலாளித்துவ வர்க்கம் ஒடுக்குமுறையின் வழிமுறைகளை உழைக்கும் மக்களின் ஒரு பகுதியை திருப்திப்படுத்துவதுடன் இணைப்பது"

("The capitalists combine methods of suppression with partial satisfaction of the working people.")

என்கிற முறையில் செயல்படுகிறது.

"அத்தியாவசியமானவற்றைத் தன்னகத்தே வைத்துக்கொண்டு, அத்தியாவசியம் அல்லாதவற்றை சலுகைகளாக அளிப்பது" ("concessions of the unessential while retaining the essential) என்று இந்த முதலாளித்துவ வழிமுறையை நம்முடைய ஆசான்கள் வர்ணிக்கிறார்கள்.

இன்றைய நிலை என்ன?

தொழிற்சங்க உணர்வு என்கிற அளவுக்குத்தான் இன்று உருவாக்க முடிந்திருக்கிறது. அரசியல் உணர்வை உருவாக்க முடியவில்லை. அந்த உணர்வு உள்ளதாகக் கருதும் பல தொழிற்சங்கத் தலைவர்கள், "பொருளாதாரவாதத்தில்" மூழ்கிவிடுகிறார்கள்.

ஆகவே, மீண்டும் மீண்டும் ஒரே இடத்தை செக்கு சுற்றுவது போல சுற்றிக்கொண்டிருக்கிறோம்.

ஜனநாயக உணர்வு என்பது என்ன?

தொழிலாளிவர்க்க உணர்வு என்பது என்ன?

சோசலிச உணர்வு என்பது என்ன?

இன்றைய சூழ்நிலை.

பொதுத்துறையை உருவாக்கி, முதலாளித்துவம் வளர்ந்தது. இன்று அதை தனியார்மயம் தமதாக்கிக் கொண்டிருக்கிறது.

மேலும் வளர்வதற்கு சரக்கு, சேவை வரி போன்று பல்வேறு வரி வகைகள்.

தொழிலாளி வர்க்கம் பிளவுபட்டு உள்ளது. சீர்திருத்தவாதத்தின் பின் நிற்கிறது. மேலும், அதை சிதைக்கத் தேவையான அனைத்தையும் செய்கிறது.

மதம்

மதம், இருந்தது, இருக்கிறது, இன்று அது கூர்மைப்படுத்தப்படுகிறது. மோதுகிறது, வர்க்கத்தைப் பிளவுபடுத்துகிறது.

சாதி இருந்தது, இருக்கிறது, இன்று அடையாள அரசியலாக சாதியச் சங்கங்களாக உழைக்கும் மக்களைக் கூறு போடுகிறது.

தலித் எதிர்ப்பு இருந்தது, இருக்கிறது. இன்று தலித்துகள் மேலும் இரண்டு விதத்தில் ஒடுக்கப்படுகிறார்கள். ஒன்று பொருளாதார ரீதியாக. மற்றொன்று சமூகஒடுக்குமுறை மூலம் பெண் அடிமைத்தனம், ஆண் ஆதிக்கம் மேலும் கூர்மையடைகிறது.

வேத காலத்திலும் பசு இருந்தது. மகாத்மா காந்தி முதற்கொண்டு அனைவரும் அதனைப் புனிதமாகக் கருதினார்கள். ஆனால் அந்தப் புனிதத்தை இன்று எதிர்ப்புரட்சியாளர்கள் கையில் எடுத்துக் கொண்டு மோதுகின்றனர்.

முதலாளித்துவம் தன் வளர்ச்சிக்கு எல்லா ஆயுதங்களையும் பயன்படுத்துகிறது. புராணம், இதிகாசம், மொழி, இனம், மதம், சாதி என அதனுடைய தளம் விரிவடைந்துகொண்டே செல்கிறது.

இந்தச் சூழ்நிலையில் தொழிலாளி வர்க்கம் ஆற்ற வேண்டிய மகத்தான கடமை, புரிந்துகொள்ளக்கூடிய முக்கியமான அம்சம் என்ன?

இன்று நாம் நவீன தாராளமய உலகத்தில் இருக்கிறோம். விஞ்ஞான தொழில்நுட்ப புரட்சி வேகமாக வளர்கிறது. மின்வாரியத்தில் அதிகாரிகள், பொறியாளர்கள் வேலைக்கு எடுக்கப்படுகிறார்கள். ஆனால் ஊழியர்கள் இடம் காலியாகவே விடப்படுகிறது. ஊழியர்கள் இடம் காலியாக விடப்படுவதன் நோக்கமே எதிர்காலத்தில் அந்தப் பணியை ஒப்பந்தக்காரர்களிடம் ஒப்படைக்கத்தான். ஒப்பந்தக்காரர்களிடம் ஒப்படைத்த பிறகு, உற்பத்திச் செலவினம் (cost of production) கணிசமாகக் குறைந்தபிறகு, நிறுவனத்தை மின்வாரியத்தை, தனியார் ஏற்றுக்கொள்வதற்குத் தயங்கப்போவது இல்லை. இப்போது இந்த பளுவை அவன் தூக்கிச் சுமக்கத் தயாராக இல்லை. அதற்காகத்தான் மின் வாரியங்களைப் பிரிப்பது, ஊழியர்கள் பணித்திரளை நிரப்புவது கிடையாது.

இதேபோன்ற நிலைமை மின் வாரியத்தில் மட்டுமல்ல, உலகம் முழுதும் நடந்துகொண்டிருக்கிறது என்பதை நாம் உணர வேண்டும்.

நவீன தாராளமயம் இந்தியாவில் வந்த பிறகு, தொடர்ச்சியாக நிரந்தரத் தொழிலாளர் எண்ணிக்கை என்பது எல்லா துறையிலும் கணிசமாகக் குறைந்து. முறைசாராத் தொழிலாளர்கள், கிராமப் புறத்திலும், நகர்ப்புறத்திலும் வலுவாக வந்துள்ளார்கள், குவிந்துள்ளார்கள்.

இதர மாநிலங்களில் இருப்பவர்களும், தங்கள் மாநிலத்தை விட்டு, இதர மாநிலங்களுக்குப் பிழைக்கப் போகிறார்கள்.

நிரந்தரத் தொழிலாளி எண்ணிக்கை என்பது இந்தியாவில் இன்றைய தினம் ஏழு சதவீதமாக சுருங்கி விட்டது. 93 சதவீதம் மக்கள் நாளொன்றுக்கு 12 மணி நேரம், 14 மணி நேரம் உழைக்கக் கூடியவர்களாக மாறியுள்ளார்கள். அவர்களுக்கு என்ன எதிர்காலம்?

அவர்களைத் திரட்டக்கூடிய கடமையை, அவர்களைப் போராட்டக் களத்திற்குக் கொண்டுவந்து போராட வைக்க வேண்டிய கடமையை நாம்தான் செய்ய வேண்டும்.

நம்முடைய சங்கம், நம்முடைய கோரிக்கைகளுக்காக மட்டும் கவலைப்பட்ட காலம் என்பது மலையேறிவிட்டது என்பதை முற்றிலுமாக உணர வேண்டும். பரந்துபட்ட தொழிலாளர்களைத் திரட்டுவதற்கு உடனடியாக முயற்சி எடுக்கவில்லை என்று

சொன்னால், இப்போது நாம் இருக்கக்கூடிய இடத்திலிருந்து மேலும் கீழே வீழ்ந்து விடுவோம்.

நாம் நம்முடைய கட்டிடத்திற்குள் அமர்ந்துகொண்டு தொழிற்சங்கம் நடத்த வேண்டிய பணி என்பது சுருங்கிக் கொண்டிருக்கிறது. நம்முடைய உறுப்பினர்கள் அவர்கள் வாழக்கூடிய இடங்களில், மக்களுடைய பிரச்சனைகளை எடுப்பதற்கு, கிராமப்புறங்களில் இருக்கக்கூடிய மக்களைத் திரட்டுவதற்கு யுத்தகால அடிப்படையில் நாம் பணியாற்றவில்லை என்று சொன்னால், தொழிலாளி வர்க்கம் மேலும் பிளவுபட்டு சின்னாபின்னமாகச் சிதறி 18ஆம் நூற்றாண்டுக்குத் தள்ளிவிடும்.

தொழிற்சங்கங்கள் இனி கிராமப்புறங்களில் தெருக்களில் மக்கள் பிரச்சனைகளுக்காகப் போராடக்கூடிய அமைப்பாக மாற வேண்டும்.

மாமேதை லெனின், 1917ஆம் ஆண்டிலேயே, "நகர்ப்புறங்களில், தொழிற்சாலைகளில் வேலைபார்க்கும் ஊதியம்பெறும் தொழிலாளர்கள், பல லட்சக்கணக்கில் கிராமப்புறங்களில் வேலைபார்க்கும் தொழிலாளர்களுடன் தங்களை இணைத்துக்கொள்ள வேண்டும். முதலில் கூறப்பட்டுள்ள தொழிலாளர்கள். பின்னர் கூறப்பட்டுள்ள கிராமப்புறத் தொழிலாளர்களுக்கு விடப்படக்கூடிய அறைகூவல் யாராலும் அலட்சியப் படுத்தப்படக்கூடாது. இவ்வாறு அறைகூவல் விடுவது மட்டும் போதாது. நகர்ப்புறத் தொழிலாளர்களுக்கு அதிக அளவில் அனுபவம், அறிவு, வசதி வாய்ப்புகள் உண்டு. அவர்களின் சக்தியில் கொஞ்சமாவது, கிராமப்புறத் தொழிலாளர்களை, முறைசாராத் தொழிலாளர்களை முன்னோக்கிச் செல்வதற்கு, அடிஎடுத்து வைத்திட உதவுவதற்குப் பயன்படுத்தப்பட வேண்டும்."

(The wage-workers in the cities, in the factories, are bound by thousands and millions of ties with the wage-workers in the countryside. A call issued by the former to the latter cannot go unheeded. But issuing a call is not the only thing to be done. The urban workers have far more experience, knowledge, means and forces. Some of their forces should be directly used to help the rural workers on to their fee...")

தமிழகத்தில் கிராமப்புறத்திலும், நகர்ப்புறத்திலும் உங்களிடம் மின் இணைப்பு பெற்றிருப்பவர்களிடம், அதாவது உங்களுடைய

நுகர்வோரிடம். உங்களுடைய உறவை உயிரோட்டமுள்ள உறவாக மாற்றுவது எப்படி? நீங்கள் யோசிக்க வேண்டும். இவ்வாறு ஒரு பரந்துபட்ட ஆதரவை, செங்கொடி இயக்கத்தால் உருவாக்க முடியவில்லை என்று சொன்னால், இன்று உருவாகி இருக்கக்கூடிய வாய்ப்பை நாம் பயன்படுத்தவில்லை என்று சொன்னால், இதனை இன்றைய நவீன தாராளமயம் பயன்படுத்திக் கொள்ளும்.

இந்தியா ஒரு முதலாளித்துவ நிலப்பிரபுத்துவ நாடு. பெரு முதலாளிகள், இவர்களுக்குத் தலைமை தாங்குகிறார்கள். அரசை அவர்கள் உருவாக்குகிறார்கள். மோடி அரசு அவர்களுக்குக் கடமைப்பட்டிருக்கிறது. தொழிலாளர்நலச் சட்டங்கள், தொழிலாளர் விரோதச் சட்டங்களாக கொஞ்சம் கொஞ்சமாக மாறிக் கொண்டிருக்கின்றன. சிறந்த நீதிமன்றத் தீர்ப்புகள் என்பவையும் கூட, வரலாற்றின் ஒரு பகுதியாக மாறிக் கொண்டிருக்கிறது.

ஆகவே, ஒரு புதிய பாதையை நோக்கிச் செல்ல வேண்டும் என்றால், பழைய பாதையிலிருந்து பெரிய அளவிற்கு முறிவு தேவை. கடந்துவந்த பாதையில் நம்முடைய முன்னோர்கள் செய்திருக்கக்கூடிய தியாகம் என்பது மகத்தானது. தடியடி, வேலைநீக்கம், தூக்குமேடை, வேலையிழப்பு போன்றவைகளை நாம் நினைவில் வைத்துக்கொண்டு, புதிய வேலைகளைத் தொடங்குவோம்.

‘சொல்லுதல் யார்க்கும் எளிது அரியவாம் சொல்லிய வண்ணம் செயல்’ என்றார் வள்ளுவர். சொல்லும் அளவுக்கு செயல்படுவது என்பது அவ்வளவு எளிதல்ல. ஒரே பணியை பல ஆண்டுகளாக செய்து வந்திருக்கக்கூடிய நாம், மாறியுள்ள சூழ்நிலையில், புதிய பணியில் ஈடுபடுவது என்பதில் தயக்கம் ஏற்படலாம், ஒதுங்கலாமா என்ற எண்ணம் ஏற்படலாம், மனதில் சோர்வு உண்டாகலாம். இவை அனைத்தும் இருக்கும். அவற்றை எல்லாம் கடினமாக முயற்சிகள் மேற்கொண்டு சரிசெய்துகொண்டு புதியதொரு சமுதாயத்தை உருவாக்குவதற்காக, வரலாற்று ரீதியான கடமையைச் செய்வதற்காக, நம்முடைய நடவடிக்கைகளை இப்போதாவது தொடங்குவோம் என்று முடிவெடுக்க வேண்டும்.

○

குறிப்புகள்

குறிப்புகள்